न्यायवैद्यक क्षेत्रात काम करणारे डॉक्टर गुप्तहेराच्या चिकाटीने काम करून, जीवघेणे साथीचे रोग आणि मादक द्रव्यांमुळे होणारे मृत्यू यांच्याशी झुंज देतात; पण त्यांची कारणे मात्र नैसर्गिक नाहीत....तुम्ही वाचताना पूर्णपणे खिळून बसाल.

- डेली मेल

रॉबिन कुक यांनी 'कोमा' कादंबरी लिहून वैद्यकीय थरारकथा हा नवा प्रकार जन्माला घातला. या कादंबरीवरील चित्रपटही गाजला. त्यानंतर रॉबिन कुक यांनी लिहिलेल्या २८ कादंबऱ्यांपैकी बहुसंख्य सर्वाधिक खपाच्या म्हणून गाजल्या आहेत.

- गार्डियन

मनाची पकड घेणारी....भीतिदायक....

- न्यू यॉर्क टाइम्स

आवडणारे नायक, मनावर पगडा टाकणारे वैद्यकीय रहस्य आणि वाढता थरार.... परिणाम रंजक कादंबरी- निव्वळ मनोरंजन करणारी कादंबरी. पण मायकेल क्रायटन यांच्याप्रमाणे रॉबिन कुक आपल्यावर परिणाम घडवणाऱ्या समकालीन घटकांचे उत्तम विश्लेषण करतात.

- यूएसए टुडे

'सुन्न करून टाकणारी....'

- वॉशिंग्टन पोस्ट

'पानामागून पाने खिळवून टाकणारी...'

- लॅरी किंग

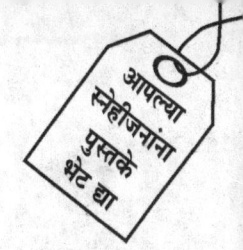

आपल्या स्नेहीजनांना पुस्तके भेट द्या

इंटरव्हेन्शन

लेखक
रॉबिन कुक

अनुवाद
डॉ. प्रमोद जोगळेकर

मेहता पब्लिशिंग हाऊस

- *या पुस्तकातील लेखकाची मते, घटना, वर्णने ही त्या लेखकाची असून त्याच्याशी प्रकाशक सहमत असतीलच असे नाही.*

INTERVENTION by ROBIN COOK

Copyright © 2009 by Robin Cook
All rights reserved including the rights of reproduction in whole or in part in any form.

Translated into Marathi Language by Dr. Pramod Jogalekar

इंटरव्हेन्शन / अनुवादित कादंबरी

TBC-27 Book No. 3

अनुवाद : डॉ. प्रमोद जोगळेकर
४१, बी/९३, जाधवनगर, वडगाव बुद्रक, पुणे ४१.

मराठी अनुवादाचे व प्रकाशनाचे हक्क मेहता पब्लिशिंग हाऊस, पुणे.

प्रकाशक : सुनील अनिल मेहता, मेहता पब्लिशिंग हाऊस,
१९४१, सदाशिव पेठ, माडीवाले कॉलनी, पुणे -४११०३०.

अक्षरजुळणी : इफेक्ट्स, कोथरूड, पुणे ३८.

मुखपृष्ठ : चंद्रमोहन कुलकर्णी

प्रथमावृत्ती : नोव्हेंबर, २०१७

P Book ISBN 9789386888303

बालकांमधील कर्करोगाच्या उपचारांमध्ये झालेल्या
विलक्षण प्रगतीला हातभार लावणाऱ्या संशोधकांना,
कर्करोगग्रस्त बालकांना व त्यांच्या कुटुंबीयांना
हे पुस्तक अर्पण.

पूर्वी एका सायमन नावाच्या माणसानं शहरात जादूचे प्रयोग केले होते व आपण कोणीतरी महान आहोत, असं सांगत त्यानं समारियातल्या लोकांना थक्क करून टाकलं होतं. समारियामधले लहान-थोर सर्वच जण त्याचं बोलणं उत्सुकतेनं ऐकत असत. 'हा माणूस महान अशा देवाचीच ताकद आहे,' असं ते म्हणत. लोक त्याचं म्हणणं उत्कंठेनं ऐकून घेत, कारण त्यानं जादू करून त्यांना मोहित केलं होतं. पण जेव्हा फिलिप नावाच्या माणसानं देवाचं राज्य आणि जीझस खाईस्ट यांच्याबद्दल सुवार्ता सांगितली, त्यानंतर स्त्री-पुरुष अशा अनेकांनी त्याच्या बोलण्यावर विश्वास ठेवून बाप्तिस्मा घेतला. लोकच नाही तर सायमननंही विश्वास ठेवला. बाप्तिस्मा झाल्यानंतर तो स्वतः फिलिपसोबत राहिला. दैवी खुणा आणि विलक्षण चमत्कार बघून तो भारावून गेला.

समारियानं देवाचा शब्द स्वीकारलेला आहे, ही वार्ता जेरुसलेममधल्या संदेशवाहकांना समजल्यानंतर त्यांनी पीटर आणि जॉन यांना समारियाकडे पाठवलं. ते दोघं तिथं गेले आणि त्यांनी आपल्याला पवित्र तेजाचा लाभ व्हावा यासाठी प्रार्थना केली. मग त्यांनी जेरुसलेमच्या लोकांच्या हातावर हात ठेवून प्रार्थना केल्यावर त्यांना पवित्र तेजाचा लाभ झाला. संदेशवाहकांच्या हातावर हात ठेवल्यानंतरच पवित्र तेजाचा लाभ होतो, हे सायमननं बघितलं. ते पाहून सायमननं संदेशवाहकांना द्रव्य देऊ करून सांगितलं, "मलादेखील ही शक्ती प्राप्त करून द्यावी. म्हणजे मग मी ज्यांच्यावर हात ठेवीन त्यांनादेखील पवित्र तेज प्राप्त होईल." पण पीटरनी सांगितलं, "तुझे चांदीचे तुकडे तुझ्यासह नष्ट होवोत, कारण तू पैसे देऊन देवाकडून भेट प्राप्त करण्याचा विचार केलास! तुला यात कसलाही वाटा मिळणार नाही, कारण तुझं चित्त देवापाशी जडलेलं नाही."

ॲक्ट्स ऑफ द अपोस्टल्स ८:९-२१
नवीन सुधारित प्रमाण आवृत्ती

एक

पहाटे ४.२०, सोमवार, १ डिसेंबर, २००८
न्यू यॉर्क शहर

झोपेची अस्वस्थ अवस्था संपून जॅक स्टेपलटन एकदम टक्क जागा झाला. स्वप्नात तो एका बेफाम वेगानं जाणाऱ्या गाडीतून शहरातल्या एका रस्त्यावरून खाली जात होता. हातात हात घालून अद्याप शाळेत जायचं वय न झालेली बालकं रस्ता ओलांडण्याच्या तयारीत होती. उतारावरून येणाऱ्या संकटाची त्यांना जरादेखील कल्पना नव्हती. जॅकनं पूर्ण ताकद लावून ब्रेक दाबला असला तरी त्याचा काहीही उपयोग होत नव्हता. उलट गाडीचा वेग क्षणोक्षणी वाढतच चालला होता. मुलांनी रस्त्यामधून बाजूला व्हावं म्हणून जॅक जीव खाऊन ओरडत होता; पण पुढच्या क्षणी हे सर्व स्वप्न असून, आपण न्यू यॉर्क शहरातल्या वेस्ट १०६व्या रस्त्यावरील घरातल्या छताकडे बघत आहोत, हे जॅकच्या लक्षात आलं.

आपण प्रत्यक्षात ओरडलो की नाही, अशा संभ्रमात असलेल्या जॅकनं आपल्या बायकोकडे बघितलं. खिडकीतून येणाऱ्या रस्त्यावरील दिव्यांच्या मंद प्रकाशात त्याला लॉरी गाढ झोपेत असल्याचं लक्षात आलं. आपण स्वप्नात ओरडलो; प्रत्यक्षात नाही, हे कळल्यावर त्याची नजर पुन्हा छताकडे वळली. त्याच्या अंगावर काटा आला होता. अशी फार भयंकर स्वप्नं त्याला सतत पडत असत. हे सगळं १९९० नंतर सुरू झालेल्या दशकाच्या प्रारंभी सुरू झालं होतं. जॅक तेव्हा शिकागोत फोरेन्सिक पॅथॉलॉजी या विषयात नव्यानं शिक्षण घेत होता. जॅक मुळात नेत्रतज्ज्ञ होता; पण आरोग्यविमा कंपन्या, आरोग्य सेवा व्यवस्थापन, अडाणी सरकार आणि कशाचीही फिकीर नसलेली जनता या वैद्यकीय महाविनाशाच्या चार

शिलेदारांच्या आक्रमणानंतर जॅकनं आपण नवीन विषयात तज्ज्ञता मिळवावी, असा विचार केला होता. तो शिक्षण घेत असताना त्याला भेटण्यासाठी त्याची पहिली बायको मेरिलिन आणि त्याच्या दहा व अकरा वर्षे वयाच्या मुली शिकागोला आल्या होत्या. त्या परत जाताना विमानाला अपघात होऊन त्या मरण पावल्या होत्या.[१]

वैद्यकीय व्यवसाय सोडून पळून जाऊन नवीन क्षेत्रात शिक्षण घेण्यानं आपण पुन्हा एकदा वैद्यकीय क्षेत्राकडे- ज्या निःस्वार्थीपणा व सामाजिक बांधिलकीसाठी गेलो होतो- परत एकदा वळू शकू, असा विचार त्यानं केला होता. या त्याच्या उद्देशात तो सफल झाला होता खरा; पण तसं करताना अपघातानं त्यानं आपलं सगळं कुटुंब गमावलं होतं. यानंतर जॅक अपराधीपणा, विषण्णता आणि मानवतेवरचा अविश्वास या सगळ्याच्या चक्रात भिरभिरत राहिला होता. बेफाम वेगानं जाणाऱ्या गाडीचं स्वप्न हा त्याच वाईट मनःस्थितीचा एक भाग होता. अशी भीषण स्वप्नं पडणं काही वर्षांपूर्वी बंद झालं होतं; पण गेल्या काही महिन्यांमध्ये अशी दुःस्वप्नं जणू दुप्पट जोमानं जॅकला छळू लागली होती.

जॅक छतावरच्या सावल्यांकडे पाहून पुन्हा एकदा शहारला. त्याच्या इमारतीजवळ रस्त्याच्या बाजूला एक पूर्णपणे पर्णहीन झालेलं झाड होतं. त्याच्या फांद्या वाऱ्यामुळे हलत असल्यानं, रस्त्यावरच्या दिव्याच्या प्रकाशामुळे छतावर सावल्यांचे आकृतिबंध तयार होत होते. रोर्शाखनं[२] सुचवलेल्या संमोहनावस्थेतील आकृतिबंधासारखे आकार पाहून जॅकला या निर्दयी जगात आपण एकाकी असल्याचं वाटू लागलं होतं.

जॅकनं कपाळाला हात लावून पाहिला. कपाळावर घाम नव्हता; पण त्यानं छातीला हात लावून पाहिल्यावर आपलं हृदय जोरजोरानं धडधडत असल्याचं त्याच्या लक्षात आलं. ठोक्यांची गती साधारण दीडशेच्या आसपास होती. अर्थातच, हा भीषण स्वप्नाचा परिणाम आहे, हे त्याला कळत होतं. त्याला पडणाऱ्या भयंकर स्वप्नांमध्ये एक खास बाब होती, ती म्हणजे अशा प्रत्येक स्वप्नात लहान मुलं असत. अशा स्वप्नांमध्ये खोल दरीच्या कडेला तकलादू भिंत असायची किंवा शार्कनी भरलेला अथांग जलाशय असायचा.

जॅकनं घड्याळाकडे नजर टाकली. चार वाजून गेले होते. आपलं हृदय असं

---

१. हा संदर्भ जॅक स्टेपलटनच्या आयुष्यातील जुन्या घटनेचा आहे. पाहा : कन्टेजन (लेखक रॉबिन कुक), अनुवाद – डॉ. प्रमोद जोगळेकर, मेहता पब्लिशिंग हाऊस (२००२)

२. हेरमान रोर्शाख (१८८४-१९२२) या मानसशास्त्रज्ञाने विविध आकारांचा वापर करून मनोविश्लेषणाची पद्धत विकसित केली होती. या आकारांच्या अभ्यासातून मनोरुग्णाच्या मनातील भावना कळण्याची ही चाचणी होती.

धडधडत असताना आपल्याला परत झोप लागणार नाही, हे जॅकच्या लक्षात आलं. म्हणून मग लॉरीची झोपमोड होणार नाही याची काळजी घेत त्यानं हलकेच पांघरूण दूर केलं आणि हळूच पलंगावरून खाली उतरला. खालची जमीन ओक लाकडाची असूनही थंडगार पडली होती.

जॅकनं आळस देत आखडलेले स्नायू सरळ केले. पन्नाशी ओलांडलेली असूनही हवा चांगली असेल, तर वेळ मिळताच जॅक अजूनही बास्केटबॉल खेळत असे. आदल्या दिवशी तर मनातल्या सर्व चिंतांना दूर ठेवण्याच्या उद्देशानं जॅक खेळायला गेला होता आणि थकून जवळ जवळ पडण्याच्या अवस्थेपर्यंत खेळत राहिला होता. याची किंमत आपल्याला दुसऱ्या दिवशी सकाळी मोजावी लागणार, हे त्याला कळत होतं. तसंच झालं होतं. स्नायूंमधली वेदना सहन करत त्यानं वाकून तळहात जमिनीला टेकवले आणि मग उभा राहून तो सरळ बाथरूमकडे निघाला.

जॅकच्या मनात अद्यापही त्या भीषण स्वप्नामधल्या लहान मुलांचे विचार घोळत होते. आपल्याला पुन्हा अशी स्वप्नं का त्रास देऊ लागली आहेत, हे त्याच्या लक्षात आलं. या नवीन मानसिक त्रासाचं नवीन कारण म्हणजे एक लहान मूल होतं. अपराधीपणा आणि त्याचबरोबर येणारी विषण्णता यांचं कारण असणारं मूल हे त्याचंच होतं. त्याला तो आणि लॉरी लाडानं जेजे म्हणत, तो जॉन ज्युनिअर त्यांचा लहान मुलगा होता. त्याचा जन्म अपेक्षेपेक्षा जरा आधी, ऑगस्टमध्ये झाला होता; त्यामुळे त्यांची, विशेषतः लॉरीची म्हणावी तशी तयारी झाली नव्हती. जॅकनं प्रसूतीच्या वेळी मदत केली होती. त्यापूर्वीही त्यानं आपल्या दोन्ही मुलींच्या वेळी प्रसूतीच्या काळात मदत केली असली तरी हा अनुभव मानसिकदृष्ट्या किती कसोटीचा असतो, हे तो जवळ जवळ विसरून गेला होता. दहा तासांच्या अवघड काळानंतर जेजेचा जन्म झाला. आई आणि बाळ सुखरूप व शांत झोपलेलं पाहून त्यानं सुटकेचा निःश्वास टाकला होता.

जेजेच्या जन्मानंतर एक महिना व्यवस्थित पार पडला होता. लॉरी बाळंतपणाच्या रजेवर होती. रात्रीच्या वेळी जेजे अस्वस्थपणामुळे त्रास देत असूनही आईपणाचा आनंद ती भरभरून घेत होती. जेजेचा जन्म व्हायच्या अगोदर बाळ काहीतरी आनुवंशिक विकार घेऊनच जन्माला येईल, अशी धास्ती जॅकला वाटायची; पण ती आता दूर झाली होती. लॉरी व बाळ व्यवस्थित आहे, याची कल्पना असूनही जॅक लॉरीला न सांगता गुपचूप बालरोगतज्ज्ञाकडे गेला होता. जेजेच्या जन्मानंतर त्यानं लगेचच त्याच्या हातापायांची बोटं मोजून बघितली होती. इतकंच नाही, तर त्यानं बाळाच्या मलाची तपासणीही करून पाहिली होती.

जॅकच्या मनात त्याच्या गमावलेल्या दोन लहान मुलींबद्दलची अपराधीपणाची भावना एवढी तीव्र होती की, आपण एखादं अपंग मूल सांभाळू शकणार नाही, असं

त्याला सारखं वाटायचं. म्हणूनच मुळात आपण एखादं मूल होऊ द्यावं की नाही, याबद्दल त्याच्या मनात सतत झगडा चालायचा. नेमकं हेच सगळं टाळण्यासाठी तो पुन्हा लग्न करायचंही टाळत असे. केवळ लॉरीचा अत्यंत सोशीकपणा आणि जॅकला तिनं दिलेला भक्कम आधार, यामुळेच जॅकनं पुन्हा लग्न करायची आणि मूल होऊ देण्याची जोखीम पत्करली होती. आपण ज्यांच्यावर प्रेम करतो त्यांच्या बाबतीत देवाचा आघात होतो, अशी त्याच्या मनात खोलवर दडून बसलेली अपराधीपणाची भावना त्याला काहीही करून दूर करता येत नव्हती.

जॅकनं बाथरूमच्या दारामागे अडकवलेला त्याचा बाथरोब अंगावर चढवला आणि हलक्या पावलांनी जेजेच्या खोलीपाशी आला. तिथल्या अंधारातही त्याला बाळाच्या खोलीतली जबरदस्त सजावट पाहून सजावटीचं कौतुक करावंसं वाटलं. आपल्याला कधी नातवंडं खेळवायला मिळेल, याची सगळी आशा मावळलेली असताना हे बाळ झाल्यानं त्याची सासू डोरोथी माँटगोमेरी हिनं बाळाच्या खोलीच्या सजावटीसाठी काही म्हणजे काहीही करायचं बाकी ठेवलं नव्हतं.

बाळाच्या खोलीत अनेक छोट्या दिव्यांचा अत्यंत सुखद असा मंद प्रकाश होता. जॅक हलक्या पावलांनी पांढरं जाळीदार आच्छादन असलेल्या पाळण्याजवळ आला. बाळाची झोप मोडून चालणार नव्हतं. त्याला रात्री खायला घातल्यानंतर पुन्हा झोपवणं ही मोठीच कठीण कसरत ठरली होती. मंद प्रकाशात जॅकला नीट दिसत नव्हतं; पण जेजे उताणा झोपला आहे, हे त्याच्या लक्षात आलं. त्याचे मिटलेले डोळे मंद प्रकाशाच्या सावलीत नीटसे दिसत नव्हते; पण डोळ्यांखाली बाळाच्या विकाराची प्राथमिक लक्षणं असणारी काळी वर्तुळं आहेत, हे जॅकला माहीत होतं. गेल्या काही आठवड्यांमध्ये बाळाच्या त्वचेचा रंग गडद झाला असला तरी जॅक किंवा लॉरीच्या ती बाब लक्षात आली नव्हती. ती बाब प्रथम डोरोथीच्या लक्षात आली होती. त्यानंतर हळूहळू इतर लक्षणं जाणवू लागली होती. सुरुवातीला बालरोगतज्ज्ञाला जेजे जरासा किरकिरा आहे, असं वाटलं होतं; पण लवकरच सगळ्या स्टेपलटन परिवाराची झोप उडाली होती.

जेजेच्या विकाराचं निदान निश्चित झाल्यानंतर जॅकला कोणीतरी आपला प्राणच काढून घेतल्यासारखं वाटलं होतं. त्याला एकदम एवढी तिरिमिरी आली की, आधारासाठी त्याला खुर्चीच्या हातांची गरज पडली होती. त्याच्या मनातल्या सगळ्या वाईट शंका खऱ्या ठरल्या होत्या. लहान मुलांच्या बाबतीत आपल्याला असणारा शाप अद्याप तसाच शिल्लक असल्याची त्याची भावना झाली होती. जॅक मुळापासून हादरून गेला होता. बालकांमधील पंधरा टक्के कर्करोग मृत्यूंना कारण ठरणारा न्यूरोब्लास्टोमा या प्रकारच्या कर्करोगाचं निदान झालं होतं. इतकंच नाही तर कर्करोगानं जेजेच्या शरीरात हाडं, मध्यवर्ती चेतासंस्था आणि सगळ्या शरीरात

आपल्या विषारी नांग्या पसरल्या होत्या. एकूणात जेजेला अत्यंत गंभीर स्वरूपाच्या कर्करोगानं ग्रासल्याचं निदान झालं होतं.

कर्करोगाचं निदान झाल्यानंतर जेजेवर उपचार करण्याची योजना आखली जात असताना सगळ्या कुटुंबासाठी गेले काही महिने फारच कठीण ठरले होते. त्यातल्या त्यात समाधानाची गोष्ट एकच होती की, लॉरी या सगळ्याकडे अतिशय शांत व स्वच्छ दृष्टीनं बघू शकत होती. विशेषतः पहिल्या काही दिवसांमध्ये जॅक पुन्हा निराशेच्या गर्तेत न पडण्यापासून धडपड करत असताना लॉरीनं धीरानं घेतलं होतं. केवळ लॉरी आणि जॉन ज्युनिअर यांना आपली आत्यंतिक गरज आहे या विचारांनीच जॅकला भयंकर मानसिक आवर्तात गटांगळ्या खाण्यापासून वाचवलं होतं. त्यानं प्रयासांनी अपराधीपणा आणि नैराश्य यांच्यावर मात करून स्वतःला सावरलं होतं.

जेजेवर उपचार करणं ही सोपी गोष्ट नव्हती; पण स्टेपलटन कुटुंबाच्या सुदैवानं जेजेला उपचारांसाठी मेमोरिअल स्लोन-केटरिंग कॅन्सर सेंटरच्या न्यूरोब्लास्टोमावरील खास उपचार कार्यक्रमात प्रवेश मिळाला होता. या ठिकाणी काम करणाऱ्या कर्मचाऱ्यांची कामावरची निष्ठा, त्यांचा व्यावसायिक दृष्टिकोन, अनुभव, कौशल्य आणि रुग्णांबद्दलची त्यांची सहृदयता या सगळ्यामुळे स्टेपलटन कुटुंबाला चांगलाच विश्वास वाटू लागला होता. जेजेवर अनेक महिने वारंवार केमोथेरपीचा उपचार केला जात होता. प्रत्येक वेळी त्याला रुग्णालयात दाखल करावं लागायचं, कारण उपचारांचे दुष्परिणाम खूपच त्रासदायक असत. या उपचारांनी जे काही साध्य करायचं होतं ते साध्य झालं, अशी खात्री झाल्यानंतर जेजेवर एका नवीन आणि आशादायक उपचार पद्धतीचा वापर करायला प्रारंभ झाला. या पद्धतीत न्यूरोब्लास्टोमा पेशींचा नाश करण्यासाठी उंदरांच्या शरीरात तयार केलेल्या मोनोक्लोनल ॲन्टीबॉडीचा उपयोग केला होता. ही ॲन्टीबॉडी 3f8 या नावाने ओळखली जात होती. शिरेमधून या ॲन्टीबॉडीचे इंजेक्शन दिल्यावर तिने कर्करोगाच्या पेशींचा नाश करायचा, अशी ही योजना होती. म्हणजे असा नाश होईल, असे मानले जात होते.

मूळच्या उपचार पद्धतीत दोन आठवड्यांच्या पाळ्यांमध्ये दररोज शिरेत इंजेक्शन द्यायचे होते. असे अनेक महिने करायचे ठरले होते. जमल्यास हे वर्षभर चालू ठेवायचे होते; पण काही पाळ्या झाल्यानंतर ही उपचार पद्धती थांबवावी लागली. कारण अगोदर केमोथेरपी होऊनही जेजेच्या प्रतिरक्षण यंत्रणेने उलटा प्रतिसाद दिल्याने (उंदरांच्या प्रथिनांना न स्वीकारल्याने) गंभीर स्वरूपाची ॲलर्जी निर्माण झाली होती; त्यामुळे आता एक-दोन महिने थांबून जेजेची प्रतिरक्षण यंत्रणा उंदरांमधील प्रथिनांना कसा प्रतिसाद देते हे पुन्हा एकदा बघावं, असं ठरलं. जर प्रतिकूल प्रतिसाद कमी झाला, तर उपचार पुन्हा सुरू केले जाणार होते. असं करण्यावाचून पर्यायच नव्हता. कारण आता जेजेच्या शरीरात कर्करोग एवढा पसरला होता की,

मूळ पेशी उपचार, किरणोपचार किंवा शस्त्रक्रिया यांमधलं काहीच करणं आता शक्य नव्हतं.

"तो रडत नसला की आणि झोपेत असताना किती गोड दिसतो..." अंधारातून आवाज आला.

जॉर्ज एकदम दचकला. तो त्याच्या विचारांमध्ये एवढा गढून गेला होता की, लॉरी केव्हा त्याच्याजवळ येऊन उभी राहिली, ते त्याला कळलं नव्हतं.

"तुला असं दचकवलं म्हणून माफ कर," लॉरी जॅककडे बघत म्हणाली.

"उलट तुला जागं केलं म्हणून मलाच वाईट वाटतंय," जॅक सहानुभूतीच्या स्वरात म्हणाला. जेजेवर चाललेल्या उपचारांमुळे आणि त्याच्याकडे लक्ष देण्याच्या ताणामुळे लॉरी सतत थकलेली असते, याची जॅकला जाणीव होती.

"तू एकदम उठून बसलास त्याच्या अगोदरच मी जागी झालेली होते. तुझा श्वासोच्छ्वास एवढा जलद होत होता की, पुन्हा तुला एखादं भयंकर स्वप्न तर पडत नाही ना, असं मला वाटत होतं."

"होय. ते जुनं बेफाम वेगानं जाणाऱ्या गाडीचं स्वप्न! फरक एवढाच की, या खेपेस गाडी लहान मुलांच्या दिशेनं वेगानं सुसाट निघाली होती... फारच भयंकर..."

"मी समजू शकते. निदान या स्वप्नाचा अर्थ लावणं तरी फार अवघड नाही."

"होय का?" जॅक किंचित तिरकसपणानं म्हणाला. त्याला त्याचं कोणी मनोविश्लेषण केलेलं फारसं आवडत नसे.

"हं, आता उचकायचं काही कारण नाही," लॉरीनं जॅकच्या खांद्यावर हात ठेवला, "मी पुन्हा एकदा, शंभराव्या वेळेस सांगते. जेजेचा विकार हा तुझा दोष नाही. तू त्याबद्दल स्वतःला दोष देत बसणं आता थांबवायला हवं."

जॅकनं एक मोठा श्वास घेतला आणि जोरानं सोडला, "होय. तुला हे बोलणं सोपं आहे."

"पण मी म्हणते ते खरं आहे!" लॉरीनं प्रेमानं जॅकचा दंड जरासा दाबला, "जेजेच्या आजाराचं कारण सांगा, असं आपण वारंवार विचारल्यावर त्याच्यावर उपचार करणाऱ्या डॉक्टरांनी काय सांगितलं ते आठव. फोरेन्सिक पॅथॉलॉजी करताना ज्या विविध रसायनांचा वापर करावा लागतो ते बघता, जे झालं ते फार तर माझ्यामुळे झालं, असं म्हणता येईल. गरोदर असताना मी शक्यतो रसायनांचा वापर करणं टाळत होते; पण अगदी टाळणं शक्यच नव्हतं."

"पण कामाच्या जागी वापरतो त्या रसायनांमुळे न्यूरोब्लास्टोमा होतो हे सिद्ध झालेलं नाही."

"तसं सिद्ध झालेलं नाही हे खरं; पण तू ज्या काल्पनिक कारणांचा विचार करून स्वतःला त्रास करून घेतो आहेस, त्यापेक्षा नक्कीच हे कारण संभवनीय आहे."

जॅकनं अनिच्छेनं मान डोलवली. संभाषणाची दिशा त्याच्या लक्षात आली होती. त्याला या बाबतीत आणखी बोलायचं नव्हतं. कारण त्याचा शाप किंवा तत्सम गूढ कारणांवर विश्वास नव्हता. शिवाय तो तसा धार्मिक वृत्तीचाही नव्हता.

"मी संततीसाठीची जी औषधं घेत होते त्याचं काय?" लॉरीनं विचारलं, "एका डॉक्टरनं तसं सुचवलं होतं. तुला आठवतंय का?"

"होय. अर्थातच आठवतंय," जॅक विषय झटकण्यासाठी घाईनं म्हणाला. त्याला हा विषय आणखी वाढवण्याची इच्छा नव्हती.

"तेव्हा मुख्य गोष्ट काय आहे? न्यूरोब्लास्टोमाचं कारण माहीत नाही. पूर्णविराम! आता परत येऊन झोप."

जॅकनं नकारार्थी मान हलवली, "एकदा उठल्यानंतर मला पुन्हा झोप लागत नाही. शिवाय जवळ जवळ पाच वाजलेले आहेत. तेव्हा मी आवरून कामावर लवकर गेलेलो बरा. मला मन गुंतवून ठेवायला हवं."

"कल्पना उत्तम आहे. मलाही तसं करता आलं असतं, तर किती बरं झालं असतं."

"आपण याबद्दल अगोदर चर्चा केली आहे. आपण नर्स ठेवू. तू कामावर जाऊ शकतेस. कदाचित तसं केलं, तर तुलाही ते चांगलं होईल."

लॉरीनं नकारार्थी डोकं हलवलं, "जॅक, तुला मी कशी आहे ते माहीत आहे. मी कामावर जाऊ शकणार नाही. काय वाट्टेल ते झालं तरी मला घरीच राहणं आवश्यक आहे. नाहीतर मी मला स्वतःला कधीही माफ करू शकणार नाही." लॉरीनं शांत झोपलेल्या बाळाकडे नजर टाकली. बाळाच्या किंचित बाहेर आल्याप्रमाणे वाटणाऱ्या; पण आता मिटलेल्या डोळ्यांवर सावली होती.

बाळाकडे बघताना एकदम लॉरीनं श्वास रोखून धरला. अचानक तिच्या मनात भावनांचा कल्लोळ झाला होता. असं कधी कधी घडत असे. तिला मूल हवं होतं; पण जेजे आत्ता जे काही भोगत होता ते पाहता आपलं मूल असं काही होईल याची तिनं कधीच कल्पना केली नव्हती. तिचा लाडका जेजे अवघ्या चार महिन्यांचा होता आणि एवढ्यातच प्रचंड त्रास त्याच्या वाट्याला आला होता. तिच्या मनातदेखील, जॅकएवढी नाही तरी, अपराधीपणाची भावना होती. फक्त तिला धर्माचा आधार होता, एवढाच काय तो फरक. लॉरी एक कॅथॉलिक म्हणून वाढली होती. आता जरी तिचा प्रत्यक्ष संबंध नसला तरी देवावर अजूनही तिची श्रद्धा होती. ती स्वतःला ख्रिश्चनच मानत असे. ती जॅकला कळणार नाही अशा प्रकारे जेजेसाठी प्रार्थना करत असे. देवावर श्रद्धा असली तरी जेजेसारख्या लहानग्यानं कर्करोगाशी झुंजावं हे त्याला कसं काय चालतं, असा विचार तिच्या मनात येत असे.

लॉरीच्या मनात चाललेल्या भावनांच्या कल्लोळामुळे तिच्यात झालेला बदल जॅकच्या लक्षात आला.स्वतःच्या डोळ्यांमध्ये जमणारं पाणी रोखून त्यानं तिच्या खांद्याभोवती हात टाकला.

"मला सध्या सगळ्यात जास्त त्रास याचा होतोय की, आपण सध्या काहीच करत नाही," लॉरी डोळे पुसत म्हणाली, "त्याला उंदरांच्या प्रथिनांमुळे आलेली ॲलर्जी कमी व्हायची वाट आपण बघतो आहोत; पण त्यामुळे त्याच्यावर कसलेच उपचार चालू नाहीत. एक प्रकारे आपल्या वैद्यकीय उपचारपद्धतीनं त्याला वाऱ्यावर सोडून दिलेलं आहे! मोनोक्लोनल ॲन्टीबॉडी उपचार सुरू झाले, तेव्हा मला फार आशा वाटत होती. विशेषतः केमोथेरपीचा स्वैर मारा करण्यापेक्षा ही नवी पद्धत मला जास्त चांगली वाटली. केमोथेरपी पद्धतीत सर्व पेशींवर मारा होता; उलट ॲन्टीबॉडी नेमक्या कर्करोगाच्या पेशींना हुडकून त्यांना लक्ष्य करतात.''

जॅकला यावर काहीतरी बोलायचं होतं; पण ते त्याला शक्य झालं नाही. त्यानं फक्त मान डोलवून आपल्याला लॉरीचं म्हणणं पटलं असल्याचं दाखवलं. शिवाय आपण काही बोलायचा प्रयत्न केला तरी आपला गळा दाटून आल्यानं ते शक्य होणार नाही, हे त्याला कळलं होतं.

"नेहमीच्या उपचारप्रणालीला या बाबतीत साफ अपयश येणं हा केवढा मोठा दैवदुर्विलास आहे," लॉरी स्वतःला सावरत म्हणाली.

"पुराव्यावर आधारित वैद्यकीय उपचारप्रणाली काम करेनाशी होते, तेव्हा रुग्णाला आणि त्याच्या सर्व कुटुंबाला विलक्षण त्रास होतो.''

जॅकनं पुन्हा मान डोलवली. लॉरी जे म्हणत होती ते दुर्दैवानं खरं आहे, हे त्याला समजत होतं.

"तू कधी जेजेच्या बाबतीत पर्यायी किंवा पूरक वैद्यकीयप्रणाली वापरण्याबाबत विचार केला आहेस का?'' लॉरीनं विचारलं, "म्हणजे या मोनोक्लोनल ॲन्टीबॉडीमुळे आपले हात बांधले गेले असताना तसं करता येईल का, असं मला म्हणायचं होतं.''

जॅकनं भुवया उंचावल्या. त्यानं खरोखरच आश्चर्यानं लॉरीकडे पाहिलं, "लॉरी, तू हे गंभीरपणानं बोलते आहेस?''

लॉरीनं खांदे उडवले, "खरं सांगायचं तर मला याबद्दल फारसं काही माहीत नाही. मी कधी तसा प्रयत्न केलेला नाही. त्याचप्रमाणे मी त्याबद्दल फारसं काही वाचलेलंही नाही. काही रासायनिक घटक असलेल्या वनस्पती सोडून मला या सगळ्या वैद्यकीय प्रणाली काळ्या जादूसारख्याच वाटतात.''

"माझंही मत साधारण तसंच आहे,'' जॅक म्हणाला, "मला वाटतं की, आपल्याला काहीतरी औषध दिलंय या भावनेचाच परिणाम होत असावा. या पद्धती

मुळातच खूप आशावादी किंवा स्वतःहून फसवायला तयार असणाऱ्या लोकांसाठी आहेत. सगळ्यात महत्त्वाचं म्हणजे दुसरा काहीही मार्ग न उरल्यानं अगतिक झालेले लोक तिकडे वळतात.''

"आपणही अगतिकच आहोत.''

जॅकनं अर्धवट प्रकाशात लॉरीच्या चेहऱ्यावरचे भाव वाचायचा प्रयत्न केला. ती हे गंभीरपणानं बोलते आहे की नाही, हे त्याला कळेना. "मला यावर उत्तराची अपेक्षा नाही,'' लॉरी म्हणाली. "मी केवळ मनातले विचार मोठ्यानं बोलून दाखवले इतकंच. मला आपल्या बाळासाठी काहीतरी करायचं आहे. त्या न्यूरोब्लास्टोमा पेशी माझ्या बाळाच्या शरीरात विनाशकारी धुमाकूळ घालत आहेत, ते मला बघवत नाही.''

दोन

दुपारी १२.००, सोमवार, १ डिसेंबर, २००८
कैरो, इजिप्त
(पहाटे ५, न्यू यॉर्क शहर)

शॉन डॉट्रीनं इजिप्शियन टॅक्सी ड्रायव्हरला अल्-घौरी या कबरीजवळ टॅक्सी थांबवायला सांगितली. सोळाव्या शतकाच्या सुरुवातीला इजिप्तची सत्ता पालटून ती ओहोमान साम्राज्याकडे देणाऱ्या एका मॅमलूक सरदाराची ती कबर होती. शॉन याअगोदर दहा वर्षांपूर्वी त्याच्या तिसऱ्या बायकोबरोबर इजिप्तला आला होता. आता तो पूर्वाश्रमीची साना मार्टिन असणाऱ्या त्याच्या पाचव्या बायकोबरोबर आला होता. पूर्वीपेक्षा त्याला या भेटीच्या वेळी खूपच मजा वाटत होती.

वंशावळीचा माग काढणे या विषयावरच्या एका आंतरराष्ट्रीय परिषदेसाठी सानाला निमंत्रित करण्यात आले होते. रेणूजीवशास्त्रात सुप्रसिद्ध असणाऱ्या सानाचा खास संशोधनाचा विषय मायटोकॉन्ड्रिआवर आधारित आनुवंशशास्त्र हा होता. तिच्या पीएच.डी. प्रबंधाचा विषय तोच होता. तिच्या क्षेत्रात नावाजली गेलेली साना ही परिषदेतली अत्यंत महत्त्वाची वक्ती होती. या परिषदेसाठी तिला आणि तिच्या नवऱ्याला सगळा खर्च देऊन खास बोलावलेलं होतं. शॉननं या संधीचा फायदा घेऊन त्याच वेळी सुरू असलेल्या पुरातत्त्वशास्त्राच्या परिषदेत सहभाग घेतला होता. त्या दिवशी परिषदेच्या समारोपाच्या वेळेचं जेवण टाळून शॉन एका अतिशय वेगळ्या प्रकारच्या कामगिरीवर निघाला होता.

शॉन टॅक्सीतून बाहेर पडला. बाहेर घामट हवा होती नि भरपूर धूळ. अल्-अजहर रस्त्यावरच्या गाडीला गाडी लागलेल्या रहदारीतून त्यानं वाट काढत रस्ता ओलांडला. हातगाड्या आणि पादचारी त्या रहदारीतून वाट काढत पुढे सरकत

असताना प्रत्येक टॅक्सीवाला, प्रत्येक ट्रकवाला आणि बसवाला जोरजोरानं हॉर्न वाजवत होता. कैरोतली रहदारी हा एक भयंकर प्रकार होता. शॉन दहा वर्षांनी परत आला त्या दरम्यान कैरोची लोकसंख्या वाढून आता १ कोटी, ८७ लाख एवढी अवाढव्य झाली होती.

शॉन अल्-मुक्ज ली-डेन अल्ला या नावाच्या रस्त्यावरून चालत खान एल-खलिली या बाजाराच्या अरुंद गल्ल्यांमध्ये शिरला. लांबलचक गोलगोल फिरणाऱ्या, चौदाव्या शतकापासून अस्तित्वात असणाऱ्या या बाजारात घरगुती वस्तू, फर्निचर, कपडेलत्ते, खाद्य पदार्थ आणि सर्व काही मिळत असे. त्याचबरोबर इथे स्वस्तातली स्मरणचिन्हे अथवा पर्यटक नेतात तशा सगळ्या वस्तू मिळायच्या; पण शॉनला या कशातच रस नव्हता. तो सरळ पुरातन वस्तू मिळणाऱ्या भागाकडे चालला होता. मागच्या खेपेस तो ज्या दुकानात गेला होता त्याचा- म्हणजे ॲन्टिका अब्दुल या दुकानाचा तो शोध घेत होता.

शॉन हा व्यवसायानं पुरातत्त्वशास्त्रज्ञ होता. वयाच्या चोपन्नाव्या वर्षी तो कारकिर्दीच्या शिखरावर असून, न्यू यॉर्कमधल्या मेट्रोपॉलिटन म्युझियम ऑफ आर्टच्या पूर्वेकडील कला विभागाचा प्रमुख म्हणून काम करत होता. शॉनचा मुख्य आवडीचा विषय बायबलशी निगडित पुरातत्त्व हा असला तरी, एकूणच मध्यपूर्व या भागातल्या पुरातत्त्वाचा तो अधिकारी मानला जात असे. आशिया मायनरपासून लेबनान, इस्राईल, सीरिया, जॉर्डन आणि इराण एवढ्या विस्तृत प्रदेशातील पुरातत्त्व विषयातला तज्ज्ञ म्हणून तो विख्यात होता.

मागच्या खेपेस इजिप्तला भेट दिली असताना त्याची तेव्हाची बायको ग्लोरिआ हिनं त्याला त्या बाजारात ओढून नेलं होतं. तिथल्या चकवणाऱ्या बोळांमधल्या गर्दीत त्यांची चुकामूक झाल्यानंतर योगायोगानं शॉनला ॲन्टिका अब्दुल दुकान सापडलं होतं. तिथल्या धुळीनं माखलेल्या काचेमागे ठेवलेल्या इजिप्तमध्ये राजवंश उदयाला येण्यापूर्वीच्या सहा हजार वर्षांपेक्षा जुन्या एका मातीच्या भांड्यानं त्याचं लक्ष वेधून घेतलं होतं. या अखंड असणाऱ्या भांड्यावर घड्याळाच्या काट्यांच्या उलट दिशेनं फिरणाऱ्या चक्रांची नक्षी होती. ते भांडं पाहून शॉन चकित होऊन बघतच राहिला होता. मेट्रोपॉलिटन म्युझियममधल्या इजिप्त विभागात अगदी तंतोतंत असंच भांडं ठेवलेलं होतं; पण ॲन्टिका अब्दुल दुकानातलं भांडं जास्त चांगल्या अवस्थेत होतं, एवढाच काय तो फरक होता. या भांड्यावरील चित्र फारच छान स्थितीत होतं. उलट म्युझियममध्ये ठेवलेलं भांडं तुटक्याफुटक्या अवस्थेत असल्यानं ते कष्टांनी जोडून घ्यावं लागलं होतं. या बाजारात अत्यंत दुर्मीळ आणि मूळच्या म्हणून विकल्या जाणाऱ्या पुरातन भासणाऱ्या वस्तूंप्रमाणेच हे भांडंही अत्यंत हुशारीनं केलेलं बनावट असणार, हे माहीत असूनही शॉन ते

पाहून चकित झाला होता. तो दुकानात शिरला तेव्हा आपण एकदा ते भांडं नीट बघावं आणि लगेच हॉटेलवर परतावं असा त्याचा विचार होता; पण तिथे तो कित्येक तास थांबला होता. आपल्याला सोडून निघून गेल्यामुळे रागावलेली आणि शॉन आपल्याला चकवतोय की काय अशी शंका आल्यानं त्रासलेली त्याची बायको, त्याच्या अगोदरच हॉटेलवर जाऊन पोहोचली होती. शॉन हॉटेलवर परतला तेव्हा तिनं त्याच्यावर प्रचंड आगपाखड केली होती. 'आपल्याला कोणी पळवून नेलं असतं तर,' असं काहीतरी बोलून तिनं प्रचंड त्रागा केला होता. आत्ता त्या दुकानात शिरताना शॉनला त्या प्रसंगाची आणि तिनं केलेल्या आरोपांची आठवण आली. त्यानंतर एक वर्षानं घटस्फोटाची प्रक्रिया त्यामुळे खूपच सोपी झाल्याचं त्याला आठवलं.

दुकानातल्या पारंपरिक इजिप्शियन पाहुणचारामुळेच शॉन तिथे अनेक तास थांबला होता. ते भांडं खरंखुरं आहे की बनावट याबद्दल त्याचा आणि दुकानाच्या मालकाचा वाद सुरू झाला होता; पण नंतर या वादविवादाचं रूपांतर गहन चर्चेत झालं होतं. इजिप्तमधल्या पुरातन वस्तूंबद्दलची चर्चा रंगताना शॉननं चहाचे कित्येक कप रिचवले होते. दुकानाचा मालक राहुल यानं ते भांडं मूळचंच आहे हे आपलं म्हणणं सोडलं नव्हतं; पण त्यानं त्याच्या धंद्यातल्या अनेक खुब्यांची माहिती सांगायची तयारी मात्र दर्शवली होती. शॉन हा पुरातत्त्वशास्त्रज्ञ आहे कळल्यानंतर तर तो स्कराब[१] सकट त्याच्या धंद्यातली गुपितं त्याला सांगायला तयार झाला होता.

स्कराबमध्ये आपोआप पुनर्निर्माणाची ताकद असल्याचे मानले जाई. प्राचीन काळातील या वस्तूंची नक्कल केली जात होती. इजिप्तमधल्या कबरींमध्ये आढळणारी जुनी हाडे वापरून चतुर कारागीर असे स्कराब कोरून काढत. मग शेणकिड्यांच्या आकाराचे हे नकली स्कराब विविध पाळीव प्राण्यांच्या अन्नात मिसळत असत; त्यामुळे या स्कराबवर खास प्राचीन वाटावी अशी पुटे चढत असत. राहुलच्या मते जगातल्या अनेक वस्तुसंग्रहालयांतले फारोहच्या काळातले म्हणून गणले गेलेले बहुसंख्य स्कराब हे असे नकली होते.

बराच वेळ चर्चा झाल्यानंतर शॉननं ते भांडं विकत घेतलं. एकप्रकारे राहुलनं केलेल्या पाहुणचाराची परतफेड करण्याचा विचार त्याच्या मनात होता. थोडा वेळ प्रेमळ घासाघीस झाल्यानंतर शॉननं राहुलनं मुळात सांगितलेल्या किमतीच्या निम्मी

---

१. स्कराब हा शब्द शेणातील बीटल या किड्यांच्या नावापासून बनलेला आहे. प्राचीन इजिप्तमध्ये या बीटलच्या आकाराचे ताईत बनवले जात असत. त्याचप्रमाणे या आकाराच्या भेटवस्तू तयार करत असत. स्कराब ही वस्तू शुभशकुनी असल्याचे मानले जाई.

किंमत मान्य केली. शॉननं दोनशे इजिप्शियन पौंड कबूल केले खरे; पण ही रक्कमही आवश्यकतेपेक्षा दुप्पट आहे, असं त्याला सारखं वाटत होतं. अर्थात, त्याच्या मनातली ही रुखरुख न्यू यॉर्कला जाईपर्यंतच टिकली. तिथे गेल्यानंतर शॉननं इजिप्त विद्या विभागाची प्रमुख अँन्जेला डिटमार हिला ते भांडं दाखवलं होतं. तिचं मत ऐकून शॉनला धक्काच बसला होता. हे भांडं बनावट नसून खरं आहे व त्याचा काळ किमान सहा हजार वर्षांपूर्वीचा आहे, असं तिनं सांगितलं होतं. शॉननं मग ते भांडं आपल्या म्युझियमच्या इजिप्त विद्या विभागाला भेट म्हणून दिलं. त्यांनी ते मूळच्या जोडलेल्या भांड्याच्या जागी ठेवलं. आपण अनावधानानं का होईना इजिप्तमधली एक प्राचीन वस्तू त्या देशाबाहेर आणल्याची अपराधीपणाची भावना कमी करण्यासाठी शॉननं ते म्युझियमला देऊन टाकलं होतं.

या खेपेसही हे मागचं सगळं आठवत शॉन गल्ली-बोळांमधून बाजारात आत-आत जात होता. अरुंद गल्ल्यांच्या दोन्ही बाजूंना असणाऱ्या दुकानांमध्ये गालिचे आणि चादरी टांगलेल्या होत्या. त्या एवढ्या पसरलेल्या होत्या की, त्यामुळे गल्ल्यांमध्ये सूर्यप्रकाश फारसा खाली येत नव्हता. माश्या घोंगावत असणाऱ्या सोललेल्या बकऱ्या टांगलेल्या खाटिकांच्या दुकानांमधून उग्र दर्प पसरलेला होता. त्यामधून वाट काढत पुढे गेल्यानंतर शॉनला मसाल्याच्या पदार्थांचा आणि अरेबिक कॉफीबिया भाजल्याचा दरवळ आला. एकूणच बाजारात काही चांगले, काही वाईट असे वास गच्च भरून राहिले होते.

एका जागी दोन अरुंद गल्ल्या एकत्र येत होत्या. त्या जागी शॉनला आपण चुकल्याची जाणीव झाली. दहा वर्षांपूर्वीही तो असाच बाजारात भरकटला होता. शॉन दिशा विचारण्यासाठी एका शिंप्याच्या दुकानात शिरला. तिथे बसलेल्या, डोक्यावर छोटी टोपी घातलेल्या आणि तपकिरी रंगाचा 'जेलाबा' अंगरखा असणाऱ्या प्रौढ माणसानं त्याला कुठं, कसं जायचं ते समजावून दिलं.

दिशा समजल्यानंतर अवघ्या काही मिनिटांत शॉन अँन्टिका अब्दुलच्या समोर पोहोचला. ते दुकान तिथं आहे हे बघून शॉनला अजिबात आश्चर्य वाटलं नव्हतं. कारण मागच्या खेपेसच राहुलनं, हे दुकान आपला पारंपरिक व्यवसाय असून ते शंभर वर्षांपेक्षा जास्त काळ अस्तित्वात असल्याचं सांगितलं होतं. शॉननं मागच्या वेळी विकत घेतलेलं प्राचीन भांडं वगळता दुकानातल्या सर्व वस्तू तशाच होत्या. अर्थात, तथाकथित प्राचीन वस्तू विकल्या गेल्या की, त्या जागी नवीन बनावट वस्तू ठेवल्या जात होत्या, हे शॉनला माहीत होतं.

शॉन दरवाज्यावरचा काचेच्या मण्यांचा पडदा सरकवून आत शिरला, तेव्हा आत कोणीच नाही असं त्याला वाटलं. क्षणभर राहुल अजून तिथं असेल की नाही, असं त्याला वाटलं; पण ते फक्त क्षणभरच. कारण आतल्या गडद

अंधाऱ्या भागातून स्वतः राहुलच लगेच बाहेर आला होता. त्याला पाहून शॉन काहीही न बोलता पुढे गेला. गडद आणि मनाचा थांग न लागेल अशा रंगाच्या डोळ्यांनी दुकानाचा मालक शॉनकडे रोखून पाहत होता. त्याच्या भुवया प्रश्नार्थक उंचावल्या; पण त्या क्षणभरच. लगेचच त्याच्या चेहऱ्यावर ओळखीचं हास्य दिसू लागलं.

"डॉ. डॉट्री?" शॉन नीट दिसावा म्हणून राहुल किंचित पुढे झुकून बघत म्हणाला.

"राहुल!" शॉन म्हणाला, "तू माझी ओळख ठेवलीस, इतकंच नाही तर माझं नावही तुझ्या लक्षात आहे हे पाहून मी थक्क झालो आहे."

"मी नाव लक्षात ठेवणार नाही असं कसं होईल," काउंटरच्या मागून पुढे येत जोरजोरानं शॉनचा हात राहुलनं हलवला, "माझी सगळी गिऱ्हाईकं माझ्या चांगली लक्षात राहतात. विशेषतः प्रसिद्ध म्युझियममधले लोक तर मी विसरूच शकत नाही."

"म्हणजे? इथे इतर म्युझियमचे लोकही येतात की काय?" दुकानाचा बाह्य अवतार साधा असल्यानं शॉनला राहुलच्या बोलण्याचं आश्चर्य वाटलं होतं.

"अर्थातच... अर्थातच," राहुल म्हणाला, "माझ्याकडे काही खास वस्तू आली की... अर्थात तसं नेहमी घडतं असं नव्हे; पण मग माझ्या दृष्टीनं ज्या कोणाला त्यात रस वाटेल त्या माणसांशी मी संपर्क साधतो. आता इंटरनेटमुळे तर ते फारच सोपं झालं आहे."

राहुल असं बोलून काचेच्या मण्यांचा पडदा सरकवून बाहेर डोकावला. त्यानं अरेबिकमध्ये कोणाला तरी ओरडून काही तरी सांगितलं. हे करत असताना शॉन जागतिकीकरण किती वेगानं झालं आहे, याचा विचार करत होता. इंटरनेट आणि हा खान एल-खलिली बाजार ही दोन वेगळी विश्वं असतील असं त्याला जे वाटलं होतं ते बरोबर नाही, हे त्याच्या लक्षात आलं. काही क्षणांत राहुल आत परत आला. बैठकीच्या जागेच्या मागे दुकानाच्या आतल्या भागात येण्यासाठी त्यानं शॉनला खूण केली. आत सगळीकडे गालिचे पसरलेले होते आणि बरेच टांगलेलेही होते. आतल्या बाजूला बैठक होती. तिथं बऱ्याच उशा ठेवलेल्या दिसल्या. एक हुक्का तिथं ठेवलेला दिसत होता. त्याचप्रमाणे काही जुनाट दिसणारी पुठ्ठ्याची खोकी तिथं रचून ठेवलेली दिसली. वर कसलंही आवरण नसलेला एक बल्ब मध्यभागी लोंबकळत होता. एका छोट्या टेबलावर आता रंग उडत चाललेले काही जुने फोटो ठेवलेले होते. त्यातल्या एकात पारंपरिक इजिप्शियन पोशाख घातलेला एक भव्य शरीरयष्टीचा माणूस दिसत होता. त्याच्यात आणि राहुलमध्ये साम्य होतं. "हा फोटो माझ्या मामाचा आहे," शॉनची नजर कुठं आहे हे नेमकं

बघत राहणारा राहुल म्हणाला, ''अलीकडेच तो माझ्या आईनं दिला. हे दुकान वीस वर्षांपूर्वी त्याच्या मालकीचं होतं.''

''तुम्ही एकाच घराण्यातले आहात हे सहज लक्षात येतंय,'' शॉन म्हणाला, ''हे दुकान त्यांच्याकडून विकत घेतलं का?''

''नाही, मामाच्या बायकोकडून. एका अत्यंत महत्त्वाच्या पुराणवस्तूसंबंधी भानगडीत मामा सहभागी झाला होता. ती प्राचीन वस्तू म्हणजे एक सुस्थितीत असणारं थडगं होतं. या सहभागाची किंमत माझ्या मामाला चुकवावी लागली. या इथंच त्याचा खून झाला.''

''ओह... मी हा विषय काढला म्हणून मला खेद होतोय.''

''ठीक आहे... या धंद्यात फार काळजी घेऊन चालतच नाही... मी असल्या कशातच अडकलो नाही, ही अल्लाची कृपाच म्हणायची.''

राहुल हे बोलत असतानाच पाठीमागचा जाड पडदा सरकला. एक अनवाणी पोरगा हातात ट्रे घेऊन आत आला. त्यात दोन ग्लास होते. वाफाळलेल्या चहाचे ग्लास ठेवून तो पोरगा पुन्हा आत निघून गेला.

चहा घेताना राहुल पुनःपुन्हा शॉननं दुकानाला भेट दिली म्हणून त्याचे आभार मानत होता.

''खरं सांगायचं तर मी इथं येण्याचं निश्चित असं कारण आहे,'' शॉन कबुली दिल्यासारख्या स्वरात म्हणाला.

''होय का?''

''मला एका गोष्टीचा खुलासा करायचा आहे. मी मागच्या खेपेस इथून राजवंशाच्या अगोदरच्या काळातलं एक मृद्भांडं विकत घेतलं होतं.''

''होय. मला आठवतंय. ती माझ्याकडची एक सर्वोत्कृष्ट चीज होती.''

''ते खरं की खोटं यावर आपण भरपूर वाद घातला होता.''

''होय; पण तुम्ही ते खरं आहे हे मानायला तयार नव्हता.''

''मला ते खरोखरच पटलं नव्हतं. मी केवळ आपल्या गमतीदार संभाषणाची आठवण म्हणून ते विकत घेतलं होतं; पण न्यू यॉर्कला परतल्यावर मी माझ्या एका अतिशय अनुभवी सहकारी बाईंना ते दाखवलं. तिनं ते खरं असल्याचं सांगितलं. ते मृद्भांडं आता प्रदर्शनासाठी ठेवण्यात आलं आहे. ते खरोखरच फार सुंदर आहे.''

''तुम्ही आपली चूक मान्य केलीत, हा तुमचा मोठेपणा आहे.''

''माझ्या मनात ही रुखरुख फार वर्षं होती.''

''ती चूक दुरुस्त करण्याचा एक उपाय आहे,'' राहुल म्हणाला.

''कोणता?''

"तुम्हाला तुमच्या सदसद्विवेकबुद्धीचा मान राखायचा असेल तर मला उरलेली रक्कम देऊन टाकली की झालं!"

या अनपेक्षित सूचनेमुळे शॉन क्षणभर राहुलकडे बघत राहिला. राहुल हे गंभीरपणानं बोलतोय की काय असं त्याला वाटलं; पण मग राहुल हसला. त्याचे घाण झालेले दात दिसले. "मी गंमत करत होतो. ज्या पोरांना ते भांडं सापडलं होतं त्यांच्याकडून विकत घेताना मी चांगला फायदेशीर सौदा अगोदरच केलेला आहे."

शॉननं सुटकेचा निःश्वास टाकला. अरबांच्या पाहुणचाराप्रमाणेच त्याला त्यांचा हा विनोद अगदीच नवा होता.

"तुम्ही त्या भांड्याचा विषय काढला म्हणून मला कालचीच एक गोष्ट आठवली. इजिप्तच्या वरच्या भागात राहणाऱ्या एका शेतकऱ्यानं मला एक विलक्षण गोष्ट कालच आणून दिली आहे. तुमचा बायबलशी निगडित पुरातत्त्वाचा खास अभ्यास आहे हे बघता, तुम्हाला कदाचित या बाबतीत रस वाटेल, असं वाटतंय. ही वस्तू नेमकी किती महत्त्वाची आहे हे माझ्यापेक्षा तुम्हालाच जास्त चांगलं समजेल. तेव्हा जर तुम्ही ती विकत घ्यायची ठरवलीत तर त्या बाबतीत तुम्ही मला फसवणार नाही, अशी मला आशा आहे. तुम्हाला ती वस्तू बघायची आहे का?"

"जरूर..." शॉननं खांदे उडवले, "बघायला काय हरकत आहे."

भिंतीलगत रचून ठेवलेल्या पुठ्ठ्याच्या खोक्यांमध्ये शोधाशोध करून राहुलनं एक वस्तू बाहेर काढली. लांबून ती जुन्या उशीच्या एखाद्या खोळीत गुंडाळल्यासारखी दिसत होती. मग राहुलनं ती वस्तू बाहेर काढून शॉनच्या हातात ठेवली.

काही क्षण शॉन जरादेखील हालचाल न करता स्तब्ध बसून बघत होता. राहुल मात्र आरामात उश्यांवर रेलून स्वतःवर खूश होत शॉनकडे अपेक्षेप्रमाणेच घडलं, अशा अर्थी पाहत राहिला. आपल्या हातात काय आहे हे समजायला शॉनसारख्या निष्णात पुरातत्त्वशास्त्रज्ञाला फार वेळ लागणार नाही, याची त्याला कल्पना होती. त्याला फक्त शॉन ती वस्तू खरेदी करेल की नाही, याची फिकीर वाटत होती.

शॉनला आपण काय बघतोय हे ताबडतोब लक्षात आलं होतंच. नवा करार किंवा चर्चच्या प्रारंभीच्या इतिहासात रस असलेल्या इतर कोणीही पुरातत्त्वशास्त्रज्ञाप्रमाणे त्यानंही अनेक पुरातन वस्तू हाताळल्या होत्या. प्रश्न असा होता की, ही वस्तू अस्सल होती की राहुल ज्या प्रकारच्या बनावट पुरातन वस्तू विकायचा त्यांच्याप्रमाणेच ही वस्तूही बनावट होती. शॉनला नक्की काय ते ठरवता येत नव्हतं; पण मागच्या खेपेला मृद्‌भांड्याच्या बाबतीत काय घडलं ते पाहता, त्यानं जुगार

खेळायचा असं ठरवलं. ही वस्तू जर खरोखरच अस्सल असली तर तो त्याच्या जीवनातला सर्वांत मोठा शोध ठरणार होता. अगदी त्यानं ती वस्तू इजिप्त सरकारला द्यायचं ठरवलं तरी त्याला त्या वस्तूमुळे जी प्रसिद्धी मिळणार होती, ती अभूतपूर्व असणार होती. राहुल इंटरनेट वापरतो हे कळल्यानंतर ती वस्तू इतर कोणत्याही म्युझियमच्या हाती लागता कामा नये, असा विचार त्याच्या मनात आला.

"अर्थातच, ही वस्तू अस्सल नाही..." शॉननं घासाघीस करायला सुरुवात करताना असा पवित्रा घेतला; पण दुकान बाहेरून कसंही दिसत असलं तरी आपण एका मुरलेल्या धंदेवाईक दुकानदाराशी घासाघीस करतो आहोत, याची त्याला पक्की जाणीव होती.

तीन

सकाळी ६.०५, सोमवार, १ डिसेंबर, २००८
न्यू यॉर्क शहर
दुपारी १.०५, कैरो, इजिप्त

"तुम्ही डॉक्टर आहात?'' एका पोलिसानं विचारलं. पोलिसांची गाडी सेकंड ॲव्हेन्यूच्या पश्चिम भागात बाजूला उभी होती. पोलिसाचा सहकारी गाडीतच बसून कॉफी पीत होता. जॅकची नवीन 'ट्रेक बाइक' सायकल पदपथावर आडवी पडलेली होती. लॉरी बाळंतपणाच्या रजेवर गेल्यापासून जॅकनं पुन्हा एकदा ऑफिसला सायकलवरून जायला सुरुवात केली होती.

जॅकनं मान डोलवली. जॅक आता थोड्या वेळापूर्वीपेक्षा शांत झाला असला तरी अजून तो त्रासलेलाच होता. चार लेनच्या रहदारीत घुसून बाजूला उभ्या असणाऱ्या गिऱ्हाइकासाठी एका टॅक्सी ड्रायव्हरनं टॅक्सी अचानक बाजूला घेतली होती. जॅकनं थांबण्याचा आटोकाट प्रयत्न करूनही सायकल टॅक्सीच्या मागच्या बाजूला धडकून पडली होती. जॅक वेगानं टॅक्सी ड्रायव्हरच्या बाजूला गेला होता खरा. ड्रायव्हरनं दार उघडावं म्हणजे मग त्याच्याशी 'योग्य चर्चा' करता येईल, अशा अपेक्षेनं जॅकनं दारावर लाथा मारल्या; पण त्या अगोदरच गिऱ्हाईक टॅक्सीत बसलं होतं. आणखी काही घडायच्या आत तिथं पोलीस येणं सर्वांच्याच सुदैवानं घडलं होतं. पोलिसांनी झालेला प्रसंग बघितला होता, म्हणजे निदान जॅकनं काय केलं ते त्यांनी पाहिलं असावं.

"तुम्हाला रागावर नियंत्रण मिळवण्यासाठी काही धडे घ्यायची गरज आहे,'' पोलीस जॅकला म्हणाला.

"मी हा सल्ला म्हणून स्वीकारायला तयार आहे,'' जॅक उपरोधानं म्हणाला.

आपण रागावून बोलतोय याची जॅकला कल्पना होती; पण त्याचा त्याला इलाज नव्हता. त्या पोलिसानं टॅक्सी ड्रायव्हरचं लायसन्सही न बघता त्याला जाऊ दिलं होतं. यात जॅकचीच चूक असावी, असं त्याला वाटलं असणार. कारण त्यानं जॅकलाच तिथं थांबवून ठेवलं होतं.

"तुम्ही सायकल चालवता आहात," पोलीस तक्रारीच्या स्वरात म्हणाला.

"तुम्हाला काय हवंय? स्वतःला ठार मारून घ्यायचं आहे की काय? सायकल चालवण्याचा वेडगळपणा करताना रस्त्यावर काहीही वेगळं म्हणजे विशेषतः टॅक्सीवाल्यांच्या हातून अनपेक्षित काहीही घडू शकतं, याचा विचार तुम्ही करायला हवा होता."

"मला नेहमीच वाटतं की, न्यू यॉर्कच्या टॅक्सींप्रमाणेच मीदेखील शहरातले रस्ते वापरू शकतो."

अखेर निराशेनं डोकं हलवत, डोळे वर फिरवत पोलिसानं जॅकचं लायसन्स त्याच्या हातात ठेवलं. "तुमची कबर तुम्हीच खोदा" असं म्हणून त्यानं हात झटकून टाकले.

वैतागलेल्या जॅकनं सायकल उचलली आणि पोलीस त्याच्या गाडीत बसायच्या अगोदर तो जोरजोरानं पॅडल मारत तिथून निघाला. लवकरच रहदारी, थंडगार वारा आणि सायकल चालवण्याचा व्यायाम यामुळे त्याचं गरम डोकं जरा शांत झालं. वीस मैलाचा वेग गाठल्यामुळे जॅक सगळे सिग्नल वेळेवर पार करून ४२व्या रस्त्यापाशी पोहोचला. तिथं हिरवा दिवा लागण्याची वाट बघत, धापा टाकत थांबला असताना जॅकला तो पोलीस अधिकारी काय म्हणाला ते आठवलं. त्याचं म्हणणं बरोबर होतं, हे त्याच्या लक्षात आलं. गिऱ्हाईक मिळवण्याच्या धडपडीत टॅक्सी ड्रायव्हर इतर कशाचीही पर्वा करत नाहीत, हे त्याला अनुभवानं माहीत होतं; पण आपलं वागणं बेदरकार ठेवून चालणार नाही, हे त्याच्या लक्षात आलं. लॉरी आणि जॉन ज्युनिअर यांना त्याची गरज होती. जेजेच्या रोगाशी लढताना तिघांनी एकत्र काम करणं आवश्यक होतं.

फर्स्ट ॲव्हेन्यूच्या कोपऱ्यावरून वळून जॅक न्यू यॉर्क शहराच्या मुख्य वैद्यकीय तपासनिसाच्या ऑफिसच्या आवारात शिरला. ऑफिसची इमारत फर्स्ट ॲव्हेन्यूमधून ती बांधली तेव्हापासून म्हणजे १९६०-७० या दशकापासून बाहेरून होती तशीच दिसत होती; पण ९/११ च्या प्रसंगानंतर काही बदल करण्यात आले होते. पूर्वी जिथं माल उतरवण्याची जागा होती, त्या जागी आता मोठा पार्किंग लॉट तयार केला गेला होता. एकाच वेळी शव वाहून नेणाऱ्या अनेक वाहनांना उभं राहता येईल अशी व्यवस्था करून तिथं गॅरेजला असतात तशी बरीच दारं बसवण्यात आली होती. शव वाहण्यासाठी वापरल्या जाणाऱ्या जुन्यापुराण्या व्हॅनच्या जागी आता पांढऱ्या रंगाच्या

नवीन व्हॅनचा ताफा तिथं अगदी शिस्तीत उभा असायचा. पूर्वी शवपेट्या रचून ठेवलेल्या जागी त्याला सायकल उभी करावी लागायची; पण आता तो सरळ कोणत्याही गॅरेजमध्ये शिरून तिथं सायकल ठेवू शकत होता. ही जागा सुरक्षित होती, कारण तिथं आता सुरक्षा कर्मचाऱ्यांचं लक्ष असायचं.

मुख्य वैद्यकीय तपासनिसाच्या ऑफिसच्या आतल्या भागात बरेच बदल झाले होते. ९/११ च्या प्रसंगानंतर या ऑफिसचं महत्त्व लक्षात आलं होतं; त्यामुळे कायदेशीर तरतूद करून या ऑफिसला भरपूर माणसं, उपकरणं आणि जागा मिळेल अशी व्यवस्था झाली होती. फर्स्ट अॅव्हेन्यूपासून थोड्या अंतरावर एक नवी कोरी इमारत बांधण्यात आली होती. यात फोरेन्सिक बायोलॉजी या विभागाचा विस्तार करून त्यात विशेषतः डीएनए प्रयोगशाळा उभारण्यात आली होती. एके काळी निधीच्या कमतरतेमुळे मुख्य वैद्यकीय तपासनिसाच्या या ऑफिसला अनेक अडचणींशी सामना करावा लागला होता. या विषयातली त्यांची आघाडी व प्रसिद्धी कमी झाली होती; पण ते वाईट दिवस आता मागे पडले होते... इतिहासजमा झाले होते.

आता जॅकबरोबर न्यू यॉर्क शहरात तीस जण फोरेन्सिक पॅथॉलॉजी या विषयातले तज्ज्ञ म्हणून काम करत होते. या सगळ्यांनी फोरेन्सिक पॅथॉलॉजी विषयात एम.डी. ही पदवी संपादन केलेली होती. याखेरीज एम.डी. नसलेले अनेक फोरेन्सिक तपासनीस होते. त्यांची संख्या वाढवण्यात आली होती. शिवाय त्यांच्या पदाचं नावही बदलण्यात आलं होतं. पूर्वी ज्यांना 'वैद्यकीय मदतनीस' म्हणायचे, त्यांना आता 'न्यायवैद्यकीय अन्वेषक' असं म्हटलं जात होतं. एमएलआय असं त्याचं लघुरूप होतं. याखेरीज आता न्यायवैद्यक क्षेत्रात प्रावीण्य मिळवलेल्या बारा मानव शास्त्रज्ञांना नेमण्यात आलं होतं. त्याचप्रमाणे न्यायवैद्यकीय दंतविज्ञान यामधल्या तज्ज्ञांचा सल्ला जॅक व इतर वैद्यकीय तपासनीस लागेल तेव्हा घेऊ शकत होते.

मुख्य वैद्यकीय तपासनिसाच्या ऑफिसातील या सर्व बदलांचा जॅकला फायदाच झाला होता. डीएनए व रक्तविज्ञान या विभागांप्रमाणेच प्रशासन, नोंदणी, दस्तऐवज, कायदा व मानव संसाधन हे सगळे विभाग नव्या अनेक मजली इमारतीत हलवण्यात आले होते; त्यामुळे जुन्या इमारतीत बरीच जागा मोकळी झाली होती. आता जॅकसह सर्व वैद्यकीय तपासनिसांना तिसऱ्या मजल्यावर बसण्यासाठी स्वतंत्र खोल्या मिळाल्या होत्या. त्याचप्रमाणे स्वतंत्र टेबलाबरोबरच जॅकला प्रयोगशाळेतला स्वतंत्र कट्टा मिळाला होता; त्यामुळे जॅक आता त्याच्या सर्व स्लाइड, कागदपत्रं आणि सूक्ष्मदर्शक आरामात आहेत त्या जागीच ठेवून जाऊ शकत होता.

जॅक इमारतीत शिरला. आपण मनातल्या सर्व विचारांना बाजूला ठेवून कामावर लक्ष केंद्रित करावं असा विचार करतच तो आत शिरला होता. जणू हा विचार मनात आल्यानं आपण एखाद्या मोठ्या कामगिरीवर असल्याप्रमाणे जॅक लिफ्टसाठी

थांबला नाही. तो पायऱ्या चढून वर गेला आणि नवीनच नेमलेल्या न्यायवैद्यकीय अन्वेषकांच्या छोट्या खोल्या होत्या त्या जागी आला. साडेसात वाजता नवीन पाळी सुरू होणार होती. आदल्या रात्रपाळीचे सर्व अन्वेषक त्यांचे अहवाल संपवण्यात गर्क होते. त्यानं जाता जाता जॅनिस येगरकडे बघून हात हलवला. जॅक मुख्य वैद्यकीय तपासनिसाच्या ऑफिसात कामाला लागला, तेव्हापासून त्यांची ओळख होती. बऱ्याचदा ते दोघं एकत्र काम करत असत.

जॅकनं आय.डी. ऑफिस म्हणत असत त्या खोलीतल्या कातडी बांधणी असणाऱ्या जुन्या खुर्चीवर जाकीट भिरकावलं. सर्व वैद्यकीय तपासनिसांच्या दिवसाची कामाची सुरुवात याच ठिकाणी होत असे. तिथल्या एकुलत्या एका टेबलावर रात्रीत आलेल्या प्रेतांच्या माहितीच्या फायली रचून ठेवलेल्या होत्या. आत्महत्या, अपघात, खून याचप्रमाणे चांगली प्रकृती असूनही अचानक मृत्यू झालेले लोक अशांची प्रेतं तपासणीसाठी येत.

जॅक टेबलापाशी बसून केसच्या फायली चाळू लागला. त्याला नेहमी ज्यात काहीतरी आव्हान असेल, अशी केस आवडत असे. कारण त्यातून काही ना काही शिकायला मिळतं, असं त्याला वाटायचं. मुळात या विषयात अशी संधी असल्यानं त्याला मजा वाटायची. जॅक अशा प्रकारे केस निवडतो हे इतरांना चालत असे, कारण तो इतरांपेक्षा जास्त केस पूर्ण करायचा.

तिथला सकाळचा दिनक्रम सुरू होताना ज्याची पाळी आहे तो तपासनीस सगळ्यांच्या अगोदर यायचा. साधारण सात किंवा त्याच्या आधी येऊन ही व्यक्ती सर्व फायली बघून कोणत्या बाबतीत शवविच्छेदन करायला हवं, ते ठरवत असे. मग अशा केस सर्वांमध्ये समान वाटपाची जबाबदारी याच व्यक्तीची असे. जॅक हे काम वर्षात किमान डझनभर वेळा करत असे. त्याची याबाबत जराही हरकत नव्हती, कारण नाहीतरी जॅक जवळ जवळ रोजच सकाळी लवकर तिथं येत असे.

जॅकला काही मिनिटांतच एक केस सापडली. ही केस वरकरणी तरी मेनिंजायटिसची वाटत होती. हा तरुण पोरगा एका खासगी शाळेत जाणारा होता. जॅक त्याच्या ऑफिसात संसर्गजन्य रोगाचा तज्ज्ञ मानला जाई. कारण त्यानं पूर्वी अनेकदा केलेली निदानं अचूक ठरली होती; त्यामुळे इतर सर्व जण त्याला या बाबतीत गुरू मानत असत. इतर लोक सहसा संसर्गजन्य रोगाच्या केस हाताळायला का-कू करत; पण जॅकला मात्र त्याबद्दल जराही फिकीर वाटत नसे.

जॅकनं ही फाईल बाजूला ठेवली आणि पुढची फाईल घेऊन तो सावकाश बघू लागला. ही केस तरुण व्यक्तीचीच होती. फक्त या वेळी तरी तरुण मुलगी होती.

सत्तावीस वर्षं वयाच्या या तरुणीला उपचारांसाठी तातडीनं दाखल केलं, तेव्हा तिचं शरीर वेडंवाकडं झालं होतं आणि मग कोमात गेल्यानंतर ती मरण पावली होती. तिला ताप आला नव्हता किंवा इतर काहीही झालेलं नव्हतं. तिच्या मित्रमंडळींच्या म्हणण्यानुसार ती आरोग्याच्या बाबतीत दक्ष असून, अमली पदार्थ व दारू यांपासून लांब राहत असे. एका कॉकटेल पार्टीच्या वेळी ती कोसळली होती; पण मित्रांच्या सांगण्यानुसार तिनं फक्त साधी शीतपेयं घेतली होती.

"ओह... शिट्!" कोणीतरी मोठ्या आवाजात बोलल्यानं जॅकनं मान वर केली. दरवाज्यात व्हिनी अमेंडोला हा शवविच्छेदनाच्या वेळी मदत करणारा तांत्रिक सहायक होता. काखेत वर्तमानपत्र धरलेल्या व्हिनीनं दरवाज्याच्या हँडलवरचा हात तसाच ठेवला होता. जणू आपण कोणत्याही क्षणी विचार बदलून परत बाहेर जाणार असा त्याचा एकूण आविर्भाव होता. जॅकला तिथं अगोदरच आलेला पाहून व्हिनी उचकला होता, हे उघड दिसत होतं.

"काय झालं?" काही तातडीची परिस्थिती उद्‌भवली की काय असं वाटून जॅकनं विचारलं.

व्हिनीनं काहीही उत्तर दिलं नाही. त्यानं एकदा जॅककडे रोखून बघितलं आणि मग पाठीमागे दार ढकलून बंद करत तो जॅक बसला होता त्या टेबलापाशी आला. त्यानं हाताची घडी घातली होती. "तू आता मला पूर्वीसारखाच वागणार आहेस वगैरे सांगून माझं डोकं उठवू नको."

जॅक आपल्याला आलेलं हसू दडपू शकला नाही. व्हिनी का उचकला ते त्याच्या लक्षात आलं होतं. जॉन ज्युनिअरचा जन्म व्हायच्या अगोदर जॅक इतरांच्या अगोदर येऊन व्हिनीला ताबडतोब कामाला लावत असे. शवविच्छेदनाच्या वेळी मदत करण्याखेरीज व्हिनीनं लवकर येऊन रात्रपाळीचे तंत्रज्ञ जे काही करत असत ते पूर्ण करायला मदत करणं अपेक्षित असे; पण व्हिनी मदत करायचा म्हणजे लवकर येऊन सर्वांसाठी कॉफी बनवायचा आणि मग 'डेली न्यूज' या वर्तमानपत्रातल्या खेळाच्या बातम्या वाचत बसायचा.

मुख्य वैद्यकीय तपासनिसानं ठरवून दिलेल्या वेळेपेक्षा जॅकमुळे आपल्याला कितीतरी लवकर शवविच्छेदन सुरू करावं लागतं, अशी व्हिनीची नेहमीची तक्रार होती. जॅक आणि व्हिनी एकमेकांना सतत टोमणे मारत असले तरी दोघं मिळून खरोखरच उत्तम काम करायचे. इतर लोक एखादी केस पूर्ण करायच्या वेळात हे दोघं बऱ्याचदा दीड किंवा दोन केस संपवत असत.

"मला वाटतं की, तुझं म्हणणं बरोबर आहे," जॅक म्हणाला, "आता गंमतजंमत खलास. तू आणि मी कामाला पूर्वीप्रमाणेच लागणार आहोत. हा माझा नव्या वर्षाचा संकल्पच आहे."

"पण नव्या वर्षाला अजून एक महिना बाकी आहे."

"असेल..." असं म्हणून जॅकनं त्या सत्तावीस वर्षं वयाच्या मुलीची फाईल व्हिनीपुढे सरकवली. "आपण या किआरा ॲबेलार्डपासून सुरुवात करू या."

"नाही, इतक्या लवकर नाही," व्हिनीने घड्याळाकडे अशा तऱ्हेनं नजर टाकली की, जणू तो जॅकचं काम नाकारण्याच्याच तयारीत असावा. "मी कदाचित दहा मिनिटांनंतर हे काम हाती घेऊ शकतो. म्हणजे कॉफी बनवून झाल्यावर," असं म्हणून तो हसला.

"ठीक आहे. ठरलं," असं म्हणून जॅक पुन्हा कागदांच्या चळतीकडे वळला.

"तू तुझ्या मुलाच्या जन्मानंतर लवकर येणं बंद केलंस, तेव्हा मला वाटलं की हा बदल कायमचाच आहे," असं म्हणून व्हिनीनं भांड्यात नव्यानं कॉफी टाकली. लवकरच कॉफीचा दरवळ सगळ्या खोलीत जाणवू लागला.

"तात्पुरता मी माझा वेग कमी केला होता इतकंच," जॅक म्हणाला. जॅकला मुलगा झाल्याचं ऑफिसमधल्या जवळ जवळ सगळ्यांनाच माहीत असलं तरी त्याच्या आजारपणाबद्दल कोणालाच कल्पना नव्हती. जॅक आणि लॉरीला खासगीपणा जपणं पसंत होतं.

"पण स्वतः डॉ. बेसरमनलाच ही किआरा ॲबेलार्ड हवी असेल तर?" व्हिनीनं विचारलं.

"म्हणजे या आठवड्यात ज्याच्याकडे काम आहे आणि ज्यानं इथं या अगोदरच हजर असणं अपेक्षित होतं तो हाच का?"

"होय तर."

"मला तसं वाटत नाही," जॅक नेहमीच्या उपरोधिक स्वरात म्हणाला. वैद्यकीय तपासनिसांपैकी एक वरिष्ठ असणारा डॉ. बेसरमन आला की, लवकरच सगळ्या केस इतरांनाच वाटून मोकळा होईल, याची जॅकला पक्की खात्री होती. तरीदेखील जॅकनं अर्नोल्ड बेसरमनला उद्देशून एक चिठ्ठी खरडली. आपण ॲबेलार्डची केस घेतली आहे; पण त्याला हवं असेल तर तो एखादी-दुसरी केस घ्यायला आनंदानं तयार आहे. असं त्यानं लिहिलं होतं.

यानंतर वीस मिनिटांच्या आत जॅक आणि व्हिनी शवविच्छेदनाच्या खोलीत पोहोचले. मागच्या वर्षी या खोलीत थोड्या प्रमाणात काही बदल झाले होते. जुनी बेसिन जाऊन तिथे आता नवीन बसवली होती. पूर्वी काचेची तावदानं बसवलेली छोटी कॅबिनेट आणि त्यांच्यामधली जणू मध्ययुगीन वाटावीत अशी शवविच्छेदनाची हत्यारं आता बदलली होती. आता कॅबिनेटची दारं भरीव झाली असून, आतली जागाही प्रशस्त झाली होती.

"चला, कामाला लागू या!" जॅक म्हणाला. तो प्रारंभीची कागदपत्रं भरत

असताना व्हिनीनं अगोदरच मृतदेह टेबलावर ठेवला होता. सगळे क्ष-किरण फोटो त्यानं बघण्यासाठी तयारीत ठेवले होते. जॅकला शवविच्छेदनाच्या दरम्यान जे जे काही लागू शकेल ते त्यानं अगोदरच तिथं जमा करून ठेवलं होतं.

"तू नेमकं काही बघणार आहेस का?" व्हिनीनं विचारलं.

जॅक मृतदेहाकडे बारकाईनं बघत असताना जॅकनं डोक्याकडे खास नजर टाकलेली व्हिनीच्या लक्षात आली होती.

"कुठं काही आघात झाला आहे का ते बघतो," जॅक म्हणाला, "मला ते सर्वांत पहिलं संभाव्य कारण वाटतं. अर्थात, ते तसंच असेल असं नाही; पण ती अचानक दिशाहीनपणे भरकटली आणि मग तिला झटके आले. त्यानंतर ती कोमात गेली आणि मरण पावली."

जॅकनं दोन्ही कानांमधल्या पोकळ्या तपासल्या. "ती मित्रांबरोबर एका कॉकटेल पार्टीला गेली होती; पण तिनं दारू घेतली नव्हती, असं नमूद केलेलं आहे. शिवाय ड्रग्ज वगैरे काही नव्हतं/अमली पदार्थांचा वापर केलेला नव्हता."

"तिच्यावर विषप्रयोग तर झाला नसेल?"

जॅकनं सरळ उभा राहत एकवार सगळ्या शरीराकडे नजर फिरवली.

"या क्षणी असं सुचवणं मला चमत्कारिक वाटतंय; पण तुला असं का वाटलं?"

"काल रात्री मी टीव्हीवरच्या कार्यक्रमात तसं बघितलं."

जॅक हसला. "मृत्यूचं निदान करण्याचा हा एक वेगळा मार्ग आहे म्हणायचा; पण मला तसं वाटत नाही. अर्थात, आपल्याला अजून टॉक्सिकॉलॉजी चाचण्या करायच्या आहेत; पण मुख्य म्हणजे ती गरोदर नाही ना हे तपासायला हवं."

"हे बरोबर आहे, कालच्या कार्यक्रमात असंच होतं. बॉयफ्रेंडला मूल आणि आई यांचा एकाच फटक्यात निकाल लावायचा होता."

व्हिनीच्या या बोलण्यावर जॅकनं काहीही प्रतिसाद दिला नाही. तो किआराच्या डोक्याची बारकाईनं पाहणी करू लागला. खांद्यापर्यंत रुळणाऱ्या दाट केसांमुळे त्याला तपासणी करायला वेळ लागत होता.

"हा कोणतातरी संसर्गाचा प्रकार तर नसेल?" व्हिनीनं विचारलं.

त्याला सर्व प्रकारच्या संसर्गजन्य रोगजंतूंची भीती वाटत असे; त्यामुळे तो शक्यतो अशा केस टाळायचाच प्रयत्न करत असे.

"संसर्गजन्य रोगाची शक्यता तर विषप्रयोगापेक्षादेखील फार कमी आहे."

जॅकनं आता डोक्याची तपासणी संपवली होती. त्यानं मानेचा भाग काळजीपूर्वक तपासला; पण कुठेही आघाताच्या कसल्याही खुणा नव्हत्या. बाह्य तपासणी पूर्ण झाली तरी अद्याप त्याला त्या तरुण मुलीच्या मृत्यूचं कारण समजलं नव्हतं. त्यानंतर

व्हिनीच्या मदतीनं त्यानं छातीवर इंग्रजी वाय अक्षरासारखा मोठा छेद देत पोटातले अवयव तपासले. व्हिनी आतड्याचा नमुना घेत असताना जॅक पायाकडे वळला.

"तू हा नमुना घेतो आहेस तोवर मी पायांमधल्या शिरांमध्ये कुठं गुठळ्या वगैरे नाहीत ना, याची खात्री करून घेतो," जॅक म्हणाला.

आता ही केस म्हणजे एक आव्हान आहे, हे जॅकच्या लक्षात आलं होतं.

व्हिनी आतड्याचा नमुना घेण्याचं काम पूर्ण करून आला, तोपर्यंत जॅकनं इतर सर्व बघून त्याला काहीही सापडत नसल्याचं सांगितलं. मग किंचित मागे सरकून त्यानं व्हिनीला कवटी कापण्यासाठी जागा करून दिली.

व्हिनी करवतीनं कवटी कापत असताना तिथं इतर तंत्रज्ञ व सहायक येऊन आपापली कामं करू लागले; पण जॅकचं त्यांच्याकडे लक्ष नव्हतं. व्हिनीच्या करवतीचा मोठा आवाज ऐकत असताना तो विचारात मग्न होता. अद्याप मृत्यूचं कारण कळू शकेल, अशी एकही गोष्ट सापडली नव्हती. आपलं काहीतरी चुकतंय किंवा काहीतरी बघायचं राहून गेलंय, असं त्याला सतत वाटत होतं.

व्हिनीनं कवटीचा वरचा भाग बाजूला ठेवताच आतल्या बऱ्याच घड्या व वळ्या असणारा मेंदू चमकू लागला. ते दिसताच जॅक पुढे होऊन बघू लागला. त्या क्षणी एकदम तो थबकला. मागच्या बाजूला काळं पडलेलं रक्त त्याला दिसलं. ते इतकं जास्त होतं की, मेंदू उचलताच ते टेबलावर पडू लागलं होतं.

"डॅम!" जॅकनं स्वतःवरच चिडत हातमोजा घातलेल्या हाताची मूठ टेबलाच्या कोपऱ्यावर आदळली.

"काय झालं?"

"मी चूक केली!" जॅक असं म्हणून सरकला आणि छातीच्या पोकळीत डोकावून बारकाईनं बघत म्हणाला, "आपल्याला मेंदूकडे जाणाऱ्या रक्तवाहिन्यांचा क्ष-किरण फोटो काढायला हवा."

"पण मी मेंदू तर परत कवटीत ठेवू शकत नाही," व्हिनी घाईघाईनं म्हणाला. जॅक आपणच काही चूक केली असं म्हणतो की काय, असं त्याला वाटलं.

"मला अर्थातच ते माहीत आहे," जॅक म्हणाला, "आपण जे काही केलंय ते आता उलट क्रमानं करू शकत नाही; पण मी मेंदूकडे जाणाऱ्या रक्तवाहिन्यांच्या फोटोबद्दल बोलतोय; मेंदूच्या नाही. तेव्हा आता एखादा कॉन्ट्रास्ट डाय किंवा मोठी सिरींज घेऊन ये!"

चार

दुपारी २.३६, सोमवार, १ डिसेंबर, २००८
कैरो, इजिप्त
(सकाळी ७.३६, न्यू यॉर्क शहर)

रहदारीतून वाट काढत टॅक्सी जात असताना साना डॉर्टीला लांबून फोर सीझन्स हॉटेल दिसत होतं. तिथं राहण्याची कल्पना शॉनची होती. खरंतर तिनं तिची परिषद जिथं चालू होती, तिथं 'सेमिरामिस इंटरकॉन्टिनेन्टल' या हॉटेलात राहणं अपेक्षित होतं. परिषदेत ती मुख्य वक्त्यांपैकी एक तर होतीच; पण शिवाय तिथं तिला निरनिराळ्या पॅनेलमध्ये सहभागी व्हायचं होतं. साहजिकच परिषदेचे चारही दिवस तिथंच असणं गरजेचं होतं. त्याखेरीज तिथं राहिली तर तिला अधूनमधून स्वतःच्या खोलीत जाऊन येणं सोयीचं ठरणार होतं; पण शॉननं एकदा या परिषदेसाठी यायचं ठरवल्यानंतर प्रवासासंबंधीचे सर्व निर्णय आपल्या हातात घेतले होते. त्यानंच मग सेमिरामिस हॉटेलऐवजी जास्त पॉश अशा, नवीन बांधलेल्या 'फोर सीझन्स' हॉटेलमध्ये व्यवस्था करून घेतली होती. सानानं जास्तीची रक्कम मोजावी लागणार म्हणून कुरकुर केली खरी; पण त्याच वेळी आपणही एका पुरातत्त्वविद्येच्या कुठल्याशा परिषदेला हजर राहणार असल्यानं फारसा फरक पडणार नाही, असं सांगून त्यानं तिला गप्प केलं होतं. सानानंही त्यानंतर वाद घातला नव्हता, कारण त्याचा काही उपयोग होणार नाही, याची तिला कल्पना होती.

टॅक्सीचं बिल चुकतं करून साना बाहेर पडली. तिला बाहेर पडल्यावर हायसं वाटलं. टॅक्सी ड्रायव्हरनं अनेक प्रश्न विचारून तिला भंडावून सोडलं होतं. सानाला खासगीपणा जपणं आवडत असे. या बाबतीत तिचा नवरा एकदम उलट होता. तो कोणाशीही सहज गप्पा मारायला सुरुवात करायचा. सानाच्या मते, आपण आपल्या

खासगी आयुष्यातल्या कोणत्या गोष्टी इतरांना सांगाव्यात आणि कोणत्या नाही, याची त्याला जरादेखील समज नव्हती. काही वेळा तर शॉन मुद्दामहून परक्या माणसांवर, विशेषतः ऐकणाऱ्या स्त्रिया असतील तर, छाप पाडण्याचा प्रयत्न करतो, असंच तिला वाटायचं. आपली न्यू यॉर्क शहरातली उंची राहणी आणि आता काही मोजक्याच उरलेल्या जुन्या पद्धतीच्या लाकडी घरात आपण कसे राहतो, हे तो इतरांना सहज सांगायचा. तो अशी प्रौढी का मिरवतो, हे सानाला कळत नसे. बहुधा त्याच्या मनातल्या कोणत्यातरी असुरक्षिततेच्या भावनेतून तो असं करत असावा, असं तिला वाटायचं.

साना हॉटेलच्या लॉबीत शिरल्यावर तिथल्या दरवानानं तिचं हसून स्वागत केलं. शॉन तलावापाशी असेल अशी तिची अपेक्षा होती. कारण तिच्यापेक्षाही प्रत्यक्ष परिषदेला हजर राहण्याच्या बाबतीत तो जास्तच निरुत्साही होता. शिवाय आधीच्या एक-दोन दिवसांत त्यानं तलावापाशी असणाऱ्या एक-दोन बायकांबरोबर गप्पाटप्पा मारण्याचा कार्यक्रम सुरू केला होता. त्यांना आता साना व शॉनच्या आयुष्याबद्दल भरपूर माहिती झाली असणार याची तिला खात्री होती; पण पूर्वीप्रमाणे ती आता हे सगळं मनाला लावून घेणार नव्हती. काही वेळा शॉनचं वागणं नैसर्गिक असून, आपणच जरा जास्त आखडू आहोत की काय, असंही तिला वाटून गेलं होतं.

साना लिफ्टमध्ये शिरली. लिफ्टचं दार बंद होता-होता एक जण आत शिरला. तो घाईघाईनं आल्यानं किंचित धापा टाकत होता. त्यानं सानाकडे बघून स्मितहास्य केलं; पण सानानं आपली नजर मजले दाखवणाऱ्या इंडिकेटरकडे वळवली. पूर्णपणे पाश्चात्त्य पद्धतीचा सूट घातलेला एक माणूस निश्चितच आंतरराष्ट्रीय पातळीवर तिच्या नवऱ्याप्रमाणे सहज वावरणाऱ्यांमधला वाटत होता. फक्त ही त्याच्यापेक्षा तरुण आवृत्ती होती, इतकंच.

"दिवस छान आहे, नाही!" तो म्हणाला. त्याच्या बोलण्यातली खास अमेरिकन ढब स्पष्टपणानं जाणवत होती. परक्यांशी बोलताना शॉन जसा मुद्दाम खास इंग्लिश पद्धतीनं बोलायचा, तसं करायची त्याला गरज वाटत नसावी. त्या वेळी लिफ्टमध्ये आणखी कोणी असतं, तर तो त्यांच्याशीच बोलतोय असं तिला वाटलं असतं. तिनं नाइलाजानं त्याच्याकडे बघितलं. तो साधारण तिच्याच वयाचा म्हणजे अठ्ठावीस वर्षं वयाचा असावा आणि त्याचा पोशाख बघता तो आर्थिकदृष्ट्या उच्च स्तरातला असणार, असं तिला वाटलं.

"आजचा दिवस छान आहे," साना हे म्हणाली खरी; पण तिचा स्वर संभाषण पुढे वाढू नये अशाच प्रकारचा होता. तिनं पुन्हा मजल्याचा आकडा दाखवणाऱ्या इंडिकेटरकडे नजर वळवली. त्या माणसानं बटणांकडे बघितलं असलं तरी त्यानं कोणतंही बटण दाबलं नाही, हे तिच्या लक्षात आलं. हा माणूस तिच्याच मजल्यावर

राहतो की काय? पण जरी राहत असला तरी आपण त्याचा विचार का करतोय, असं साना मनाशी म्हणाली. खरोखरच आपण विनाकारण आखडूपणा करतोय, असं तिला वाटलं.

''न्यू यॉर्क?''

''होय.'' सानानं फक्त एवढंच उत्तर दिलं. आपल्या जागी जर आपला नवरा असता आणि प्रश्न विचारणारी एखादी बाई असती तर काय घडलं असतं, असा विचार तिच्या मनात आला. आपण ओहायोमधल्या कोलंबस गावात वाढलो; पण संपूर्ण स्कॉलरशिप मिळवून हार्वर्डला कसं शिक्षण घेतलं आणि मग न्यू यॉर्कच्या मेट्रोपॉलिटन म्युझियम ऑफ आर्टमध्ये वरवर चढत एका विभागाचे प्रमुख कसे झालो ही सगळी माहिती- माहिती कसली- त्यानं तर स्वतःचं छोटं चरित्रच सांगून टाकलं असतं.

''दिवस उत्तम जावो!'' साना लिफ्टमधून बाहेर पडताना त्या तरुण माणसानं अभिवादन केलं; पण तो लिफ्टमधून बाहेर मात्र आला नाही. आपल्या खोलीकडे जाताना आपण विनाकारणच मनात शंकाकुशंका काढत बसलो की काय, असं तिला वाटलं. तिच्या जागी जर शॉन असता आणि लिफ्टमध्ये एखादी बाई असती तर दोघं लगेचच एखादं ड्रिंक घेण्यासाठी बारमध्येच पोहोचले असते याबद्दल तिला खात्री होती.

विचार करता करता साना एकदम थबकली. शॉन लोकांमध्ये सहज मिसळतो हे तिला अचानक फार त्रासदायक वाटू लागलं होतं. असं आत्ताच का वाटावं? तिनं विचार केला की, आता परिषद संपल्यामुळे आपलं मन पुन्हा खासगी आयुष्याकडे वळलं असावं. पूर्वी विशेषतः सहा महिन्यांच्या प्रणयाराधनेच्या काळात, शॉन तिच्या बाबतीत प्रत्येक क्षणी तिला आनंद वाटावा असाच वागत असे. तिला शॉनचं तसं वागणं आवडतही असे; पण गेल्या वर्षभरात आणि त्यातही त्यांच्या या प्रवासादरम्यान मात्र त्यात फरक पडला होता.

शॉनची आणि तिची पहिली भेट म्युझियममधल्या एका गॅलरीच्या उद्घाटन प्रसंगी चार वर्षांपूर्वी झाली होती. तेव्हा ती तिचा 'मायट्रोकॉन्ड्रियल डीएनए' या विषयावरचा प्रबंध पूर्ण करून पीएच.डी. संपादन करण्याच्या मार्गावर होती. त्या वेळी शॉननं तिच्या बाबतीत जो रस दाखवला आणि प्रेमभावना दाखवली, त्यामुळे ती प्रभावित झाली होती. शिवाय शॉनच्या बुद्धिमत्तेची चमक बघून ती त्याच्यावर फिदा झाली होती. शॉनला पूर्वेकडच्या अर्धा डझनपेक्षा जास्त भाषा उत्तमपणे बोलता येत होत्या. कला आणि इतिहास यामधलं त्याचं ज्ञान थक्क करणारं होतं. त्याच्या तुलनेत आपण फारच छोट्या चाकोरीत फिरणारी वैज्ञानिक आहोत, असं तिला वाटलं होतं.

सानानं आता पुन्हा चालायला सुरुवात केली; पण ती अगदी सावकाश चालत खोलीकडे जात असताना आपली आई जे काही म्हणत होती ते बरोबर आहे की काय, असा विचार तिच्या मनात आला. साना आणि शॉनमध्ये सत्तावीस वर्षांचं अंतर होतं; पण त्याच वेळी सानाला तिच्या वयाची पोरं आठवली. बेसबॉलची टोपी उलटी घालणारी बालबुद्धीची वाटणारी पोरं तिच्या दृष्टीनं आदर्श गाढवं होती. तिच्या मैत्रिणींप्रमाणे तिला कधीच मुलाबाळांमध्ये रस नव्हता. आपण संशोधक आहोत हीच आपली ओळख आहे, हे तिला फार लहान वयात जाणवलं होतं. एका दृष्टीनं ती फार स्वार्थी होती. पहिल्या आणि तिसऱ्या बायकोपासून शॉनला झालेल्या मुलांचे दोन संच होते. आपली आईपणाची हौस भागवायला ही पोरं पुरेशी आहेत, असं तिचं मत होतं.

सानानं की-कार्ड बाहेर काढलं. तिच्या मनात दुसऱ्या दिवशी पहाटे लवकर जायचं आहे हा विचार आला. इथं येण्याआधी शॉननं तिला लक्झर या ठिकाणी नेऊन प्राचीन राजांची थडगी आणि इजिप्तमधील प्रसिद्ध 'व्हॅली ऑफ किंग्ज' दाखवायला स्पष्ट नकार दिला होता. आपण हे सगळं अगोदरच बघितलं आहे आणि आता वाया घालावायला आपल्याकडे अजिबात वेळ नाही, हे सांगताना तिला काय वाटेल याची त्यानं जराही पर्वा केली नव्हती; पण आता परिषद संपल्यानंतर शॉननं आणखी कुठं जायचं ठरवलं नाही हे तिला बरंच वाटलं. ती कोलंबिया विद्यापीठात काम करायला लागून फार काळ झाला नसल्यानं, तिला कामाबद्दल अद्याप पूर्ण शाश्वती वाटत नव्हती. विशेषतः काही फार महत्त्वाचे प्रयोग सुरू असताना तिला परत जायची ओढ वाटत होती.

साना दार उघडून आत शिरली आणि पाठीमागे दार बंद व्हायच्या आतच तिनं ब्लाऊजची वरची दोन बटणं उघडली होती आणि ती बाथरूमकडे निघालीही होती. अचानक तिला शॉन दिसला म्हणून ती जागीच थबकली. त्याच वेळी तिला पाहून शॉननं एकदम जागीच उडी मारली. क्षणभर दोघं एकमेकांकडे बघतच राहिले; पण साना अगोदर सावरली. शॉनच्या हातातले पांढरे हातमोजे आणि भिंग पाहून तिनं विचारलं, "तू इथं काय करतो आहेस? तू तलावापाशी असायचा सोडून इथं कसा काय?"

"तू आत शिरायच्या अगोदर टकटक करायला हवं होतंस."

"मी माझ्या स्वतःच्या खोलीत शिरताना दारावर टकटक करायला हवं की काय?"

शॉननं गालात जीभ फिरवून च्यॅक असा आवाज केला. आपण बोललो ते अयोग्य होतं हे त्याला जाणवलं होतं. "नाही, तू तसं खरंच करावंस अशी माझी अपेक्षा नाही; पण तू अशी अचानक कुठंतरी आग लागल्याप्रमाणे शिरल्यामुळे मी एकदम दचकलो..."

"पण तू तलावाजवळ नाहीस हे कसं काय?" सानानं पुन्हा प्रश्न विचारला, "आजचा आपला इथला शेवटचा दिवस आहे, हे विसरला तर नाहीस ना?"

"नाही, मी विसरलेलो नाही," शॉनच्या डोळ्यांत एकदम चमक आली.

"मी कामात गुंगून गेलो आहे."

"ते तर मला दिसतंच आहे," शॉनच्या हातातलं भिंग आणि हातमोजे यांच्याकडे नजर टाकत साना म्हणाली. तिनं ब्लाऊज काढायला पुन्हा सुरुवात केली आणि ती बाथरूमकडे गेली. शॉन तिच्या पाठोपाठ बाथरूमच्या दरवाज्यापर्यंत आला.

"मी आत्ताच माझ्या मते माझ्या कारकिर्दीमधला सर्वांत मोठा पुरातत्त्वीय शोध लावलाय असं वाटतंय. मी तुला पूर्वी एक जुनं मातीचं भांडं एका दुकानातून मिळवल्याचं सांगितलं होतं ना, त्याच दुकानात मला हा शोध लागला."

"हं... हं..." साना शॉनला बाथरूमच्या दारापासून किंचित मागे ढकलत म्हणाली. मग तिनं दार व्यवस्थित लावून घेतलं. तिला कधीच कोणासमोर, अगदी शॉनसमोरही कपडे बदलायला आवडत नसावं. विशेषतः अलीकडच्या काळात दोघांमधली जवळीक कमी झाल्यामुळे तिला हे जास्तच जाणवत होतं.

"होय, मला ते आठवतंय," सानानं आतून ओरडून सांगितलं, "तू आत्ता जे भिंग घेऊन हातमोजे घालून बसला आहेस त्याच्याशी याचा काही संबंध आहे की काय?"

"होय. आहेच," दाराजवळ उभा असणारा शॉन म्हणाला, "हॉटेलमधल्या लोकांनी मला मदत करून या वस्तू आणून दिल्या."

"तू आता मला काही सांगणार आहेस की मी असाच अंदाज बांधत बसू?" सानाला आता खरोखरच उत्सुकता वाटू लागली होती. आपल्या व्यवसायाच्या बाबतीत शॉन कधीच अतिशयोक्ती करत नाही, हे तिला माहीत होतं. शॉननं त्याच्या दीर्घ कारकिर्दीत पूर्वेकडील भागात अनेक महत्त्वाचे शोध लावले होते; पण हे खूप अगोदर झालं होतं. नंतर म्युझियममध्ये वरच्या पदावर गेल्यावर त्याचं काम प्रत्यक्ष फील्डवर्कपेक्षा पर्यवेक्षण करणं आणि निधी गोळा करणं, हेच झालं होतं.

"बाहेर ये, मग दाखवतो."

"तुला अपेक्षा होती तेवढं हे महत्त्वाचं नाही की काय?"

"सुरुवातीला माझी जराशी निराशा झाली होती हे खरं; पण आता मात्र माझ्या मूळ अपेक्षेपेक्षा हे शंभरपटींनी महत्त्वाचं आहे असं वाटतंय."

"होय का?"

"तू आता लवकर बाहेर येतेस की नाही? मी तुला हे दाखवायला अगदी उतावीळ झालोय."

सानानं पोहण्याचा पोशाख अंगावर चढवण्याचं काम पूर्ण केलं. मग तिनं समोरच्या आरशात नजर टाकली. आपलं प्रमाणबद्ध शरीर बघून ती स्वतःवरच खूश झाली. ती उत्तम धावपटू असल्यानं एखाद्या ॲथलेटिक खेळाडूप्रमाणे तिचं शरीर प्रमाणबद्ध होतं. सानानं बदललेले कपडे गोळा केले आणि ती बाहेर आली. हातातले कपडे पलंगावर टाकल्यावर ती टेबलापाशी आली.

"हं... हे हातात घाल," शॉन तिच्या हातात हातमोज्यांची स्वच्छ धुतलेली जोडी ठेवत म्हणाला, "मी हे खास तुझ्यासाठी मागवले आहेत."

"हे काय आहे? पुस्तक की काय?" हातात मोजे सरकवत सानानं समोरच्या कातडी बांधणीच्या जुन्या पुस्तकाप्रमाणे दिसणाऱ्या वस्तूकडे बघत विचारलं.

"याला कोडेक्स असं म्हणतात," शॉननं सांगितलं, "हा पुस्तकांचा जुना प्रकार आहे. यापूर्वी फक्त गुंडाळ्या असत; अशा प्रकारच्या बांधणीमुळे वाचन करणं सोपं झालं; पण अगदी गटेनबर्गचं पहिलं बायबल या खऱ्याखुऱ्या पुस्तकापेक्षा हा प्रकार निराळा आहे, कारण हे संपूर्ण पुस्तक हस्तलिखित आहे. हं... ते जपून हाताळ! ते किमान पंधराशे वर्षं जुनं आहे. ते एका भांड्यात सीलबंद करून वाळूत पुरून ठेवलं असल्यानं दीड हजार वर्षं टिकून राहिलं आहे."

"असं होय..." साना म्हणाली. आपण त्याला हात लावला तर ते खराब होईल, अशी तिला भीती वाटत होती.

"हं... उघड ते!" शॉन म्हणाला.

सानानं थरथरत्या बोटांनी पहिलं पान उलटलं. ते कडक होतं आणि पहिलं पान उलटलं जाताना कुरकुर असा आवाज आला.

"हे कव्हर कशाचं बनलेलं आहे?"

"त्यात कातडं आणि पपायरसचे काही थर वापरले आहेत."

"आणि पानं कशापासून तयार केलेली आहेत?"

"पानं सगळी पपायरसची आहेत."

"आणि ही भाषा?"

"या भाषेला कोप्टिक असं म्हणतात. ही प्राचीन इजिप्शियन भाषा असून, ती लिहिताना ग्रीक लिपीचा वापर केला जाई."

"वाहवा!" साना म्हणाली खरी; पण तिच्या मनात विचार आला की, यात एवढं महत्त्वाचं असं काय आहे? कारण त्या अगोदर त्यानं आशिया मायनर विभागात लावलेले इतर शोध खूप महत्त्वाचे आहेत, याची सानाला कल्पना होती.

"या पुस्तकाचा बराच भाग फाटलेला आहे हे तुझ्या लक्षात आलं का?"

"होय. माझ्या ते लक्षात आलंय; पण ते खास महत्त्वाचं आहे का?"

"होय! या संहितेची जी पाच मूळ हस्तलिखितं होती ती मूळ जागेतून काढून

१९४०च्या आसपास अमेरिकेत विकण्यात आली. उरलेली काही पानं फाडून त्यांचा कोणीतरी झोपडीतील चूल पेटवायला उपयोग केला होता, असं म्हटलं जातं.''

''हे फारच भयंकर आहे.''

''आहेच. अनेकांना हे सगळं ऐकून फार वाईट वाटलं होतं.''

''मला हेदेखील दिसतंय की, पुढच्या कव्हरची एक कड कोणीतरी उचकटून काढली आहे.''

''हे तर मीच केलंय. साधारण एका तासापूर्वी मी टेबलावरची सुरी वापरून कव्हरचा काही भाग उचकटून काढला.''

''पण हे हस्तलिखित इतकं प्राचीन असताना चांगली उपकरणं न वापरता टेबलावरची सुरी वापरणं योग्य आहे का?''

''नाही. तसं करणं अगदीच बरोबर नाही; पण मी स्वत:ला आवरू शकलो नाही. मला सुरुवातीला यातून काहीतरी महत्त्वाचं मिळेल, असं वाटलं होतं; पण तसं काही मिळत नाही म्हणून मी जरा निराश झालो होतो. मला सोन्याची खाण सापडली आहे असं वाटलं होतं; पण प्रत्यक्षात...''

''मला तू काय म्हणतो आहेस ते समजत नाही,'' साना म्हणाली.

''तसं होणं साहजिकच आहे,'' शॉन म्हणाला. त्यानं कोडेक्स टेबलावर जिथं मूळ जागी होता तिथं ठेवला. आता सानाला टेबलावर तीन पानं ठेवलेली दिसली. त्यांच्यावरच्या घड्या कमी करण्यासाठी शॉननं जागोजागी हाताला लागतील त्या वस्तू वजन म्हणून ठेवल्या होत्या; पण शेकडो वर्षं गुंडाळून ठेवल्यानं पानं वळत होती. ही पानंदेखील कोडेक्समधल्या पपायरससारखीच होती; पण त्या पानांपेक्षा जुनी वाटत होती. कडा जणू जळाल्याप्रमाणे काळवंडलेल्या होत्या.

''हे काय आहे?'' सानानं त्या पसरलेल्या पपायरसकडे बोट दाखवून विचारलं. ''हे एखादं पत्र आहे की काय?'' पहिल्या पानावर बहुधा ज्याला पाठवलं होतं त्याचं नाव होतं आणि शेवटी सही असावी असं वाटत होतं.

''होय... बघ एखाद्या वैज्ञानिकाचं लक्ष कसं नेमक्या गोष्टीकडे जातं!'' शॉन हसत म्हणाला. त्यानं जणू भक्तिभाव दाखवत असावा अशा प्रकारे त्या पपायरसवर हलकेच हात फिरवला. ''होय, हे खरंच एक पत्र आहे. खास पत्र. सन १२१ मध्ये लिहिलेलं हे पत्र त्या वेळी सत्तरी ओलांडलेल्या अ‍ॅन्टिओस शहराच्या बिशपनं लिहिलं आहे. या बिशपचं नाव सॅटर्निअस. त्याला अ‍ॅलेक्झांड्रियाचा बिशप बासिलिडेस यानं पाठवलेल्या पत्राचं हे उत्तर आहे.''

''ओहो! म्हणजे हे पत्र दुसऱ्या शतकाच्या प्रारंभीचं आहे!''

''अगदी बरोबर,'' शॉन म्हणाला, ''म्हणजे नाझारेथचा जीझस याच्या काळानंतर

अवघ्या शंभर वर्षांतलं आहे. हा प्रारंभीचा काळ चर्चच्या दृष्टीनं फार अवघड होता.''

''या दोघांमधला कोणी इतिहासात प्रसिद्ध आहे का?''

''चांगला प्रश्न विचारलास!'' शॉन म्हणाला, ''बायबलचा अभ्यास करणाऱ्या विद्वानांना बासिलिडेस चांगला माहीत आहे; पण सॅटर्निअसबद्दल लोकांना फारशी माहिती नाही. अर्थात, माझ्या अभ्यासात मला एक-दोनदा त्याचा संदर्भ मिळाला आहे. आता या पत्रावरून हे सिद्ध होतं की, हा सॅटर्निअस सायमन, द मॅजिशिअन याचा सहायक किंवा विद्यार्थी असावा.''

''सायमन, द मॅजिशिअन... हे नाव मी लहानपणी कधीतरी ऐकल्यासारखं वाटतंय.''

''नक्कीच तसं असणार. कारण तो सर्व धर्मभ्रष्ट, पाखंडी लोकांचा शिरोमणी म्हणून प्रसिद्ध होता. म्हणजे निदान प्रारंभीच्या काळातील चर्चच्या अधिकाऱ्यांच्या म्हणण्यानुसार तरी तो तसा होता. सेंट पीटरकडून 'बरं करण्याची शक्ती' विकत घेण्याचा प्रयत्न केला हा मुद्दा महत्त्वाचा आहे. असं करणं याला उद्देशून 'सायमनी' हा शब्द बनला आहे.''

''बासिलिडेसचं काय?''

''हा इजिप्तमध्ये, म्हणजे नेमकं सांगायचं तर अलेक्झांड्रिया शहरात कामात बुडून गेलेला होता. तो प्रचंड प्रमाणात लिहीत असे. त्याचप्रमाणे तो प्रारंभीच्या काही महत्त्वाच्या 'नॉस्टिक' विचारवंतांमधला एक मानला जातो. विशेषतः नॉस्टिक वैचारिक धारेवर स्पष्टपणे ख्रिश्चन छाप टाकण्याचं श्रेय त्याला दिलं जातं. त्यानंच त्याची नॉस्टिक विचारधारा नाझारेथच्या जीझसवर केंद्रित केली.''

''एक मिनिट... मी कधीतरी नॉस्टिक हा शब्द ऐकला आहे; पण माझ्या आत्ता नेमका अर्थ लक्षात येत नाही.''

''सोप्या शब्दात सांगायचं तर नॉस्टिक ही विचारधारा ख्रिश्चन धर्माच्या अगोदरची आहे. या चळवळीनं ख्रिश्चन धर्मात मूर्तिपूजकांची व यहुदी लोकांची परंपरा एकत्र करून एकसंध अशी नवीन ख्रिश्चन परंपरा निर्माण केली. नॉस्टिक हा शब्द मूळ ग्रीक शब्द 'नॉसिस' याच्यापासून तयार झाला आहे. या शब्दाचा अर्थ 'अंतर्ज्ञान' असा आहे. नॉस्टिक विचारवंतांच्या मते दैवी शक्तीचं ज्ञान ही अंतिम गोष्ट होती. या विचारवंतांना वाटे की, ज्याला दैवी शक्तीचं ज्ञान प्राप्त झालं त्याच्यात प्रत्यक्ष दैवी शक्तीच चमकल्याप्रमाणे प्रकट झाली. या लोकांची अशा गोष्टींवर इतकी गाढ श्रद्धा होती की, सायमन द मॅजिशियनसारख्या लोकांना तर आपण दैवी शक्ती प्राप्त झालेलो आहोत, असं वाटायचं.''

''आणि तू माझं डी.एन.ए. अभ्यासाचं क्षेत्र फारच जटिल आहे, असं म्हणतोस!''

''हे तुला वाटतंय तेवढं जटिल नाही. पुन्हा बासिलिडेसबद्दल बोलायचं तर तो

ख्रिश्चन होणारा पहिला नॉस्टिक विचारवंत होता. अर्थात, 'ख्रिश्चन' हा शब्द अद्याप अस्तित्वात आलेला नव्हता. नाझारेथचा जीझस हाच, ज्याची वाट पाहिली गेली तो मसीहा आहे, असं त्याचं मत होतं; पण इतर अनेकांना वाटायचं की, मानवांना त्यांनी केलेल्या पापापासून मुक्त करण्यासाठी क्रुसावर चढून प्रायश्चित्त करण्यासाठी जीझस पृथ्वीवर अवतरला आहे; पण बासिलिडेसचा मात्र या गोष्टीवर विश्वास नव्हता. उलट त्याला वाटायचं की, जीझसचं ध्येय वेगळंच होतं. ते म्हणजे अंतर्ज्ञान देऊन माणसांना या भौतिक जगापासून सुटका करून घेऊन मुक्तीचा मार्ग दाखवणं. बासिलिडेससारख्या नॉस्टिक विचारवंतांचा ग्रीक तत्त्वज्ञान आणि पर्शियन मिथकांकडे बघण्याचा दृष्टिकोन आदराचा होता; पण हे लोक भौतिक जगाला फार गौण मानत. हे भौतिक जगच मानवांना बंदिस्त करून टाकायला आणि त्यांना पापी बनवायला जबाबदार आहे, असं ते मानत."

सानानं पुन्हा एकदा पत्राकडे नजर टाकली. अक्षरं अगदी नेटकी व जणू छापली असावीत, अशीच वाटत होती; पण नीट बघितलं की, ते हस्ताक्षरच आहे हे कळत होतं. "हे पत्रही कोप्टिकमधलं आहे का?"

"नाही. हे प्राचीन ग्रीक भाषेतलं आहे," शॉननं उत्तर दिलं, "अर्थात त्याबद्दल काहीच आश्चर्य वाटण्याजोगं नाही. कारण ग्रीक ही तत्कालीन सर्वसामान्य व्यवहारांची भाषा होती. म्हणजे निदान पूर्व मेडिटरेनियन प्रदेशाची तर नक्कीच होती. अलेक्झांडर द ग्रेट याच्या नावानं स्थापन झालेली अलेक्झांड्रिया ही नगरी त्या काळच्या ग्रीक जगाचा, ज्याला हेलेनिस्टिक जग म्हणतात, त्या जगातली एक मुख्य नगरी होती."

"हे पत्र मूळ कोडेक्सचा भाग आहे की, फक्त नंतर त्यात खुपसून ठेवलेलं आहे?"

"ते असंच त्यात खुपसून ठेवलेलं नक्कीच नाही," शॉन म्हणाला, "ते तसं मुद्दामच त्यात ठेवलेलं आहे हे खरं; पण त्याचं कारण तुला वाटतंय ते मात्र नाही. मी तुला कोडेक्सचं कव्हर कसं तयार केलं आहे हे सांगितलं ना? कातड्यांच्या मधल्या भागात पपायरस भरून कव्हर जाड बनवताना हे पत्रही त्यात घातलेलं होतं; पण जरा इथं बस. मला काही गोष्टी स्पष्ट करून सांगायच्या आहेत. विशेषतः हे की, आपण ठरल्याप्रमाणे परत न जाता इथं थांबणार आहोत."

"म्हणजे? मला माझे प्रयोग पूर्ण करण्यासाठी जायलाच हवं."

"तुझ्या प्रयोगांना एखाद-दुसरा दिवस थांबावं लागेल," शॉननं सानाला कोचावर हलकेच बसण्याच्या उद्देशानं तिच्या खांद्यावर हात ठेवला.

"हवं तर तू थांब; पण मी परत जाईन," सानानं खांद्यावरचा हात झटकून टाकण्याचा प्रयत्न केला. आपण शॉनच्या दबावाला बळी पडणार नाही, हे दाखवण्याचा तिचा उद्देश होता.

क्षणभर नवरा-बायको एकमेकांकडे जळजळीत नजर रोखून बघत राहिले; पण एकही कठोर शब्द न उच्चारता दोघांनीही माघार घेतली.

"तू बदलली आहेस," शॉन काही वेळानं म्हणाला. सानाच्या बोलण्याचा राग येण्यापेक्षा त्याला तिच्या बंडखोरीच्या पवित्र्याचं आश्चर्य वाटलं होतं.

"पण तूदेखील बदलला आहेस असं म्हटलं तर वावगं ठरणार नाही," सानानं प्रत्युत्तर दिलं; पण आपल्या शब्दांमध्ये मनातला त्रासिकपणा व्यक्त होऊ नये म्हणून तिनं काळजी घेतली होती. तिला त्या वेळी भावनिक उद्रेक किंवा लांबलचक वाद नको होता. शिवाय त्याच्या म्हणण्यात तथ्य आहे, हे तिला जाणवलं. ती खरोखरच बदलली होती. शॉनच्या बदलण्याला दिलेला प्रतिसाद म्हणून तीदेखील बदलली होती... तिच्यातदेखील बदल झाला होताच.

"मी काय म्हणतोय ते बहुधा तुला समजलं नाही," शॉन म्हणाला, "हे पत्र कदाचित मला माझ्या कारकिर्दीच्या सर्वोच्च बिंदूला नेणार आहे. या संधीचा फायदा घेण्यासाठी मला एक किंवा फारतर दोन दिवस तुझी मदत लागणार आहे. हा पत्रलेखक सॅटर्निअस खरं सांगत होता की नाही हे मला बघायचं आहे. त्यानं खोटं लिहिण्याचं काही कारण नाही हे खरं; पण मला तरीही शक्यता तपासून पाहायला हवी. ते करण्यासाठीच आपण उद्या सकाळी खूप लवकर रोमला जाणार आहोत."

"तुला माझी मदत हवीय; पण ती खरोखरची की केवळ मानसिक?"

"खरोखरची!"

सानानं एक दीर्घ श्वास घेतला आणि नवऱ्याकडे रोखून पाहिलं. तो अगदी मनापासून बोलतोय हे तिला जाणवलं. त्यानं पूर्वी कधी अशा प्रकारे आपली मदत मागितलेली नाही, हे तिच्या लक्षात आलं.

"ठीक आहे," साना खाली बसत म्हणाली, "मी अजून तुझं म्हणणं मान्य केलेलं नाही; पण निदान तुला काय स्पष्टीकरण द्यायचंय ते तरी ऐकू दे."

शॉनला तिचं हे बोलणं ऐकून जरा उत्साह वाटला. त्यानं एक खुर्ची ओढली आणि सानाच्या समोर बसत म्हणाला, "तुला इथं इजिप्तमध्ये नाग हम्मादी या ठिकाणी १९४५ मध्ये जी काही नॉस्टिक गॉस्पेल मिळाली होती, त्याबद्दल माहिती आहे का?"

सानानं नकारार्थी मान हलवली.

"एलेन पेगेल्सचं *नॉस्टिक गॉस्पेल* हे पुस्तक?"

"नाही," सानानं आता किंचित वैतागून मान हलवत नकार दिला. शॉन तिला नेहमीच अशा प्रकारे हे वाचलं का, ते वाचलं का असं विचारत असायचा. तिला अर्थातच प्रत्येक वेळी नाही, असंच उत्तर द्यावं लागायचं. तिच्या क्षेत्रातल्या कामामुळे

तिला अशा विषयांचं वाचन करणं शक्य नव्हतं आणि तिला त्यामुळे किंचित कमीपणाही वाटायचा.

"आश्चर्यच आहे," शॉन म्हणाला, "एलेन पेगेल्सचं हे पुस्तक फार गाजलेलं होतं. या पुस्तकामुळेच सर्वसामान्य लोकांना नॉस्टिक हा शब्द परिचित झाला."

"ही केव्हाची गोष्ट आहे?"

"मला नेमकं आठवत नाही; पण १९७९ मध्ये ते प्रसिद्ध झालं असावं."

"शॉन, माझा जन्म १९८०चा आहे!"

"ओहो! बरोबर... माझ्या लक्षात राहत नाही. असो. तिच्या पुस्तकात नाग हम्मादीच्या शोधाबद्दल विस्तृतपणे लिहिलं आहे. या शोधाचं महत्त्व म्हणजे तिथं तेरा कोडेक्स होते. मला आज जो मिळालेला आहे त्या कोडेक्सचाही त्यात समावेश होता. या एकाच शोधानं नॉस्टिक विचारधारेच्या प्रारंभीच्या काळाबद्दल फार महत्त्वाची माहिती मिळाली. ख्रिस्ताच्या प्रारंभीच्या वर्षांच्या दरम्यान धर्मकल्पना समजण्यासाठी या नाग हम्मादीच्या शोधाला फार महत्त्वाचं मानलं जातं."

"म्हणजे तुला मिळालेलं हे पुस्तक त्या कोडेक्सच्या संचातलं एक आहे."

"बरोबर. या कोडेक्सला तेरावा कोडेक्स असं म्हणतात."

"उरलेले कोडेक्स कुठे आहेत?"

"इथे कैरोत कॉप्टिक म्युझियममध्ये. काही कोडेक्स बाजारात आल्यानंतर इजिप्त सरकारनं त्यामधले बरेचसे जप्त केले. जे विक्रीसाठी आले होते तेदेखील जप्त करून म्युझियममध्ये ठेवले."

"पण हा तेरावा कोडेक्स इतरांपासून वेगळा कसा झाला?"

"या प्रश्नाचं उत्तर देण्याच्या अगोदर मी तुला नाग हम्मादीच्या ग्रंथालयाचा शोध कसा लागला याची थोडक्यात माहिती देतो. ती फारच विलक्षण आहे. खलिफा आणि मुहम्मद अली नावाची दोन पोरं नाग हम्मादी या गावाच्या सीमेबाहेर असणाऱ्या वाळवंटाच्या कडेला फिरत होती. 'सबख' या नावानं ओळखली जाणारी, खत म्हणून उपयोगी माती ते शोधत होते. ते जबाल अल्-तारीफ नावाच्या एका कड्याच्या पायथ्याशी शोध घेत फिरत होते. या कड्यामध्ये अनेक गुहा आहेत व त्यातल्या काही मानवनिर्मित आहेत. तर सांगण्याचा मुद्दा असा की, ही पोरं त्यांच्या हातातला दंडुका वाळूत खुपसून बघत जात होती. या पद्धतीनं ती माती त्यांना कशी मिळते ते त्यांनाच ठाऊक; पण असं करताना एके दिवशी त्यांना पोकळ असा आवाज आला. त्यांना आश्चर्य वाटलं. त्यांनी मग तिथं खणून वाळू दूर केल्यावर त्यांना तीन-चार फूट उंचीचं मातीचं मोठं भांडं मिळालं. त्यात काहीतरी किमती प्राचीन अलंकार वगैरे मिळतील, असं त्यांना वाटलं; पण त्यात त्यांना कोडेक्सचा संग्रह मिळाला."

"त्या पोरांना या वस्तूंची किंमत कळली का?"

"अजिबातच नाही. त्यांनी ते भांडं घरी आणलं आणि त्यांच्या स्वयंपाक करायच्या जागेजवळ ठेवून दिलं. तिथं जाळ सुरू करायला त्यांच्या आईनं त्यातली काही पपायरस पानं काढून वापरली."

"काय हे दुर्दैव!"

"मी म्हटल्याप्रमाणे अनेक विद्वानांना हे ऐकून अंगावर शहारा आल्याप्रमाणे होतं... अनेक विद्वानांचा आजही यावर विश्वास बसत नाही. असो. या पोरांच्या काही परिचितांना व शेजाऱ्यांना हे भांडं महत्त्वाचं असावं असं वाटलं. त्यांच्यात इतिहासाचा शिक्षक असणारा एक इमाम होता. त्यानं मग त्या वस्तू ताब्यात घेतल्या आणि अशा तऱ्हेनं एका दलालाकडून दुसऱ्याकडे असं होत होत त्या नाईल नदीच्या मार्गानं कैरोच्या पुराणवस्तू बाजारात पोहोचल्या. त्या वेळी त्या संग्रहातली पाच अत्यंत महत्त्वाची पुस्तकं- संग्रहातल्या अत्यंत महत्त्वाच्या पाच संहिता- कोणीतरी काढून घेऊन त्या विकल्या. तस्करीच्या मार्गानं या संहिता अमेरिकेत पोहोचल्या. सुदैवानं इजिप्त सरकारला याची कुणकुण लागली. मग त्यांना उरलेला संग्रह हस्तगत करून तो जप्त करण्यात यश आलं. हे करताना त्यांना तेरावा कोडेक्स मिळाला नसला तरी त्यापासून बाजूला काढलेली आठ पानं मात्र मिळाली. तेव्हापासून गायब असणारा हा तेरावा कोडेक्स माझा मित्र राहुलच्या हाती लागला असावा, असा माझा कयास आहे. केवळ योगायोगानं मी तिथे गेलो म्हणून तो मला मिळाला आहे. नाहीतर त्याचे जगभरातल्या अनेक संग्राहकांशी संबंध आहेत. तो हा कोडेक्स जगातल्या कुठल्याही म्युझियमला सहज विकू शकला असता."

"पण अशी वस्तू विकणं किंवा जवळ बाळगणं, हा गुन्हा नाही का?"

"नक्कीच आहे."

"तरीही तुला याचं काही वाटत नाही?"

"नाही. उलट मी ही वस्तू नष्ट होण्यापासून वाचवणार आहे, असं मला वाटतं. मला हा कोडेक्स माझ्याजवळ ठेवायचा नाही. मला फक्त माझ्या कारकिर्दीच्या दृष्टीनं फायदा व्हावा म्हणून त्यातला भाग प्रसिद्ध करायचा आहे."

"या नाग हम्मादी संहिता म्हणजे नेमकं काय आहे?"

"मूळच्या ग्रीक संहितांच्या या कॉप्टिकमधल्या प्रती आहेत. गॉस्पेल ऑफ थॉयस, गॉस्पेल ऑफ फिलिप, गॉस्पेल ऑफ ट्रूथ, सिक्रेट बुक ऑफ जेम्स, द अपोकॅलिप्स ऑफ पॉल वगैरे वगैरे अशी त्यांची नावं आहेत."

"तेराव्या कोडेक्समध्ये उरलेल्या संहितांची काय नावं आहेत?"

"इथं जराशी गडबड आहे," शॉन म्हणाला, "या कोडेक्समध्ये मिळालेल्या

इतर संहिता या अगोदर बारा कोडेक्समध्ये मिळालेल्या काही संहितांच्या प्रती आहेत. मुळात या बारा कोडेक्समध्ये ज्या एकूण बावन्न संहिता आहेत, त्यांतल्या चाळीस संहिताच नवीन आहेत.''

''आणि याच संदर्भात कव्हरच्या आत खुपसलेलं पत्र महत्त्वाचं आहे?''

''अगदी बरोबर,'' असं म्हणून शॉन उठला. त्यानं थरथरत्या बोटांनी हलकेच पत्राची तिन्ही पानं उचलली आणि तो पुन्हा टेबलापाशी आला. ''मी त्यात काय लिहिलंय ते वाचू का? म्हणजे मी प्रयत्न करतो. की मी तुला त्यातला विषय अगदी थोडक्यात समजावून सांगू? काहीही असो; पण हे पत्र जगाच्या इतिहासातलं सर्वांत महत्त्वाचं पत्र ठरणार आहे, हे नक्की.''

सानानं आपण चकित झालो असल्याचा लटका आव आणला आणि मग उपरोधानं म्हणाली, ''हा काय प्रकार आहे? तू अगोदर हा शोध आपल्या पूर्वीच्या सर्व शोधांपेक्षा शंभर पटीनं महत्त्वाचा ठरणार आहे, असं काहीतरी म्हणाला होतास; पण आता हा शोध एकदम जागतिक पातळीवरचा सगळ्यांत महत्त्वाचा ठरेल, असं म्हणतो आहेस. हे जरा जास्तच होतंय, असं नाही वाटत का?''

''मी अजिबात अतिशयोक्ती करत नाही,'' शॉन म्हणाला. त्याचे डोळे आता चमकत होते.

''ठीक आहे. तर मग तू मला हे सगळं पत्र वाचून दाखव. मला काहीही संदर्भ हातातून निसटू द्यायचा नाही. तू मघाशी बोलताना नाझारेथचा जीझस असा उल्लेख केला होतास. त्याच्याशी या पत्राचा काही संबंध आहे का?''

''आहे; पण अप्रत्यक्ष,'' शॉन म्हणाला. त्यानं खाकरून घसा साफ केला आणि वाचायला सुरुवात केली.

शॉन पत्राचं वाचन करू लागल्यावर सानाची नजर खिडकीतून दिसणाऱ्या बाहेरच्या दृश्याकडे गेली. नाइलच्या पाण्यावरून सूर्यप्रकाश परावर्तित होऊन पाणी चमचम करत होतं. खूप दूर अंतरावर दिसणाऱ्या क्षितिजापाशी इजिप्तचे प्रसिद्ध पिरॅमिड दिसत होते. त्यातच भव्य अशा... सर्वांत भव्य अशा ग्रेट पिरॅमिडचा इतरांना झाकोळून टाकणारा आकार दिसत होता.

पाच

सकाळी ८.४१, सोमवार, १ डिसेंबर, २००८
न्यू यॉर्क शहर
(दुपारी ३.४१, कैरो, इजिप्त)

"गॉड डॅम इट, व्हिनी!" जॅक गुरगुरत म्हणाला. तो किआरा ॲबेलार्डच्या मृतदेहाच्या डाव्या बाजूला उभा होता. गेली वीस मिनिटे तो वाकून अत्यंत काळजीपूर्वक किआराच्या मानेच्या मणक्यांच्या बाजूच्या पट्ट्यांसारख्या भागांवर मारून त्या दूर करायचा प्रयत्न करत होता. मानेमधून वर मेंदूच्या दिशेनं जाणाऱ्या दोन महत्त्वाच्या रक्तवाहिन्या उघड्या करणे, हा त्याचा मुख्य उद्देश होता. या रक्तवाहिन्या मणक्यांच्या दोन्ही बाजूंच्यामधून वर जाऊन मानेचा पहिला मणका, ज्याला ॲटलास म्हणतात, त्याच्यापाशी वळण घेत होता. हे वळण इंग्रजी 'एस' आकाराचं असतं.

"माफ कर," व्हिनी असं म्हणाला खरा; पण त्यात दिलगिरीचा भाग फारच थोडा होता.

"मी काय करतोय हे तुला दिसत नाही का?"

"होय, मला तू काय करतो आहेस याची कल्पना आहे."

किआराची मान एका लाकडी ठोकळ्यावर ठेवलेली होती. तिचा चेहरा जमिनीच्या दिशेनं होता. कवटीचा वरचा भाग काढून टाकल्यानंतर बाहेर काढलेला मेंदू टेबलावर खालच्या बाजूला ठेवलेला होता. व्हिनी डोक्याच्या पुढच्या बाजूला उभा होता. जॅक घाव घालून मणक्याचे बारीक तुकडे उडवून देण्याचं काम करताना डोकं हलू नये म्हणून व्हिनीनं ते घट्ट धरून ठेवलं होतं. ते काम फारच सावकाश होत होतं, कारण रक्तवाहिन्यांना धक्का न लागता त्या उघड्या करायच्या होत्या. काम करताना जॅक अधूनमधून डिजिटल फोटो घेत होता.

"तुला जर डोकं स्थिर ठेवता येत नसेल, तर मी दुसऱ्या कोणाला तरी बोलावतो. मला हे काम आयुष्यभर करत बसायची इच्छा नाही."

"ठीक आहे..." व्हिनी कुरकुरत म्हणाला, "मी नीट धरतो आता. मला तुला काय हवंय ते लक्षात आलंय; पण क्षणभर माझ्या मनात बेसबॉलच्या मॅचमध्ये..."

जॅकनं डोळे मिटले आणि मनातल्या मनात दहा आकडे मोजले. आपण व्हिनीच्या बाबतीत उगाचच कठोर होतोय हे त्याच्या लक्षात आलं. जॅक अगदी सावकाश छोटे तुकडे काढत असताना डोकं गच्च धरून ठेवणं हे खरोखरच जिकिरीचं काम होतं. आपल्याला स्वतःला हे करायला अजिबात आवडलं नसतं, हे जॅकला जाणवलं. आपण भावनिकदृष्ट्या किंचित अस्थिर असल्यानं नेहमीपेक्षा लवकर त्रासतो आहोत, हेदेखील त्याच्या लक्षात आलं.

"जरा हातातल्या गोष्टीकडे लक्ष केंद्रित कर," जॅक प्रयत्नपूर्वक आवाज सौम्य ठेवत म्हणाला, "चल, हे लवकर संपवून टाकू या."

"होय बॉस," व्हिनी किआराच्या डोक्यावरची पकड घट्ट करत म्हणाला.

त्या वेळी शवविच्छेदनाच्या खोलीत प्रचंड गडबड सुरू होती. कारण सर्व आठही टेबलांवर काम सुरू होतं; पण जॅकचं त्याकडे जराही लक्ष नव्हतं. त्याचं प्राथमिक निदान खरं ठरलं होतं. रक्तवाहिन्यांच्या क्ष-किरण फोटोत हे स्पष्ट दिसत होतं. अगदी अल्पावधीत दोन्ही रक्तवाहिन्यांमध्ये अडथळा आला होता; पण कशामुळे?

वीस मिनिटांनंतर जॅकचं काम संपलं होतं. व्हिनीनं ते नीट बघितलं, "मला हे फारच छान दिसतंय."

जॅक ताठ उभा राहिला. त्यालाही बरं वाटत होतं. शरीररचनाशास्त्राच्या एखाद्या क्रमिक पुस्तकात शोभेल अशा प्रकारे कवटीच्या खालच्या बाजूनं मेंदूला रक्त पुरवणाऱ्या नलिकांची जोडी जॅकनं व्यवस्थित उघडी केली होती.

"एस आकाराच्या वळणांपाशी दोन्ही बाजूंना असणारा निळसरपणा आणि थोडी सूज तुझ्या लक्षात आली का? ये, असा इथं उभा राहून बघ."

व्हिनी जॅकच्या जवळ आला. मग त्याला जॅक काय दाखवत होता ते दिसलं. प्रत्येक रक्तवाहिनीचा दोन-तीन इंच लांबीचा भाग फुगलेला आणि निळसर दिसत होता. डाव्या बाजूपेक्षा उजव्या बाजूच्या रक्तवाहिनीच्या बाबतीत हे ठळकपणानं जाणवत होतं.

"तुला याबद्दल काय वाटतं?" व्हिनीनं विचारलं.

जॅकनं खांदे उडवले, "मला हा कसल्यातरी प्रकारचा आघात वाटतोय; पण तिच्या मानेवर अशी कसलीही खूण आढळली नाही म्हणून मला हेदेखील

चमत्कारिक वाटतंय. शिवाय हे दोन्ही बाजूंना अगदी समान दिसतंय. हे कसं काय ते कळत नाही.''

''एकदम अचानक मान मोडल्याचा तर हा प्रकार नसावा?''

''तसं असू शकतं; पण याबाबतीत वाहनाचा अपघात झाल्याची घटना घडायला हवी. मी केसची फाईल वाचली; त्यात असा काही उल्लेख नाही. मला वाटतं की, मलाच आता शोध घ्यायला हवा. काहीतरी कारण हे असायलाच हवं.''

''मग आता आणखी काय?''

''आणखी फोटो,'' जॅक म्हणाला आणि त्यानं डिजिटल कॅमेरा घेतला, ''हे झालं की आपण दोन्ही रक्तवाहिन्या उघडून आत बघणार आहोत.''

दहा मिनिटांनंतर जॅकच्या समोर दोन्ही रक्तवाहिन्या होत्या. त्या निळसर काहीतरी गिळलेल्या काळपट लाल रंगाच्या सापांसारख्या दिसत होत्या. जॅकनं त्या दोन्ही लांबीत पसरल्या आणि मग काळजीपूर्वक छेद घेत त्या दोन्ही लांबीत उघडल्या.

''तुला काही दिसतंय का?'' जॅकनं विचारलं.

''मी नेमकं काय बघणं अपेक्षित आहे?''

''तुला या दोन्ही रक्तवाहिन्यांच्या आतल्या अस्तराला पडलेली चीर दिसली का?'' इंग्रजी एस (S) आकारात वळण्याच्या अगदी जवळ बोट दाखवत जॅकनं विचारलं, ''दोन्ही रक्तवाहिन्यांमध्ये अॅटलास म्हणजे पहिल्या आणि अॅक्सीस या दुसऱ्या मणक्यांच्या दरम्यान आतलं अस्तर फाटलेलं आहे. अशा प्रसंगी रक्तवाहिनीत दाबानं येणारं रक्त एका जागी साचून तिथं फुगा निर्माण होतो. रक्तवाहिनीत आतल्या बाजूनं अडथळा आल्यानं मेंदूला होणारा रक्तपुरवठा बंद पडतो आणि मग एकदम अंधार!''

''म्हणजे या माणसाचा खेळ खलास?''

''होय.''

आता मृत्यूचं कारण समजल्यानंतर उरलेलं शवविच्छेदन झपाट्यानं पार पडलं. वीस मिनिटांनी जॅक खोलीतून बाहेर पडताना त्याला कळलं की, डॉ. बेसरमननं त्याच्याकडे आणखी एका शवविच्छेदनाचं काम सोपवलं होतं. खासगी शाळेतल्या मेनिंजायटिसनं मृत झालेल्या लहान मुलाची केस जॅकला हाताळायची होती.

या शवविच्छेदनाच्या तयारीचं काम व्हिनीवर सोपूवन जॅक त्याचा पोशाख उतरवून लॉक रूममध्ये आला. तिथं आरामात बसत त्यानं जॅनिस येगरनं तयार केलेला अहवाल पुन्हा व्यवस्थित वाचून काढला. त्यानं अगोदर भराभरा वाचन करताना जी नोंद घेतली होती त्यानुसार किआरा अॅबेलार्डबरोबर पार्टीत सहभागी असणाऱ्यांनी तिला अचानक झटके आल्यानंतर बेशुद्ध पडलेल्या अवस्थेत इस्पितळात

दाखल केलं होतं. जॅनिसनं अहवालात वापरलेली भाषा पाहून तिनं स्वतः त्या लोकांकडून नाही, तर इस्पितळातल्या नर्सकडून माहिती जमा केल्याचं जॅकच्या लक्षात आलं; पण या अहवालात कुठंही अपघाताचा उल्लेख नव्हता.

जॅकनं फाईलमधली पुढची पानं बघितली. त्यात त्याला दिसलं की, मृतदेहाची ओळख पटवण्यासाठी किआराची आई आली होती. नोंदीनुसार ही बाई न्यू जर्सीत इंगलवूड भागात राहणारी होती. जॅक एकदम उठून उभा राहिला. आणखी माहिती मिळवायलाच हवी होती. फाईल काखोटीला मारून जॅक मागच्या बाजूच्या जिन्यानं पहिल्या मजल्यावर आला.

पहिल्या मजल्यावर त्याला न्यायवैद्यक विभागाचा प्रमुख बर्ट अर्नोल्ड त्याच्या टेबलापाशी बसलेला दिसला. तो आणि जॅक यांच्यात फारच चांगले संबंध होते. कारण आपल्या चांगल्या कामाचं श्रेय तपासनिसांना जॅक नेहमीच देत असे. तसं तो त्यांना बऱ्याचदा सांगतही असे.

"गुड मॉर्निंग डॉ. स्टेपलटन," जॅकच्या काखोटीला असणारी फाईल बघून बर्ट अर्नोल्डनं विचारलं, "काही अडचण आहे का?"

"हाय बर्ट... मला हे विचारायचं आहे की, आज आपलं काम संपवून जाताना जॅनिसनं किआरा ॲबेलार्डबद्दल विशेष काही सांगितलं का?"

बर्टनं रात्रीच्या केसच्या यादीवर नजर फिरवली, "नाही. मला तरी तसं खास काही आठवत नाही; पण ही केस आपल्या अखत्यारीतली आहे, हे मात्र नक्की."

"त्यात काहीच शंका नाही," जॅक म्हणाला, "पण या केसमध्ये पूर्वीची माहिती फारच थोडी आहे."

"ते खरंच आहे. म्हणून तर इस्पितळात तिच्यावर उपचार करणाऱ्या डॉक्टरांनी जॅनिसला फोन करायला सांगितलं आहे. या केसच्या बाबतीत नेमकं काय घडलं ते त्यांनाही जाणून घ्यायचं आहे."

"पण मला फाईलमध्ये तशी नोंद दिसली नाही."

"जॅनिस त्या डॉक्टरांना चांगली ओळखते. तुला त्रास न देता ती हे काम स्वतःच करून मग तुला सांगणार होती."

"किआराची आई मृतदेह ताब्यात घेण्यासाठी आली होती असं दिसतं... जॅनिस तिच्याशी बोलली होती का?"

"मला माहीत नाही; पण माझ्या अंदाजानुसार ती बोलली नसावी. तसं असतं तर तिनं ते तिच्या अहवालात नमूद केलं असतं; पण तू स्वतःच तिच्याशी बोलून का विचारत नाहीस?"

जॅकनं मान डोलवली, "ही केस चमत्कारिक आहे. या केसमध्ये मेंदूकडे जाणाऱ्या दोन्ही रक्तवाहिन्या चोंदून गेल्या आहेत. असं मार्फन सिंड्रोमच्या बाबतीत

घडू शकतं; पण या केसमध्ये मला तसं वाटत नाही. वरकरणी तरी आघाताची कसलीही खूण नाही; पण व्हिनीनं मान मोडली असावी ही शक्यता बोलून दाखवली. तेव्हा या बाबतीत कदाचित खुनाचा प्रकार असू शकतो आणि तिच्या मित्रांनी ते दडवण्याचा प्रयत्न केला असण्याची शक्यता आहे.''

''मी मघाशी म्हणालो त्याप्रमाणे तू जॅनिसशी बोलत का नाहीस?''

जॅकनं त्याच्या कमरेपाशी लटकावलेलं घड्याळ बघितलं. ''दहा वाजायला पंधरा मिनिटं बाकी आहेत. इतक्या उशिरा फोन केलेला चालेल का?''

''चालेल. जॅनिसला काम एकदम चोख हवं असतं. ती तुला नक्कीच हवी ती मदत करायला केव्हाही तयारच असेल. माझ्यावर विश्वास ठेव. तिला फोन कर,'' असं म्हणून बर्टनं जॅकला जॅनिसचा फोन नंबर दिला.

जॅक घाईघाईनं त्याच्या ऑफिसात आला. जॅनिसला फोन करायच्या अगोदर त्यानं व्हिनीला फोन लावला.

''आपण हे बोलतोय तेव्हा त्या पोराचा मृतदेह आणला जातोय,'' व्हिनी म्हणाला, ''आपला प्रिय उपमुख्य वैद्यकीय अधिकारी केल्व्हिन याला हे शवविच्छेदन विघटन करण्याची सोय असलेल्या रूममध्ये- डीकम्पोज्ड रूममध्ये- व्हायला हवंय. डीकम्पोज्ड रूम ही एक शवविच्छेदनासाठीची छोटी स्वतंत्र खोली असून, त्यात एकच टेबल होतं. कुजलेल्या अवस्थेतील मृतदेहांचं इथं विच्छेदन केलं जाई.''

''कल्चर करण्यासाठी पुरेशा नळ्या तयार ठेव,'' जॅक व्हिनीला म्हणाला, ''पाच मिनिटांत भेटूच.''

व्हिनीशी बोलून झाल्यानंतर जॅक जॅनिसला फोन लावणार होता; इतक्यात त्याची नजर टेबलावरच्या लॉरी व जॅक ज्युनिअरच्या फोटोकडे गेली. हा फोटो जॅक ज्युनिअरच्या बाबतीत रोगाची लक्षणं दिसू लागायच्या आधीचा होता. जॅकनं घाईघाईनं तो फोटो ड्रॉवरमध्ये टाकून ड्रॉवर घट्ट लावून घेतला. ड्रॉवर लावल्यावर मात्र त्याला स्वतःच्या वागण्याचं आश्चर्य वाटलं. तो स्वतःवर चरफडला. आपण किती चटकन निराशेच्या गर्तेत पडू शकतो, हे बघून तो अस्वस्थ झाला होता. आपण निदान इथं कामात गुंतलो तरी आहोत. सतत जेजेबरोबर राहणाऱ्या लॉरीची स्थिती काय असेल, असा विचार त्याच्या मनात आला.

जॅकनं डोळे मिटून ते जरासे चोळले. मग डोळे उघडून त्यानं एका झटक्यासरशी फोन जवळ ओढला. त्यानं भराभरा जॅनिसला फोन लावला. तिनं फोन उचलल्यावर त्यानं रागावलेल्या स्वरात आपलं नाव सांगितलं. त्यावर जॅनिस काही बोलायच्या आतच जॅकला आपली चूक कळून आली.

''माफ कर... मी असं बोलायला नको होतं.''

"काय झालं?" जॅनिसनं विचारलं. आपली काही चूक तर झाली नाही ना हा विचार तिच्या मनात आला.

"काही नाही... नाही, तसं काही नाही!" जॅकनं आश्वासक स्वरात तिला सांगितलं, "माझंच मन क्षणभर भरकटलं होतं. बरं, तुला मी असा फोन केला म्हणून त्रास तर झाला नाही ना?"

"नाही, अजिबात नाही. कामावरून परत आल्यावर तीन-चार तास मला झोप येत नाही."

"किआरा ॲबेलार्डबद्दल आणखी माहिती मला हवी आहे."

"होय. तसं करणं योग्यच आहे; कारण मुळात माहिती फारच थोडी आहे, पण केवढं दुर्दैव! एवढी छान तरुण पोरगी आणि–"

"तिला इस्पितळात दाखल करणाऱ्या तिच्या कोणा मित्राशी तू बोलली होतीस का?"

"मला तशी संधी मिळाली नाही. मी तिथं जायच्या अगोदरच ते तिथून निघून गेले होते. मला एकाचं नाव व पत्ता मिळाला. या रॉबर्ट फॅरेलचा नंबर मी फाईलमध्ये लिहून ठेवला आहे."

"मृतदेहाची ओळख पटवण्यासाठी तिची आई आली होती तेव्हा तिच्याशी बोललीस का?"

"मला तसं करायचं होतं; पण ती तिथं येण्याअगोदर मला दुसऱ्या एका केसच्या संदर्भात जावं लागलं. मी पुन्हा तिथं गेले; पण त्याअगोदरच ती तिथून निघून गेली होती. रॉबर्ट या बाबतीत मदत करू शकेल."

"मी स्वतःच चौकशी करावी असं म्हणतोय. मदतीबद्दल धन्यवाद."

"त्यात विशेष काही नाही."

जॅनिसचा फोन बंद झाल्यावर फोन हातात तसाच धरून तो मिसेस ॲबेलार्डचा नंबर शोधू लागला; पण तेवढ्यात फोन वाजू लागला. शवविच्छेदनाची सगळी तयारी झाल्याचं व्हिनीनं सांगितलं.

सहा

संध्याकाळी ५.०५, सोमवार, १ डिसेंबर, २००८
कैरो, इजिप्त
(सकाळी १०.०५, न्यू यॉर्क शहर)

''हं... तर हे असं आहे,'' शॉन म्हणाला, ''एवढा वेळ लागला म्हणून माफ कर; पण सॅटर्निअसला ग्रीक भाषा फार चांगली येत नव्हती, हे उघड दिसतंय. मी सुरुवातीला सांगितल्याप्रमाणे पत्राच्या अखेरीस त्यानं फक्त ६ एप्रिल, एडी १२१ अशी तारीख टाकून सॅटर्निअस अशी सही केली आहे.''

शॉन काही क्षण सानाच्या चेहऱ्याकडे बघत राहिला. कारण तिच्या चेहऱ्यावर कसलाही भाव नव्हता. तिची पापणीही लवत नव्हती की ती जराही हलत नव्हती.

''हॅलो!'' सानाचं लक्ष वेधण्यासाठी शॉन मोठ्या आवाजात म्हणाला, ''बोल, काहीतरी बोल. काहीही बोल! तुझ्या मनात काय चालू आहे?'' असं म्हणून तो टेबलापाशी गेला. त्यानं पुन्हा पपायरस पसरून त्यावर वजन म्हणून वस्तू ठेवल्या आणि हातमोजे काढून टाकत तो सानापाशी आला.

''मला याचं भाषांतर फारसं चांगलं करता आलं नाही, हे मला मान्य आहे; पण मी हे सगळं प्रथमच वाचत होतो. वेळही खूप लागला; पण त्या वेळचं व्याकरण आणि वाक्यरचना फार वेगळ्या प्रकारची होती. ग्रीक ही सॅटर्निअसची भाषा नसल्यानं अधिकच वेडंवाकडं लिखाण आहे; पण पत्रातला संवेदनशील मजकूर बघता सॅटर्निअसनं हे काम आपल्या हाताखालच्या कोणाकडे सोपवलं नाही, हे सहज समजण्यासारखं आहे. सॅटर्निअस समारियाचा असल्यानं त्याची मातृभाषा अरेमिक असावी.''

"हे पत्र बनावट असण्याची शक्यता किती आहे? म्हणजे अगदी दुसऱ्या शतकातलं का असेना; पण बनावट?"

"हा प्रश्न चांगला आहे," शॉन म्हणाला, "पण प्रारंभीच्या काळातल्या सनातनी चर्चच्या जबाबदार अधिकाऱ्याला ते उद्देशून लिहिलं आहे हे पाहता, मला ते बनावट असण्याची फारशी शक्यता वाटत नाही. शिवाय हे पत्र स्वतः ज्याचा कल नॉस्टिक- आध्यात्मिक गूढ- धर्मविचारांकडे आहे, अशा माणसानं ते एका नॉस्टिक धर्मशिक्षकाला पाठवलेलं आहे. म्हणजेच हे पत्र विशिष्ट कारणासाठी पाठवल्या जाणाऱ्या 'अंतर्गत पत्रव्यवहाराचा' एक भाग आहे. ते जिथं शेवटी सापडलं ते बघता, लिहिणाऱ्याला ते कधी उघड होण्याची अपेक्षा नसावी."

"कोडेक्सची रचना केव्हाची असावी? म्हणजे हे पत्र दोन कातडी आवरणात केव्हा खुपसलं गेलं असावं?"

"म्हणजे असं बघ, हे सन ३६७ पूर्वी घडलेलं असावं."

साना हसली. "सन ३६७? हे एवढं अचूक कसं सांगता येतं?"

"कारण सन ३६७ या वर्षी खास काहीतरी घडलं होतं."

"याचा अर्थ हे पत्र अनेक शतकं सांभाळून ठेवण्यात आलं होतं; पण नंतर त्याचं महत्त्व संपलं, असं म्हणायचं का?"

"होय," शॉन म्हणाला, "पण ते का सांभाळून ठेवलं असावं याचं काही स्पष्टीकरण मला देता येणार नाही."

"पण सन ३६७ मध्ये असं काय घडलं की, हे सगळे कोडेक्स एखाद्या भांड्यात सीलबंद करून ठेवायची गरज पडली?"

"सन ३६७ मध्ये नॉस्टिक चळवळ उतरणीला लागली होती. कारण चर्चनंच तशी आज्ञा दिली होती. त्यानुसार अलेक्झांड्रियाचा अत्यंत बलिष्ठ बिशप अथानासिअस यानं त्याच्या अखत्यारीमधल्या सर्व मठांमधलं ख्रिश्चन धर्ममताला पाखंडी वाटणारं सर्व लेखन नष्ट करण्याचा हुकूम सोडला. आजच्या नाग हम्मादी गावापाशी असणाऱ्या मठाचाही त्यात समावेश होता; पण असं दिसतंय की, या मठातल्या काही शिष्यांनी बंडखोरी केली आणि ग्रंथ नष्ट करायच्याऐवजी ते दडवून ठेवले. हे ग्रंथ नंतर पुन्हा बाहेर काढायची त्यांची कल्पना असावी; पण दुर्दैवानं तसं झालं नाही. त्यांनी जे गमावलं ते अखेर आपल्याला लाभलं."

"आणि खरोखर ते पत्र म्हणजे बासिलिडेसनं सॅटर्निअसला लिहिलेल्या पत्राचं उत्तर आहे, असं तुला वाटतं का?"

"सॅटर्निअसनं ज्या वाक्यरचनेचा वापर केला आहे ते बघता, माझ्या मनात जरादेखील शंका नाही. आपला पूर्वीचा बॉस आणि शिक्षक असणाऱ्या सायमन द मॅजिशिअनचं वर्णन करताना फटके लगावण्याची एकही संधी त्यानं दवडलेली

नाही. बासिलिडेसनं सॅटर्निअसला सायमनबद्दल नेमके प्रश्न विचारले होते. सायमन हादेखील दैवी अंश असणारा असून, नाझारेथच्या जीझसप्रमाणेच 'खरा ख्रिस्त' होता की नाही, याबद्दल सॅटर्निअसचं मत त्याला जाणून घ्यायचं होतं. त्याचप्रमाणे सायमन आपल्याजवळ जी फार मोठी दैवी शक्ती असल्याचं सांगतो ते खरं आहे का, असं बासिलिडेसनं विचारलं होतं. सायमनला जरी आपल्यात दैवी अंश असल्याचं वाटत असलं तरी सॅटर्निअस मात्र आपल्याला तसं वाटत नाही, असं म्हणतो. सायमन जे काही चमत्कार करतो ती एक हातचलाखी असून, त्यात आपला व सायमनचा दुसरा मदतनीस मिर्नेन्डर याचा सहभाग असल्याचं तो स्पष्टपणानं सांगतो. त्याचप्रमाणे सायमनला पीटरसारख्या जीझसच्या इतर शिष्यांकडे असणारी शक्ती बोचत होती. त्याला पीटरबद्दल मत्सर वाटायचा, असंही सॅटर्निअसनं लिहिलं आहे. ही गोष्ट अधिकृत ख्रिश्चन धर्मग्रंथात आहे. पीटरकडून दैवी शक्ती विकत घेण्याचा प्रयत्न सायमननं केल्याचं बायबलमध्ये स्पष्टपणानं नमूद केलेलं आहे.'' शॉन श्वास घेण्यासाठी जरासा थांबला आणि परत बोलू लागला. ''या सॅटर्निअसचे आभारच मानायला हवेत की त्याच्यामुळे आपल्याला सायमननं सुरुवातीला दणके बसूनही माघार घेतली नसल्याचं कळलं. या सॅटर्निअसमुळेच मी पुरातत्त्वविद्येच्या आभाळात फार वर जाणार आहे. बेल्झोनी, श्लीमान आणि कार्टर[१] यांच्याशी बरोबरी करण्यापासून मला कोणीच रोखू शकणार नाही.''

साना डोळे फिरवण्यापासून स्वतःला रोखू शकली नाही. शॉनची भेट झाल्यानंतर सुरुवातीला सानाला त्याचा हा आत्मविश्वास फार आवडत असे; पण आता मात्र तिला तो घमेंडखोर आणि फारच आत्मस्तुती करणारा वाटू लागला होता. त्याच्या या स्वभावामागे कुठंतरी असुरक्षितपणाची भावना असावी, असं तिला अलीकडे जाणवू लागलं होतं.

सानानं डोळे फिरवलेले शॉननं पाहिलं होतं; पण त्याला तिला काय वाटलं ते नीट कळलं नाही. तो म्हणाला, ''हे सगळं फार भव्यदिव्य असणार आहे, असं तुला वाटत नाही? तसं असेल तर तुझी चूक होते आहे! आणि ही महत्त्वाची गोष्ट सांगताना मला मजा वाटणार आहे अशी व्यक्ती कोण आहे तुला ठाऊक आहे का?''

''माझ्या लक्षात येत नाही.''

---

१ इटालियन पुराणवस्तू लुटारू जिओव्हान्नी बतिस्ता बेल्झोनी (१७७८-१८२३), जर्मन संशोधक हाईनरिष श्लीमान (१८२२-१८९०) आणि इंग्लिश संशोधक हॉवर्ड कार्टर (१८७४-१९३९) हे पुरातत्त्वविद्येच्या क्षेत्रात प्रसिद्ध आहेत.

"हिज इमिनन्स!" शॉन म्हणाला, "न्यू यॉर्कच्या आर्कडिओसेसेचा आदरणीय बिशप जेम्स कार्डिनल..." शॉन हसला, "मला कधी एकदा आता धर्मपीठाचा सर्वोच्च प्रमुख होऊन बसलेल्या; पण एके काळच्या 'पिण्या'तल्या सहकाऱ्याची म्हणजे माझ्या प्रिय कॉलेज मित्राची भेट घेतोय, असं झालंय. मला नेहमी मी काय करावं आणि काय करू नये यावर तो प्रवचन झोडत असतो. आता मी त्याला हे पत्र दाखवून त्यांचा एक पोपपदाला पोहोचू शकणारा धर्मगुरू कसा वागत होता हे सांगितलं, की त्याच्या नाकाला मिरच्या कशा झोंबतात ते बघायला मी आतुर झालो आहे."

"ओह! प्लीज..." सानानं फटकारलं. तिनं अनेकदा तिचा नवरा आणि आर्चबिशप यांच्यात रात्री सुरू होऊन पहाटेपर्यंत चाललेले वादविवाद किंवा वितंडवाद ऐकले होते. कार्डिनल जेम्सच्या घरी जेवण झाल्यावर रात्री दोघांचा वाद रंगायचा. विशेषतः पोप कधीच चुकीचा असू शकत नाही याबद्दल तर कडाक्याचा वाद व्हायचा. "तुम्ही दोघं कधीच एखाद्या गोष्टीवर सहमत होऊ शकणार नाही."

"पण या वेळी सॅटर्निअसच्या कृपेनं माझ्याजवळ पुरावा आहे."

"पण त्या वेळी मी नसले तर बरं होईल," साना म्हणाली. तिला कधीच या वादविवादात रस नव्हता. अलीकडे तर तिनं त्या ठिकाणी थांबणंही बंद केलं होतं. ते दोघं घराऐवजी एखाद्या रेस्टॉरंटमध्ये का जात नाहीत, असंही तिनं सुचवलं होतं; पण जेम्स आणि शॉन दोघांनीही त्याकडे पूर्ण दुर्लक्ष केलं होतं. कधीच संपणार नाहीत असे वाटणारे, कधी कधी फारच कटू होणारे वादविवाद त्या दोघांनाही मनापासून आवडत होते.

शॉन आणि सानाच्या परिचयाच्या प्रारंभीच्या काळात शॉननं आपली आर्चबिशपशी मैत्री असल्याचं सांगितलं होतं; पण त्यावर तिचा सुरुवातीला विश्वास बसला नव्हता, कारण जेम्स हा देशातल्या धर्मसंस्थेचा सर्वांत ताकदवान पुरुष मानला जात असे. हा माणूस म्हणजे खरोखरच प्रसिद्ध व्यक्तींमधला एक होता. हा कधी ना कधी व्हॅटिकनमध्ये पोपपदावर आरूढ होणार, हे निश्चित असल्याचं बोललं जात असे.

शॉन आणि जेम्स यांच्या स्थानांमधील फरकामुळे नाही, तर त्यांच्या व्यक्तिमत्त्वातील फरकामुळे त्यांच्यात मैत्री असावी, यावर विश्वास ठेवणं कठीण जायचं. शॉन हा सतत लोकांशी बोलणारा आणि आत्मप्रौढी मिरवण्याची एकही संधी न सोडणारा असा होता. उलट अत्यंत सौम्य प्रकृतीचा जेम्स सतत नवनवीन जबाबदाऱ्या त्याच्याकडे येत गेल्यानंतर त्या स्वीकारायला फारसा उत्सुक नसणारा असा वाटायचा. शॉनमध्ये जेम्सच्या व्यक्तिमत्त्वातल्या साधेपणाचा जरासाही मागमूस नव्हता; पण शॉन तो अत्यंत धोरणी आणि

व्यवहाराला पक्का असून त्याच्या मनात सतत महत्त्वाकांक्षा आहे, असा आरोप करायचा. शॉनचा वरकरणी धडाकेबाज वाटणारा स्वभाव खरा नाही, तर शॉन हा मनोमन सतत असुरक्षिपणानं ग्रासलेला आहे, असं जेम्सचं मत होतं. सानालाही जेम्सचं हे मत पटू लागलं होतं. जेम्स सतत शॉनला सांगायचा की, देव आणि चर्च हे कायमच त्याच्या मदतीसाठी तयार आहेत. केवळ स्वभावच नाही, तर जेम्स आणि शॉनच्या बाह्यरूपातही विलक्षण फरक होता. विद्यापीठात असताना ॲथलेटिक्समध्ये भाग घेणाऱ्या सहा फूट तीन इंच उंचीच्या व दोनशे पौंड वजनाच्या शॉननं तब्येत राखली होती. उलट उंची कमी असणारा जेम्स लठ्ठ होता आणि बऱ्याचदा तो त्याच्या कामामुळे डोक्यापासून पायांपर्यंत घोळणाऱ्या लाल रंगाच्या वस्त्रांमध्ये वावरत असे.

जेम्स आणि शॉन यांची मैत्री कॉलेजच्या पहिल्या वर्षातच झाली होती. त्यात योगायोग आणि नंतर वादविवादाची आवड हा भाग होता. हे दोघं एकाच खोलीत राहत असत. नंतर त्यांची मैत्री आणखी एकाशी झाली. त्याचं नाव जॅक स्टेपलटन होतं. योगायोगानं पुढे तोदेखील न्यू यॉर्कचा रहिवासी झाला. अशा तऱ्हेनं प्रत्येकाच्या कामाच्या क्षेत्रात जमीन-अस्मानाचा फरक असूनही एके काळी कॉलेजमध्ये 'तीन मस्केटिअर्स' म्हणून प्रसिद्ध असणारे हे तीन मित्र अखेर न्यू यॉर्कमध्येच आले.

"जेम्सची फार पंचाईत होणार आहे आणि मला ती मजा बघायला मिळणार आहे. तो चक्रावूनच जाणार आहे. मी पुन्हा पोपच्या कधीही न चुकण्याच्या तत्त्वाचा विषय काढणार आहे. मध्ययुगातल्या आणि प्रबोधनाच्या काळातल्या पोप व इतर धर्मगुरूंच्या दुटप्पी वागण्याबद्दल आम्ही पूर्वी अनेकदा कडाक्याचा वाद घातलेला आहे."

"पण कार्टरनं तुतनखामेनच्या थडग्याच्या लावलेल्या शोधाशी तुझ्या या शोधाची बरोबरी करता येईल, असं तुला का वाटतं?" सानानं चर्चा पुन्हा मूळ मार्गावर आणण्याचा प्रयत्न केला. तिनं कधीतरी श्लीमनचं नाव ऐकलं असलं तरी इतर दोघा पुरातत्त्ववेत्त्यांनी नेमकं काय केलं होतं, हे तिला नीटसं माहीत नव्हतं.

"तुतनखामेन हा राजपुत्र केवळ एक साधा राजपुत्र असून, काळाच्या विस्तीर्ण पटावर तो एखाद्या साध्या धूलिकणासारखा होता," शॉन फटकारत म्हणाला, "उलट व्हर्जिन मेरी ही तिचा पुत्र सोडला तर जगातली सर्वांत ताकदवान व्यक्ती होती. म्हणजे काहीही झालं तरी ती देवाची आई होती!"

"हे असं बोलायचं काही कारण नाही," साना म्हणाली. ती आपल्या मताशी सहमत होत नाही हे बघून अलीकडे शॉन त्रासू लागला होता. आपल्या क्षेत्रातल्या ज्ञानाला ती आव्हान देते आहे, असं काहीसं त्याला वाटू लागलं होतं.

“मी अजिबात अपसेट झालेलो नाही! या पत्राचं अनन्यसाधारण महत्त्व तुझ्या लक्षात येत नाही, याचं मला आश्चर्य वाटतं.”

“माझ्या लक्षात येतंय! होय, माझ्या लक्षात येतंय.”

“या पत्राच्या अगोदर बासिलिडेसनं केवळ सायमन हा दैवी आहे की नाही याबद्दल त्याचं मत विचारलं तर होतंच; पण शिवाय त्यानं काही लिहून ठेवलं असेल तर ते कुठं आहे, असंही सॅटर्निअसला विचारलं असावं. बहुधा बासिलिडेसला तशी शंका असावी. म्हणूनच मला असं वाटतंय की, त्यानं आणि मिनॅन्डरनं मिळून सायमननं तयार केलेलं गॉस्पेल मेरीच्या ऑसुअरीत ठेवल्याचं नमूद केलं असावं. अर्थात, सायमननं व्हर्जिन मेरीचे अवशेष रोमला आणले होते की नाही याबद्दल त्याला फिकीर नव्हती. त्याला फक्त सायमनच्या एकूण धर्मविचारांमध्ये रस होता.”

“गॉस्पेल म्हणजे नेमकं काय?”

“ख्रिस्ताशी संबंधित कोणताही संदेश वा वचन म्हणजे गॉस्पेल; पण बहुसंख्य लोकांना गॉस्पेल म्हणजे ‘न्यू टेस्टामेंट’मधील चर्चनं अधिकृत धर्मग्रंथ अशी मान्यता दिलेले चार ग्रंथ असंच वाटतं. म्हणूनच हे गॉस्पेल ऑफ सायमन हाती लागलं की, फार धमाल होणार आहे. हे गॉस्पेल केवळ जीझस ख्राईस्ट, जीझस व सायमन ख्राईस्ट की फक्त सायमन ख्राईस्टबद्दल आहे कळून खूप मजा येणार आहे. मी हे असं म्हणालो, कारण बऱ्याच लोकांना ख्राईस्ट हे जीझसचं आडनाव वाटतं; पण तसं नाही. ख्राईस्ट हा शब्द मूळ ग्रीक शब्द ‘क्रिस्टॉस’पासून बनला आहे. त्याचा अर्थ मसीहा. जर आपणच मसीहा आहोत अशी सायमनची समजूत असेल, तर त्यानं स्वतःला उद्देशून ख्राईस्ट हा शब्द नक्कीच वापरला असणार. अर्थात, सायमनच्या बाबतीत ‘मृत्यूनंतर पुन्हा उठण्याचा’ प्रसंग घडलेला नाही, हे आपल्याला अगोदरच माहीत आहे. नीरोसमोर आपलं दैवीपण सिद्ध करण्याच्या नादात तो रोममध्ये एका टॉवरवर चढला आणि खाली उडी मारल्यावर आदळून मेला.”

सानानं शॉनकडे निरखून पाहिलं. त्याच्या मनात काय चालू आहे हे तिला समजत होतं. आपल्याला सायमनचं गॉस्पेल सापडणार याची त्याला मनोमन खात्री वाटत होती. त्याला एवढा आत्मविश्वास वाटण्याचं कारणही तिला माहीत होतं. पाच वर्षांपूर्वी त्यानं जेम्सला पोप जॉन पॉल दुसरा याच्याकडे शब्द टाकायला लावला होता. सेंट पीटर्स बॅसिलियाच्या खाली असणाऱ्या सेंट पीटरच्या थडग्यापर्यंत पोहोचून त्याचा अभ्यास करायची परवानगी शॉननं मिळवली होती. त्यानंतर सहा महिन्यांच्या काळात विविध वास्तुरेखातज्ज्ञ व अभियंते यांच्या सहकार्याने शॉननं सेंट पीटरच्या थडग्याचा दोन हजार वर्षांचा इतिहास

उभा केला होता. त्यात त्यानं १९६८ मध्ये मिळालेल्या शिरविरहित पुरुषाच्या सांगाड्याबद्दलही लिहिलं होतं. पोप पॉल सहावा यानं हे अवशेष प्रत्यक्ष सेंट पीटरचे असल्याचं जाहीर केलं होतं. शॉनच्या या कामामुळे तो आता ख्रिश्चन इतिहासातील थडग्यांचा तज्ज्ञ म्हणून विख्यात झाला होता. सॅटर्निअसनं पत्रात उल्लेख केल्याप्रमाणे खरोखरच त्यानं व मिनॅन्डरनं सन ६५मध्ये मेरीच्या अवशेषानंतर सायमनचं गॉस्पेल पुरलं असेल तर ते नेमकं कुठं असेल हे शॉनला अचूक कळणार होतं.

"मी सेदुसी व फारीसी या लोकांबद्दल कधीतरी ऐकलं होतं; पण मला या पत्रात उल्लेख केलेल्या इसेनी व झिलॉत यांच्याबद्दल काहीही माहिती नाही," पुन्हा पत्रातल्या मजकुराकडे लक्ष वेधत साना म्हणाली, "सॅटर्निअसनं उल्लेख केलेले लोक हे कोण होते?"

"हे सर्व ज्यू लोकांचे पंथ अथवा गट होते. संख्या जास्त असल्यानं त्यांच्यामधले सेदुसी आणि फारीसी हे गट महत्त्वाचे मानले जातात. इसेनी हा गट छोटा आणि कडवे अतिरेकी; पण साधी राहणी असणाऱ्यांचा होता. जेरुसलेमचं मंदिर भ्रष्ट झालं आहे, असं त्यांचं मत होतं. पॅलेस्टाईनमधल्या सर्व प्रमुख नगरांमध्ये इसेनींची केंद्रं होती; पण त्यांच्यामधले सर्वांत कडवे पुढारी व त्यांचे अनुयायी मृत समुद्राच्या काठाकाठानं कुमरान येथे वाळवंटात स्थलांतरित झाले. 'डेड सी स्क्रोल' म्हणून विख्यात असणारी कागदपत्रं त्यांनीच तयार केली होती आणि रोमन लोकांच्या हातात पडू न देण्याची व्यवस्था केली होती.

"झिलॉत हा गट राजकीयदृष्ट्या अधिक सुसंघटित होता. त्यांचा मुख्य उद्देश रोमन आक्रमणांपासून ज्यू लोकांची भूमी मुक्त करणं, हा होता. त्यांच्यामधल्या सर्वांत कडव्या लोकांना सिकारी असं म्हटलं जाई. पहिल्या शतकातली परिस्थिती नीट कळण्यासाठी एक महत्त्वाची गोष्ट लक्षात घेतली पाहिजे. सर्वांनाच पॅलेस्टाईनमधून रोमन लोकांना बाहेर काढायचं होतं. अर्थातच रोमन लोक सोडून! तत्कालीन सर्व प्रेषित वचने ही याच गोष्टीबद्दल सांगत होती. मसीहानं अवतरून रोमन लोकांना हुसकावून लावावं, अशी ज्यू लोकांची अपेक्षा होती. म्हणूनच हे काम करू न शकलेला जीझस हा मसीहा नाही, असं त्यांना वाटत होतं. जीझसनं रोमनांना बाहेर तर काढलं नाहीच, उलट त्यांनीच त्याला क्रुसावर चढवलं!"

"ठीक आहे," साना म्हणाली, "पण झिलॉत आणि इसेनींनी व्हर्जिन मेरीचा मृतदेह पळवून नेण्याचा प्रयत्न का करावा, हे मला समजत नाही."

"याबद्दल सॅटर्निअसनंही काही स्पष्टपणानं सांगितलेलं नाही; पण त्याच्या म्हणण्याचा मला वाटणारा आशय हा असा आहे. व्हर्जिन मेरीचा मृत्यू सन ६२ मध्ये झाला, असं सॅटर्निअस म्हणतो. तिचं दफन ऑलिव्हिस पर्वतावर एका गुहेत

करण्यात आलं. आजही तिचं थडगं तिथंच असावं असं मानलं जातं. बहुधा काही झिलॉत लोकांना, कदाचित सिकारींना ही चांगली संधी वाटली. रोमनांच्या मनातला ज्यू द्वेष आणखी वाढवता येईल, असं त्यांना वाटलं असावं. कारणीभूत कोण झालं याबद्दल त्यांना काही देणंघेणं नव्हतं. त्यांना फक्त आगीचा डोंब उसळवून द्यायचा होता. सिकारी पूर्वीपासूनच सतत ज्यू लोकांच्या मनातला रोमन द्वेष भडकावण्याचा प्रयत्न करत होते. याचाच भाग म्हणजे रोमन लोकांना मदत करणाऱ्या अथवा त्यांच्याबाबत सौम्य भूमिका घेणाऱ्या ज्यू लोकांना ठार करण्यासाठी ते सगळी शक्ती पणाला लावत होते. ज्यूंनी रोमनांविरुद्ध लढा सुरू करावा, हीच त्यांची अपेक्षा होती.

"आणि मेरीच्या मृत्यूमुळे एक वेगळीच संधी उपलब्ध झाली. पहिल्या शतकाच्या मध्याला नाझारेथच्या जीझसचे अनुयायी बनलेले ज्यू अद्यापही ज्यूच मानले जात होते, कारण अद्याप नवीन धर्म तयार झालेला नव्हता. पण त्यांचं पारंपरिक ज्यू लोकांशी अजिबात जमत नसे. इतकंच नाही, तर रोमन लोकांना जी कारणं किरकोळ वाटायची, त्यासाठी ते सतत एकमेकांचे गळे कापायला तयार होते. याखेरीज ख्रिश्चन बनलेल्या ज्यू लोकांमध्ये अंतर्गत हाणामाऱ्या होत्याच. म्हणजेच धर्माच्या दृष्टीनं त्या काळात संपूर्ण अराजकाची आणि अंदाधुंदीची स्थिती होती."

"पण तरीही यात व्हर्जिन मेरीचा काय संबंध होता, हे मला अजून समजलेलं नाही," साना म्हणाली.

"त्या काळातही ही सगळी बजबजपुरी पाहून रोमनांना काय वाटत असेल याचा विचार कर. जीझसला क्रुसावर चढवून त्यांनी त्यानं उभं केलेलं बंड मोडून काढलं, अशी त्यांची समजूत होती; पण ते चुकले. त्या काळात जे अनेक मसीहा उदयाला आले होते त्यांच्याप्रमाणे जीझस मेला नाही. क्रुसावर चढवल्यानंतर तीन दिवसांत जीझस परतला; त्यामुळे रोमनांच्या अडचणीत आणखी भर पडली. झिलॉत लोकांनी असा विचार केला की, व्हर्जिन मेरीचा मृतदेह तीन दिवसांनी अदृश्य झाला, तर तिनंही जीझसप्रमाणे मृत्यूवर मात केली असं पसरवता येईल. म्हणून झिलॉत आणि सिकारींनी बरोबर तिसऱ्या दिवशी मेरीचा मृतदेह पळवला. जीझसच्या पुनरुत्थानानंतर जो हिंसेचा आगडोंब उसळला होता, तसंच काहीतरी पुन्हा होईल, या भीतीनं रोमन लोक दडपशाही करू लागतील, अशी यामागची कल्पना होती. यातून आणखी हिंसाचाराचं चक्र सुरू होईल, असं त्यांना वाटत होतं. सॅटर्निअस लिहितो त्यानुसार प्रत्येक महिन्याला हिंसाचार सतत वाढत गेला. यामागे मेरीचा मृतदेह गायब होणं हे कारण होतं की नाही, हे मात्र सांगता येणार नाही. अवघ्या काही वर्षांत पॅलेस्टाईनमध्ये मोठा भडका उडाला. सर्व ज्यूंनी एकत्र येऊन रोमनांपासून जेरुसलेम व मसादा ही शहरं मुक्त केली."

“पण मेरीचा मृतदेह पळवणं सोपं होतं, असं तुला वाटतं का?”

“मला वाटतं तसं असावं,” शॉन म्हणाला, “सॅटर्निअस सांगतो त्याप्रमाणे व्हर्जिन मेरीचा सन ६२ मध्ये मृत्यू होईपर्यंत जीझस क्रुसावर गेल्यानंतर फारसं कोणाचं लक्ष गेलं नसावं. जीझस गेल्यानंतर त्याच्या चार प्रमुख शिष्यांपैकी एकही जण तिचा साधा उल्लेखही करत नाही. चर्चच्या या प्रारंभीच्या काळात व्हर्जिन मेरीला त्यात काय स्थान होतं याबद्दल पॉल काहीच बोलत नाही. तो फक्त एकदा अप्रत्यक्षपणे तिचा उल्लेख करतो इतकंच. पहिल्या शतकाच्या अखेरीस व्हर्जिन मेरीचं नाव हळूहळू पुढे येत गेलं. आज ख्रिश्चन धर्मात तिचं स्थान किती मोठं आहे, हे काही विशेष सांगायला नको. म्हणूनच हे पत्र फार महत्त्वाचं आहे, असं मी मानतो.”

“सायमन मागुस याचा मेरीच्या मृतदेहाला गायब करण्याच्या प्रकाराशी काही संबंध असावा, असं मला सॅटर्निअसच्या पत्रात कुठंही जाणवलं नाही,” साना म्हणाली.

“मलाही तसं वाटलं नाहीच. माझ्या मते, सायमनला फक्त नाझारेथच्या जीझसजवळ असणाऱ्या व्याधी बऱ्या करण्याच्या दैवी शक्तीला हस्तगत करण्यात रस असावा. त्याला झिलॉत लोकांच्या राजकीय उद्दिष्टांशी काही देणंघेणं नसणार. इसेनींनी कुमरानमधल्या एका गुहेत मेरीचा मृतदेह लपवला असल्याचं सायमनला कसं कळलं याबद्दल सॅटर्निअस कधी सांगत नाही. इतकंच नाही, तर सायमनला मेरीचे अवशेष कसे मिळाले याबद्दलही त्यानं काहीच उल्लेख केलेला नाही; पण दरम्यान कोणालाही मेरीबद्दल फारशी फिकीर राहिली नसण्याची शक्यता आहे. व्याधी बऱ्या करण्याची शक्ती प्राप्त करणं, हाच सायमनचा मुख्य उद्देश होता; पण मेरीच्या अवशेषांमधून तसं काही घडलं नाही म्हणून निराश होऊन सायमन पीटरच्या पाठोपाठ अगोदर ॲन्टिओक इथं आणि मग रोमला गेला असावा.”

“पण पीटरकडून ती शक्ती मिळवण्यासाठी गेल्यावर त्यानं सायमनला फटकारलं होतं.”

“होय. तसं दिसतंय. सॅटर्निअस सांगतो त्यानुसार सायमननं चांदीचे तुकडे देऊ केल्यावर त्यानं फारच त्वेषानं सायमनचा धिक्कार केला होता.”

“पण सॅटर्निअस आणि मिनॅन्डरनी मेरीची हाडं पीटरबरोबर दफन करण्याचं का ठरवलं असावं?”

“त्यानं पत्रात जे कारण दिलं आहे ते मला योग्य वाटतं. दोघंही पीटरनं हात लावून व्याधी बरी करण्याच्या त्याच्या शक्तीमुळे प्रभावित झाले होते. म्हणूनच नंतर दोघंही ख्रिश्चन झाले, हे आपल्या लक्षात येतं. सॅटर्निअस तर एका मोठ्या शहराचा बिशप बनला.”

“पण अखेर सायमनच्या हाडांचं काय झालं असावं? त्याचीही हाडं अखेर पीटरबरोबरच पुरली असली तर तो मोठाच दैवदुर्विलास म्हणायचा.”

“ते खरंच आहे,” शॉन हसला, “पण मला तसं वाटत नाही. जर सॅटर्निअस आणि मिनॅन्डरनं तसं केलं असतं तर त्यानं तसं सांगितलं असतं, हे नक्की.”

“बरं, तर मग तुझा बेत काय आहे?” सानानं विचारलं, “हं, मी अंदाज बांधून बघते. तू रोमला जाऊन सॅटर्निअस आणि मिनॅन्डरनं पुरलेली ऑसुअरी तिथं आहे का, हे बघणार आहेस.”

“होय. अगदी बरोबर,” शॉन म्हणाला, “सायमन स्वर्गारोहण करण्याच्या प्रयत्नांत टॉवरवरून खाली पडून मेला त्या दरम्यानच केव्हातरी पीटर हुतात्मा झाला असावा. पीटरचे अनुयायी त्याच्यासाठी जमिनीखाली थडगं तयार करत असताना सॅटर्निअस आणि मिनॅन्डरनं मेरीच्या अवशेषांचंही पीटरच्या बरोबर दफन करण्याची संधी साधली असावी. मला त्यामागे त्यांच्या मनातला मेरीबद्दल असणारा आदर जाणवतो.”

“ऑसुअरी त्यांनी नेमकी कुठे ठेवली हे सांगणारा पत्राचा भाग मला नीटसा कळला नाही,” साना म्हणाली.

“मला समजलं,” शॉन म्हणाला, “पीटरचं थडगं उभारताना त्यांनी दोन समांतर भिंती पाया म्हणून बनवल्या होत्या. या भिंतींवर व्हॉल्ट ठेवला होता. असं करण्यासाठी त्यांना बराच मोठा भाग खणावा लागला होता. सॅटर्निअस सांगतो की, त्यांनी ऑसुअरी थडग्याच्या बाहेरच्या बाजूला उत्तरेकडच्या भिंतीखाली साधारण मध्यावर पुरली. हे तर्कसंगत आहे, कारण पीटरच्या थडग्याच्या भिंती पूर्व-पश्चिम दिशेत आहेत.”

“पण ऑसुअरी पीटरच्या थडग्याच्या आत न पुरता त्यांनी ती बाहेरच्या बाजूला का पुरावी?”

“उघड आहे. त्यांना ती कोणाच्याही नकळत पुरायची होती म्हणून,” शॉन किंचित त्रासिकपणानं म्हणाला. जणू सानाचा प्रश्नच अवाजवी आहे असा त्याचा आविर्भाव होता.

“हे असं फटकारून बोलायची गरज नाही,” साना फणकाऱ्यानं म्हणाली, “मी हे सगळं समजून घेण्यासाठी माझ्या परीनं पराकाष्ठा करते आहे.”

“माफ कर,” शॉन म्हणाला. सानानं आपल्याबरोबर यायला हवं असेल, तर तिला नाराज करून चालणार नाही, हे त्याच्या लक्षात आलं होतं.

“हं, तर या ऑसुअरीच्या जागेबद्दल सांगायचं तर आपण किती सुदैवी आहोत हे सांगूनही पटणारं नाही. पहिली गोष्ट म्हणजे थडग्याच्या या भागाला आजवर कधीही कोणी हात लावलेला माझ्या ऐकण्यात नाही. दुसरी गोष्ट म्हणजे

गेल्या खेपेला उत्खनन करताना पुरातत्त्वज्ञांनी एक भुयार खणलं होतं. १९५०
च्या आसपास झालेल्या या उत्खननाच्या वेळी बहुधा पीटरच्या थडग्यात शिरण्यासाठी
त्यांनी हे भुयार खणताना ते मेरीच्या अवशेषांच्या खालून नेलं असावं. याचा अर्थ
असा की, आपल्याला फार फार तर काही इंच माती खणावी लागेल. तसं केलं
की ऑसुअरी अलगद आपल्या ओंजळीत पडेल.''

"हे सगळं असं सोपं असल्याचं तू भासवतो आहेस...''

"ते खरंच इतकं सोपं आहे असं मला वाटतं. तू यायच्या अगोदर मी माझी
मदतनीस क्लेअर डुप्रीला फोन केला होता. मी तिला सेंट पीटरच्या थडग्यासंबंधीची
माझी फाईल कुरिअरनं पाठवायला सांगितली आहे. उद्या ती आपल्याला रोममध्ये
मिळेल. सेंट पीटर्स बॅसिलिकाच्या खालून जाणाऱ्या भुयारात शिरण्यासाठीची
माझी परवानगी त्यात आहे. हा परवाना जेम्सनं माझ्यासाठी थेट पोप जॉन पॉल
दुसरा याच्याकडून मिळवला आहे. विशेषतः उत्खननासाठीच्या ऑफिसमध्ये, ज्याला
स्काव्ही म्हणतात, त्यात जाण्यासाठीची किल्ली त्यात असेल.''

"पण ते सगळं पाच वर्षांपूर्वीचं असणार.''

"पण जर काही बदल झाला असेल तरच मला आश्चर्य वाटेल. ही इटली
देशाबद्दलची मजेशीर बाब आहे. इथे जवळ जवळ काहीच बदलत नाही. म्हणजे
नोकरशाही तर नाहीच नाही.''

"पण जर किल्ली बदलली असेल किंवा परवानगी संपली असेल तर?''

"मला तसं व्हायची शक्यता दिसत नाही; पण तसं झालंच तर आयत्या
वेळी किल्ला लढवण्याची युक्ती शोधावी लागेल. समजा, परिस्थिती फारच
कठीण वाटली, तर मी जेम्सला फोन करीन. तो मग हवी ती व्यवस्था करू
शकेल. फार-फार तर एखादा दिवस आणखी मोडेल, इतकंच.''

"पण जेम्स सॅटर्निअसचं पत्र वाचायला मागणार नाही? नक्कीच मागणार.
आणि मग तुला अशी परवानगी मिळेल, असं मला वाटत नाही. क्षणभर आपण
तिथं पोहोचलो आणि ती ऑसुअरी आपल्या हाती लागली असं आपण गृहीत
धरू; पण मग काय करायचा तुझा विचार आहे?''

"ती गुप्तपणानं न्यू यॉर्कला न्यायची. मला या शोधाला प्रसिद्धी मिळण्याच्या
अगोदर सायमनचं गॉस्पेल व्यवस्थित वाचायला हवं. तसंच हाडांचा संपूर्ण अभ्यास
करून घ्यायला हवा.''

"पण पुरावशेष इटलीमधून बाहेर नेणं बेकायदा नाही का?''

शॉननं सानाकडे किंचित त्रासिक नजरेनं पाहिलं. अलीकडे ती स्वतंत्रपणानं
आणि बऱ्याच प्रमाणात नकारात्मक विचार करू लागल्याचं त्याच्या लक्षात आलं
होतं; पण हा विचार मनात येतानाच आपणही अति उत्साहाच्या भरात खरोखरच

ऑसुअरी न्यू यॉर्कला नेमकी कशी नेणार याचा विचार केलेला नाही, हे त्याला जाणवलं.

"मी ती इटलीहून नाही तर व्हॅटिकनहून पाठवीन."

"त्यामुळे काय फरक पडणार आहे? काहीही झालं तरी ती इटलीच्या कस्टममधून या ना त्या मार्गानं बाहेर काढावीच लागणार."

"मी ती जेम्सच्या नावानं त्याची खासगी वस्तू असं लेबल लावून पाठवू शकतो. अर्थात, तसं करण्यासाठी मला त्याच्याशी अगोदर बोलावं लागणार. मी त्याच्यासाठी एक आश्चर्यकारक भेट पाठवली असून, मी तिथं येईपर्यंत त्यानं ती उघडू नये, असं मी त्याला सांगेन."

सानानं मान डोलवली. शॉन असं करू शकतो, हे तिच्या लक्षात आलं.

"हं... काम झालं की अर्थातच मी ती परत करणार आहे," शॉन आपल्या मुद्द्याचं समर्थन करत म्हणाला.

"पण मग तसं व्हॅटिकनमध्येच हवं ते काम करता येणार नाही का?"

"मला तसं ते करू देतील असं वाटत नाही," शॉन म्हणाला, "शिवाय या शोधाचं श्रेय घेताना त्यात मला कोणीही भागीदार नको आहे. मी ही ऑसुअरी बाहेर नेली म्हणून माझ्यावर ठपका ठेवला जाईल हे खरं; पण मी त्याची भरपाई म्हणून व्हॅटिकनला कोडेक्स आणि सॅटर्निअसचं पत्र देईन. मग त्यांनी त्या वस्तू स्वतःजवळ ठेवाव्यात किंवा हवं तर इजिप्तला पाठवाव्यात."

"माझ्या मते, कॅथॉलिक चर्चला हे सगळं जराही पसंत पडणार नाही."

"त्यांना जमवून घ्यावं लागेल," शॉन हसत म्हणाला.

"पण कॅथॉलिक चर्चसारख्या संस्थेला असं जमवून घेणं फार सोपं नाही. कॅथॉलिक चर्चला वाटतं की, तिच्या मुलाप्रमाणेच व्हर्जिन मेरी सदेह स्वर्गात गेली, कारण तिनं पापविरहित अशा संततीला जन्म दिला होता." साना म्हणाली. तिला हे सगळं माहीत होतं; कारण ती आठ वर्षांची असताना तिच्या वडिलांचा मृत्यू होईपर्यंत तिच्यावर कॅथॉलिक धर्माचे संस्कार झाले होते.

"हं... मग काय करायचं ते त्यांचं त्यांनी बघून घ्यावं," शॉन पुन्हा जरासा हसला.

"मी या सगळ्याकडे इतक्या उथळपणानं पाहू शकत नाही," सानानं फटकारलं.

"मीदेखील नाही," शॉन म्हणाला, "पण मला यात मजा येणार, हे मात्र नक्की. मेरीची हाडं पृथ्वीवर असू शकत नाहीत याबद्दल तू जे काही सांगितलंस ते योग्यच आहे; पण हा विचार तुलनेनं अलीकडचा आहे. कॅथॉलिक चर्चनं कित्येक शतकं हा विषय टाळला होता. ज्याला जे वाटेल त्यावर त्यानं विश्वास

ठेवावा, अशी सोयीची भूमिका त्यांनी घेतली होती. अगदी १९५० पर्यंत हे असंच चालू होतं. त्या वर्षी पोप पायस बारावा यानं 'एक्स कॅथेड्रा' या विषयावर निर्णय दिला आणि पोप कधीच चूक करत नाहीत, कारण ते दैवी असतात असं ठरवून टाकलं. माझ्या मते, हा शुद्ध मूर्खपणा आहे. मी यावर जेम्सशी हजार वेळा वाद घातला आहे. चर्चची भूमिका दुटप्पी आहे. चर्चसंबंधी सर्व बाबी आणि नैतिकतेची त्यांची व्याख्या या बाबतीत ते पोपचा संबंध सेंट पीटरशी आणि अखेर जीझसशी जोडतात आणि म्हणूनच पोपचे निर्णय हे कायम बरोबरच असतात, असं म्हणतात; पण त्याच वेळी मध्य युगातले काही पोप ही फक्त माणसं होती, असं म्हणून वेळ मारून नेतात.''

"शांत हो... शांत हो!'' साना जोरकसपणे म्हणाली. शॉनचा आवाज बोलता बोलता हळूहळू वरच्या पट्टीत गेला होता. ''आपण इथं वादविवाद नाही तर केवळ चर्चा करतोय.''

"माफ कर; पण राहुलनं कोडेक्स माझ्या हातात ठेवल्यापासून मी असा अस्थिर झालो आहे.''

"ठीक आहे,'' साना म्हणाली, ''सॅटर्निअसच्या पत्राबद्दल मी तुला आणखी एक प्रश्न विचारते. त्यानं ऑसुअरीच्या संदर्भात 'सीलबंद' असा शब्द वापरला आहे. त्याचा अर्थ काय असावा?''

"मला पटकन त्या बाबतीत मेण वापरलं असावं, असं वाटतंय. त्या काळी दफनाची जी पद्धत होती त्यानुसार मृतदेह एखादं वर्ष एखाद्या गुहेत ठेवला जाई. मग वर्षभरानं हाडं गोळा केली जात आणि ती चुनखडीच्या पेटीत ठेवली जात. या पेटीलाच ऑसुअरी म्हटलं जातं; पण जर कुजण्याची क्रिया पूर्ण झाली नसेल तर भयंकर वास येत असणार. तो वास येऊ नये म्हणून त्यांना ऑसुअरी सीलबंद करण्यासाठी मेणाचा वापर करावा लागायचा.''

"सॅटर्निअस लिहितो की मेरीचा मृतदेह कुमरानमध्ये एका गुहेत ठेवला होता. त्या ठिकाणी हवा कितपत कोरडी आहे?''

"खूपच.''

"आणि सेंट पीटर्सच्या थडग्याखाली कितपत कोरडेपणा आहे?''

"ते कायम सारखं नसतं. काही वेळा दमटपणा असतो; पण तुझ्या मनात नेमका विचार काय आहे?''

"जर ऑसुअरी सीलबंद असेल तर हाडांची स्थिती कशी असेल याचा मी विचार करते आहे. जर दमटपणा नसेल तर मला काही प्रमाणात डीएनए मिळवता येतील.''

शॉन आनंदानं हसला, ''मी कधीच याचा विचार केला नव्हता. जर काही

डीएनए मिळाले तर ही कहाणी आणखी बहारदार होईल. कदाचित ज्युरासिक पार्कप्रमाणे व्हॅटिकन बायबल लॅन्डसारखं काहीतरी निर्माण करू शकतील. कदाचित ते पुन्हा मेरीसारखी पात्रं निर्माण करून पैसा कमावू शकतील.''

''मी गंभीरपणानं बोलते आहे,'' साना किंचित वैतागून म्हणाली. शॉन आपली चेष्टा करतोय, असं तिला वाटलं. ''मी केंद्रकातल्या डीएनएबद्दल बोलत नाही. मी फक्त मला ज्या विषयातलं कळतं त्याचबद्दल, म्हणजे मायटोकॉन्ड्रियल डीएनएबद्दल बोलते आहे.''

शॉनने आपण शरणागती पत्करल्यासारखा आविर्भाव करत हात उंचावले. ''तू मला पूर्वी याबद्दल सांगितल्याचं आठवतंय. मला डीएनएच्या दोन प्रकारांमधला फरक अजिबात आठवत नाही.''

''केंद्रकात असणाऱ्या म्हणजे पेशीच्या केंद्रकातल्या डीएनए रेणूंमध्ये त्या पेशीच्या निर्मितीची अथवा त्या पेशीपासून कोणत्या इतर पेशी कशा तयार करता येतील, याची माहिती असते. फक्त रक्तातल्या लाल पेशी सोडून शरीरातल्या इतर सर्व पेशींमध्ये संपूर्ण डीएनए रेणूसाठी असतो. मायटोकॉन्ड्रिया ही पेशीच्या आतली ऊर्जानिर्मिती करणारी अंगे आहेत. मुळात उत्क्रांती होत असताना सजीव सृष्टीच्या प्रारंभी स्वतंत्र सजीव असणाऱ्या सजीवांचा समावेश प्राथमिक एकपेशीय सजीवांमध्ये झाला. एके काळी स्वतंत्र सजीव असल्यानं मायटोकॉन्ड्रियांमध्ये स्वतःचे डीएनए रेणू आहेत. हे रेणू गोलाकार/वर्तुळाकार असून केंद्रातील डीएनए रेणूंच्या तुलनेत अधिक स्थिर असतात. प्रत्येक पेशीत सर्वसाधारणपणे शंभर असे रेणू असतात. म्हणूनच प्राचीन हाडांमधून डीएनए रेणू मिळण्याची संधी वाढते.''

''मला हे सगळं समजलं असं मी म्हणतो; पण खरोखरच तू हे जे काही वर्तुळाकार का काय रेणू म्हणालीस ते तुला मिळवता येतील. तसं झालं तर ते विलक्षणच ठरेल.''

''मुळात हाडं किती कोरडी होती आणि नंतर ती कितपत कोरडी राहिली यावर ते अवंलबून आहे. जर ऑसुअरी अद्याप सीलबंद असेल, तर रेणू मिळण्याची बरीच शक्यता आहे. तसं झालं तर आपल्याला मेरीचे काही डीएनए रेणू मिळतील; पण मग मेरीला फक्त एक दैवी पुत्र होता आणि मुली नव्हत्या हे खरोखरच दुर्भाग्यच म्हणावं लागेल.''

शॉन कुत्सितपणानं हसला, ''या बोलण्याचा अर्थ काय? इथं मुलगीच कशाला पाहिजे?''

''कारण मायटोकॉन्ड्रियल डीएनए रेणू फक्त आईकडूनच पुढच्या पिढीत असे हस्तांतरित होत जातात. मुलांच्या बाबतीत डीएनए हस्तांतराचा प्रवास तिथंच

संपतो. पुरुषांकडून येणाऱ्या शुक्रजंतूंमध्ये मायटोकॉन्ड्रिया जवळपास नसतातच, आणि ज्या काही असतात त्या फलन झाल्याच्या क्षणी नष्ट होतात. उलट स्त्री बीजातल्या प्रचंड मोठ्या संख्येनं असणाऱ्या मायटोकॉन्ड्रिया राहतात. जर मेरीला मुलगी असती आणि तिच्या मुलीला मुलगी असं होत राहिलं असतं, तर सध्या मेरीच्या मायटोकॉन्ड्रियांमधील डीएनए रेणू असणारं कोणीतरी जगात आढळलं असतं.''

''खरं म्हणजे मेरीचे डीएनए मिळण्याची शक्यता खूपच मोठी आहे, कारण तिला मुलगी होती- एक नाही, तर चांगल्या तीन मुली होत्या.''

''खरंच? पण माझ्या माहितीनुसार तर तिला फक्त एकच मुलगा, तो म्हणजे जीझस हा होता.''

''ही एकच मुलगा असण्याची कहाणी कॅथॉलिक चर्चनं तयार केलेली आहे. कॅथॉलिकांप्रमाणेच ईस्टर्न ऑर्थोडॉक्स चर्च आणि प्रोटेस्टंट पंथातल्या काही गटांना ते खरं वाटतं; पण यापेक्षा वेगळी वस्तुस्थिती आहे, असं मानणारेही अनेक जण आहेत. न्यू टेस्टामेंटमध्येही तशा प्रकारचा उल्लेख आहे. 'जीझसचे बंधू' असा उल्लेख त्याच्या जवळचे भाऊबंद वगैरे यांना उद्देशून असावा, असं काही जण मानतात; पण माझ्या मते बंधू म्हणजे बंधूच. हा वाद मूळ अरेमिक व हिब्रूमधील ग्रंथांच्या ग्रीक व लॅटिनमधील भाषांतरातून उद्भवलेला आहे. शिवाय मेरीला आणखी मुलं असावीत, यात मला काहीच आश्चर्य वाटत नाही. ती एक विवाहित स्त्री होती आणि तिला भरपूर मुलं असणं, हे नैसर्गिकच मानलं पाहिजे. हे मी माझ्या मनाचं सांगतोय, असा काही भाग नाही. ख्रिश्चन धर्माच्या प्रारंभीच्या काळातल्या अनेक कहाण्या आहेत. त्यांचा समावेश पुढील काळात तयार झालेल्या अधिकृत धर्मग्रंथात न होऊ शकल्यानं त्यांना 'अपोक्रिफा' म्हणतात. त्यानुसार असं दिसतं की, मेरीला जीझस धरून एकूण अकरा मुलं होती आणि त्यात तीन मुलींचा समावेश होता. तेव्हा आज तिचे डीएनए रेणू असणारं जगात कुणीतरी असणं अशक्य नाही.''

''तसं असेल तर माझ्या कामाच्या क्षेत्राच्या दृष्टीनं ते विलक्षणच ठरेल,'' साना म्हणाली. तिच्या मनात आपला शोधनिबंध 'सायन्स' किंवा 'नेचर' यात प्रसिद्ध झाला असल्याचं स्वप्न डोळ्यांसमोर दिसलं; पण क्षणभरच. लगेचच तिला आपणही आपल्या नवऱ्याप्रमाणे फार लवकर उड्या मारू लागलो की काय, असं वाटलं.

''हं... वस्तुस्थितीकडे नजर वळवली तर दिसेल की, आपण इजिप्त एअर कंपनीच्या विमानानं सकाळी अकरा वाजता निघून दुपारी साडेबाराला रोमला पोहोचणार आहोत. आपण तिथे हासलर हॉटेलात राहणार आहोत. आपल्या या क्रांतिकारक

धाडसाच्या वेळी भरपूर मजाही करावी, असा विचार मी केला आहे. तुला काय वाटतं? तू माझ्याबरोबर येणार आहेस का? जर सर्व काही व्यवस्थित झालं, तर फक्त आणखी एका दिवसाचा प्रश्न आहे आणि त्यातून जे काही मिळेल ते फारच मोठं असेल.''

''तुला खरोखरच माझी गरज आहे, की मी केवळ तिथं शोभेची वस्तू म्हणून जायचं आहे?'' साना हे म्हणाली खरं; पण लगेचच तिला आपण हे काय बोलून गेलो, असं वाटलं. तिच्या मनात असे विचार पूर्वी आले असले तरी प्रथमच ते तिनं बोलून दाखवले होते. शॉनचं अलीकडच्या काळातलं वागणं आणि जवळीकीमधला त्याचा कमी झालेला रस यामुळे तिला सतत ही भावना टोचत होती. गेलं वर्षभर तिला आपण फक्त शॉनची मिरवण्यासाठीची तरुण बायको आहोत, असं वाटत होतं. ती कधीतरी हा विषय काढणार होती. तिला त्या वेळी इजिप्तमध्ये असताना तरी गंभीर स्वरूपाची चकमक व्हायला नको होती; पण शब्द तर ओठातून निघून गेले होते.

''मला तुझी गरज आहे!'' शॉन ठामपणानं म्हणाला. त्यानं ती काय म्हणाली ते ऐकलं असलं तरी ते न ऐकल्यासारखं केलं होतं. ''मी एकटा हे काम करू शकणार नाही. माझ्या अंदाजानुसार ऑसुअरीचं वजन निदान दहा-पंधरा किलो असण्याची शक्यता आहे. अर्थात, ती मी म्हणालो तशी छतातून खाली पडण्याची अपेक्षा नाही; पण मला आणखी कोणाला यात सहभागी करून घ्यायचं नाही. मी संशोधन प्रसिद्ध करेपर्यंत आणखी कोणीतरी गप्प राहतो की नाही याची काळजी करत बसावं, असं मला वाटत नाही.''

आपल्या तोंडून चुकून बाहेर पडलेल्या शब्दांनी काही घडलं नाही म्हणून धीर आलेल्या सानानं आणखी प्रश्न विचारला, ''आपण सेंट पीटरच्या थडग्याखाली चोरटेपणानं घुसताना काहीतरी गडबड होण्याची कितपत शक्यता आहे?''

''चोरटेपणानं नाही! आपल्याला व्हॅटिकनमध्ये प्रवेश करण्यापूर्वी तिथल्या स्वीस गार्डसमोरूनच जायचं आहे. तिथे मला माझ्या जवळचा परवाना दाखवावा लागणार आहे. तेव्हा हे सगळं कायदेशीरच असेल.''

''तर मग माझ्या नजरेला नजर देऊन तू मला वचन देशील का, की आपल्याला इटालियन तुरुंगात रात्र घालवावी लागणार नाही?''

शॉन पुढे झुकला. त्यानं आपल्या बायकोच्या बदामी रंगाच्या डोळ्यांत खोलवर रोखून पाहिलं, ''तुला इटालियन तुरुंगात राहावं लागणार नाही याची मी खात्री देतो. उलट काम संपल्यानंतर हासलर हॉटेलातल्या सर्वोत्तम मद्याचे घुटके किंवा वाइनची चव चाखत आपण जेवणार आहोत.''

''ठीक आहे. मी येते!'' साना म्हणाली, ''पण हिवाळ्यापूर्वी उन्हाची मजा

घेण्याची शेवटची संधी मला दवडायची नाही. म्हणून मी तलावाकडे जाणार
आहे.''

"मी पण तुझ्याबरोबर येतोय," शॉन चटकन म्हणाला. तिनं त्याच्या बरोबर
रोमला यायची तयारी दाखवली, म्हणून त्याला हायसं वाटलं होतं. आपण
ऑसुअरी मिळवताना कोणाची तरी मदत घेऊ शकतो हे जरी त्यानं सुचवलं
असलं तरी ते शक्य नाही, याची त्याला कल्पना होती. तो सानाला काहीही
म्हणाला असला तरी तो जे काही करणार होता, ते संपूर्ण बेकायदाच असणार
होतं.

सात

सकाळी ११.२३, सोमवार, १ डिसेंबर, २००८
न्यू यॉर्क शहर
(संध्याकाळी ६.२३, कैरो, इजिप्त)

"सगळ्या नळ्या बाहेरच्या बाजूनं निर्जंतुक करायला विसरू नकोस," जॅक व्हिनीला म्हणाला, "'मी विसरलो,' असं मला नंतर ऐकायचं नाही."

"कळलं," व्हिनी म्हणाला, "मघाशी दोन मिनिटांपूर्वी तू मला हे सांगितलं आहेस. मी तुला मूर्ख वाटलो की काय?" प्लॅस्टिक मास्कच्या आत दिसणाऱ्या जॅकच्या चेहऱ्यावरचे भाव पाहून व्हिनी पुढे म्हणाला, "आणि माझ्या या प्रश्नाचं उत्तर देण्याची गरज नाही."

त्या ठिकाणी जॅक आणि व्हिनी दोघंच काम करत असल्यानं त्यानं मेनिंजायटिसची शंका असलेल्या पोराच्या मृतदेहाला पुन्हा बॅगेत ठेवायला मदत केली. त्याच्यावर अंत्यसंस्कार करणाऱ्या संस्थेला ही संसर्गजन्य रोगाची केस असल्याचं सांगायची आठवण व्हिनीला करून जॅक बाहेर आला. अंगावरचा पोशाख वगैरे काढून टाकल्यावर तो ऑफिसात आला.

त्यानं पहिला फोन त्या पोराच्या शाळेत केला. खरंतर हे काम त्याचं नव्हतं; पण जॅक बऱ्याचदा ते स्वतःची जबाबदारी समजून अंगावर घेत असे. शाळेच्या मुख्याध्यापकानं त्याला आपण जरूर ती सर्व काळजी घेत असल्याचं आश्वासन दिलं. मग जॅकनं किआराच्या मित्रांमधला एक असणाऱ्या रॉबर्ट फॅरेलला फोन लावला. पाच-सहा वेळा रिंग वाजल्यानंतर अखेर त्यानं फोन उचलला. फोन उचलायला उशीर झाला म्हणून त्याच्या स्वरात दिलगिरी होती; पण जॅकनं आपली ओळख सांगितल्यावर त्याचा स्वर बदलला.

“काल रात्री किआरा ॲबेलार्डच्या मित्र-मैत्रिणींमधला एक जण रॉबर्ट फॅरेल का?”

“होय. आम्ही तिला सेंट ल्यूक इस्पितळात दाखल केलं, तेव्हा ती खरोखरच फार आजारी होती.”

“नंतर काय झालं हे माहीत आहे का?”

“म्हणजे आम्ही तिथं दाखल केल्यानंतर?”

“होय. परिणाम काय झाला ते कळलं का?”

“मी ऐकलं की ती मरण पावली.”

“याचं आश्चर्य वाटलं नाही का?” जॅकचा संशयी स्वभाव जागा झाला.

“नक्कीच. ती तरुण होती.”

“तरुण माणसं अशी एकाएकी तडकाफडकी मरत नाहीत.”

“होय. म्हणूनच मला आश्चर्य वाटलं.”

विचार करण्यासाठी थोडासा वेळ मिळावा म्हणून जॅकनं घसा खाकरला. हा रॉबर्ट फॅरेल जरुरीपेक्षा बचावात्मक बोलतोय असं त्याला वाटलं होतं. त्याच्या मनातला हा विचार फॅरेलच्या पुढच्या वाक्यानं आणखी पक्का झाला. “आम्ही तिला काहीही दिलं नव्हतं. म्हणजे तुमच्या म्हणण्याचा गर्भितार्थ तसा असेल तर–”

“मी तसं काहीच म्हणालो नाही,” जॅक म्हणाला. मणक्यांच्या दोन्ही बाजूंच्या रक्तवाहिन्या फाटलेल्या असल्याचं निश्चित झालं असूनही आपण विषप्रयोगाची शक्यता तपासण्यासाठी भरपूर नमुने घेतलेले आहेत, हे आठवून त्याला बरं वाटलं.

“तिला इस्पितळात दाखल करताना किती जण होते?”

“तिघं. आम्ही तिघं होतो.”

“तुम्ही पार्टीत पीत होतात; पण तिनं मात्र दारू प्यायली नव्हती?”

“मला वाटतं की, आणखी प्रश्नांची उत्तरं देण्याआधी मला एखाद्या वकिलाबरोबर बोलावं लागेल.”

जॅकनं त्याच्या बोलण्याकडे दुर्लक्ष केलं. “तुम्ही एकूण किती जण होतात?”

“सगळे मिळून दहा-बारा जण. आम्ही सर्व जण वेस्ट व्हिलेजमधल्या बारमध्ये जमलो होतो... बरं, ती नेमकी कशानं मेली ते सांगणार का?”

“त्याच्यावर काम चालू आहे... तिच्या वागण्यात काही फरक जाणवला होता का?”

“होय. ती सगळ्यांशी गप्पा मारत कोक पीत होती आणि नंतर पुढच्याच मिनिटाला तिचं बोलणं असंबद्ध झालं. तिला कशाचंही भान राहिलं नव्हतं. मग ती उठून एक-दोन पावलं चालताच कोलमडली. मीच तिला पडण्यापासून सावरलं होतं. मग आम्ही तिला इस्पितळात घेऊन गेलो.”

''तुम्ही रुग्णवाहिका का बोलावली नाही?''

''खरं सांगायचं तर ती प्यायलेली आहे, असं तेव्हा वाटलं होतं; पण ते तसं नसल्याचं मला नंतर कळलं.''

''तुमच्यापैकी इतरांची नावं आणि फोन नंबर मिळतील का?''

''मला समजत नाही की मी काय करावं... मी यात अगोदरच एवढा गुंतलोय की, आणखी त्यात गुंतावं की नाही...?''

''हे पाहा... मी कोणालाही दोष दिलेला नाही की कसलाही आरोप करत नाही,'' जॅक म्हणाला, ''मी फक्त मृत व्यक्तीला काय सांगायचं आहे ते कळून घ्यायचा प्रयत्न करतोय. हे माझं कामच आहे. यात काहीतरी माहिती कमी आहे. ती माहिती मिळाली तर इतरांच्या वाट्याला तिच्यासारखं दुर्दैव येऊ नये, म्हणून मी प्रयत्न करतो आहे. बरं, रात्री तिच्याशी थेट बोलणं झालं होतं का?''

''थेट म्हणजे पार्टीत सर्वांशी बोलणं होतं तेवढंच. म्हणजे ती दिसायला तशी लावण्यवती होती, म्हणून सगळेच जण तिच्याशी बोलत होते.''

''मागच्या आठवड्यात तिला वाहनाचा एखादा अपघात वगैरे झाला असं काही ती म्हणाली होती का?''

''नाही. तसं काही नाही.''

''पण काल तिथं असताना कुठंतरी पडली वगैरे असं काही ती म्हणाली होती का?'' पडल्यामुळे रक्तवाहिन्या फाटणार नाहीत हे जॅकला माहीत होतं, तरीही त्याला सर्व शंकांचं निरसन करायचं होतं.

''ती तसं काही बोलली नव्हती.''

जॅकनं अखेर रॉबर्ट फॅरेलला त्याच कालच्या पार्टीतल्या काही जणांचे फोन नंबर द्यायला पटवण्यात यश मिळवलं. आपण आज दुपारपर्यंत ती यादी पाठवतो, असं रॉबर्ट फॅरेलनं मान्य केलं.

जॅकनं फोन बंद केला आणि बोटांनी टेबलाच्या कडेवर ताल धरत तो विचार करू लागला. सुरुवातीला वाटलं तरी यात गुन्हेगारीचा काही भाग नाही, असं त्याला वाटू लागलं होतं; पण कुठेतरी काहीतरी चुकतंय हे मात्र त्याला जाणवत होतं.

जॅकनं किआराच्या आईला फोन लावला, ''मी डॉ. जॅक स्टेपलटन बोलतोय. मुख्य वैद्यकीय तपासनिसाच्या ऑफिसमधून.''

''हॅलो, डॉ. स्टेपलटन,'' किआराच्या आईचा स्वर प्रश्नार्थक होता आणि न्यू यॉर्क शहराच्या शवागारातून आपल्याला फोन येण्याचं काहीही कारण नाही, असं तिला वाटत असावं, ''मी काही मदत करू शकते का?''

''नक्कीच,'' जॅक म्हणाला. आपण विषयाला कशी सुरुवात करावी हे त्याच्या

लक्षात येत नव्हतं. "पण अगोदर मी तुमच्या दुःखात सहभागी आहे, हे तुम्हाला सांगू इच्छितो."

किआराची आई गप्प होती. ती आता एकदम रडू लागेल की काय असं जॅकला वाटलं; पण ती गप्पच होती. काहीतरी चुकीचं बोलून जॅकला तिला दुखवायचं नव्हतं.

"मी तुम्हाला त्रास देतोय म्हणून वाईट वाटतंय... तुम्ही काल रात्री इथं शवागारात आला होतात हे मला माहीत आहे आणि तुमच्या मनाची काय अवस्था झाली असेल, हे मी समजू शकतो. तुमच्यावर आलेल्या प्रसंगात तुम्हाला आणखी त्रास व्हावा, अशी माझी इच्छा नाही; पण आज सकाळी मी तुमच्या मुलीची तपासणी केल्यानंतर ती आता शांतपणानं विश्रांती घेत आहे, एवढंच मला सांगायचं आहे."

शवविच्छेदन करताना जागोजागी फाडलेला मृतदेह शांतपणे विश्रांती घेतो आहे, असं आपण कसं काय बोलून गेलो म्हणून जॅकला फार अपराधी वाटलं; पण तरीही त्यानं रॉबर्ट फॅरेलच्या बाबतीत केलं होतं तसं करून संभाषण धैर्यानं पुढे नेलं. "मी तुमच्या मुलीच्या वतीनं बोलण्याचा प्रयत्न करतोय. मिसेस अबेलार्ड, तुमच्या मुलीला इतरांना मदत होईल, असं काहीतरी सांगायचं आहे; पण माझ्याकडे त्यासाठी पुरेशी माहिती नाही. मला ती देणार का?"

"ती शांतपणे विश्रांती घेत आहे असं म्हणता?" किआराच्या आईनं अखेर शांततेचा भंग केला. जणू काहीतरी किरकोळ गोष्ट घडली आहे असं तिला वाटत असावं, असा तिचा स्वर होता.

"ती विश्रांती घेते आहे; पण मला असं विचारायचं आहे की, तिच्या मानेला एवढ्यात कधी इजा झाली होती का?"

"मानेला इजा? म्हणजे कशा प्रकारची?"

"कसल्याही प्रकारची इजा..." जॅक म्हणाला. साक्षीदाराला मुद्दाम काही न सुचवता त्याच्याकडून माहिती काढून घेणाऱ्या वकिलासारखे आपण बोलतोय हे त्याला जाणवलं.

"मला तरी तसं काही आठवत नाही. हं; पण अकरा वर्षांची असताना एकदा ती झोपाळ्यावरून पडली होती आणि तिला जखमा झाल्या होत्या."

"नाही. मी गेल्या काही दिवसांत, म्हणजे समजा, मागच्या आठवड्यात तिला काही इजा झाली होती का ते विचारतोय."

"नाही. नक्कीच नाही."

"बरं तिला योग वगैरे काहीचा छंद होता का?" जॅक सर्व शक्यता पडताळून पाहत होता.

"नाही."

"बरं, मग वाहनाचा एखादा अपघात वगैरे?"

"अजिबातच नाही," किआराची आई जरा चढ्या आवाजात म्हणाली.

"याचा अर्थ ती कालपर्यंत अगदी तंदुरुस्त होती... कसलीही- डोकं दुखण्याची तक्रार वगैरेही काही नव्हतं..."

"तुम्ही उल्लेख केलात म्हणून आठवलं, तिनं अलीकडे आपलं डोकं दुखत असल्याची तक्रार केली होती. आपल्या नवीन कामाचा आपल्यावर ताण आहे, असं ती म्हणत होती."

"कसलं काम?"

"ती शहरातल्या एका नव्यानं यशस्वी होत चाललेल्या जाहिरात कंपनीत कॉपीरायटरचं काम करत होती. ही नोकरी नवीन असल्यानं तिच्यावर कामाचा ताण होता. काही काळ तिला नोकरी नव्हती; त्यामुळे या नोकरीत ती फार परिश्रम घेत होती."

"डोकेदुखी नेमकी कोणत्या भागात होती याबद्दल तिनं काही सांगितलं होतं का? म्हणजे पुढच्या भागात की मागच्या भागात?"

"डोळ्यांच्या मागच्या बाजूला असं काहीतरी म्हणत होती."

"तिनं काही औषध घेतलं होतं का?"

"आयबुप्रोफेन."

"आणि त्याचा उपयोग झाला...?"

"फारसा नाही. मग तिनं तिच्या मैत्रिणीला सल्ला विचारला. त्या मैत्रिणीनं तिला एका किरोप्रॅक्टरकडे जायला सुचवलं."

जॅक एकदम खुर्चीत ताठ बसला. त्याला एका परिषदेत किरोप्रॅक्टर आणि पक्षाघात यासंबंधी काहीतरी लेख वाचल्याचं आठवलं.

"किरोप्रॅक्टर? किआरा त्याच्याकडे गेली होती?"

"होय. मला वाटतं की, मागच्या गुरुवारी किंवा शुक्रवारी."

"त्यामुळे तिची डोकेदुखी कमी झाली का?"

"होय. म्हणजे निदान सुरुवातीला."

"निदान सुरुवातीला म्हणजे...?"

"कारण तिच्या डोळ्यांच्या मागच्या भागातली वेदना कमी झाली खरी; पण आता डोक्याच्या मागच्या बाजूला नवीन जागी वेदना जाणवू लागली होती."

"डोक्याच्या मागच्या बाजूला की मानेत?"

"ती डोक्याच्या मागच्या बाजूला असंच म्हणाली होती. शिवाय तिला बराच वेळ न थांबणाऱ्या उचक्यांचा त्रास सुरू झाला होता."

"तुम्हाला त्या किरोप्रॅक्टरचं नाव माहीत आहे का?"

"नाही; पण ज्या मैत्रिणीनं तिला त्या डॉक्टरचं नाव सुचवलं, तिचं नाव माहीत आहे."

"म्हणजे तुम्हाला किरोप्रॅक्टर म्हणायचं आहे का?" जॅक एकदम म्हणाला; पण नंतर आपण असं म्हणायला नको होतं असं त्याला वाटलं. किआराच्या आईनं अपसेट होऊन चालणार नव्हतं. अनेक किरोप्रॅक्टर स्वतःला डॉक्टर म्हणवून घेत असत किंवा एखादा डॉक्टरच किरोप्रॅक्टर असण्याची शक्यता होती.

"त्या मैत्रिणीचं नाव निशेल बार्लो," जॅकच्या शेऱ्याकडे दुर्लक्ष करत किआराच्या आईनं सांगितलं.

"तुम्ही केलेल्या सहकार्याबद्दल धन्यवाद," जॅक निशेल बार्लोचा फोन नंबर लिहून घेत म्हणाला, "अशा कठीण परिस्थितीतही तुम्ही मदत केलीत हा तुमच्या मनाचा मोठेपणा आहे."

फोन बंद केल्यावर जॅक समोरच्या भिंतीकडे शून्य नजरेनं बघत राहिला. सतरा वर्षांपूर्वी त्याची पहिली बायको आणि मुलींचा मृत्यू झाला तेव्हा किती काळ आपल्या मनानं ती वस्तुस्थिती स्वीकारली नव्हती, हे त्याला आठवलं. जणू हे विचार झटकून टाकण्यासाठी त्यानं डोकं हलवलं. लक्ष दुसरीकडे जावं म्हणून त्यानं कॉम्प्युटर स्क्रीनकडे नजर वळवली; पण त्याचा उपयोग झाला नाही. त्याला काही दिवसांपूर्वीच्या एका रात्रीचा प्रसंग आठवला. जॅक ज्युनिअर वेदनांनी कळवळून हुंदके देत होता. बहुधा त्याच्या अस्थिमज्जेतल्या गाठीमुळे वेदना होत असाव्यात. तो त्याच्या इवल्याशा बोटांनी जणू पायांकडे लक्ष वेधून आपल्या आई-वडिलांना काहीतरी करावं म्हणून विनवत होता; पण अर्थातच ते काहीच करू शकत नव्हते.

"शिट!" आपल्या या भयंकर अवस्थेतून बाहेर पडण्यासाठी जॅक मोठ्या आवाजात स्वतःवरच ओरडला. त्याच वेळी उघड्या दरवाज्यामधून एक डोकं आत आलं. तो माणूस म्हणजे पूर्वी जॅकच्या ऑफिसात त्याच्याबरोबर बसणारा त्याचा जुना सहकारी चेट मॅकगव्हर्न होता.

"हे वर्णन तुझ्या सद्य परिस्थितीतील मानसिक अवस्थेचे आहे की, सध्या शेअर बाजारात काय चाललं आहे त्याचं आहे?" चेट गमतीनं म्हणाला.

"दोन्ही..." जॅक म्हणाला, "आत ये आणि तुला जो काही भार वाटतोय तो हलका करून टाक," चेट आल्यानं विषय बदलेल म्हणून जॅकला बरंच वाटलं होतं.

"ते शक्य वाटत नाही," चेट म्हणाला, "शनिवारी रात्री माझी एकीशी भेट झाली होती. आज आम्ही जेवायला एकत्र येणार आहोत. मित्रा! मला जी हवी आहे तीच ही आहे, हे नक्की."

जॅकनं हात झटकला. चेटला जी हवी होती ती त्याला कधीच मिळणार नाही, हे जॅकला माहीत होतं. चेटला आता सतत असा माग काढत राहण्यात गंमत वाटू लागली होती.

"चेट..." जॅकनं निघून जात असणाऱ्या चेटला हाक मारली, "तू कधी मणक्यांमधल्या रक्तवाहिन्या फाटण्याबद्दल ऐकलं आहेस का?"

"होय; पण एकदाच," चेट घाईघाईनं म्हणाला, "मी फार पूर्वी लॉस एंजलिसमध्ये फेलो होतो तेव्हा; पण हे का विचारलंस?"

"आज सकाळी मी अशी एक केस पाहिली. शरीरावर कुठंही आघाताच्या खुणा नसल्यानं माझी सुरुवातीला दांडी उडाली होती."

"वय किती होतं?"

"सत्तावीस."

"तसं असेल तर गेल्या काही दिवसांत ती एखाद्या किरोप्रॅक्टरला भेटली होती का ते बघ."

"मला वाटतं की तसं घडलं होतं," जॅक म्हणाला. चेटच्या ज्ञानामुळे तो प्रभावित झाला होता, "ती मागच्या गुरुवारी किंवा शुक्रवारी गेली होती आणि काल मरण पावली."

"तर मग किरोप्रॅक्टरडे जाणं महत्त्वाचं असू शकेल; पण हे बघ, मला आणखी बोलायला आवडेल खरं; पण मला माझ्या नवीन प्रियेला भेटायला जायलाच हवं."

"तुझं ज्ञान पाहून मला खरंच आनंद होतोय," जॅक एकदम उठला आणि उडी मारून दाराबाहेर आला, "मी कधीतरी पुसटसं याबद्दल ऐकलं होतं; पण स्वतः कधी अशी केस पाहिली नव्हती."

"मी जी केस पाहिली होती त्यानंतर मलाही त्यात रस वाटला होता. मग माझ्या बॉसवर छाप पाडावी म्हणून मी किरोप्रॅक्टर आणि रक्तवाहिन्या फाटणं यावर थोडंफार संशोधन केलं होतं; पण मग असं कळलं की, माझा बॉसच स्वतः एका किरोप्रॅक्टरकडे जात होता. मग काय? ही केस 'उपचारातील गुंतागुंत' असा शेरा मारून निकालात काढावी लागली."

"पण हे किरोप्रॅक्टर रक्तवाहिन्या फाटू शकतील असं नेमकं करतात तरी काय?"

"मला वाटतं की, ते लोक ज्याला 'अॅडजस्टमेंट उपचार' म्हणतात त्या वेळी लावलेल्या जोरामुळे तसं होत असावं. ते एकदम जोरानं मानेला झटका देतात. त्या वेळी रक्तवाहिन्यांचं आतलं अस्तर फाटतं आणि मग उरलेलं सगळं रक्तदाबामुळे होतं; पण असं नेहमीच होईल, असं मात्र नाही."

"नेहमी म्हणजे किती नेहमी?"

''मला नेमकं आठवत नाही. मी अभ्यास केला त्याला बरीच वर्षं झाली,'' बोलता-बोलता जॅक आणि चेट लिफ्टपाशी आले होते. लिफ्टचं दार उघडून चेट आत शिरला आणि हातानं दार अडवत म्हणाला, ''जॅक, मला जायलाच हवं. मला अगोदरच उशीर झाला आहे. हवं तर आपण या विषयावर नंतर बोलू.''

लिफ्टचं दार बंद झालं आणि चेट निघून गेला. काही क्षण तो तिथं तसाच उभा राहिला आणि मग ऑफिसकडे वळला. चेटनं जे काही सांगितलं होतं त्यावरून किआराची केस ही किरोप्रॅक्टरच्या उपचारांशी संबंधित असावी, हे त्याला एकदम जाणवलं. याचा अर्थ आता त्यानं स्वतः किरोप्रॅक्टरची भेट घेणं क्रमप्राप्तच झालं आहे, असं त्याला वाटलं.

आपल्याला किरोप्रॅक्टर किंवा त्यांच्या उपचारपद्धतीबद्दल फारशी माहिती नाही, हे जॅकला समजत होतं. या पद्धतीला पर्यायी किंवा पूरक उपचार पद्धती म्हटलं जातं हेही त्याला माहीत होतं; पण त्याच्या दृष्टीनं किरोप्रॅक्टिक, ॲक्युपंक्चर, होमिओपॅथी, आयुर्वेदाची परंपरा, चिनी वनौषधी उपचार आणि ट्रान्सिडेन्टल मेडिटेशन वगैरे ध्यानधारणेचे उपचार या सगळ्यांचा समावेश एकाच पर्यायी उपचार पद्धतीत होत होता. या सगळ्यांमध्ये रुग्णाला वाटणारी आशा, हाच महत्त्वाचा भाग असावा, असं जॅकचं मत होतं. जर लोकांना आपण खर्च केलेल्या डॉलरचा योग्य मोबदला मिळतो असं वाटत असेल, तर त्याला जॅकची काही हरकत नव्हती; पण जर अशा उपचारांमधून कोणाचा मृत्यू होत असेल तर मात्र मामला गंभीर होता. आपण वैद्यकीय तपासनीस असल्यानं या बाबतीत काहीतरी करणं ही आपली जबाबदारी आहे हे जाणवून, जॅकच्या अंगात एकदम उत्साह संचारला.

आठ

दुपारी १२.०५, सोमवार, १ डिसेंबर, २००८
न्यू यॉर्क शहर
(संध्याकाळी ७.०५, कैरो, इजिप्त)

जॅकनं ई-मेडिसीनमधला एक लेख वाचायला सुरुवात केली. तो वाचताना त्याच्या लक्षात आलं की, पंचेचाळीस वर्षं वयाच्या आतील लोकांमध्ये होणाऱ्या पक्षाघाताला मणक्यातील रक्तवाहिन्या फाटणं, हे जबाबदार असतं. याचं प्रमाण पुरुषांपेक्षा स्त्रियांमध्ये तिप्पट असतं. आणखी पुढे वाचताना त्याला समजलं की, डोक्याच्या मागच्या बाजूला होणारी वेदना हे सर्वांत ठळक लक्षण असतं. मग त्यानं लेखामधला कारण नमूद केलेला भाग काढला आणि तो कारणं वाचू लागला. चेटनं सुचवल्याप्रमाणे त्यात मणक्याच्या हाताळणीचा म्हणजे 'स्पायनल मॅनिप्युलेशन'चा रक्तवाहिन्या फाटण्याशी काहीतरी संबंध असावा, असं लिहिलं होतं.

स्पायनल मॅनिप्युलेशन आणि रक्तवाहिन्या फाटण्याचा नेमका काय संबंध आहे बघण्यासाठी जॅक इंटरनेटवर गेला. बघता बघता त्याला उपयोगी वाटणारे बरेच लेख सापडले. त्यानं त्यांच्यातला सर्वांत चांगला वाटणारा लेख उघडला आणि वाचायला सुरुवात केली. त्याला जे काही आढळलं ते धक्कादायक होतं. वैद्यकीय लेखांमध्ये १९९५ ते २००१ या दरम्यान पक्षाघाताच्या पस्तीस केसमध्ये स्पायनल मॅनिप्युलेशन हे कारण असल्याचं स्पष्टपणानं नमूद केलेलं होतं. त्यात बऱ्याच प्रमाणात हे काम किरोप्रॅक्टरनी केल्याचं दिसत होतं. पक्षाघाताच्या प्रत्येक केसमध्ये मणक्याच्या आतल्या रक्तवाहिन्या फाटलेल्या आढळल्या होत्या. अशा प्रसंगी सहा टक्के रुग्ण संपूर्ण बरे झाले होते, तर उरलेल्या चौऱ्याण्णव टक्के केसमध्ये कायमस्वरूपी अपंगत्व व मृत्यू असं सगळं काही घडलं होतं. यामधला एक रुग्ण

म्हणजे अवघी तीन महिने वयाची बालिका होती. ती मानेला अचानक झटका देण्याच्या 'उपचारानंतर' मरण पावली होती. जॅक छताकडे बघत विचार करू लागला. अशा प्रकारे मानेला झटका देण्यानं बाळाच्या प्रकृतीत फरक पडेल, असं त्याच्या आई-वडिलांना कसं वाटू शकतं? एवढ्या छोट्या बाळाची मान झटका देऊन फिरवण्याचा प्रकार त्या तथाकथित उपचारकर्त्याला करावासा वाटला तरी कसा? जॅकच्या अंगावर या विचारांनी शहारा आला; पण त्यापेक्षाही जास्त त्याला या सगळ्या प्रकाराची चीड आली.

जॅकनं रागाच्या भरातच टेबलावर पडलेल्या कागदपत्रांच्या ढिगाऱ्यात शोधाशोध करून किआराच्या आईनं दिलेल्या फोन नंबरचा कागद शोधून काढला. किआराच्या ज्या मैत्रिणीनं तिला किरोप्रॅक्टरकडे जायला सुचवलं होतं, तिला फोन लावला. फोन लागत असताना त्यानं स्वतःवर नियंत्रण मिळवण्याचा प्रयत्न केला. किआराच्या मैत्रिणीशी वेडंवाकडं बोलून काही फायदा तर होणार नाहीच, उलट नुकसानच होईल, हे त्याच्या लक्षात आलं.

फोन लागल्यानंतर जॅकनं आपलं नाव सांगितलं आणि शक्य तितक्या अधिकारवाणीनं हुद्दा सांगितला. हे ऐकल्यानंतरही किआराची मैत्रीण गप्प होती.

"निशेल बार्लो?... तुम्ही ऐकता आहात का?"

"तुम्ही शवागारातून बोलता आहात का?" किआराच्या मैत्रिणीचा स्वर काळजीचा होता.

"होय. तुम्ही निशेल बार्लोच आहात ना?"

"होय," ती नाइलाजानं आता काय ऐकावं लागणार अशा प्रकारे म्हणाली.

"मला हा नंबर मिसेस अबेलार्डकडून मिळाला. मी तुमच्या कामात व्यत्यय तर आणत नाही ना?"

"नाही. ठीक आहे; पण तुम्ही मला हा फोन किआराच्या संदर्भात तर केलेला नाही ना?" निशेल घाईघाईनं म्हणाली.

"होय. तेच कारण आहे. मला वाटतं, काल रात्री तुम्ही सगळे मित्र-मैत्रिणी तिच्याबरोबर होतात ना?"

"नाही. मी काल त्यांच्यात नव्हते. पण... किआरा..."

"दुर्दैवानं किआरा काल रात्री मरण पावली," जॅकनं तिचं वाक्य पूर्ण केलं, "ही वाईट बातमी मला सांगावी लागली, याचा खेद वाटतो."

"काय झालं?"

"तिला पक्षाघाताचा झटका आला होता."

"पक्षाघात?" निशेल अविश्वासानं म्हणाली, "किआरा माझ्याच वयाची होती. सत्तावीस फक्त."

"वय वाढलं की, पक्षाघाताची शक्यता वाढते हे खरं आहे; पण लहान मुलांमध्येही पक्षाघाताचा झटका येतो."

"मला हे खरं वाटत नाही. हा कसलातरी हलक्या दर्जाच्या टिंगलीचा किंवा किळसवाण्या विनोदाचा प्रकार तर नाही ना?"

"मिस बार्लो, मला तसं वाटत नाही," जॅक शांतपणानं म्हणाला, "मी हा फोन केला कारण मी तुमच्या मैत्रिणीच्या मृत्यूचं कारण शोधायचा प्रयत्न करतो आहे. कोणीही निरोगी व्यक्ती अचानक वरकरणी कोणत्याही कारणाशिवाय मरण पावली, तर ती केस वैद्यकीय तपासनिसांकडे सोपवली जाते. मला फक्त या बाबतीत काही माहिती हवी आहे. किआराला डोकेदुखीचा त्रास होता याची तुम्हाला कल्पना होती का?"

"तसं ती म्हणाली होती; पण डोकेदुखी एवढी गंभीर स्वरूपाची असेल हे मला माहीत नव्हतं."

"तिनं डोकं नेमकं कसं दुखायचं ते सांगितलं होतं का?"

"थोडंफार सांगितलं होतं. डोळ्यांच्या मागे वेदना होते, असं ती सांगत होती. मनावर ताण आला की, वेदना वाढतात आणि सध्या नवीन नोकरीत सतत ताण वाढतोय, असं तिनं सांगितलं होतं."

"किआराच्या आईनं सांगितलं की, तिला किरोप्रॅक्टरकडे जायला तुम्ही सुचवलं होतं."

"होय. आयबुप्रोफेन घेऊनही वेदना थांबत नाहीत असं ती म्हणाली, म्हणून मी तिला माझ्या किरोप्रॅक्टरचं नाव सुचवलं."

"तिनं हा सल्ला मानला होता का?"

"ती जाईन असं म्हणत होती; पण ती खरोखरच गेली की नाही याची मला कल्पना नाही."

"त्या किरोप्रॅक्टरचं नाव काय?"

"डॉक्टर रोनाल्ड न्यूहाऊस."

"तुम्ही डॉक्टर असं म्हणालात; पण तो त्या अर्थानं डॉक्टर नाही याची तुम्हाला कल्पना आहे का?"

"ते डॉक्टरच आहेत; फक्त त्यांना औषधं लिहून देता येत नाहीत आणि शस्त्रक्रिया करता येत नाही."

जॅकला पुन्हा राग येऊ लागला होता; पण त्यानं तो आवरला. आपण या बाबतीत निशेलच्या मनातल्या कल्पना एकदम बदलू शकणार नाही, हे त्याला समजत होतं; पण तरीही तिच्या गैरसमजुतीला थोडा धक्का दिला पाहिजे, असं त्याला वाटलं.

"तुमचा हा किरोप्रॅक्टर स्वतःला डॉक्टर म्हणवून घेत असला तर तो डॉक्टर ऑफ किरोप्रॅक्टिक असणार, म्हणजे डॉक्टर ऑफ मेडिसीन नव्हे. बरं या डॉक्टर न्यूहाऊसचं ऑफिस कुठं आहे?''

"फिफ्थ ॲव्हेन्यू. ६४व्या व ६५व्या रस्त्यांच्या दरम्यान. जरा थांबा, मी तुम्हाला फोन नंबर देते,'' काही क्षणांनंतर तिनं जॅकला फोन नंबर दिला. त्यानंतर जॅकनं विचारलं, "तुम्ही त्याच्याकडे रुग्ण म्हणून कधीपासून जाता?''

"जवळपास आठ वर्षं. त्यांनी मला खरोखरच वाचवलं आहे. मी मला काहीही त्रास वाटला की त्यांच्याकडेच जाते.''

"त्रास म्हणजे नेमकं कशाकशासाठी जाता?''

"सर्व काही. मुख्यतः सायनसचा त्रास, पोटाचा त्रास आणि सर्व काही. हे डॉ. न्यूहाऊस नसते तर मी खलासच झाल्यात जमा आहे.''

"मिस बार्लो...'' जॅक बोलू लागला; पण लगेच थबकला. आपण कसं विचारावं हे त्याच्या लक्षात येत नव्हतं, "बरं, तुमचा सायनसचा त्रास कसा दूर केला जातो, हे ऐकायची मला उत्सुकता आहे.''

"ते ॲडजस्ट करतात. बहुतेक वेळा ते माझ्या पाठीच्या कण्यावर उपचार करतात. माझ्या पार्श्वभागात दोष आहे. एक बाजू दुसरीपेक्षा जरा जास्त उंच आहे. माझ्या पाठीची स्थिती तर भयंकरच म्हणावी लागेल; पण आता हळूहळू त्यात सुधारणा होते आहे. क्ष-किरण फोटोत ती दिसते. तुम्ही ते बघितलेत तर तुम्ही चकित व्हाल.''

"क्ष-किरण फोटो नेहमीच घेतले जातात की काय?'' या विचारांनी जॅक मनोमन हादरला. पाठीच्या मणक्यांच्या फोटोसाठी लागणाऱ्या क्ष-किरणांची मात्रा किती मोठी असते, हे त्याला माहीत होतं.

"जवळ जवळ प्रत्येक व्हिजिटच्या वेळी,'' निशेल अभिमानानं म्हणाली. जणू जास्त क्ष-किरण फोटो घेणं हे तिला जास्त चांगल्या उपचारांचा भाग वाटत होता, "ते फार फार हुशार डॉक्टर आहेत. खरोखरच मी त्यांच्याइतका चांगला डॉक्टर पाहिलेला नाही.''

जॅकला यावर काय बोलावं ते कळेना. जिवाणूंमुळे होणाऱ्या साध्या सायनस संसर्गावर हा माणूस अत्यंत धोकादायक अशी मानेच्या मणक्यांना झटका देण्याची पद्धत वापरत होता आणि शिवाय घातक असे क्ष-किरणही. "तुम्ही केलेल्या मदतीबद्दल धन्यवाद मिस बार्लो,'' जॅक म्हणाला. तिला दोन-चार गोष्टी सुनावण्याचा मोह त्यानं टाळला; पण तिच्यासारखी चांगली हुशार आणि सुशिक्षित व्यक्ती अशा प्रकारांना कशी काय बळी पडते, हे त्याला कळेना. त्यानं एकदम फोन बंद करून टाकला. नाहीतर आपण या मिस बार्लोला लांबलचक व्याख्यान देण्यापासून

स्वतःला रोखू शकणार नाही, असं त्याला वाटलं होतं. रिसिव्हर जागेवर न ठेवताच जॅकनं न्यूहाऊसला फोन लावायला सुरुवात केली; पण अचानक काय करतोय हे लक्षात आल्यावर त्यानं रिसिव्हर जागेवर ठेवला. मग त्यानं फोन लावणंच थांबवलं. मनाच्या अशा अवस्थेत आपण न्यूहाऊसशी नीट बोलू शकणार नाही, हे त्याच्या लक्षात आलं होतं.

स्वतःला सावरण्यासाठी जॅकनं कॉम्प्युटरकडे लक्ष वळवलं. त्यानं न्यू यॉर्कमधल्या संख्येनं साधारण तीस असणाऱ्या वैद्यकीय तपासनिसांना पाठवण्यासाठी ई-मेल्स तयार करायला सुरुवात केली. त्यांच्या पाहण्यात अशा प्रकारची मणक्यांमधल्या रक्तवाहिन्या फाटण्याची केस आली होती का, असं त्यानं विचारलं होतं. सुरुवातीला फक्त त्यानं किरोप्रॅक्टरकडे जाण्याचा काही संबंध असणाऱ्या केसबद्दल विचारणा केली होती; पण मग त्यानं विचार बदलला. त्यानं केवळ होमिओपॅथीच नाही, तर ॲक्युपंक्चर वगैरेसह सर्व प्रकारच्या पर्यायी उपचार पद्धतींबद्दल प्रश्न विचारला.

ई-मेल पाठवून झाल्यावर जॅकनं पुस्तकांच्या वेबसाइटकडे मोर्चा वळवला. तिथं पर्यायी उपचार पद्धतींवरच्या पुस्तकांची संख्या पाहून तो थक्क झाला. त्यांचा परिचय वाचताना या सर्व पद्धतींत फायदे-तोटे असल्याचं त्याच्या लक्षात आलं. संशयास्पद पाया असूनही काही जणांना या उपचारांचा फायदा होतो असं वाटतं, हे बघून त्याला आश्चर्य वाटलं. पारंपरिक वैद्यकीय प्रणालीनं पुराव्यावर आधारित उपचार करण्याच्या जमान्यात अशाही गोष्टींची चलती असावी हे पाहून, त्याचं कुतूहल आणखी चाळवलं. एका पुस्तकाचं शीर्षक 'चलाखी की उपचार?' असं होतं. त्यानं वेस्टसाइड भागातल्या पुस्तकाच्या दुकानाला फोन करून एक पत्र बाजूला ठेवायला सांगितलं.

आता जॅक पुन्हा पूर्वपदावर आला होता. त्यानं पुन्हा एकदा रोनाल्ड न्यूहाऊसला फोन करायचा असं ठरवलं आणि सुरुवातही केली; पण या खेपेसही तो मध्येच थांबला. अचानक त्यानं आपण स्वतःच प्रत्यक्ष जागेवर जाऊन पाहणी करण्याची गरज आहे, असं मनाशी ठरवून टाकलं. खरंतर मुख्य वैद्यकीय तपासनिसाच्या ऑफिसात अशी पद्धत होती की, जी काही तपासणी प्रत्यक्ष जागेवर जाऊन करायची असेल त्यासाठी वेगळी माणसं नेमली होती. स्वतः वैद्यकीय तपासनिसानं तिथं जाऊ नये, असा प्रघात होता. फक्त अत्यंत अपवादात्मक परिस्थितीत स्वतः वैद्यकीय तपासनिसांना जायची मुभा होती. आपल्या वरिष्ठांना ही आजची परिस्थिती अपवादात्मक वाटणार नाही, याची जॅकला कल्पना होती. अलीकडे बऱ्याच काळात जॅकनं स्वतः अशी साइटव्हिजिट केलेली नव्हती; पण नोकरीच्या प्रारंभीच्या काळात संसर्गजन्य रोगासंबंधी केस तपासताना जॅकनं अनेकदा तसं केलं होतं आणि आपल्या आज्ञेचा भंग केल्याचा ठपका ठेवून त्याची नोकरी जवळपास गेल्यातच जमा होती. त्यांचा

प्रमुख डॉ. हॅरोल्ड बिंगहॅमनं जॅकला बडतर्फ करता करता कसाबसा तो वाचला होता.

जॅक लिफ्टकडे जाताना विचार करू लागला. किआराच्या बाबतीत त्यानं मृत्यूचं कारण 'अपघात' किंवा 'उपचारांमधील गुंतागुंत' असं लिहिणं अपेक्षित होतं; पण या न्यूहाऊसनं जे काही केलं त्यानंतर जॅक मृत्यूचं कारण 'मनुष्यहत्या' असं लिहिणार होता. असं लिहून अहवाल दिला की, त्यानंतर केवढा मोठा गदारोळ होईल असा विचार त्याच्या मनात आला; पण अशा प्रकारच्या घातक प्रकारांकडे सगळ्यांचं लक्ष वेधून घेण्यासाठी अशाच एखाद्या धमाक्याची गरज आहे, असं तो मनाशी म्हणाला.

नऊ

दुपारी १२.५५, सोमवार, १ डिसेंबर, २००८
न्यू यॉर्क शहर
(रात्री ७.५५, कैरो, इजिप्त)

फिफ्थ ॲव्हेन्यूवरच्या न्यूहाऊसच्या ऑफिसजवळ जॅकनं सायकल उभी केली, तेव्हा त्याला बरं वाटत होतं. कित्येक महिन्यांनंतर त्याला उत्साह वाटत होता. किआराच्या या केसमुळे त्याला काहीतरी करायचं ध्येय मिळालं होतं. पर्यायी उपचार पद्धतीमधले धोके जगासमोर आणायची कामगिरी जॅकनं स्वतःच्या शिरावर घेतली होती. त्या न्यूहाऊस नावाच्या किरोप्रॅक्टरला आपण कधी एकदा भेटतोय, असं त्याला झालं होतं.

जॅकनं सायकल एका जागी सुरक्षित राहावी म्हणून विविध कुलपं आणि साखळ्या बांधायला सुरुवात केली, एवढ्यात कोणीतरी त्याच्या खांद्यावर बोटांनी टकटक केलं. जॅकनं वर पाहिलं तर तिथे एक गणवेष धारण केलेला पहारेकरी उभा होता. जुन्या पठडीचा मोठा कोट आणि त्यावरची झगमगीत पिवळी बटणं बघून हा माणूस एखाद्या ऐतिहासिक चित्रपटाच्या सेटवरून तर आलेला नाही ना, असं जॅकला वाटलं.

"माफ करा..." पहारेकरी म्हणाला, "इथं सायकल उभी करता येणार नाही. ते नियमांच्या विरुद्ध आहे."

जॅकनं त्याच्याकडे दुर्लक्ष करत शेवटचं कुलूप लावण्याचं काम पूर्ण केलं.

"ए... मी काय म्हणालो ते ऐकू आलं नाही का? ही खासगी जागा आहे. इथं सायकल ठेवता येणार नाही."

जॅकनं सरळ उभं राहत एकही शब्द न बोलता पाकीट बाहेर काढलं आणि

त्याचा अधिकृत बिल्ला पहारेकऱ्याच्या डोळ्यांपुढे नाचवला. जर नीट पाहिलं नाही तर तो एखाद्या पोलिसाचा बिल्ला वाटायचा.

"माफ करा सर!" पहारेकरी घाईघाईनं म्हणाला.

"ठीक आहे. मी फार वेळ सायकल इथं ठेवणार नाहीच आहे म्हणा."

"काही हरकत नाही सर. मी लक्ष ठेवतो. मी आणखी काही मदत करू शकतो का?"

"मी रोनाल्ड न्यूहाऊसला भेटायला आलो आहे," जॅकनं जाणीवपूर्वक न्यूहाऊसचा उल्लेख डॉक्टर असा केला नव्हता. आपण एक रुग्ण म्हणून आलो आहोत की एखाद्या अधिकृत कामासाठी, हेदेखील सांगायचं त्यानं टाळलं होतं.

"इकडून या सर," पहारेकऱ्यानं जॅकला पुढच्या दारातून आत शिरायला सांगितलं आणि मग पुढे होऊन त्यानं किल्लीनं आतलं दार उघडलं. मग त्यानं बोट दाखवलं, "या हॉलमध्ये डावीकडचं पहिलं दार. ते डॉ. न्यूहाऊस यांचं ऑफिस आहे."

"धन्यवाद," जॅक म्हणाला. आपण कोण आहोत हे कळलं असतं तर हा माणूस एवढा अदबीनं वागला असता का, असा विचार त्याच्या मनात आला.

'डॉ. रोनाल्ड न्यूहाऊस अॅन्ड असोसिएट्स' ही सोनेरी अक्षरातील पाटी दाराजवळ चमकत होती. जॅक आत शिरताच या न्यूहाऊसचा व्यवसाय चांगलाच भरभराटीला आलेला असणार हे त्याच्या लक्षात आलं. या माणसाला फिफ्थ अॅव्हेन्यूवरच्या इमारतीमधलं भाडं परवडत होतं. ते भरपूर असणार याची जॅकला कल्पना होती.

न्यूहाऊसची वेटिंग रूम अतिशय दिमाखदार होती. फर्निचर पॉश होतं. भिंतीवर उत्तम अशी चित्रं लावलेली होती आणि खाली किमती असा पूर्वेकडचा कोणत्या तरी देशातला गालिचा अंथरलेला होता. कोणत्याही सर्वसाधारण डॉक्टरच्या वेटिंग रूमपेक्षा ही रूम वेगळी दिसत होती, कारण तिथं एका ठिकाणी जोडलेली तीन खास प्रकारची स्टूल्स होती. तिथे एका स्टुलावर एक बाई अशा प्रकारे बसली होती की, तिचा ड्रेस तिच्या दोन पायांमध्ये लोंबत होता. तिचे दोन्ही हात गुडघ्यांवर ठेवलेले असून, लहान मुली जशा झुल्यामध्ये झुलतात तशी ती सतत हलत होती.

जॅक तिच्याकडे बघत असताना त्याची नजर त्या बाईकडे गेली. तिनं जॅककडे बघून स्मितहास्य केलं. जणू या ठिकाणी हे असं दृश्य दिसणं नैसर्गिकच आहे, असा तिचा आविर्भाव होता.

"मी काही मदत करू शकते का?" कोणीतरी अतिशय मृदू अशा स्वरात पाठीमागून विचारलं. जॅकनं वळून बघितलं. एक अत्यंत नेटका पोशाख केलेली बाई उभी होती.

"नक्कीच," जॅक म्हणाला आणि हसत पुढे झाला, "खरं सांगायचं तर मी यापूर्वी कधीच एखाद्या किरोप्रॅक्टरचं ऑफिस पाहिलेलं नाही."

"स्वागत असो,'' ती रिसेप्शनिस्ट म्हणाली. तिच्या ड्रेसवरच्या पट्टीवर तिचं नाव लिहिलेलं होतं.

"तो प्रकार फारच वेगळा वाटतोय,'' जॅक खुर्चीत झुलणाऱ्या बाईकडे बघत म्हणाला.

"आम्ही तिला झुलती खुर्ची म्हणतो,'' लीडिया नाव असणारी रिसेप्शनिस्ट म्हणाली, "हा प्रकार कमरेच्या भागासाठी आणि तिथल्या मणक्यांसाठी उपयुक्त ठरतो; त्यामुळे मणक्यांच्या मधल्या चकत्यांना चांगलं वंगण मिळून त्यांची किंचित वाढही होते. रुग्णांनी ॲडजेस्टमेंटच्या आधी असं करावं म्हणून आम्ही त्यांना प्रोत्साहन देतो.''

"उत्तम...'' जॅक म्हणाला, "बरं, डॉक्टर रोनाल्ड न्यूहाऊस आहेत का?'' त्यानं दातावर दात रोवत नाइलाजानं डॉक्टर असा शब्द उच्चारला होता.

"आहेत,'' लीडिया म्हणाली. तिनं झुलणाऱ्या बाईकडे नजर टाकली. "ते पुढचा रुग्ण एक वाजून पंचवीस मिनिटांनी बघणार आहेत. तुम्ही अगोदर भेटीची वेळ ठरवलेली आहे का?''

"अद्याप नाही.''

"मग तुम्हाला ती ठरवायची आहे का?''

"मला डॉक्टरांची भेट घ्यायची आहे,'' जॅक मुद्दामच संदिग्धपणानं म्हणाला, "मला किरोप्रॅक्टिक उपचारांबद्दल अजून पुरेशी माहिती नाही.''

"डॉ. न्यूहाऊसना नेहमीच नवीन रुग्णांमध्ये रस असतो. कदाचित ते आत्ता तुम्हाला काही मिनिटं वेळ देऊ शकतील. चाल्मर्सला बघायच्या अगोदर... बरं तुम्ही जरा थांबू शकाल का? मी जाऊन विचारते. बरं... कोण आलंय म्हणून सांगू?''

"जॅक स्टेपलटन.''

"ठीक आहे मिस्टर स्टेपलटन. मी आलेच जाऊन.''

"मदतीबद्दल आभार,'' रिसेप्शनिस्ट बाहेर जात असताना जॅक म्हणाला. मग त्यानं त्या कोणा मिस चाल्मर्स नावाच्या बाईकडे पुन्हा नजर टाकली. ती डोळे बंद करून पूर्णपणानं तंद्री लागल्याप्रमाणे झुलत होती.

"डॉक्टर तुम्हाला भेटू शकतात,'' लीडिया पुन्हा आत येत म्हणाली. मग तिनं जॅकला आतल्या बाजूच्या दारातून आत नेलं. आत एक छोटा कॉरिडॉर होता आणि दोन्ही बाजूंना बंद दरवाजे असणाऱ्या खोल्या होत्या. थोडं पुढे गेल्यावर एक उघडं दार होतं. त्याच्याजवळ गेल्यावर लीडियानं मागे सरकून जॅकला आत जाण्यासाठी जागा करून दिली.

जॅक पुढे झाला. खिडकीमधून बाहेरचं फिफ्थ ॲव्हेन्यूचं आणि त्याच्या पलीकडच्या सेंट्रल पार्कचं दृश्य दिसत होतं. एका टेबलापाशी मागच्या बाजूला एक जण आणि

पुढच्या बाजूला एक जण बसलेला दिसला. पाठीमागे बसलेला माणूसच न्यूहाऊस असावा, हे जॅकच्या लक्षात आलं.

जॅकला आलेलं पाहून रोनाल्ड न्यूहाऊस पुढे आला, "स्वागत, मिस्टर स्टेपलटन," जॅकचा हात हातात घेऊन एखादा विक्रेता जसा उत्साहानं बोलतो तसा रोनाल्ड न्यूहाऊस म्हणाला.

जॅकनं हस्तांदोलन करू दिलं. रोनाल्ड न्यूहाऊस जॅकपेक्षा एक-दोन इंच उंच होता. तो साधारण चाळीस-पंचेचाळीस वर्षांचा असावा, असा अंदाज जॅकनं बांधला. त्याच्या भुवया व्यवस्थित कोरलेल्या होत्या आणि गडद काळे डोळे दुसऱ्याच्या नजरेचा वेध घेणार होते; पण त्याच्यात एक गोष्ट फारच लक्ष वेधून घेणारी होती. त्याची केशरचना अशी होती की, जणू त्यानं केसांकडे लक्ष दिलं नसावं. त्याच्या डोक्यावर जागोजागी चमत्कारिक कोनात केस उभे राहिलेले दिसत होते.

"माझ्या एका सहकाऱ्याला भेटा, कार्ल फेलन," न्यूहाऊसनं त्याच्या समोर बसलेल्या माणसाची ओळख करून दिली. त्याबरोबर तो उठला आणि त्यानंही जोरजोरानं जॅकचा हात हातात घेऊन हलवला.

"तुम्हाला भेटून आनंद झाला मिस्टर स्टेपलटन," असं म्हणत त्यानं तो खात असलेल्या सॅन्डविचचे उरलेले तुकडे गोळा केले. मग तो एक छोटं तपकिरी रंगाचं पुडकं उचलून जाता-जाता न्यूहाऊसला उद्देशून म्हणाला, "आपण नंतर बोलू."

"हा विलक्षण माणूस आहे," जाणाऱ्या फेलनकडे नजर टाकत न्यूहाऊस म्हणाला. मग त्यानं फेलननं रिकाम्या केलेल्या खुर्चीत जॅकनं बसावं म्हणून इशारा केला, "कृपया बसावं! तुम्हाला किरोप्रॅक्टिक उपचारपद्धतीबद्दल जाणून घ्यायचं आहे, असं समजलं. पुढच्या रुग्णाची भेट घ्यायच्या अगोदर मी तुम्हाला धावती ओळख करून देऊ शकतो; पण त्याआधी मला एक सांगा की, माझं नाव तुम्हाला कसं कळलं? माझी वेबसाइट पाहून का? आम्ही त्यावर बरीच मेहनत घेतली आहे. ती कशी काय झाली आहे, हे जाणून घ्यायला मला आवडेल."

"मला नाव सुचवण्यात आलं," जॅक पुन्हा संदिग्धपणानं म्हणाला.

"झकास!" न्यूहाऊस उत्साहानं म्हणाला, "तुम्हाला माझ्या ज्या रुग्णानं नाव सुचवलं ते कळलं तर आवडेल. तुमची काही हरकत नाही ना? समाधानी रुग्णांकडून अशा प्रकारे सकारात्मक प्रतिसाद मिळणं, ही किती आनंदाची गोष्ट आहे हे मी तुम्हाला सांगू शकणार नाही."

"निशेल बार्लो."

"ओहो!... होय, निशेल बार्लो, छान तरुण पोरगी..."

"तुम्ही किरोप्रॅक्टर कोणकोणत्या व्याधींवर उपचार करायला सक्षम आहे असं मानता, हे मला जाणून घ्यायचं आहे."

न्यूहाऊसच्या चेहऱ्यावरचं हास्य आणखी गडद झालं. एखादा क्षण थांबून तो आपण कुठून सुरुवात करावी याचा विचार करत असावा. जॅकनं त्याच्यामागच्या उत्तम बनावटीच्या शेल्फवर मांडून ठेवलेल्या पुस्तकांकडे नजर टाकली. 'एका वर्षात दहा लाख डॉलर्सची प्रॅक्टिस कशी उभी करावी?' 'ई-मीटर आणि कायनेसिओलॉजी वापरून उत्पन्न दुप्पट कसं करावं?' अशी पुस्तकांची शीर्षकं होती. त्यामधलं ई-मीटर हे बोगस तंत्रज्ञान असून, त्याचा परवाना रद्द केला गेल्याचं जॅकला माहीत होतं. त्याला कायनेसिओलॉजीबद्दलही माहीत होतं. वैद्यकीय चाचण्यात तो सगळा मूर्खपणाचा प्रकार असल्याचं सिद्ध झालं होतं.

"माझ्या मते, माझ्यासारखा एखादा जाणता किरोप्रॅक्टर मानवाला ज्ञात असणाऱ्या व होणाऱ्या सर्व व्याधींवर उपचार करू शकतो," न्यूहाऊस म्हणाला, "अर्थात, मी सगळ्यात आधी हे कबूल करतो की, किरोप्रॅक्टिसनं व्याधी बऱ्या होतीलच असं नाही; पण त्यामुळे बरीच लक्षणं कमी मात्र करता येतात."

"ओहो!" जॅकनं आपण प्रभावित झाल्याचं दाखवलं; पण प्रत्यक्षात तो या माणसाच्या बेधडकपणामुळे थक्क झाला होता. "सर्वच किरोप्रॅक्टरना तुमच्याप्रमाणे आपण उपचार करण्यात सक्षम असल्याचं वाटतं का?"

"नाही. दुर्दैवानं नाही," एक सुस्कारा टाकत न्यूहाऊस म्हणाला, "काही प्रमाणात आमच्या क्षेत्राला उतरती कळा लागली आहे, हे खरं. एकोणिसाव्या शतकात आमच्या क्षेत्राचे संस्थापक डॅनिअल डेव्हिड पाल्मर यांनी किरोप्रॅक्टिकचं तंत्र शोधून काढलं. त्यांनीच आयोवात डेव्हेनपोर्ट इथं किरोप्रॅक्टिक प्रशिक्षणाची सुरुवात केली."

"डेव्हेनपोर्ट, आयोवा... म्हणजे... इथंच ती ट्रान्सिडेन्टल मेडिटेशनची चळवळ सुरू आहे ना? त्या ट्रान्सिडेन्टल मेडिटेशन चळवळीचं केंद्र आयोवातच आहे ना?"

"होय. आयोवातच आहे; पण डेव्हेनपोर्टला नाही. आयोवात फेअरफील्ड इथं महर्षी विद्यापीठ आहे. तर सांगायचं म्हणजे पर्यायी उपचारप्रणालींच्या विकासासाठी आयोवाची भूमी फार सुपीक आहे, असं म्हटलं तरी चालेल. अर्थात, किरोप्रॅक्टिक उपचारपद्धती हा सर्वांत मोठा शोध आहे, यात काही शंका नाही."

"किरोप्रॅक्टिक उपचार पद्धतीच्या मागची वैज्ञानिक बैठक तुम्ही मला अगदी थोडक्यात सांगू शकाल का?"

"त्याच्यामागे अंगभूत बुद्धिमत्तेचा प्रवाह ही कल्पना आहे. ही एक प्रकारची जीवनशक्ती किंवा चैतन्यऊर्जा आहे."

"अंगभूत बुद्धिमत्ता?" आपण जे ऐकलं त्याची खात्री करून घेण्यासाठी जॅकनं प्रश्न विचारला.

"अगदी बरोबर," न्यूहाऊस म्हणाला. एखादा धर्मगुरू प्रवचन देण्याआधी करतो तशी त्यानं तळहाताची बोटं पसरली आणि त्यांच्याकडे नजर टाकली. "अंगभूत बुद्धिमत्तेचा सर्व शरीरात मुक्तपणानं संचार होणं गरजेचं असतं. या शक्तीमुळेच आपल्या शरीरातील सर्व इंद्रियं आणि स्नायू एकत्र काम करू शकतात."

"आणि या अंगभूत बुद्धिमत्तेच्या प्रवाहात अडथळे आले की, रोग होतात असंच ना?"

"बरोबर!" न्यूहाऊसला आता आणखी आनंद झाला.

"पण जिवाणू, विषाणू किंवा परोपजीवी सजीवांचं काय? ते या सगळ्यात कुठं बसतात? म्हणजे समजा, आपण सायनसमध्ये होणाऱ्या सायनुसायटिसचं उदाहरण घेतलं तर–"

"अगदी साधं आहे," न्यूहाऊस म्हणाला, "त्या वेळी असं होतं की, सायनसकडे जाणारा अंगभूत बुद्धिमत्तेचा प्रवाह खंडित होतो; त्यामुळे सायनसचं नैसर्गिक काम थांबतं; त्यामुळे मुळातच तिथं हजर असणाऱ्या जिवाणूंना किंवा बुरशींना वाढायची संधी मिळते."

"बरं, मी मला नीट समजलंय ना ते बघतो..." जॅक म्हणाला, "तुम्ही जे सांगितलं त्यावरून असं दिसतं की, रोगाची सुरुवात ही अंगभूत बुद्धिमत्तेच्या प्रवाहात अडथळा आल्यानं होते. म्हणजेच जिवाणूंची वाढ होणं ही फक्त एक क्रिया आहे, ते रोगाचं कारण नाही. हे बरोबर आहे ना?"

न्यूहाऊसनं मान डोलवली, "अगदी बरोबर."

"तेव्हा हा अडथळा दूर करून तो प्रवाह सुरू करणं ही त्याची किंवा तिची, म्हणजे किरोप्रॅक्टरची जबाबदारी आहे. बरोबर?"

"बरोबर."

"मी तो किंवा ती असं म्हणालो खरं; पण प्रत्यक्षात किरोप्रॅक्टर म्हणून काम करणाऱ्या स्त्रियांची संख्या कमी आहे... हे बरोबर आहे ना?"

"तसं म्हणता येईल."

"त्याला काही कारण आहे का?"

"असेल," न्यूहाऊसनं खांदे उडवले, "म्हणजे पुरुष शल्यविशारदांची संख्या स्त्री-शल्यविशारदांपेक्षा जास्त असण्यामागे जे काही कारण असेल तेच. किरोप्रॅक्टिक उपचार करण्यासाठी विशिष्ट पातळीची ताकद लागते. कदाचित पुरुषांना ते सहज जमत असण्याची शक्यता आहे."

जॅकनं मान डोलवली. त्याच्या मनात किआराच्या फाटलेल्या रक्तवाहिन्यांचं दृश्यं जागं झालं. या माणसाचं म्हणणं बरोबरच असणार. अशा प्रकारची इजा

होण्यासाठी खरोखरच राक्षसी ताकद लागत असणार. त्यानं हे सगळं बाजूला सारलं आणि घसा जरासा साफ करत विचारलं, "पण मुळात अंगभूत बुद्धिमत्तेच्या प्रवाहात अडथळे का निर्माण होतात?"

"डॅनिअल डेव्हिड पाल्मर यांच्या सुरुवातीच्या काही रुग्णांमध्ये एकाला ऐकायला येत नव्हतं. सतरा वर्षं हा माणूस ठार बहिरा होता. हा माणूस अवजड वजनं उचलण्याचं काम करत असे. डॉ. पाल्मरनी त्याला तपासलं तेव्हा लक्षात आलं की, त्याच्या मानेतला मणका सरकला आहे. हा मणका जागेवर बसवताच त्या माणसाला ऐकू येऊ लागलं. म्हणजे यात साधी गोष्ट होती. सरकलेल्या मणक्यामुळे त्याची एक शिर दाबली जात होती. हा दाब दूर केल्यानंतर प्रवाह पुन्हा सुरू झाला आणि त्या माणसाला ऐकू येऊ लागलं."

"याचा अर्थ अंगभूत बुद्धिमत्तेचा प्रवाह शिरांमधून वाहतो..."

"अर्थातच," न्यूहाऊस म्हणाला. जणू ही गोष्ट स्वयंसिद्ध असल्याचा त्याचा आविर्भाव होता.

"म्हणजे सगळ्या त्रासांना पाठीचा कणाच जबाबदार आहे... अर्थात अंगभूत प्रवाहाला अडथळा आणण्यासाठी कणा दोषी ठरतो."

"होय. हे लक्षात घ्या की, पाठीचा कणा म्हणजे केवळ मणक्यांची साधी चवड नाही तर तो एक गुंतागुंतीचा अवयव आहे. प्रत्येक मणका दुसऱ्या मणक्याच्या आणि एकत्रितपणे सर्वांच्या कार्यावर परिणाम करतो. पाठीचा कणाच आपल्याला आधार देतो आणि त्याच्यामुळेच आपलं अस्तित्व आहे; पण दुर्दैवानं कणा बऱ्याच वेळा आपल्या मूळ जागेपासून ढळू शकतो. म्हणजेच थोडक्या शब्दांत सांगायचं तर त्याला जागेवर ठेवणं, ही आमची- किरोप्रॅक्टरची जबाबदारी ठरते. जो काही दोष उत्पन्न झाला असेल त्याचं आम्ही निदान करतो. त्याला आम्ही सबलक्षेशन म्हणतो. आम्ही मग जागेवरून सरकलेल्या मणक्याला पूर्ववत करतो आणि तो तसाच तिथं राहावा म्हणून उपचार करतो."

"हे सगळं तुम्ही स्पायनल मॅनिप्युलेशननं साध्य करता?"

"अगदी बरोबर. फक्त आम्ही त्याला वेगळं नाव दिलं आहे. आम्ही त्याला ॲडजेस्ट करणं, असं म्हणतो."

"तुम्ही ॲन्टीबायोटिक्सचा फारसा वापर करत नाही, असं वाटतं."

"होय. सर्वसाधारणपणे त्यांची गरज भासत नाही. एकदा का अंगभूत बुद्धिमत्तेचा प्रवाह पूर्ववत वाहू लागला की, संसर्ग आपोआप नष्ट होऊन जातात. शिवाय ॲन्टीबायोटिक्स फार घातक असतात. हे पाहा, रुग्णावर औषधांचा मारा करणं नव्हे तर त्याला दिलासा देणं, हे आमचं काम आहे."

"लसींचं काय?"

"लसी पूर्णपणे अनावश्यक आणि अत्यंत घातक असतात," जरादेखील न कचरता न्यूहाऊस बेधडकपणे म्हणाला.

"म्हणजे लहान मुलांना देतात त्या सगळ्या लसी?"

"मुलांना देतात त्या सगळ्या लसी," न्यूहाऊसनं जॅकचेच शब्द पुन्हा उच्चारले. "लसी तर अॅन्टीबायोटिक्सपेक्षाही जास्त धोकादायक असतात. म्हणजे तो ऑटिझम[१]चा दुर्दैवी प्रकार बघितलात ना? मी तुम्हाला सांगतो, त्यामुळे आपल्या सगळ्या देशाची मान शरमेनं खाली गेली आहे. जर ती दुर्दैवी मुलं लसी घेण्याच्या अगोदर माझ्याकडे आली असती, तर आज व्यवस्थित जीवन जगत असती."

जॅक हे ऐकून थक्क झाला. यावर काहीतरी खरमरीत बोलायचा मोह त्यानं प्रयत्नपूर्वक आवरला. आपण काय बोलतोय यावर न्यूहाऊसचा पक्का विश्वास असावा, असं त्याला वाटलं; पण हा माणूस मुळातला वाईट हेतू नसणारा; पण भरकटलेला आहे की हा सापाचं तेल विकणाऱ्या विक्रेत्याचा आधुनिक प्रकार आहे, हे जॅकला कळेना.

"बरं, लहान मुलांमधल्या कर्करोगाचं काय?" जॅकनं विचारलं.

"काहीही अडचण नाही," क्षणाचाही विलंब न लावता न्यूहाऊस म्हणाला, "त्यावरही उपचार करता येतो."

"तुम्ही लहान बालकांवर हे उपचार करताना स्पायनल मॅनिप्युलेशन वापरता का?" जॅकनं विचारलं. हे विचारताना हा माणूस लहानग्या जॅक ज्युनिअरवर तो भयंकर उपचार करत असल्याचं दृश्य त्याच्या मनःचूक्षंसमोर तरळलं.

"हं; पण अगोदर निदान करण्याची पायरी असते."

"त्यात नेमकं काय करतात?"

"बाह्य तपासणी. दाबून बघणं, हालचालींचं निरीक्षण आणि क्ष-किरण फोटो."

"तुम्ही लहान बाळांच्या संपूर्ण कण्याचा फोटो काढता?" जॅकनं खात्री करून घेण्यासाठी विचारलं; पण तो रागानं आतल्या आत धुमसत होता. हा न्यूहाऊस लहान बाळांवर घातक अशा क्ष-किरणांचा मारा करताना जराही विचार कसा करत नाही?

"अर्थातच." न्यूहाऊस म्हणाला, "आमच्या अतिशय काळजीपूर्वक केल्या जाणाऱ्या निदान पद्धतीचा तो महत्त्वाचा भाग आहे. आम्ही निदान करायला आणि

---

१ ऑटिझम आणि लहान मुलांना देण्यात येणाऱ्या एमएमआर (MMR – Measles, Mumps, Rubella) या लसीमध्ये संबंध आहे किंवा नाही या संबंधात वादविवाद आहेत. सन २०१२ मध्ये या लसीमुळे ऑटिझम झाला असल्याचा निकाल इटालियन न्यायालयाने दिला आहे.

उपचारांमुळे फरक कसा पडत जातो हे बघायला क्ष-किरण फोटो वापरतो. क्ष-किरण फोटो हे आमच्या कामाच्या केंद्रस्थानी असल्यानं आम्ही अद्ययावत डिजिटल यंत्रसामग्री आणली आहे. तुम्हाला ती बघायची आहे का?''

जॅकनं उत्तर दिलं नाही. अजूनही हा माणूस बिनदिक्कत लहान मुलांच्या बाबतीत घातक किरणांचा वापर करतो ही माहिती त्याच्या पचनी पडली नव्हती. जॅक गप्प राहिला म्हणजे त्याची संमती आहे असं समजून, न्यूहाऊस एकदम उडी मारून उठल्याप्रमाणे टेबलामागून पुढे आला. त्यानं जॅकला मागोमाग यायची खूण केली. जॅक आज्ञाधारक मुलासारखा त्याच्या मागोमाग गेला.

न्यूहाऊसनं कॉरिडॉरच्या बाजूला असलेल्या बंद दारांमधलं एक दार उघडून जॅकला आत येण्याची खूण केली. क्ष-किरण फोटोची यंत्रसामग्री खरोखरच अप्रतिम अशी होती. अशी यंत्रसामग्री किती महाग असते याची जॅकला कल्पना होती. न्यूहाऊस एखाद्या अभिमानानं ओतप्रोत भरलेल्या पित्यासारखा त्या यंत्रसामग्रीचं गुणवर्णन करत होता; पण जॅकचं त्याच्याकडे लक्ष नव्हतं.

न्यूहाऊसचं रसभरित वर्णन चालू असतानाच मध्येच लीडिया डोकावली. मिस चाल्मर्स वाट बघत असल्याचं तिनं सांगितलं.

''डॉ. फेलनला तिच्या केसमध्ये लक्ष घालायला सांग!'' न्यूहाऊस आपलं वर्णन करण्याच्याच भरात तशाच उत्साहानं म्हणाला.

''पण तिला ते पसंत पडेल, असं वाटत नाही.''

एका क्षणात न्यूहाऊसचा नूर पालटला. तो रागावर ताबा मिळवत धारदारपणे म्हणाला, ''डॉ. फेलन तिच्याकडे बघेल असं मी म्हणालो!''

''ठीक आहे.'' असं म्हणून लीडिया घाईघाईनं निघून गेली.

न्यूहाऊसनं एक खोल श्वास घेतला. एका क्षणात आलेलं वादळ परतलं होतं आणि त्याचा चेहरा पुन्हा पहिल्यासारखा चकचकीत झाला होता. ''हं... तर मी काय सांगत होतो बरं?''

''तुम्ही रुग्णांमधला फरक पाहण्यासाठी क्ष-किरण फोटो घेता याबद्दल सांगत होतात,'' जॅकनं त्याचा प्रश्न बाजूला ठेवून निराळाच प्रश्न विचारला.

''होय. आम्ही नेहमीच तसं करतो. आम्ही रुग्णांमध्ये होणारी सुधारणा सतत बघत असतो आणि त्यांनाही ती बघून आनंद होतो.''

''ही सुधारणा कशी होते हे मला बघायला मिळेल का?''

''नक्कीच,'' न्यूहाऊस उत्साहानं म्हणाला, ''संभाव्य रुग्णांना नीट माहिती व्हावी म्हणून आम्ही एका केसच्या बाबतीतले क्ष-किरण फोटो तयार ठेवले आहेत. आपण माझ्या ऑफिसात जाऊ म्हणजे मी तिथे तुम्हाला कॉम्प्युटरवर दाखवू शकेन.''

न्यूहाऊस त्याला एवढी सगळी माहिती देतोय म्हणून जॅकला बरं वाटत होतं; पण त्याचं हे वाक्य ऐकून त्यामागचं कारण त्याच्या लक्षात आलं.

जॅक कॉम्प्युटरचा स्क्रीन नीट दिसावा म्हणून न्यूहाऊसच्या मागे उभा राहिला. न्यूहाऊसनं त्याला त्याच्या एका 'तथाकथित' रुग्णाच्या मानेचा क्ष-किरण फोटो दाखवायला सुरुवात केली. त्यावर अनेक लाल रेषा होत्या आणि त्यांच्यामधले कोन तिथे दाखवलेले होते. हे सगळं अगदी व्यवस्थित असंच भासत होतं. जॅकनं नीट निरखून पाहिलं तेव्हा फोटो घेताना त्या व्यक्तीची हनुवटी छातीपर्यंत वाकलेल्या अवस्थेत आहे हे त्याच्या लक्षात आलं.

"हा फोटो सुरुवातीचा आहे," न्यूहाऊस स्क्रीनकडे बोट दाखवत म्हणाला, "इथे जर त्याच्या कण्याचा कोन बघितला तर तुम्हाला दिसेल की, तो नैसर्गिक नाही. ही कण्याची रेषा कवटीमधून बाहेर पडताना पुढे झुकलेली असायला हवी; पण ती मागे झुकलेली आहे... हं, आता पुढचे फोटो बघा," असं म्हणून न्यूहाऊसनं नंतरचे अनेक फोटो एकामागोमाग एक स्क्रीनवर आणले. "हे बघा... फरक किती नाट्यमय वाटावा असाच आहे की नाही?"

जॅकला खरोखरच ती रेषा हळूहळू मागे झुकण्याऐवजी पुढे येताना दिसली; पण त्याच्या हे लक्षात यायला वेळ लागला नाही की, प्रत्येक वेळी त्या माणसाचं डोकं अधिकाधिक सरळ ठेवून हे फोटो काढले होते. जॅक थक्क होऊन हे सगळं जणू एखादी कलाकृती असावी, अशा प्रकारे दाखवणाऱ्या न्यूहाऊसकडे बघतच राहिला. काहीही न समजणाऱ्या सामान्य लोकांना बनवण्यासाठी केलेली ही चक्क फसवेगिरी होती. ती फारच घातक होती, कारण त्यासाठी हा माणूस त्यांच्यावर धोकादायक किरणांचा मारा करत होता.

जॅक काहीच बोलत नाही हे पाहून न्यूहाऊसनं मागे वळून पाहिलं. जॅक विस्मयामुळे गप्प झाला आहे, अशी समजूत करून घेऊन तो म्हणाला, "लीडिया तुम्हाला भेटीची वेळ ठरवण्यासाठी मदत करेल. तुमची लक्षणं जर फारशी गंभीर नसतील, तुम्ही थांबू शकणार असाल तर येत्या महिन्यात वेळ मिळणं शक्य आहे. सध्या पूर्वी उपचार केलेल्यांना पुन्हा तपासण्याचं वेळापत्रक फार गच्च भरलेलं आहे. शिवाय पहिल्या तपासणीच्या वेळी सर्व काही बारकाईनं बघितलं जात असल्यानं जास्त वेळ द्यावा लागतो. आज मी वेळ देऊ शकलो हे खरं; पण रोज मात्र असं नसतं. इथं रोज प्रचंड खेचाखेच चालू असते."

जॅक विचारात पडला. इथं एवढी गर्दी उसळते यावर त्याचा विश्वास बसत नव्हता. न्यूहाऊसचं ठीक आहे. त्याचा उद्देश समजू शकतो; पण त्याच्याकडे येणाऱ्यांचं काय? निशेल बार्लो हुशार भासत होती. मग तिच्यासारखी माणसं या फसव्या माणसाच्या युक्तीला कशी बळी पडतात. हे सगळं बनावट आहे हे न

कळण्याएवढी माणसं मूर्ख कशी काय होऊ शकतात?

"मिस्टर स्टेपलटन... हॅलो!... मला तुमच्या मनावर ओझं टाकायची इच्छा नव्हती... तुम्ही ठीक आहात ना?"

जॅक त्याच्या छोट्या तंद्रीतून बाहेर आला, "आपण बोलायला सुरुवात केली तेव्हा किरोप्रॅक्टिक उपचार पद्धतीला काहीशी उतरती कळा लागली आहे, असं तुम्ही म्हणाला होतात; पण ते बोलणं अर्धवटच राहिलं."

"होय!" न्यूहाऊस म्हणाला, "बोलता बोलता विषय भलतीकडेच गेला. मी डॅनियल डेव्हिड पाल्मर या आयोवामधल्या उपचारपद्धतीच्या जनक मानल्या जाणाऱ्या डॉक्टरबद्दल बोलत होतो. तिथं त्यांनी किरोप्रॅक्टिक पद्धतीचं पहिलं वैद्यकीय महाविद्यालय सुरू केलं होतं."

"पण तुम्ही उतरती कळा असं म्हणाला होतात, त्याचा अर्थ काय?"

"सोपं आहे," न्यूहाऊस सांगू लागला, "एकोणीसशे नव्वदच्या आसपास नवशिक्या किरोप्रॅक्टर लोकांना पारंपरिक डॉक्टरांनी दबाव टाकून त्यांचं काम फक्त पाठीच्या दुखण्यांपुरतंच मर्यादित करायला भाग पाडलं."

"म्हणजे सायनुसायटिससारख्या विकारांवर त्यांना उपचार करता येणार नाहीत असं?"

"अगदी बरोबर! अमेरिकन मेडिकल असोसिएशन किरोप्रॅक्टिक उपचारपद्धतीच्या विरोधात असल्यानं त्यांनी सतत कज्जेदावे वगैरे सुरू ठेवले होते. आम्ही त्यांच्या पोटावर पाय आणू, अशी त्यांना भीती वाटत गेली आणि ते खरंही होतं म्हणा! कारण लोक काही मूर्ख नसतात."

जॅकला हे मत फारसं मान्य नव्हतं; पण तो गप्प राहिला.

"असो. १९९०च्या दरम्यान कधीतरी सर्वोच्च न्यायालयानं अखेर चपराक मारून अमेरिकन मेडिकल असोसिएशनचा आवाज बंद केला. अमेरिकन मेडिकल असोसिएशननं आरोग्य सेवा क्षेत्रात आपली मक्तेदारी टिकवण्यासाठी किरोप्रॅक्टिकला मुद्दाम गौण ठरवलं, असा निर्णय सर्वोच्च न्यायालयानं दिला."

जॅकनं मनोमन हा निकाल नीट बघण्याची गरज असल्याची नोंद केली. त्यानं किरोप्रॅक्टिक पद्धतीबद्दल जी काही माहिती मिळवली होती, त्यावरून सर्वोच्च न्यायालय किरोप्रॅक्टिक पद्धतीच्या बाजूनं निर्णय देईल, असं त्याला वाटत नव्हतं. उपचार पद्धती योग्य की अयोग्य असा मुद्दा त्यात नसून, फक्त मक्तेदारी एवढाच मुद्दा असणार, असं त्याला वाटलं.

"या निर्णयाचा फायदा किरोप्रॅक्टिक उपचारपद्धतीला झाला असेल, असं तुम्हाला वाटलं असेल; पण उलटच झालं. आश्चर्य म्हणजे आमच्यातच फूट पडली. काही पारंपरिक डॉक्टरांना आमच्या पद्धतीमधले फायदे लक्षात आले होतेच.

आमच्यामधल्या ज्या लोकांनी स्वतःवर मर्यादा घालून घेणं मान्य केलं, त्यांच्याबरोबर या डॉक्टरांनी सहकार्य करायला सुरुवात केली. हळूहळू आमच्यामधल्या गद्दारांना 'मिक्सर्स' असं नाव पडलं. कारण आपण फक्त पाठीच्या दुखण्यांवर उपचार करू, असं मान्य करून त्यांनी किरोप्रॅक्टिक चळवळीचा विश्वासघात केला होता.'' न्यूहाऊस क्षणभर थांबला आणि मग म्हणाला, ''याचाच अर्थ असा की, ते खरे किरोप्रॅक्टर नाहीत.''

''आणि तुम्ही मान्यवर देशभक्त किरोप्रॅक्टर स्वतःला उद्देशून काय संबोधन वापरता?'' जॅकच्या स्वरात विखार आणि उपरोध एवढा जबरदस्त होता की, जणू जॅकनं थोबाडीत मारली असावी अशा प्रकारे न्यूहाऊस त्याच्याकडे बघत राहिला; पण तो जास्त गोंधळला होता. त्यानं जॅकच्या बोलण्यातल्या उपरोधाकडे दुर्लक्ष करायचं ठरवलं असावं, ''आम्हाला स्ट्रेट असं म्हणतात कारण आम्ही पहिल्यापासून चळवळीशी इमान राखून आहोत... एकनिष्ठ आहोत.''

जॅकनं पुन्हा एकदा काहीतरी धारदार बोलण्याचा मोह आवरला. आपल्या स्वरावर काळजीपूर्वक नियंत्रण ठेवत तो म्हणाला, ''मला तुमच्या आणखी एका रुग्णाबद्दल काही विचारायचं आहे. किआरा अबेलार्ड.''

''मिस अबेलार्ड...'' न्यूहाऊस म्हणाला. हे म्हणताना त्याचा झगझगीत चेहरा पुन्हा समोर आला, ''आणखी एक बहारदार तरुण मुलगी... तिनंही तुम्हाला माझं नाव सुचवलं की काय?''

''अखेर नाइलाजानं होय असं म्हणावं लागेल.''

न्यूहाऊसच्या चेहऱ्यावरचं हास्य मावळलं. तो पुन्हा एकदा गोंधळून गेला होता. जॅकच्या उत्तरात अनावश्यक वाकडेपणा आहे, हे त्याला जाणवलं होतं.

''ती तुलनेनं नवीन रुग्ण होती. तिनं आपल्या इथल्या अनुभवाबद्दल काही सांगितलं का?''

''अप्रत्यक्षपणे,'' जॅक मुद्दामच न्यूहाऊसला आणखी गोंधळात पाडण्यासाठी संदिग्धपणानं म्हणाला, ''मिस बार्लो सांगत होती की, तिनं किआराला तुमच्याकडे येण्याबद्दल सुचवलं होतं; पण ती आली की नाही हे मात्र तिला माहीत नाही.''

''आली होती. मागच्या शुक्रवारी आली होती. आपल्याला फार वेदना होत आहेत अशी तिची तक्रार असल्यानं मी तिला वेळ दिला.''

''म्हणजे तुम्हाला ती चांगली आठवते?''

''अगदी व्यवस्थित.''

''ते कसं काय? म्हणजे या इथल्या जागेचं भाडं आणि डिजिटल क्ष-किरण यंत्राचे हप्ते भरण्यासाठी तुम्हाला खूपच रुग्णांना तपासावं लागत असणार. एवढ्या रुग्णांच्या गर्दीत एखादा विशिष्ट रुग्ण तुमच्या कसा काय लक्षात राहतो?''

न्यूहाऊस त्याच्याकडे चकित होऊन बघत राहिला. जॅकचा शेरा संपूर्णपणे मर्यादेच्या बाहेर जाणार आहे, हे त्याला जाणवलं होतं. तरीही तो म्हणाला, ''माझ्यात तशी खास क्षमता आहे.''

''तुम्हाला तिची तक्रार आठवते का?''

''नक्कीच आठवते. तिचं कपाळ दुखत होतं आणि औषधं घेऊनही वेदना कमी होत नाही, असं ती म्हणत होती.''

''म्हणून मग आपण तिचा त्रास कमी करू शकतो, असं तुम्हाला वाटलं.''

''अर्थातच आणि मी तसं केलंही. आपली वेदना एखाद्या जादूप्रमाणे क्षणात नष्ट झाली असं ती म्हणाली.''

''तुम्ही तिचेही क्ष-किरण फोटो घेतले होते का?''

न्यूहाऊसनं मान डोलवली; पण काहीतरी गडबड होत असल्याचं त्याला जाणवलं होतं; पण काय ते त्याच्या लक्षात येत नव्हतं. जॅकचा आविर्भाव एकदम आव्हान दिल्याप्रमाणे झाला होता.

''तिच्या बाबतीत सांधा नेमका कुठे निखळला होता?''

''तिच्या पाठीच्या कण्यात सगळीकडेच,'' न्यूहाऊसनं धारदारपणे उत्तर दिलं. आपल्याला कोणी आव्हान दिलेलं त्याला आवडत नसावं. विशेषतः त्याच्या स्वतःच्या मैदानात तर नाहीच नाही, ''तिनं दुर्लक्ष केल्यामुळे तिचा कणा साफ बिघडलेल्या अवस्थेत होता.''

''तिच्या मानेतल्या मणक्याचं काय? तिथंही बिघाड होता का?''

''सगळा कणा असं मी म्हणालो. मानेच्या भागासकट सगळाच कणा.''

''म्हणून तिला ॲडजेस्ट करण्याची गरज आहे, असं तुम्हाला वाटलं.''

''एकदा नाही, अनेकदा,'' न्यूहाऊसनं जॅकच्या विधानात दुरुस्ती केली. ''आम्ही उपचारांच्या वेळापत्रकावर चर्चा केलेली आहे. ती या आठवड्यापासून चार आठवडे प्रत्येकी दोन वेळा येणार आहे. त्यानंतर पुढचे चार आठवडे प्रत्येकी फक्त एकदा.''

''मला वाटतं की, 'ॲडजेस्ट' याला स्पायनल मॅनिप्युलेशन असं म्हणतात. बरोबर?''

न्यूहाऊसनं आपण घड्याळाकडे बघत असल्याचा देखावा केला, ''मला वाटतं की, मला उशीर होतोय. मला आता तुम्हाला 'जा' असं सांगावं लागेल.''

''पण निदान जायच्या आधी माझ्या या प्रश्नाचं उत्तर तरी मला द्याल की नाही?'' जॅक माघार न घेता म्हणाला.

न्यूहाऊसचा चेहरा वेडावाकडा झाला. त्यानं छद्मी हास्य केलं. हा माणूस त्रासदायक आहे आणि त्याला आता बाहेर फेकून दिलं पाहिजे, हे त्याच्या लक्षात आलं होतं; पण जॅक हा कोणीतरी एखादा अधिकारी तर नाही ना असं त्याला

वाटू लागलं होतं. अद्याप त्याच्याकडे तपासणी वगैरेसाठी कोणी अधिकारी आला नव्हता खरा; पण हा माणूस तसा असूही शकतो, हे त्याला जॅकच्या प्रश्न विचारण्याच्या शैलीवरून जाणवू लागलं होतं. आपलं क्ष-किरण यंत्र ज्या ठिकाणी ठेवलेलं आहे त्याचं छत पाहिजे तसं सुरक्षित केलेलं नाही, हे त्याला आठवलं आणि मग स्वतःवर नियंत्रण ठेवत त्यानं विचारलं, ''हं... तुम्ही काय प्रश्न विचारला होता?''

''मी असं विचारलं होतं की, किआरा अबेलार्डच्या बाबतीत तुम्ही सर्व्हायकल मॅनिप्युलेशन केलं होतं की नाही?''

''आम्ही सहसा रुग्णांच्या बाबतीतली माहिती उघड करत नाही.''

''तुम्ही रुग्णांवर उपचार करताना सर्व नोंद सांभाळून ठेवता का?''

''अर्थातच!'' न्यूहाऊस म्हणाला, ''रुग्णाच्या प्रकृतीत कशी सुधारणा होते आहे बघण्यासाठी तसं करणं आवश्यक आहे; पण या अशा प्रश्नाचा अर्थ काय?''

''तुम्ही मी जे विचारलं त्याचं उत्तर दिलेलं बरं, नाहीतर मी न्यायालयाकडून तुमची कागदपत्रं जप्त करून मागवू शकतोच.''

''तुम्ही माझी कागदपत्रं जप्त करून मागवू शकता,'' न्यूहाऊसनं हे वाक्य पुन्हा उच्चारलं; पण जणू आपला या शब्दांवर विश्वास नाही, अशा स्वरात तो बोलत होता. आपण हा माणूस नवीन रुग्ण आहे असं जे समजून चाललो होतो ते बरोबर नाही, हे आता त्याच्या स्पष्टपणानं लक्षात आलं होतं.

''किआराची डोकेदुखी तुमच्या उपचारानंतर गायब झाली, असं तुम्ही मघाशी म्हणालात. ती डोकेदुखी परत आली का?''

''नाही... म्हणजे मला ते सांगता येणार नाही. तिनं मला फोन केला नव्हता. जर तिला परत त्रास सुरू झाला असता तर तिनं मला लगेच नक्कीच फोन केला असता.''

''डोकेदुखी दुप्पट जोमानं परत उसळली; पण मला हे हवं आहे की, तुम्ही सर्व्हायकल मॅनिप्युलेशन केलं होतं की नव्हतं?''

''आणि हे तुम्हाला का जाणून घ्यायचं आहे? तुम्ही नेमके आहात तरी कोण?''

''डॉ. जॅक स्टेपलटन,'' जॅक फटकारत म्हणाला, ''न्यू यॉर्क शहराचा वैद्यकीय तपासनीस,'' त्यानं त्याचा बिल्ला न्यूहाऊसच्या डोळ्यांसमोर नाचवला. ''किआरा अबेलार्ड काल मरण पावली. वरवर काहीही कारण दिसत नसताना अचानक मृत्यू झाल्यामुळे तिची केस आमच्याकडे आली. मी तिच्या मृत्यूचं कारण शोधतो आहे. हं... तर आता मला माझ्या प्रश्नाचं उत्तर दिलं नाही, तर मी पोलिसांना पाठवून तुम्हाला आत घ्यायला सांगेन.''

आपण अतिशयोक्ती करतोय आणि आपल्याला न्यूहाऊसला अटक करवणं शक्य नाही याची जॅकला कल्पना होती; पण या माणसानं एका सुंदर तरुण मुलीचं जीवन एका झटक्यात संपवलं होतं, यामुळे तो प्रक्षुब्ध झाला होता.

''ठीक आहे,'' न्यूहाऊस ओरडला. त्याला बसलेल्या धक्क्यातून तो सावरला होता. ''होय, मी इतर हजारो जणांच्या बाबतीत केलं होतं तसंच तिच्याही बाबतीत सर्व्हायकल मॅनिप्युलेशन केलं होतं आणि त्याचा उपयोग झाला होता. वेदना नष्ट झाल्यानं ती इथून हसत हसत बाहेर पडली होती. जर ती मेली असेल तर त्याचं कारण काहीतरी निराळं असेल. तुम्हाला जर असं सुचवायचं असेल की, ती माझ्या उपचारामुळे मेली, तर ते खरं नाही. तिच्या मृत्यूचा आणि माझ्या उपचाराचा काहीही संबंध नाही.''

''मी नुसतं तसं सुचवत नाही, तर स्पष्टपणानं म्हणतोय. तुमच्या या इथल्या उपचारामुळेच ती मेली,'' जॅकही जोरात ओरडला, ''आणि हे कसं झालं ते ऐकायचं आहे? तुम्ही जो जोराचा झटका दिलात त्यामुळे मणक्यांमधल्या रक्तवाहिन्यांचं आतलं नाजूक अस्तर फाटलं. मणक्यातल्या रक्तवाहिन्या म्हणजे काय हे तुम्हाला माहीत आहे ना?''

''अर्थातच माहीत आहे!'' न्यूहाऊसनं ओरडून प्रत्युत्तर दिलं. ''आता माझ्या ऑफिसमधून चालू लागायचं. मी काहीच चुकीचं केलेलं नाही. तुम्ही स्वतःची ओळख लपवून इथं आलात... लवकरच माझा वकील तुमच्याशी संपर्क साधेल!''

''आणि तुम्हाला लवकरच डिस्ट्रिक्ट ॲटर्नीला उत्तर द्यावं लागेल. मी किआराच्या मृत्यूच्या प्रमाणपत्रावर मनुष्यहत्या असं लिहिणार आहे. अंगभूत बुद्धिमत्ता काय! – ××××. तुम्ही म्हणालात की तुम्ही किरोप्रॅक्टर स्वतःला स्ट्रेट म्हणवता; पण तुम्ही ज्यांना मिक्सर किरोप्रॅक्टर म्हणता ते तुमचा उल्लेख कसा करतात? ढोंगी... की काय?''

''बाहेर व्हायचं!'' न्यूहाऊसनं गर्जना केली.

अचानक जॅकला जाणवलं की, आपला चेहरा त्याच्या चेहऱ्यापासून अवघ्या काही इंचांवर आहे. आपण हे काय करतोय? जॅक घाबरला नव्हता तरीही तो एक पाऊल मागे सरकला. त्याला मुळात बिघडलेली परिस्थिती हाताबाहेर जाण्याएवढी चिघळू द्यायची नव्हती.

''मी आता जावं म्हणतो... हं; पण मला दरवाज्यापर्यंत सोडायला यायचे कष्ट घेऊ नका. माझा मी जायला समर्थ आहे.''

जॅक बाहेरच्या खोलीत आला. लीडिया आणि आलेल्या इतर अनेक रुग्णांनी न्यूहाऊस आणि जॅकच्या चकमकीचा शेवटचा भाग ऐकला होता. ते आ वासून

स्तब्ध होऊन बघत होते. जाता जाता लीडियाकडे बघून हात हलवत जॅक बाहेर पडला तरी सर्व जण पापणी न लववता बघत उभे होते.

बाहेर आल्यावर जॅक सायकलपाशी आला. थरथरत्या बोटांनी त्यानं सगळी कुलपं उघडली. एकवार मागे नजर टाकून तो निघाला. जाता जाता आपण या न्यूहाऊसच्या बाबतीत एवढे का चिडलो, याचा विचार तो करू लागला. जेजेच्या आजारपणाच्या ताणाशी याचा काही संबंध आहे का, हे समजायला त्याला वेळ लागला नाही; पण आपण अशा प्रकारे साइट व्हिजिट करणं याकडे बिंगहॅम किंवा केल्व्हिन कसे बघतील, हा विचार त्याच्या मनात आला. त्यांच्या कानावर जर त्याची ही मुसाफिरी गेली तर काय होऊ शकतं, हे त्याच्या ध्यानात आलं. त्याच्या मनात निर्माण झालेल्या एका विशिष्ट ध्येयानं त्यानं हे जणू धर्मयुद्ध सुरू केलं होतं, त्याचा तत्काळ शेवट होणार आणि प्रकरणाला आणखी गंभीर वळण लागलं, तर आपल्याला सक्तीच्या रजेवर पाठवलं जाणार, या दोन शक्यता त्याला दिसू लागल्या. जॅकला यातलं काहीही घडणं परवडणारं नव्हतं.

दहा

दुपारी १२.५३, मंगळवार, २ डिसेंबर, २००८
रोम
(सकाळी ६.५३, न्यू यॉर्क शहर)

शॉननं इजिप्त एअरच्या विमानाच्या खिडकीतून बाहेर नजर टाकली. विमान रोमच्या फ्युमिचिनो विमानतळाच्या दिशेनं अखेर उतरू लागलं होतं. गेला जवळपास अर्धा तास विमान घिरट्या घालत होतं. बाहेर एवढं धुकं होतं की, त्याला फक्त विमानाचा पंख तेवढा दिसत होता.

मनावरचा ताण वगळता विमान प्रवास व्यवस्थित पार पडला होता. इजिप्तमधल्या पासपोर्ट नियंत्रणातून आणि सुरक्षा व्यवस्थेतून बाहेर पडायला काहीच अडचण आली नव्हती. शॉनला जरा धाकधूक वाटत होती. कारण कोडेक्स त्याच्याजवळच होता. त्यानं तो हॉटेलमधल्या टॉवेलात गुंडाळून एका उशीच्या अभ्रामध्ये लपेटला होता. हे सगळं सापडलं असतं, तर जरा पंचाईत झाली असती. त्याला तशी फार फिकीर वाटत होती असं मात्र नाही. आपण ही वस्तू बाजारातून स्मृतिचिन्ह म्हणून घेतली असून ती बनावट आहे, असं सांगायची त्याची तयारी होती; पण सॅटर्निअसच्या पत्राची बाब मात्र वेगळी होती. त्यानं हॉटेलच्या किचनमधून मिळवलेल्या प्लॅस्टिकच्या आवरणात पत्राचा प्रत्येक पपायरस स्वतंत्रपणे काळजीपूर्वक लपेटला होता. मग त्यानं आयत्या वेळेस जाऊन हॉटेलमधल्या गिफ्ट शॉपमधून एक मोठ्या आकाराचं पुस्तक खरेदी केलं होतं. इजिप्तमधल्या प्राचीन स्थळांच्या संबंधात असलेल्या त्या पुस्तकात त्यानं पपायरस मध्यभागी लक्षात येणार नाहीत अशा प्रकारे चिकटवून टाकले होते. हे पुस्तक तो सर्वांच्या समोर सुरक्षा तपासणी होताना सरळ हातात घेऊन आला होता. जर हे पत्र सापडलं असतं तर मात्र मोठीच समस्या उद्‌भवली

असती; पण शॉन तेवढी जोखीम पत्करायला तयार होता. मुळात तो जे काही करत होता, त्यातला धोका आणि अवैधता याबद्दल त्यानं सानाला फारसं काही सांगितलं नव्हतं. हे पुस्तक एकदा का स्कॅनमधून गेलं की, काहीही होणार नाही, असं सानाला खोटंच सांगितलं होतं.

विमानाला अचानक मोठा हादरा बसला. विमान आता ढगांच्या खालच्या बाजूला आलं होतं. पावसाच्या थेंबांनी भिजलेल्या खिडकीमधून आता त्याला खालची हिरवीगार शेतं आणि रहदारीनं गच्च भरलेले रस्ते दिसू लागले होते. दुपार झालेली असूनही वाहनांचे दिवे लागलेले होते. काही मिनिटांनी विमान धावपट्टीवर उतरलं.

शॉननं सुटकेचा निःश्वास टाकला आणि सानाकडे पाहिलं. तिनं त्याच्याकडे बघून स्मितहास्य केलं आणि म्हणाली, ''हवा फारशी अनुकूल दिसत नाही,'' तिनं किंचित बाजूला झुकून बाहेरचं दृश्य बघायचा प्रयत्न केला.

''इथे हिवाळ्यातदेखील पाऊस पडू शकतो.''

''त्यामुळे आपल्याला फारसा फरक पडेल असं वाटत नाही,'' सानानं हे बोलताना गमतीने डोळे मिचकावले.

''तुझं म्हणणं बरोबर आहे,'' असं म्हणून शॉननं तिचा हात दाबला. तिनंही हात दाबून प्रतिसाद दिला. दोघांच्याही मनावरचा ताण त्यांना जाणवत होता.

''मी तुला एक सुचवू का?'' साना म्हणाली, ''मी बॅगा घेण्यासाठी जाते आणि तू गाडी भाड्यानं मिळवण्यासाठी जा. त्यानं आपला वेळ वाचेल.''

''ही कल्पना फारच छान आहे,'' शॉननं सानाकडे बघितलं. त्याला तिच्यामधला बदल पाहून खरोखरच आश्चर्य वाटलं होतं आणि तो बदल त्याला पसंतही पडला होता. सर्वसाधारणपणे काय करायचं, काय नाही याचे निर्णय घेणं ती शॉनवर सोडायची; पण आता मात्र ती आपणहून काही सुचवू लागली होती. तीदेखील त्याच्याप्रमाणे उत्साहात आहे, हे त्याला जाणवलं होतं. तिनं विमानात ख्रिश्चन धर्म, ज्यू आणि पूर्वेकडील मूर्तिपूजकांच्या धर्माबद्दल त्याच्यावर अनेक प्रश्नांची सरबत्ती केली होती.

''बरं, विमानतळावरून बाहेर पडल्यानंतर आपला कार्यक्रम काय असेल?''

''आपण हॉटेलात जाऊन खोली घेऊ. मग काहीतरी खाऊन आपल्याला लागणारी काही साधीसुधी अवजारे मिळवण्यासाठी जाऊ. मग मला वाटतं की, आपण नेक्रोपोलीस किंवा स्काव्हीकडे जाऊन तिथं काय परिस्थिती आहे ते बघू. म्हणजे मग आपण रात्री तिकडे गेलो की, अचानक काहीतरी सामोरं आलं, असं व्हायला नको. माझ्या आठवणीनुसार स्काव्ही संध्याकाळी साधारण साडेपाचपर्यंत उघडं असतं.''

"कसली अवजारं लागणार आहेत?"

"एक हातोडा, छिन्नी आणि काही फ्लॅशलाइट. शिवाय हाताशी असावी म्हणून बॅटरीवर चालणारी एखादी करवत."

"काय कापायला?"

"एखादा मृदू खडक किंवा विटेचा भाग वगैरे. तशी गरज पडेल असं मला वाटत नाही. विजेवर किंवा बॅटरीवर चालणारी उपकरणं वापरायला पोपनं उत्खननाच्या वेळी मनाई केली होती. ती वापरताना आजूबाजूला हानी होऊ नये असा विचार होता; पण आपल्याला त्या विषयात जायचं कारण नाही. आपण जिथं काम करणार आहोत तिथं झालंच तर ऑसुअरीचंच नुकसान होण्याची शक्यता आहे."

"पण आपण साध्या मातीमध्ये खणणार आहोत, असं तू म्हणाला होतास ना?" सानानं विचारलं. जर एखादा खडक फोडावा लागला तर हे काम फार अवघड होईल, असा विचार तिच्या मनात आला.

"नाही. प्रत्यक्षात माती घट्ट असल्यानं आणि त्यात दगडांचा चुरा असल्यानं सर्वसाधारण मृदू खडकासारखं ते असेल. मी तुला म्हणालो होतो त्याप्रमाणे नीरोच्या सर्कसच्या शेजारी असणाऱ्या व्हॅटिकानस हिल या टेकडीवजा ठिकाणी सेंट पीटर्सच्या अनुयायांनी जमिनीखाली एक चेंबर बांधलं होतं. त्यांनी बराच मोठा भाग खणून काढल्यानंतर पाया म्हणून पूर्व-पश्चिम दिशेला दोन समांतर अशा विटांच्या भिंती बांधल्या होत्या. सॅटर्निअसच्या पत्रानुसार उत्तरेकडील भिंतीच्या साधारण मध्यावर ऑसुअरी पुरण्यात आली होती. बाहेरचा खड्डा बुजवला जायच्या अगोदर ती पायाजवळच दडवण्यात आली होती."

"आणि याच उत्तरेकडील पायाच्या भिंतीजवळ आपण ऑसुअरीचा शोध घेणार आहोत."

"बरोबर. पन्नास वर्षांपूर्वी या ठिकाणी जे मोठं उत्खनन झालं होतं तेव्हा पुरातत्त्वज्ञांनी या उत्तरेकडील भिंतीच्या खालून भुयार खणलं होतं. पीटरच्या थडग्याच्या वरच्या बाजूला सगळीकडे पसरलेल्या वेदिका, स्मृतिचिन्हं किंवा थडग्यांच्या जंजाळात शिरायला नको म्हणून त्यांनी असं केलं होतं. सेंट पीटरचा मृत्यू झाल्यापासून अगदी आत्ता आत्तापर्यंत लोकांना पीटरच्या जास्तीत जास्त जवळ आपल्याला पुरावं या कल्पनेनं झपाटलं होतं; त्यामुळे तिथं असंख्य थडगी आहेत. असो, आपण त्या भुयाराच्या छतामध्ये ऑसुअरी शोधणार आहोत."

"मला हे समजणं जरा अवघड जातंय."

"ते मी समजू शकतो; पण त्याचं असं आहे की, पीटरच्या मृत्यूनंतर लगेचच ही टेकडी म्हणजे केवळ भविष्यातील पोपच नाही, तर इतरांचं दफन करण्यासाठीची जागा म्हणजे नेक्रोपोलीस बनली. साहजिकच या ठिकाणी फार मोठ्या प्रमाणात

थडगी आहेत. सेंट पीटरच्या थडग्याखालीच हा भाग असल्यानं फारच थोड्या भागात उत्खनन झालं आहे. सेंट पीटरच्या थडग्याच्या आजूबाजूला अवघ्या वीस घनफूट एवढ्या भागात बांधकामांची इतकी गुंतागुंत आहे की, कोणाचाही त्यावर सहजासहजी विश्वास बसणं कठीण आहे. ही गुंतागुंत काहीच नाही असं वाटावं म्हणून की काय, सेंट पीटरच्या थडग्याच्या अगदी थेट वरच्या बाजूला पहिल्या शतकातच कधीतरी ट्रोपिअन ऑफ पीटर या नावानं ओळखलं जाणारं स्मारक उभारण्यात आलं होतं. नंतर चौथ्या शतकात या स्मारकाचा एखाद्या वेदिकेसारखा वापर करून कॉन्स्टंटाईन यानं त्याचा बॅसिलिका अवतीभोवती बांधला. पुढे प्रबोधनकाळात या कॉन्स्टंटाईनच्या बॅसिलिकाच्या वर आजच्या सेंट पीटर्स बॅसिलिकाचं बांधकाम झालं. हे करताना नवीन वेदिका थेट कॉन्स्टंटाईनच्या वेदिकेच्या वर उभारण्यात आली होती. ही वेदिका सध्या अशा प्रकारे मूळच्या सेंट पीटरच्या थडग्याच्या साधारण चाळीस फूट उंचीवर आहे.''

''हे केकमधल्या थरांसारखं वाटतंय.''

''केकची उपमा चांगली आहे,'' शॉन म्हणाला.

टर्मिनलमध्ये शिरल्यावर ठरल्याप्रमाणे साना बॅगा आणण्यासाठी गेली आणि शॉन गाडी ठरवायला गेला. त्यानंतर अवघ्या अर्ध्या तासाच्या आत ते बाहेर पडून रोमच्या रस्त्याला लागले होते.

रोमकडे जाताना सुरुवातीला काहीच अडचण आली नाही; पण शहराच्या हद्दीमध्ये शिरल्यानंतर मात्र प्रचंड रहदारी, पाऊस आणि जवळ चांगला नकाशा नसणं यामुळे वेळ लागला. काही वेळानंतर तर आपल्याला ओळखता येईल असं स्मारक दिसलं नाही तर आपण चुकणार, असं त्याला वाटू लागलं होतं. पंधरा मिनिटं अशी तणावातच गेल्यानंतर अखेर शॉनला कलोसिअम दिसलं. ते बघताच शॉननं गाडी बाजूला घेतली. मग तिथून स्पॅनिश स्टेप्स या नावानं ओळखल्या जाणाऱ्या स्मारकाच्या वरच्या बाजूला असणाऱ्या हासलर हॉटेलचा रस्ता शोधणं त्यांना कठीण गेलं नाही.

फोरो रोमानोजवळून ते व्हित्तोरिओ इमान्वुएल-दुसरा याच्या स्मारकापासून ते उत्तरेकडे जाणाऱ्या व्हिआ डेल कोर्सो या अत्यंत रहदारीच्या रस्त्यानं निघाले होते.

''हे दृश्य किती वेगळं दिसतंय,'' साना रस्त्याच्या कडेनं जाणाऱ्या लोकांकडे बघत म्हणाली. पावसापासून बचाव करण्यासाठी लोक स्वतःला काळ्या छत्र्यांमध्ये सावरत चालताना दिसत होते. गडद रंगाचं आभाळ, पावसाळी कुंद हवा आणि हे भग्न अवशेष हे सगळं भयंकर वाटतंय. म्हणजे हॉलिवूड सिनेमातून पाहिलेल्या या 'प्रेमनगरीच्या' चित्रापेक्षा फारच निराळं!

व्हिआ सिस्टिना या रस्त्यावरून गेल्यावर ते हॉटेलच्या दारात आले. त्यांची

गाडी थांबलेली पाहून दरवान पुढे आला, ''तुम्ही राहण्यासाठी आला आहात का?'' असं त्यानं अदबीनं विचारलं. त्यावर शॉननं मान डोलवलेली पाहून त्यानं दाराकडे बघून इशारा करताच आतून सानासाठी दुसरी छत्री घेऊन आणखी एक जण आला.

आत गेल्यावर ते दोघं रिसेप्शन टेबलाजवळ आले. आपण इथं यायच्या अगोदरच न्यू यॉर्कहून मागवलेलं पार्सल आलेलं पाहून शॉन खूश झाला. तिथं जाताच शॉननं टेबलापाशी बसलेल्या सुंदर तरुणीशी गप्पा मारायला सुरुवात केली.

''तुम्ही इटालियन असणं शक्यच नाही, तुमची बोलायची पद्धत फारच सुंदर आहे,'' शॉन म्हणाला.

''मी डच आहे.''

''अस्सं? ॲमस्टरडॅम हे माझं फार आवडीचं ठिकाण आहे.''

''आणि मला वाटतं की, तुम्ही न्यू यॉर्कहून आला असणार,'' अशी सुरुवात करून तिनं अत्यंत सफाईनं संभाषणाची दिशा आपल्यावरच वळवली.

'आता हे नको आणखी!' साना मनाशी म्हणाली. तिनं एका पायावरचा भार दुसऱ्या पायावर घेतला. शॉन आता आपल्या जीवनाच्या कहाणीचा प्रारंभ करतो की काय, अशी तिला धास्ती वाटत होती; पण त्या उत्तम प्रशिक्षण घेतलेल्या तरुणीनं परिस्थिती कौशल्यानं हाताळली. ती टेबलामागून पुढे आली. त्यांना त्यांची खोली दाखवण्यासाठी नेताना ती मध्ये जराही उसंत न घेता सतत हॉटेलमधील सोयी- सुविधा आणि तिथलं रेस्टॉरंट वगैरेबद्दल सांगत होती.

त्यांची खोली तिसऱ्या मजल्यावर होती. शॉन खिडकीपाशी जाऊन बाहेरचं दृश्य पाहू लागला. खालच्या बाजूला स्पॅनिश स्टेप्सचा देखावा होता. ''इथे ये आणि बघ.'' शॉननं हाक मारली; पण ती त्या वेळी हॉटेलमधल्या इतर सर्व गोष्टींप्रमाणे बाथरूम पॉश आहे की नाही, हे बघायला गेली होती.

''छान आहे, नाही,'' साना खिडकीपाशी येऊन स्पॅनिश स्टेप्सकडे बघू लागल्यावर शॉननं विचारलं. पाऊस असूनही पर्यटक आपले फोटो घेत होते. ''आपल्याला इथून नीट दिसत नसला तरी सेंट पीटर्सचा घुमट अगदी आपल्यासमोर आहे. कधीतरी पाऊस नसताना आपण इथं यायला हवं; म्हणजे मग तुला हे दृश्य किती सुंदर आहे ते कळेल.''

खिडकीजवळून दूर झाल्यावर सानानं तिची बॅग उघडली, तर शॉननं न्यू यॉर्कहून आलेलं पार्सल उघडून त्यामधल्या वस्तू टेबलावर पसरल्या. त्या वस्तूंकडे नजर टाकत तो म्हणाला, ''धन्यवाद क्लेअर!'' साना त्याच्याजवळ आली, ''तुला जे हवं होतं ते सगळं यात आहे का?''

''होय. ते माझं व्हॅटिकनचं ओळखपत्र...'' शॉन तिच्या हातात लॅमिनेशन केलेलं एक कार्ड देत म्हणाला.

“त्याच्यावरचा फोटो म्हणजे...” साना गमतीनं म्हणाली.

“असू दे. चेष्टा पुरे झाली,” असं म्हणून त्यानं तिच्या हातात व्हॅटिकनच्या नेक्रोपोलीसमध्ये शिरण्यासाठी परवाना दाखवला. त्या अतिशय अधिकृत भाषेत लिहिलेल्या परवानापत्राच्या खाली सही-शिक्का होता. “आज रात्री या परवान्यामुळेच स्विसगार्ड आपल्याला आत प्रवेश देणार आहेत.”

“छान. सगळं काही सुरळीत घडताना दिसतंय,” परवाना शॉनला परत करत साना म्हणाली, “बरं, किल्ल्यांचं काय?”

शॉननं किल्ल्यांचा जुडगा उभा धरून हलवला आणि मग तो जुडगा आणि व्हॅटिकनचं ओळखपत्र खिशात टाकलं. काही मिनिटांनंतर साना व शॉन रिसेप्शन टेबलापाशी आले. खाण्यासाठी योग्य जागा कोणती असं त्यांनी विचारलं. “काफ्फे ग्रेको” तिथल्या एका माणसानं उत्तर दिलं. दुसऱ्या माणसानं मान डोलवली, “पायऱ्या उतरून खाली गेलं की, व्हिआ कोन्दोत्तीवर लगेचच आहे.”

“बरं, मला हार्डवेअर कुठं विकत मिळेल ते सांगाल का?”

त्या दोन माणसांनी गोंधळून एकमेकांकडे बघितलं. हा शब्द त्यांनी पहिल्यांदाच ऐकला होता. मग एकमेकांशी चर्चा केल्यानंतर आणि डिक्शनरी बघितल्यावर त्यांना शॉनला ‘फेर्रमेंता’ हवं आहे हे कळलं. हे दुकान जिनो या नावाचं असून ते व्हिआ डेल बाबुईनो या रस्त्यावर असल्याचं सांगितलं.

हॉटेलमधल्या छत्र्या घेऊन नकाशा बघत शॉन आणि साना प्रथम काफ्फे ग्रेकोत गेले. तिथं झटपट खाणं संपवून दोघं फेर्रमेंता दुकान शोधण्यासाठी निघाले. हॉटेलमधल्या माणसानं सांगितल्याप्रमाणे हे दुकान व्हिआ डेल बाबुईनोवर चालत जाण्याएवढ्या अंतरावर होतं.

दुकानाच्या बाहेरच्या बाजूला असणाऱ्या खिडकीत बरीच धूळ होती. आत बरीच अवजारं ठेवलेली होती. दार ढकलून ते आत गेले आणि एकदम आपण अंधाऱ्या चर्चमध्ये आलो की काय, असं त्यांना वाटलं. आत एकदम शांतता होती आणि जणू काही शतकानुशतकं इथलं हे सगळं जसंच्या तसं आहे, असा आभास होत होता. काउंटरपाशी पाच-सहा जण शांतपणे बिल करण्याची वाट बघत उभे होते.

शॉननं सानाला आतल्या भागात चलण्यासाठी इशारा केला, “चल, आपणच आपल्याला काय हवं ते बघू,” शॉन हलक्या स्वरात म्हणाला.

“तू असा कुजबुजल्यासारखा का बोलतो आहेस?”

शॉन हसला, “कोण जाणे? मी तसं केलं खरं,” मग शॉन नेहमीच्या स्वरात म्हणाला, “कदाचित मी त्या प्रसिद्ध वाक्प्रचाराप्रमाणे सहज वागलो असेन. रोममध्ये असताना रोमनांसारखे वागा!”

त्यांना हव्या त्या वस्तू मिळाल्यावर त्यांची रक्कम चुकती करून शॉन आणि साना हॉटेलवर परतले. तिथे त्यांनी आणलेल्या वस्तू ठेवल्या. शॉननं बॅटरी चार्ज करायला लावली.

"घड्याळाकडे लक्ष ठेव. आपल्याजवळ फक्त एक तास आहे," साना म्हणाली.

"होय. ते बरोबर आहे."

"आपण इथं आणखी एक दिवस राहण्याचा विचार करायला हवा. आपण तिथं पोहोचायच्या आत कदाचित स्काव्ही बंद होऊन जाईल."

शॉननं चकित होऊन आपल्या बायकोकडे बघितलं. आदल्याच दिवशी ती ताबडतोब घरी परतायचं म्हणून हटून बसली होती आणि आता ती रोममध्ये आणखी एक दिवस राहण्यासाठी स्वतःहून सुचवत होती.

"पण तू ज्या प्रयोगांबद्दल काळजी करत होतीस त्यांचं काय?"

"हे काम किती मजेशीर ठरेल हे तू मला सांगितल्यावर पटलं."

"हे ऐकून मी खूश झालोय," शॉन म्हणाला, "तरीदेखील आपण आत्ताच स्काव्हीत पोहोचायचा प्रयत्न करू या. मीदेखील हे काम पूर्ण करायला किती उत्सुक झालो आहे, हे सांगता येणार नाही. मी तर असं म्हणेन की, आपण आजच रात्री ऑसुअरी मिळवायचा प्रयत्न करायला हवा."

"ठीक आहे," साना म्हणाली, "आपण प्रयत्न करू या."

गर्दीची वेळ असूनही हासलर हॉटेलच्या दरवानाला लगेचच टॅक्सी मिळाली. टॅक्सीत बसून जाताना साना आणि शॉन दोघंही मनातल्या विचारांमध्ये गुंगल्यानं गप्प होते. आपल्या टॅक्सीत बसलेले दोघंही सतत मनगटांवरच्या घड्याळांकडे नजर टाकत आहेत हे बघून टॅक्सी ड्रायव्हर जणू आपण फॉर्म्युला वन शर्यतीचा ड्रायव्हर असल्याप्रमाणे भन्नाट टॅक्सी पळवत होता; त्यामुळे सेंट पीटर्सच्या अगदी जवळ असणाऱ्या आर्के डेल्ले कंपानेपाशी त्यानं त्यांना वीस मिनिटांच्या आत नेऊन सोडलं.

पाऊस आता जोरात कोसळू लागला होता. साना आणि शॉन एकाच छत्रीतून एकमेकांना चिकटून भराभर चालत आडोशापर्यंत गेले; पण आर्को डेल्ले कंपानेतून बाहेर पडताना त्यांना रुबाबदार पोशाख केलेल्या स्विस गार्ड्सनी अडवलं. त्यांच्यामधल्या एकानं शॉननं पुढे केलेलं व्हॅटिकनचं ओळखपत्र तपासलं. त्यानं एकदा ओळखपत्रावर असणाऱ्या फोटोकडे आणि पावसानं भिजलेल्या शॉनच्या चेहऱ्याकडे नजर टाकली. त्यानं ओळखपत्र परत केलं आणि सलाम ठोकत त्यांना आत जाण्याची खूण केली.

पुन्हा पावसातून शॉन आणि साना भराभरा चालत सेंट पीटर्स बॅसिलिकाच्या दक्षिणेस असलेल्या दगडी फरसबंदी असणाऱ्या चौकातून जाऊ लागले. आता

त्यांना केवळ वरून कोसळणाऱ्या पावसाचा नाही तर चर्चच्या पन्हाळींमधून पडणाऱ्या पाण्याच्या लोटाचा आणि व्हॅटिकनमधल्या रहदारीमुळे उडणाऱ्या पाण्याचा सामना करावा लागत होता.

मानेनं इशारा करत शॉन म्हणाला, ''तुला तो पांढरी किनार असणारा सपाट काळा दगड दिसतोय का?''

''होय,'' सानानं होकार दिला; पण त्यात जराही उत्साह नव्हता. तिला शक्य तितक्या लवकर त्या ओल्याचिंब करणाऱ्या जागेतून बाहेर पडायचं होतं.

''आपण आत गेलो की, त्याबद्दल सांगेन. मला आठवण कर.''

सानाच्या सुदैवानं त्यांना फार वेळ पावसात चालावं लागलं नाही. काही क्षणांतच दोघं एका पोर्टिकोखाली उभे राहिले. तिथं जाताच त्यांनी अंगावरचं पाणी जमेल तेवढं झटकून टाकलं. मग त्यांनी पाय आपटून बुटांवरील पाणी घालवण्याचा प्रयत्न केला.

''त्या ठिकाणी चौकातला तो काळा दगड म्हणजे नीरोच्या सर्कसचा मध्यवर्ती भाग होता, असं दर्शवणारी खूण आहे. याच ठिकाणी सेंट पीटरसह अनेक ख्रिश्चनांचा जीव घेण्यात आला होता.''

''आपण आत जाऊ या,'' साना म्हणाली. तिला त्या क्षणी ही असली माहिती ऐकायची इच्छा नव्हती. ती भिजून चिंब झाल्यानं गारठली होती.

थोड्या पायऱ्या चढून गेल्यावर ते नेक्रोपोली व्हॅटिकानाच्या ऑफिसात शिरले. ऑफिसचा एकूण अवतार छोट्या गावातल्या शाळेच्या मुख्याध्यापकांच्या ऑफिससारखा होता; पण बाहेरच्या थंड हवेतून सुटका झाली म्हणून सानाला बरं वाटलं.

त्यांची चाहूल लागल्यावर जुनाट वाटणाऱ्या सरकारी कळा असणाऱ्या टेबलापाशी बसलेल्या माणसानं वर बघितलं.

''स्काव्ही आता बंद झालं आहे. शेवटची टूर निघून अर्धा तास उलटला आहे.''

शॉननं काहीही न बोलता त्याचं व्हॅटिकन ओळखपत्र पुढे केलं. मग त्यानं आत शिरण्याचा परवानाही त्या माणसासमोर धरला. त्या माणसानं तो वाचल्यानंतर आश्चर्यानं मान वर केली.

''प्राध्यापक डॉट्री!'' तो स्मितहास्य करत म्हणाला, ''बोनासेरा'' त्या माणसानं आपली ओळख करून दिली. त्याचं नाव लुईगी रोमानी असं होतं. पाच वर्षांनंतरही त्या माणसानं ओळखलं असलं तरी शॉनला मात्र त्याचं नाव नीटसं आठवत नव्हतं.

''तुम्ही स्काव्हीत जाणार आहात का?'' लुईगीनं विचारलं.

''होय. अगदी थोड्या वेळासाठी. आम्ही आजच दुपारी रोममध्ये आलो. उद्या

परत जाणार आहोत. तेव्हा मला माझ्या बायकोला माझं काम दाखवायचं आहे. फार वेळ लागणार नाही.''

"तुम्ही परत इथंच येऊन बाहेर पडणार आहात की बॅसिलिकामधून? मी आता निघायच्याच बेतात आहे.''

"तसं असेल तर आम्ही त्या टूरमधल्या लोकांबरोबर बॅसिलिकातून बाहेर पडू.''

"तुम्हाला आत शिरायला माझी मदत लागेल का?''

"नाही. माझ्याजवळ किल्ल्या आहेत. अर्थात, कुलपं बदलली नसतील असं मी गृहीत धरतो.''

"कुलपं बदलली?'' लुईगी हसला, "या अशा गोष्टी कधीच बदलत नाहीत.''

स्काव्हीच्या ऑफिसातून बाहेर पडून शॉन एका अगदी सौम्य उतार असणाऱ्या संगमरवरी फरशी असणाऱ्या कॉरिडॉरमधून निघाला. तिथं त्या वेळी कोणीच नव्हतं.

"सेंट पीटर्स बॅसिलिकाच्या तळमजल्याच्या खाली साधारण दहा फुटांवर आपण आहोत,'' शॉन म्हणाला.

"या मिस्टर रोमानीनं तुला ओळखलं. त्याचा काही परिणाम होईल का?''

"मला तसं वाटत नाही. कारण ऑसुअरीबद्दल आपल्याखेरीज इतर कोणालाही माहिती नाही. तेव्हा आपल्याला ती मिळाली नि आपण ती नेली तरी कोणाला पत्ताही लागणार नाही.''

साना किंचित घुटमळली. तिनं कॉरिडॉरच्या टोकाकडे बोटानं इशारा केला, "हा कॉरिडॉर कुठे जातो आहे?''

"सेंट पीटर्स बॅसिलिकाच्या खाली.''

पायऱ्यांच्या टोकाशी एक दरवाजा होता. त्याला भक्कम लोखंडी दारं होती. "आता आपली खरी परीक्षा आहे!'' शॉन म्हणाला. त्यानं किल्ल्यांचा जुडगा बाहेर काढला. त्याला नेमकी किल्ली आठवत होती. त्यानं ती कुलपात सरकवली, "अजून तरी सर्व ठीक आहे.'' असं म्हणत त्यानं धीर एकवटून ती फिरवली. ती सहज फिरली आणि कुलूप उघडलं.

आत गेल्यावर त्यांना आणखी एक दरवाजा ओलांडावा लागला. आतल्या हवेचा दमटपणा नियंत्रित करण्यासाठी तो होता. मग आणखी काही पायऱ्या उतरून गेल्यावर ते प्राचीन काळातील जमिनीच्या पातळीवर आले.

"इथं हवा फार दमट आहे,'' साना म्हणाली. तिला ती हवा फारशी सुखद वाटत नव्हती.

"तुला त्रास होतो आहे का?''

"जर ऑसुअरीचं सील तुटलं असलेलं आढळलं तर मात्र होईल.''

"खरंच की!'' शॉन म्हणाला. सानाला प्रामुख्यानं तिथं डीएनए मिळेल का यात

रस आहे, हे त्याच्या लक्षात आलं.

"इथं हे लोक भरपूर दिवे का लावत नाहीत?" साना तक्रारीच्या सुरात म्हणाली, "मला अंधारात घाबरल्यासारखं होतं," तिथं खरोखरच फार कमी प्रकाश होता. जमिनीच्या पातळीवर लावलेल्या मंद दिव्यांचाच काय तो उजेड होता. छत तर जवळ जवळ दिसतच नव्हतं.

"बहुधा इथली हवा नियंत्रणात ठेवण्यासाठी असावं; पण खरं सांगायचं तर मला माहीत नाही. आपण पीटरच्या थडग्यापाशी जाऊ तेव्हा यापेक्षाही जास्त अंधार असेल. तुला जमेल ना तिथं जायला?"

"मला वाटतं जमेल. बरं, आपण आत्ता नेमके कुठं आहोत?"

"आपण रोमन नेक्रोपोलीसच्या साधारण मध्यभागी आहोत. चौथ्या शतकात आपल्या बॅसिलिकाच्या पायासाठी कॉन्स्टंटाइननं[१] हा भाग भरून काढला होता. आपण ज्या भुयारातून जाणार आहोत ते थडग्यांच्या दोन रांगांच्या मधोमध असून ते पूर्व-पश्चिम आहे. ही थडगी प्रामुख्यानं चौथ्या शतकापर्यंतच्या, जीझसकडे न आलेल्या अज्ञानी पेगन लोकांची आहेत. ख्रिश्चन धर्माशी निगडित काही कोरीव लेखन मात्र सापडलं होतं."

"मला या जागी फारच घाबरल्यासारखं होतंय. पीटरचं थडगं कुठे आहे? आपण ते बघू आणि लवकरात लवकर इथून निघू!"

शॉननं डाव्या बाजूला अंधारात बघत मानेनं इशारा केला.

"जर आपल्याला काही दगडमाती साठवायची वेळ आली तर आपण ती या कोपऱ्यात ठेवू. चालेल?"

"चालेल," सानानं उत्तर दिलं; पण हा प्रश्न त्यानं आपल्याला का विचारावा हे तिला कळेना.

"तुला या रोमन थडग्यांमधलं एखादं जवळून बघायचं आहे का? त्यांच्यामधल्या काहींवर उत्तम नक्षीकाम असतं."

"मला पीटरचं थडगं बघण्यात रस आहे, कारण आपलं काम तिथं आहे," साना म्हणाली. पॅन्टचा खालचा भाग भिजल्यानं तिला आता गारठून गेल्यासारखं वाटत होतं.

"या भिंतीला रेडवॉल म्हणतात," शॉन सांगू लागला. ते आता विटांच्या भिंतीच्या कोसळणाऱ्या शेवटच्या भागाजवळ आले होते.

"आपण आता जवळ आलो आहोत. पीटरच्या थडग्याच्या भोवती ही भिंत असल्याचं मानलं जातं."

---

१ ख्रिश्चन धर्म स्वीकारणारा पहिला रोमन सम्राट (कार्यकाळ इसवी सन ३०६ ते ३३७)

शॉन असं म्हणाला तरी सानाला मात्र त्या भिंतीकडे पाहून त्यात काही खास असेल असं वाटलं नाही.

पुढच्या बाजूला लोकांना माहिती सांगणाऱ्या गाइडचा आवाज ऐकू येत होता.

"जरा थांब," शॉन भिंतीमधल्या तुटलेल्या भागापाशी थांबला, "या भोकाकडे नीट बघ. तुला आतला पांढऱ्या रंगाचा संगमरवरी खांब दिसतोय का?"

व्यास साधारण चार इंच होता.

"हा पीटरच्या ट्रोपिअनचा भाग आहे. हा भाग पीटरच्या थडग्यावर बांधण्यात आला होता; त्यामुळे आता आपण कॉन्स्टंटाईनच्या बॅसिलिकाच्या तळाच्या पातळीवर आहोत, हे लक्षात येतंय."

"म्हणजे सेंट पीटरचं थडगं आपण उभे आहोत त्याच्या खाली आहे?"

"बरोबर. खाली डाव्या बाजूला."

"आपण ऑसुअरी नेमकी कुठं शोधायची आहे?"

"आपण आत्ता दक्षिणेला आहोत. आपल्याला उत्तर बाजूला जायचं आहे."

"चल तर मग."

ते दोघं उत्तर बाजूला आले तेव्हा त्यांना पर्यटकांचा तो गट दिसला. त्यात वेगवेगळ्या वयाचे डझनभर प्रौढ होते. गाइडचं बोलणं सुरू असताना शॉन जरा थांबला. त्याच्या बोलण्यात थोडा खंड पडताच शॉननं सानाला त्या गटाच्या मागोमाग जायला सुचवलं. तसं केल्यानंतर साधारण दहा फुटांवर गाइड जे दाखवत होता ते दिसलं. तिथं एक निळसर पांढऱ्या रंगाचा गिलावा केलेली भिंत होती. त्यावर एकावर एक अशा कोरीव लेखांची एवढी गिचमीड होती की, काहीच नीट वाचता येत नव्हतं.

"याला ग्राफिटी भिंत म्हणतात," शॉन हलक्या आवाजात सांगू लागला. "मी तुला सांगितलं होतं ना की, उत्खननाच्या वेळी कशालाही धक्का लागू नये म्हणून आम्ही भुयार खणलं होतं, त्या वेळी या भिंतीला धक्का न लागण्याची काळजी आम्ही घेतली होती. त्यासाठी आम्ही या भिंतीला ग्राफिटी भिंतीखाली खणलं. मग सेंट पीटरच्या थडग्याला आधार देणाऱ्या भिंतीखाली खणलं. ऑसुअरी त्या लाल भिंतीनं मुळातल्या दोन भिंतींना काटकोनात छेद जातो त्याच्या दरम्यान आहे."

"ओहो!" साना वैतागून डोकं हलवत म्हणाली. तिचा या सगळ्या वर्णनामुळे गोंधळ उडाला होता.

"होय. हे सगळं खरोखरच फार गुंतागुंतीचं आहे. या ठिकाणी सतत गेली दोन हजार वर्षं भर पडणं, बदल करणं हे चालूच आहे. म्हणून मला एकाच गोष्टीची काळजी वाटते. पहिल्या शतकात रोमन लोकांनी ही लाल भिंत बांधली तेव्हा

ऑसुअरी अपघातानं नष्ट झाली असण्याची शक्यता आहे; कारण ऑसुअरी या लाल भिंतीच्याच जवळ असणार याची मला खात्री आहे.''

''भुयाराची सुरुवात कुठून आहे?''

''आपण आत्ता उभे आहोत त्याच्या बरोबर खाली. तिथं जाण्यासाठी आपल्याला पुढच्या चेंबरमध्ये जायला हवं. पुढे जायची तयारी आहे ना?''

''आहे,'' सानाला तिथं फारसं सुखद वाटत नसलं तरी आज रात्री आपण कुठं काम करणार आहोत ती जागा बघून लगेच निघावं, असा विचार ती करत होती; त्यामुळे शॉन जे काही वर्णन करत होता ते ऐकून तिच्या डोळ्यांसमोर काहीच चित्र उभं राहत नव्हतं.

शॉननं सानाला काही पायऱ्या उतरून खाली नेलं. तिथं एका मोठ्या आकाराच्या दालनात पर्यटक उभे होते. तिथं दिसणाऱ्या पारदर्शक फ्लेक्सिग्लासच्या मधून दिसणारा जो भाग होता,त्यात सेंट पीटरची हाडं होती.

''हे खरं आहे?'' सानानं कुजबुजत्या स्वरात विचारलं.

''पोप पायस बारावा यानं तसं सांगितलं आहे,'' शॉन हलक्या स्वरात म्हणाला, ''हाडं लाल भिंतीत इंग्रजी व्ही अक्षराच्या आकारात असणाऱ्या एका खळग्यात मिळाली. या हाडांबरोबर कवटी नाही म्हणून पोपची तशी समजूत झाली असावी, कारण ऐतिहासिक माहितीनुसार सेंट पीटरचं मुंडकं लाटेरानोतल्या सान जिओव्हान्नीच्या बॅसिलिकात आहे.''

''ते ठीक आहे; पण भुयार कुठं आहे?'' सानानं उतावीळपणे विचारलं. तिला ऐकली तेवढी ऐतिहासिक माहिती पुरे, असं वाटत होतं.

''माझ्या मागे ये!''

शॉननं सानाला काही पायऱ्या उतरून खाली नेलं. तिथं धातूची जाळी आणि कठडे बसवलेले दिसत होते. खालच्या बाजूला असणारा उत्खननाचा भाग दिसावा म्हणून जाड काचेची चौकोनी पॅनेल लावलेली होती.

''तो सेंट पीटरच्या थडग्याचा तळ आहे. तिथं जाण्यासाठी आपण आत्ता उभे आहोत त्याच्या खाली जाऊन मग भुयारात जावं लागेल.''

''पण आपण याच्या खाली जाणार कसे?'' सानाला त्या पारदर्शक पॅनेलमध्ये कुठंही मोकळी जागा दिसत नव्हती.

''त्या कोपऱ्यातलं शेवटचं पॅनेल उघडता येतं. जरा जड आहे खरं; पण येतं. तुला काय वाटतं? हे सगळं करायला तुला जमेल ना?''

अरुंद अशा भुयारातून सरपटत जाण्याचा विचार तिच्या मनात आला. मुळात आपण जमिनीखाली चाळीस-पन्नास फुटांवर आहोत हे तिला त्रासदायक वाटत होतं.

"काही वेगळा विचार करावासा वाटतोय का?'' सानानं उत्तर दिलं नाही हे पाहून शॉननं विचारलं.

"दिवे लावलेले असतील ना?'' सानानं गालात जीभ फिरवत विचारलं. अचानक आपला घसा कोरडा पडत चालल्याचं तिला जाणवलं होतं.

"नाही. दिवे सुरू ठेवता येणार नाहीत,'' शॉन म्हणाला, "त्यांची स्वयंचलित यंत्रणा आहे. शिवाय कोणी नेक्रोपोलीसचं एखादं दार उघडलं आणि आतले दिवे लावलेले आढळले तर काहीतरी गडबड असल्याचा संशय येईल. आपण दिवे न लावलेलेच बरे. समजा, आपण छिन्नी वापरताना आवाज झाला आणि कोणी बघायला आलं तर त्याला दिवे लावावे लागतील. हा आपल्यासाठी इशारा ठरेल. मी म्हणतोय ते बरोबर आहे ना?''

सानानं अनिच्छेनं मान डोलवली. हे सगळं बरोबर असलं तरी तिला ते फारसं आवडत नव्हतं.

"तुला जमेल की नाही? मला स्पष्ट सांग.''

सानानं परत मान डोलवली.

"असं नाही! तोंडानं सांग. मला स्पष्ट कळायला हवं,'' शॉनच्या आवाजाला किंचित धार आली होती.

"ठीक आहे! ठीक आहे!'' साना म्हणाली. तिनं एकदा पर्यटकांच्या घोळक्याकडे नजर टाकली. त्यातले काही जण दोघांकडे कुतूहलानं बघत होते, "ठीक आहे. मी तुझ्याबरोबर आहे. काळजी करू नकोस.''

साना असं म्हणाली खरी; पण पुढच्या काही तासांत जे काही घडणार होतं ते तिला कळलं असतं, तर तिनं असं म्हणण्याचं धाडस केलं नसतं.

अकरा

सकाळी ११.३४, मंगळवार, २ डिसेंबर, २००८
न्यू यॉर्क शहर
(संध्याकाळी ५.३४, रोम)

''कालचा जेवणाचा कार्यक्रम कसा झाला?'' जॅकनं चेटच्या खोलीत डोकं खुपसत विचारलं. चेट सूक्ष्मदर्शकाखाली ठेवलेल्या स्लाइड तपासत होता.

चेटनं मान वर करून बघितलं. त्यानं टेबलाजवळून खुर्ची मागे सरकवली, ''माझ्या अपेक्षेइतका चांगला नाही,'' चेटनं कबुली दिली.

''का बरं?''

''मी शनिवारी रात्री काय विचार केला होता ते समजत नाही,'' चेट डोकं हलवत म्हणाला, ''माझं डोकं नक्कीच फिरलेलं असणार. ती बाई एखाद्या घोडीच्या आकाराची होती.''

''हे ऐकून वाईट वाटलं... म्हणजे तुझ्या मनातली 'ती' ही नव्हतीच तर.''

चेटनं जणू एखादा वैताग आणणारा किडा हाकलावा असा हात हलवला आणि स्वतःवर चडफडल्यासारखा चॅक् चॅक् आवाज करत म्हणाला, ''हं.. तू चेष्टा कर माझी! मी त्याच लायकीचा आहे.''

''काल तू रक्तवाहिनी फाटण्याच्या बाबतीत जी केस पाहिली होतीस त्याबद्दल काहीतरी सांगत होतास ना,'' जॅक विषय बदलत चेटला जरा उत्साह वाटावा म्हणून म्हणाला. पर्यायी उपचार पद्धती अतार्किक असूनही त्यांना मिळणाऱ्या प्रसिद्धीविरुद्ध त्यानं जी लढाई सुरू केली होती, त्यात त्याला चेटला सामील करून घ्यायचं होतं. केवळ आपल्याला काहीतरी उपचार मिळाले या भावनेनं होणारा परिणाम अथवा 'प्लासिबो परिणाम' एवढाच भाग त्यात असावा, याबद्दल जॅकची

जवळ जवळ खात्री पटली होती. फोरेन्सिक पॅथॉलॉजी या विषयानं आत्तापर्यंत याकडे दुर्लक्ष केलं याबद्दल त्याला स्वतःलाच शरम वाटू लागली होती.

आदल्या दिवशी दुपारी रोनाल्ड न्यूहाऊसला भेटून आल्यानंतर जॅकचं त्या प्रकारच्या उपचारांबद्दलचं मत पक्कं झालं होतं. अर्थात आता मात्र आपण तिथं जायला नको होतं, असं त्याला वाटू लागलं; पण भावनेच्या भरात आपण तिकडे जायची चूक केल्याचं त्याला जाणवलं होतं. त्यानंतर त्यानं इंटरनेट बघून बरीच माहिती जमा केली होती. ती एवढी प्रचंड होती की, प्रत्यक्ष त्या न्यूहाऊसला भेटायचीही गरज नव्हती. पर्यायी किंवा पूरक उपचार पद्धतींची उपयुक्तता पटवण्यासाठी किंवा त्या कशा खोट्या आहेत हे सिद्ध करण्यासाठी झालेल्या हजारो 'अभ्यासांची' त्याला अजिबात माहिती नव्हती. ती पाहून तो थक्क झाला होता; पण त्याचबरोबर इंटरनेटवरच्या माहितीमधली एक मोठी त्रुटी त्याच्या लक्षात आली होती. इंटरनेटवर माहिती प्रचंड असली तरी त्यातली कोणती माहिती कोणत्या पूर्वग्रहांवर आधारित आहे, हे ठरवण्याचा काहीही मार्ग उपलब्ध नसतो.

माहिती बघताना त्याला एका पुस्तकाचा सतत संदर्भ मिळत होता. 'ट्रिक ऑर ट्रीटमेंट' हे ते पुस्तक होतं. त्यानं बार्नेस अँड नोबल या पुस्तकांच्या दुकानात फोन करून ते बाजूला काढून ठेवायला सांगितलं होतं, तेच हे पुस्तक होतं. या पुस्तकाच्या लेखकांबद्दल माहिती वाचल्यावर तो प्रभावित झाला होता. त्यांच्यामधल्या एकाचं 'बिग बँग' नावाचं पुस्तक त्यानं बऱ्याच वर्षांपूर्वी वाचलं होतं. ते त्याला खूप आवडलंही होतं. त्या लेखकाची विज्ञान विषयावरची पकड त्याला भावली होती. या माणसाच्या मतांवर विश्वास ठेवायला हरकत नाही, असा विचार जॅकच्या मनात आला. पुस्तकाचा दुसरा लेखक हा वैद्यकीय पेशाचा असून, त्यानं स्वतः कष्टपूर्वक पर्यायी उपचार पद्धतींचं प्रशिक्षण घेतलं होतं. तो या पद्धतींचाही उपयोग करून बघत होता. या लेखकाच्या अशा पार्श्वभूमीमुळे त्याची मतं कोणत्याही एका बाजूनं पूर्वग्रहदूषित असण्याची शक्यता कमी होती. जॅकनं मग इंटरनेटचा नाद सोडला होता आणि ते पुस्तक आणण्यासाठी म्हणून तो लवकर बाहेर पडला होता.

आदल्या दिवशी संध्याकाळी जॅक घरी आला तेव्हा लॉरी आणि जेजे दोघांनाही गाढ झोपलेलं पाहून तो जरासा खट्टू झाला होता. बाहेरच्या दरवाज्यापाशी लॉरीनं चिठ्ठी लिहून ठेवली होती– "वाईट दिवस. भरपूर रडारड. झोप नाही; पण आता झोपलाय. तेव्हा मीदेखील झोपून घेते– लॉरी." ही चिठ्ठी वाचून जॅकला एकाकी आणि काहीसं अपराधी वाटू लागलं होतं. आपण फोन केला तर दोघांचीही झोपमोड होईल म्हणून जॅकनं दिवसभरात एकदाही फोन केला नव्हता. 'जेव्हा शक्य असेल तेव्हा फोन कर,' असं त्यानं लॉरीला अनेकदा सांगितलं होतं; पण ती तसं कधीच करत नसे.

पण जॅकच्या मनातली अपराधीपणाची भावना केवळ फोन न करणं एवढीच मर्यादित नव्हती. खरंतर घरी काय चाललंय हे जाणून घेण्याचंच आपण टाळतोय, हे त्याला मनोमन जाणवत होतं. काही वेळा तर त्याला आपण घरीच जाऊ नये, असं वाटायचं. घरी आल्यावर आपल्या मुलाचा आजार बरा होणार नाही आणि आपण त्याला वाचवण्यासाठी काहीही करू शकत नाही, हे त्याला सतत जाणवत राहायचं.

घरातल्या शांततेचा फायदा घेऊन जॅकनं आणलेलं पुस्तक वाचायला सुरुवात केली. चार तासांनंतर लॉरी उठली तेव्हा तो वाचण्यात गुंग झाल्याचं तिला दिसलं. तो त्या पुस्तकात एवढा गढून गेला होता की, लॉरीनं त्याच्यासाठी खायला ठेवलेलंही तो विसरून गेला होता.

लॉरीनं दिवसभरात काय काय घडलं ते सांगितलं. ते इतर कोणत्याही दिवसासारखंच होतं. ते ऐकत असताना लॉरी संत आहे नि आपण तिच्या अगदी उलट आहोत हे त्याला वारंवार जाणवत होतं. तरीही त्यानं तिला तिच्या मनातलं सगळं बोलू दिलं. मग दोघंही किचनमध्ये गेले. लॉरीनं तिथं जाऊन दोघांसाठी सूप गरम करायला ठेवलं.

"तू आज सकाळी पर्यायी उपचार पद्धत वापरून बघायचा विषय काढणं जरा चमत्कारिकच ठरलं," जॅक म्हणाला. खाऊन झाल्यानंतर तो बोलत होता, "आपण या बाबतीत निराश झालो आहोत, हे मला मान्य आहे; पण मी एक सांगतो, आपण कधीही पर्यायी उपचार पद्धत वापरायची नाही." असं म्हणून त्यानं लॉरीला किआरा अबेलार्डबद्दल सांगायला सुरुवात केली. तिच्यामुळेच आपण पर्यायी उपचार पद्धतीबाबत गांभीर्यानं विचार करू लागलो, हेदेखील त्यानं सांगितलं. मनानं आणि शरीरानंही फार दमल्यामुळे लॉरीनं त्याचं सगळं व्याख्यान एका कानानंच ऐकलं होतं; पण त्यानं किरोप्रॅक्टरनं तीन महिन्यांच्या बाळाची मान फिरवल्यामुळे त्याचा मृत्यू झाल्याचा उल्लेख केल्यानंतर मात्र ती मन लावून ऐकू लागली होती. त्यानंतर त्यानं 'ट्रिक ऑर ट्रीटमेंट' या पुस्तकानं होमिओपॅथी, जडीबुटी, ॲक्युपंक्चर वगैरे सर्वच पर्यायी उपचार पद्धतींच्या बाबतीत आपले डोळे कसे उघडले, हे जॅकनं सांगितलं.

जॅकनं त्याचं छोटंसं व्याख्यान संपवल्यावर लॉरीनं जॅकचं अभिनंदन केलं. जेजेच्या बाबतीत कुटुंब अवघड परिस्थितीतून जात असताना आपलं मन गुंतवण्यासाठी चांगला विषय मिळावा, असं लॉरी म्हणाली. आपल्याला त्याचा थोडासा मत्सर वाटतो, असंदेखील तिनं कबूल केलं; पण ते तेवढ्यापुरतंच होतं. कारण आपण चोवीस तास नर्स ठेवल्यास लॉरीला पुन्हा कामावर जाता येण्याबद्दलचा विषय जॅकनं पुन्हा काढताच लॉरीनं नकार दिला होता. आपण जे काही करतोय ते बरोबरच आहे. असं तिचं म्हणणं होतं. मग तिनं आपण स्वतः शवविच्छेदन केलेल्या तीन

केसबद्दल सांगितलं. एका केसमध्ये ॲक्युपंक्चरची सुई थेट चुकून हृदयात घुसल्यानं मृत्यू झाला होता, तर चिनी जडीबुटींमधल्या जड धातूंच्या मिश्रणामुळे इतर दोघं जण मृत्युमुखी पडले होते.

लॉरीनं तिचे अनुभव सांगितल्यानंतर आपण आपल्या सहकारी वैद्यकीय तपासनिसांना ई-मेल पाठवली हे बरंच झालं, असं जॅकला वाटलं होतं.

"ए... ए..." चेटनं जॅकचा दंड पकडून जोरानं हलवत विचारलं, "हा काय प्रकार आहे? सायकोमोटर सीजर की काय?"

"माफ कर," जॅक जणू तंद्रीमधून जागा झाल्यासारखा डोकं हलवत म्हणाला, "माझं मन भलतीकडेच कुठंतरी होतं."

"तू मला मणक्यातील रक्तवाहिनी फाटण्याबद्दल काय विचारत होतास?"

"तू अशा ज्या काही केस बघितल्या होत्यास त्यांची नावं किंवा नंबर तुला देता येतील का? म्हणजे मग मला आणखी काही तपशील मिळू शकतील," जॅकनं हे विचारलं खरं; पण चेटनं काही उत्तर देण्याच्या आतच त्याचं मन पुन्हा भरकटलं होतं.

त्या दिवशी सकाळी साडेपाचला जॅक जागा झाला, तेव्हा आपण अद्याप कालच्याच कपड्यात दिवाणखान्यातल्या कोचावर आहोत आणि आपल्या मांडीवर अर्धवट उघडं पुस्तक पडलेलं आहे, हे जॅकच्या लक्षात आलं. झोप कमी झाल्यानं जॅकला फारसा उत्साह वाटत नव्हता; पण थंड पाण्यानं अंघोळ करून, खाल्ल्यानंतर तो नेहमीपेक्षा कमी वेळातच सायकलवरून ऑफिसात पोहोचला होता.

ऑफिसात गेल्यानंतर जॅकनं स्वतःला कामात झोकून दिलं होतं. त्यानं नेहमीच कामाला निरुत्साही असणाऱ्या व्हिनीला शवविच्छेदनासाठी तयारी करायला लावली. चेटच्या ऑफिसात डोकावण्याआधी जॅकनं तीन शवविच्छेदनं पूर्ण केली होती. त्यातली एक केस वेस्ट व्हिलेजमधल्या एका बारमध्ये गोळीबारात ठार झालेल्याची होती, तर इतर दोन केस आत्महत्येच्या होत्या. त्यातल्या एका बाबतीत जॅकला संशय वाटत होता. त्यानं त्या संदर्भात आपला मित्र लेफ्टनंट लाऊ सोल्डानो याला फोनही केला होता.

"ए... ए... लक्ष कुठे आहे? हे फारच वैतागाचं आहे," चेट म्हणाला, "मला एखाद्या झपाटलेल्या माणसाशी बोलल्यासारखं वाटतंय... मी तुला आत्ताच एका केसमधल्या माणसाचं नाव सांगितलं; पण तुझं लक्षच नाही. तू पुन्हा एखाद्या सीजरमध्ये अडकल्यासारखा दिसतोस. रात्री झोप झाली नाही का?"

"माफ कर," जॅक डोळे घट्ट मिटून पुन्हा उघडत म्हणाला, "तुझं म्हणणं बरोबर आहे. काल रात्री मला पुरेशी झोप मिळालेली नाही... बरं, मला पुन्हा एकदा ते नाव सांग."

“तुला यात एवढा रस का आहे?” चेटनं एका कागदावर नाव लिहून देत विचारलं.

“मी एकूणच पर्यायी उपचार पद्धती आणि विशेषतः किरोप्रॅक्टिकमुळे मणक्यातील रक्तवाहिन्या फाटण्याबाबत विचार करतोय. तुला तुझ्या केसच्या बाबतीत काही आठवतंय का?”

“म्हणजे कोणालाही त्या बाबतीत काहीही रस नव्हता या माहितीपेक्षा वेगळं काही म्हणतोस?”

“आपला प्रमुख वगळता कोणा इतरांना रस नव्हता, असं तुला म्हणायचं आहे का?”

“मी माझ्या केसबद्दल सांगितलं तेव्हा निम्मे लोक किरोप्रॅक्टिकच्या बाजूनं तर निम्मे विरोधात होते आणि जे बाजूनं होते ते त्यांच्या मताबद्दल ठाम होते. मला हा विषय इतका भावनेशी निगडित असेल, असं वाटलं नव्हतं. विशेषतः माझा बॉसच त्याचा निस्सीम चाहता आहे, हे फारच नवलाचं होतं.”

“तू म्हणालास की तुला चार-पाच अशा केसेस माहीत आहेत. तुला त्यांची नावं सांगता येतील का? तसं झालं तर न्यू यॉर्क आणि लॉस एंजलिस या दोन शहरांत मणक्यातल्या रक्तवाहिन्या फाटण्याच्या प्रमाणाची तुलना करता येईल.”

“मी स्वतः बघितलेल्या केसचं नाव सहज मिळवता आलं; पण इतरांच्या बाबतीत तसं होणं हा एक चमत्कारच ठरेल; पण तू इतर केस कशा काय शोधणार आहेस?”

“तू ई-मेल बघितलीस का आज?”

“नाही.”

“तर मग बघितलंस की तुला एक माझ्याकडून आलेली ई-मेल दिसेल. मी शहरातल्या सगळ्या वैद्यकीय तपासनिसांना ई-मेल पाठवली आहे. नंतर दुपारी उशिरा जाऊन मी स्वतःही काही नोंदी मिळतात का, ते बघणार आहे.”

जॅक बोलत असताना एकदम त्याचा ब्लॅकबेरी मोबाइल फोन वाजू लागला. लॉरीचा फोन कधीही येऊ शकतो हे माहीत असल्यानं त्यानं घाईघाईनं त्याच्याकडे नजर टाकली, “ओ... हो!”

“काय झालं?”

“चीफचा फोन आहे.”

“काही अडचण आहे का?”

“काल मी प्रत्यक्ष साइटवर जाऊन आलो,” जॅकनं कबुली दिली, “काल मी एका केसमध्ये सहभाग असणाऱ्या किरोप्रॅक्टरची भेट घेतली. मी त्या वेळी फारसा मुत्सद्दी ठरलो नाही हे खरं. आम्ही जवळ जवळ हाणामारी करायच्या बेतापर्यंत जाऊन पोहोचलो होतो.”

"शुभेच्छा!" चेट म्हणाला. ऑफिसात इतरांपेक्षा तो जॅकला जास्त ओळखत होता. जॅकने मान हलवूनच आभार मानले आणि फोन घेतला. फोन आपल्या कामात जराही ढिलाई न करणाऱ्या सेक्रेटरीचा- मिसेस सानफोर्डचा होता, "चीफनं तुला भेटायला बोलावलं आहे. आत्ता, ताबडतोब!"

"मी ऐकलं ते," चेट हातानं क्रॉसची खूण करत म्हणाला. जॅकला आता खरोखरच प्रार्थनेची गरज आहे, हे त्यानं ओळखलं होतं.

जॅक चेटच्या टेबलाजवळून निघाला, "माझ्यावर दाखवलेल्या विश्वासाबद्दल आभार," असं तिरकसपणे बोलून तो लिफ्टच्या दिशेनं निघाला.

लिफ्टकडे जाताना बिंगहॅमनं कशासाठी बोलावलं असावं, हे त्याच्या लक्षात आलं. आपण न्यूहाऊसला भेटून आल्यावर असं काही तरी होणार याचा त्याला अंदाज होता; पण हे एवढ्या लवकर होईल, असं त्याला वाटलं नव्हतं. बिंगहॅमच्या ऑफिसपाशी आल्यानंतर आपण आपला बचाव न करता एकदम आक्रमक व्हावं असं त्यानं ठरवलं.

"सरळ आत जा," मान वर न करताच मिसेस सानफोर्डनं सांगितलं. दहा वर्षांपूर्वी एकदा त्याला असंच बोलावलं होतं.[१] मान वर न करताही आपणच आलो आहोत हे तिला कसं समजलं याचं जॅकला नवल वाटलं.

"दरवाजा बंद करून घे!" अवाढव्य आकाराच्या लाकडी टेबलापाशी बसलेल्या हॅरोल्ड बिंगहॅमनं आज्ञा दिली. मोठ्या आकाराच्या व जुन्या पद्धतीचे पडदे लावलेल्या खिडक्यांजवळ हे टेबल होतं. उपप्रमुख केल्व्हिन वॉशिंग्टन, वाचनालयात असतात तशा मोठ्या टेबलापाशी बसला होता. त्याच्या मागच्या बाजूला काचा लावलेली पुस्तकांची कपाटं होती. बिंगहॅम आणि वॉशिंग्टन, दोघंही जॅककडे एकटक बघत होते.

"मला इथं बोलावल्याबद्दल आभार," जॅक घाईघाईनं म्हणाला. तो पुढे झाला आणि बिंगहॅमच्या टेबलाजवळ उभं राहून त्यानं अंगठा उंचावला, "या आपल्या वैद्यकीय तपासनिसांच्या यंत्रणेनं पर्यायी उपचार पद्धतींच्या संदर्भात जबाबदारीनं ठाम भूमिका घ्यायला हवी. विशेषतः किरोप्रॅक्टिकच्या संदर्भात, अनावश्यक असतानाही मानेला झटका देण्यामुळे मणक्यातल्या रक्तवाहिनीच्या फाटण्यानं मृत्यू होतो म्हणून."

जॅकच्या या बोलण्यामुळे बिंगहॅम गोंधळून गेला. एकदम त्याच्या शिडातली हवाच काढून घेतल्यासारखं झालं.

---

१ हा प्रसंग जॅकच्या बाबतीत दहा वर्षांपूर्वी घडला असून, त्या वेळी त्याला जवळ-जवळ कामावरून काढून टाकण्याची वेळ आली होती. पाहा : कन्टेजन (रॉबिन कुक), अनुवाद : डॉ. प्रमोद जोगळेकर, २००२, मेहता पब्लिशिंग हाऊस.

“मी या बाबतीत पुढाकार घेतला आहे,” जॅक पुढे बोलू लागला, “मी काल अवघड असूनही वेळ काढला आणि नाइलाजानं प्रत्यक्ष साइटवर गेलो. ज्या किरोप्रॅक्टरनं मानेला झटका दिला होता, त्याची भेट घेऊन मला काही गोष्टींची खात्री करून घ्यायची होती. अर्थातच, हे काम सोपं नव्हतं. मला माहिती काढून घेण्यासाठी थोडा जोर लावावा लागला.”

बिंगहॅमच्या चेहऱ्यावरचा भाव बदलला. त्यानं आपले मुळातच बारीक डोळे आणखी बारीक करत जॅककडे नजर टाकली. जरा वेळ मिळावा म्हणून त्यानं मग चश्मा काढून तो पुसायला सुरुवात केली. त्याला एकदम कोणालाही फटकारून बोलता येत नसे.

“खाली बस!” पाठीमागून केल्व्हिननं गडगडाटी स्वरात फर्मावलं.

केल्व्हिनचा अवाढव्य आकार हळूहळू जॅकला दिसला. जॅकनं मान वर करून त्याच्याकडे बघितलं. केल्व्हिननं कमरेवर हात ठेवले होते. तो जळजळीत नजरेनं जॅककडे बघत होता.

“स्टेपलटन, ×××× बंद कर!” केल्व्हिननं गर्जना केली, “तू शहरात सैरावैरा कुठंही धावून जायचं नाही, याची तुला पक्की कल्पना आहे. एखाद्या टीव्हीवरच्या वेड्या पोलिसाप्रमाणे आपला बिल्ला नाचवत सगळीकडे जाणं साफ नामंजूर आहे.”

“मला आता असं वाटतंय की, मी ते काम नीट केलं नाही, हे खरं.”

“तुझ्या मनात किरोप्रॅक्टरबद्दल काही खासगी आकस होता का?” बिंगहॅमनं खडसावून विचारलं.

“एकप्रकारे खासगीच.”

“स्पष्ट करून सांगायचे कष्ट घेशील का?”

“म्हणजे किरोप्रॅक्टरनी उपजत बुद्धिमत्ता वगैरेसारख्या मूर्ख कल्पनांवर आधारून लोकांवर उपचार करावेत हे योग्य आहे का? मानेला झटका देऊन उपचार करताना बऱ्याचदा मृत्यू होतो. जसं माझ्या सत्तावीस वर्षे वयाच्या रुग्णाच्या बाबतीत घडलं आहे तसं.”

बिंगहॅम आणि वॉशिंग्टन एकमेकांकडे नाराजीनं बघत राहिले. त्यांना जॅकनं अशा तऱ्हेनं उसळून बोलणं आवडलं नव्हतं.

“हे सगळं खरं असेल किंवा नसेलही,” बिंगहॅम म्हणाला, “पण यात खासगी बाबीचा संबंध कुठे आला?”

“मी त्या विषयावर बोललो नाही तर जास्त बरं होईल,” जॅक स्वतःवर ताबा मिळवण्याचा प्रयत्न करत म्हणाला. किरोप्रॅक्टरला भेटायला गेल्यानंतर जसा त्याच्यावर भावनांचा पगडा होता, तसं आत्ता होता कामा नये हे जॅकला कळत होतं, “ती एक मोठी कहाणी आहे आणि खासगीपणाचा संबंध कदाचित तुम्हाला लांबचा वाटेल.”

"तुला ते सांगावं असं न वाटणं हे तुझं मत झालं," बिंगहॅम रागावून म्हणाला, "पण आम्हाला ते कदाचित आवश्यक वाटेल. जर तू तसं केलं नाहीस तर तुझंच नुकसान होण्याची शक्यता आहे. अजून तुला कायदेशीररीत्या कळलं नसण्याची शक्यता आहे म्हणून मला नाइलाजानं तुला हे सांगावं लागतंय की तू आणि आपलं ऑफिस यांच्यावर कोणा डॉ. रोनाल्ड न्यूहाऊसनं खटला भरला..."

"तो डॉक्टर नाही!" जॅक एकदम उसळून म्हणाला, "गॉडडॅम! तो एक साधा किरोप्रॅक्टर आहे."

बिंगहॅम आणि वॉशिंग्टननं पुन्हा एकमेकांकडे नजर टाकली. आपल्या न ऐकणाऱ्या तरुण मुलांचे बाप जसे वैतागून जातात, तसा भाव बिंगहॅमच्या चेहऱ्यावर दिसत होता; पण केल्व्हिन वॉशिंग्टन मात्र चांगलाच रागावलेला दिसत होता.

"या क्षणी तुला किरोप्रॅक्टिकबद्दल काय वाटतं, याला काहीच महत्त्व नाही," बिंगहॅम म्हणाला, "तू जे काही केलंस त्याबद्दल प्रश्न आहेत. ज्यानं हा खटला भरला आहे तो किरोप्रॅक्टिकचा डॉक्टर असण्याची शक्यता आहे; पण ते महत्त्वाचं नाही. त्यानं तुझ्यावर आणि आपल्या ऑफिसवर शिवीगाळ, बदनामी, चारित्र्यहनन आणि हल्ला या बाबतीत–"

"मी त्या माणसाला स्पर्श केला नव्हता," जॅकनं बिंगहॅमचं वाक्य तोडलं. ठरवूनही त्याला आपल्या मनावर ताबा ठेवणं अवघड जात होतं.

"हल्ला केल्याच्या आरोपासाठी प्रत्यक्ष स्पर्श केला किंवा नाही हे महत्त्वाचं नाही. आपल्याला कोणत्याही प्रकारे इजा होईल असं फिर्यादीला वाटलं तरी ते पुरेसं ठरतं. तू त्याच्या ऑफिसात जाऊन आरडाओरडा केला होतास का?"

"होय."

"तिच्या मृत्यूला कारणीभूत झाला म्हणून त्याला अटक करण्याची धमकी तू त्याला दिली होतीस?"

"तसं वाटतं," जॅक निरुत्साही स्वरात म्हणाला.

"तुला वाटतं!" बिंगहॅम भडकून दोन्ही हात उंचावत म्हणाला, "मला काय वाटतं ते सांगतो! तू आपल्या अधिकाराचा भंग केल्याचं ढळढळीतपणे दिसतंय. आत्ता या क्षणी तुझ्या ढुंगणावर लाथ मारून तुला हाकलून द्यावं आणि हे सगळं निस्तरेपर्यंत तुला सक्तीच्या रजेवर पाठवावं, असं मला वाटतंय."

जॅकच्या पाठीतून एक थंड शिरशिरी चमकून गेली. आपल्याला सक्तीच्या रजेवर पाठवलं तर लॉरीला कामावर हजर व्हावं लागेल आणि मग आपल्याला जेजेला सांभाळत घरी राहावं लागेल! जॅक मनोमन हादरून गेला. मागच्या खेपेस

अशाच प्रसंगी बिंगहॅमच्या रोषाला सामोरं जाताना त्याला पर्वा वाटत नव्हती; पण आताची गोष्ट वेगळी होती. त्याच्या कुटुंबाला त्याची गरज होती. अशा वेळी त्यानं खचून जाऊन चालणार नव्हतं.

बिंगहॅमनं जोरदार आवाज करत फुरफुर करून मोठा श्वास घेतला. त्यानं वॉशिंग्टनकडे नजर टाकली. वॉशिंग्टन अजूनही जॅककडे जळजळीत नजरेनं बघत होता, "केल्व्हिन तुला काय वाटतं?"

"मला कशाबद्दल काय वाटतं?" केल्व्हिन वॉशिंग्टन रागातच म्हणाला, "या××× गाढवाला सक्तीच्या रजेवर पाठवावं की त्याला बदडून त्याचा लगदा करून टाकावा याबद्दल विचारतो आहेस का?"

"तू आपल्या वकिलाला भेटला होतास, मी नाही; म्हणून विचारतोय की तिचं मत काय होतं? हा खटला मिटला किंवा पुढे गेला तर आपल्या विम्यामध्ये आपल्याला संरक्षण मिळेल की नाही याबाबत ती काय म्हणाली?"

"तसं होईल असं तिचं मत होतं, कारण हा काही फौजदारी स्वरूपाचा खटला नाही."

"स्टेपलटनचं वागणं मुद्दामच वाईट वागणं या प्रकारात येईल का याबद्दल ती काय म्हणाली?"

"तिला याबद्दल खात्री देता येत नव्हती."

जॅक आळीपाळीनं बिंगहॅम आणि वॉशिंग्टनकडे बघत होता. जणू तो तिथं नाहीच अशा प्रकारे ते त्याच्याकडे साफ दुर्लक्ष करून बोलत होते. अखेर बिंगहॅम जॅककडे वळला, "आम्ही तुला विम्याचं संरक्षण मिळेल की नाही याची चर्चा करत होतो. ऑफिसचा तुझ्याबरोबरचा करार आहे त्यानुसार अयोग्य वैद्यकीय व्यवहाराबद्दल तुला ऑफिसकडून संरक्षण आहे. अर्थात, अशा व्यवहारात गुन्हेगारी पैलू नसेल किंवा असा व्यवहार जाणूनबुजून वाईट हेतूनं केला नसेल तरच."

"मी कोणालाही इजा करण्याच्या हेतूनं त्या किरोप्रॅक्टरच्या ऑफिसात गेलो नव्हतो," जॅक म्हणाला; पण परिस्थिती आपल्या हाताबाहेर जाते आहे, असं त्याला वाटू लागलं होतं.

"निदान हे चांगलं आहे," बिंगहॅम म्हणाला, "तुझा बचाव करायचा की नाही हे आम्हाला ठरवावं लागणार आहे. अर्थात, विम्याच्या संरक्षणाचा जर फायदा होणार असेल तरच आम्ही तुझा बचाव करू. नाहीतर तुलाच तुझा बचाव करावा लागेल आणि मला वाटतं की ते फारच महागात पडेल."

"माझा हेतू नक्कीच वाईट नव्हता," जॅक म्हणाला. या खटल्यात आपल्याला बचाव करावा लागेल या कल्पनेनं त्याच्या काळजाचा ठोका चुकला होता. लॉरी रजेवर असल्यानं आणि जेजेवर होणाऱ्या उपचारांच्या खर्चामुळे खटला चालवण्यासाठी

त्याच्याजवळ काहीच रक्कम नव्हती. ''मी केवळ माझ्या केसच्या बाबतीत माझं कर्तव्य पार पाडण्यासाठी त्या किरोप्रॅक्टरच्या ऑफिसात गेलो होतो. माझा त्यात आणखी कोणताही हेतू नव्हता.''

''या रुग्णाच्या बाबतीत मृत्यूचं कारण काय होतं म्हणालास?'' बिंगहॅमनं विचारलं.

''दोन्ही बाजूंच्या मणक्यांमधल्या रक्तवाहिन्या फाटणं.''

''होय का?'' बिंगहॅम म्हणाला. जणू हे आपण पहिल्यांदाच ऐकतोय असा त्याचा आविर्भाव होता; पण त्याचबरोबर त्याचे डोळे चमकू लागले होते. दीर्घ काळ या क्षेत्रात काम करताना पाहिलेल्या हजारो शवविच्छेदनाचे तपशील त्याचा मेंदू भराभरा चाळत असल्याची ती खूण होती. बऱ्याच वेळा अगदी काही मिनिटांपूर्वीच्या गोष्टी त्याला लगेच आठवत नसत. किआरा अबेलार्डच्या बाबतीत नुकतंच सांगूनही तो विसरला होता; पण खूप पूर्वीचे तपशील मात्र त्याच्या डोक्यात एखाद्या विश्वकोशाप्रमाणे व्यवस्थित ठसलेले होते. ते त्याला पक्के आठवत असत.

''मी अशा प्रकारच्या तीन केसेस स्वतः केल्या होत्या,'' जणू एखाद्या तंद्रीतून बाहेर पडावं, अशा प्रकारे बिंगहॅम म्हणाला.

''त्या केसेस किरोप्रॅक्टरनी केलेल्या काही उपचारांमुळे झालेल्या मृत्यूच्या होत्या का?'' जॅकनं आशेनं विचारलं; पण आता आपण आपलं खासगी आयुष्य फार काळ दडवू शकणार नाही, हे त्याच्या लक्षात आलं होतं. काहीही झालं तरी सक्तीच्या रजेवर जाणं भयंकर ठरणार होतं. आता जेजेचा आजार आणि त्याबद्दलच्या त्याच्या भावना सांगितल्या नाहीत तर बिंगहॅम आणि वॉशिंग्टन त्याचं आदल्या दिवशीचं वागणं समजून घेणार नाहीत, हे जॅकला समजत होतं.

''त्यामधल्या दोन केस किरोप्रॅक्टिककडे गेलेल्यांच्या होत्या आणि तिसरी केस... त्याबद्दल माहिती नव्हती; पण मी तुला हे स्पष्ट सांगतो की...'' यानंतर बिंगहॅमनं त्यानं केलेल्या या तिन्ही शवविच्छेदनाचे तपशील व्यवस्थित वर्णन करून सांगितले. जॅक आणि वॉशिंग्टनला हे ऐकण्याखेरीज काही पर्यायच नव्हता. जेजेच्या आजाराबद्दल आपण सांगायचं असं जॅकनं ठरवलं असलं तरी बिंगहॅमला मध्येच थांबवू नये, हे त्याला कळत होतं.

बिंगहॅमचं बोलणं संपताच जॅकनं 'माझी चूक झाली' अशा आविर्भावात सांगायला सुरुवात केली, ''काही वेळापूर्वी माझ्या वागण्याबद्दल किंवा त्यात वैयक्तिकपणा काय आहे हे सांगणार नाही, असं मी म्हणालो होतो; पण मला त्यात बदल करायचा आहे.''

''तू जी केस केलीस ती व्यक्ती तुझ्या ओळखीची वगैरे होती हे ऐकण्यात मला जरादेखील रस नाही,'' केल्व्हिन वॉशिंग्टन गुरगुरत म्हणाला.

"नाही, नाही!" जॅक म्हणाला. केल्व्हिनला असं काही वाटेल हा विचार त्याच्या मनातही आला नव्हता. "माझा त्या रुग्णाशी जरादेखील संबंध नव्हता. मी तिला कधी भेटलो नव्हतो किंवा तिची मला काही माहितीही नव्हती. या सगळ्या अवघड प्रसंगाच्या मुळाशी माझ्या लहान मुलाचा आजार आहे."

जॅक एवढं बोलून मुद्दामच थांबला. त्याच्या अपेक्षेनुसार बिंगहॅम आणि केल्व्हिनच्या चेहऱ्यावर रागाच्या भावना जाऊन त्या जागी त्यांना वाटणारी काळजी स्पष्ट दिसू लागली होती.

"मी आता जे काही सांगणार आहे, त्या अगोदर मला हे सांगायचं आहे की, मी जे काही सांगेन ते याच खोलीत राहावं. ही बाब फारच खासगी स्वरूपाची आहे."

"या क्षणी तू जे काही सांगशील त्याचं काय करायचं हे आम्ही ठरवणार आहोत, हे तुला मान्य करावंच लागेल," बिंगहॅम म्हणाला, "हा खटला जर पुढे गेला तर आम्ही तुला दिलेलं वचन पाळूच असं नाही, हे तू लक्षात घे."

"मी हे समूज शकतो," जॅक म्हणाला, "पण तशी परिस्थिती उद्भवली नाही, तर तुम्ही माझं आणि लॉरीचं हे गुपित खासगी राखाल असं मी मानतो."

बिंगहॅमनं केल्व्हिनकडे पाहिलं. त्यानं सहमतीदर्शक मान डोलवली.

"बाळ ठीक आहे ना?" केल्व्हिननं घाईघाईनं विचारलं.

"दुर्दैवानं उत्तर 'नाही' असं आहे," जॅक म्हणाला, "बाळंतपणाच्या रजेवर गेलेली लॉरी कामावर परतलेली नाही, हे तुम्हाला माहीत आहेच."

"अर्थातच!" केल्व्हिन उतावळेपणानं म्हणाला. जॅक मुद्दामच वेळकाढूपणा करतोय असं त्याला वाटत होतं.

"आमचं बाळ गंभीर आजारी आहे." जॅकनं कसंबसं सांगितलं. त्यानं या अगोदर कोणालाही जेजेच्या आजाराबद्दल सांगितलं नव्हतं. जणू कोणालाही त्याबद्दल सांगितल्यानं परिस्थिती वास्तव होईल, असं त्याच्या मनाला उगीचच वाटत होतं. जेजेचा आजार समजल्यापासून त्याच्या मनानं हा 'परिस्थिती नाकारण्याचा' मार्ग पत्करला होता.

"गेले तीन महिने माझं मन कामात फारसं रमत नाही, हे तुमच्या लक्षात आलंच असेल..."

"नाही, आम्हाला त्याची कल्पना नव्हती," बिंगहॅमनं जॅकचं बोलणं मध्येच तोडलं. आपण जॅकला उगीचच कठोरपणानं वागवलं की काय असं त्याला वाटू लागलं होतं.

"तू आम्हाला त्याला काय झालंय हे सांगशील का?" केल्व्हिननं विचारलं, "खरंतर आम्हाला हे विचारण्याचा अधिकार नाही; पण मला लॉरीबद्दल काय वाटतं हे तुला माहीतच आहे. ती मला घरच्यासारखीच आहे."

“न्यूरोब्लास्टोमा,” जॅकनं एक दीर्घ श्वास घेत सांगितलं.

बिंगहॅम आणि केल्व्हिन हे ऐकल्यानंतर एकदम गप्प झाले.

“त्याच्यावर कुठे उपचार चालू आहेत?” केल्व्हिननं मृदू स्वरात शांततेचा भंग केला.

“मेमोरिअल. तिथं उपचार चालू होते; पण जेजेच्या शरीरानं उंदरांच्या विरुद्ध ॲन्टीबॉडी बनवण्याला प्रतिसाद दिल्यानं उपचार थांबवावे लागले. आता त्याच्यावर काहीच उपचार चालू नसल्यानं लॉरी आणि मी काळजीत पडलो आहोत.”

“हं...” बिंगहॅम काही सेकंदांच्या शांततेनंतर म्हणाला, “पण यामुळे आपल्या समोरच्या आत्ताच्या परिस्थितीत काहीच फरक पडत नाही. तुला रजेची, अर्थात पगारी रजेची म्हणतोय, गरज आहे. तू घरी आपल्या कुटुंबासमवेत असण्याची आवश्यकता आहे, असं मला वाटतं.”

“नाही!” जॅक एकदम जोरानं म्हणाला, “मला काम करायची गरज आहे! खरोखरच सांगतोय, रजा नको आहे. आपला लहान मुलगा वेदनेनं तळमळत असताना आपण काहीही करू शकत नाही हे सहन करणं किती भयंकर आहे, हे मी सांगू शकत नाही. तुम्ही मला रजेवर पाठवण्याचा इशारा दिला म्हणून मला हे सगळं सांगावं लागलं.”

“ठीक आहे,” बिंगहॅम म्हणाला, “पण त्या बदल्यात तू आम्हाला हे वचन द्यायला हवं की, तू पुन्हा साइट व्हिजिट करणार नाहीस, विशेषतः किरोप्रॅक्टरच्या बाबतीत.”

“मी तसं वचन देतो,” जॅक म्हणाला; पण त्याला हे फारसं आवडलं नव्हतं.

“पण त्या किरोप्रॅक्टरच्या ऑफिसात जाऊन तू जे काही वागलास ते मला अजूनही नीट समजलेलं नाही,” बिंगहॅम म्हणाला, “काही विशिष्ट कारण आहे का, की तुला या किरोप्रॅक्टिकबद्दल सर्वसाधारण स्वरूपाचा तिरस्कार आहे... सर्वसाधारण नापसंती आहे. तू तसं म्हणालाही होतास. तुला स्वतःला किरोप्रॅक्टरचा वाईट अनुभव आलेला आहे का?”

“अजिबात नाही, मी कधीही अशा कोणाकडे गेलो नव्हतो. मला त्याबद्दल फारशी माहितीही नव्हती; पण मी माझ्या केसमध्ये मणक्यात त्या रक्तवाहिन्या फाटण्याचा संबंध किरोप्रॅक्टरशी आहे का हे बघायचं ठरवलं. माहिती काढताना मानेला झटका दिल्यानं एका तीन महिन्यांच्या बाळाचा मृत्यू झाला हे कळल्यावर मला किरोप्रॅक्टिकबद्दल घृणा वाटू लागली. मोठ्या माणसांनी स्वतःला अशा लोकांच्या हाती सोपवावं हा मूर्खपणा ते कसा करू शकतात हे समजत नाही; पण लहान मुलांच्या बाबतीत असं काही घडणं, हे गुन्हेगारी स्वरूपाचंच आहे.”

जॅकचं बोलणं पुरं झाल्यानंतर शांतता पसरली. जरा वेळानं बिंगहॅमनं शांततेचा

भंग केला, ''मला वाटतं की, मी केल्व्हिन आणि माझ्या वतीनं तुला हे सांगतो की, आम्हाला जेजेच्या आजाराबद्दल काळजी वाटते; पण त्याचबरोबर तू त्या किरोप्रॅक्टरशी जे काही वागलास, त्याबद्दल मी तुला माफ करू शकत नाही. आपल्या दृष्टीनं तू पर्यायी उपचार पद्धतींबद्दलचं तुझं संशोधन चालू ठेव, असंही मी सांगतो. अर्थात हे करताना तू कोणत्याही प्रकारे साइट व्हिजिट करणार नाहीस, हे मी बजावून ठेवतो. त्याचप्रमाणे तू प्रसिद्धी माध्यमांना काहीही सांगणार नाहीस. पर्यायी उपचार पद्धतीचा मामला वैज्ञानिक असण्यापेक्षा जास्त राजकीय स्वरूपाचा आहे. माझ्या मते त्यात जवळपास काहीच विज्ञान नाही. हे सगळं राजकीय आहे या माझ्या मताची पुष्टी करण्यासाठीच म्हणून की काय आज सकाळी मला मेयरच्या ऑफिसातून फोन आला. तू माननीय मेयरच्या आवडत्या उपचारकर्त्याशी भांडण उकरून काढलंस, असं दिसतंय.''

''हा विनोद तर नाही ना?'' जॅकनं विचारलं. तो मेयरला भेटला होता आणि त्याला तो चांगलाच बुद्धिमान वाटला होता.

''अजिबात नाही,'' बिंगहॅम पुढे सांगू लागला, ''मेयरच्या कमरेमधली वेदना फक्त हा न्यूहाऊसच कमी करू शकतो, असं माझ्या कानावर आलं आहे.''

''मला धक्काच बसला आहे.''

''तसं काही व्हायला नको,'' बिंगहॅम फटकारतच म्हणाला, ''पण मुद्दा वेगळा आहे. या खटल्याच्या बाबतीत बोलायचं तर आम्ही तुला वाचवण्यासाठी शक्य ते सर्व करू.''

''धन्यवाद,'' जॅकला हायसं वाटलं.

''आम्ही तुझ्या खासगी माहितीला गोपनीय राखायचाही प्रयत्न करू. विशेषतः इथं आपल्या ऑफिसात आम्ही ती कोणालाही सांगणार नाही.''

''मला हे ऐकून बरं वाटलं.''

''जर तुझा विचार बदलला आणि तुला रजा हवी असं वाटलं तर ती मंजूर झाल्यात जमा आहे, असं समज.''

''तुमच्या या दयाळूपणाबद्दलही मला बरं वाटलं.''

''तुला आता कामाला लागायला हवं असं दिसतंय. तुझ्याकडे नेहमीपेक्षा जास्त केस अपुऱ्या आहेत, असं केल्व्हिननं सांगितलंय. तेव्हा आता जाऊन कामाला लाग.''

जॅकनं यानंतर जराही वेळ न दवडता तिथून काढता पाय घेतला. जॅक निघून गेल्यानंतर बिंगहॅम आणि केल्व्हिन जागीच बसून होते. ते एकमेकांकडे बघत होते.

''त्याच्या कामावर खरोखरच परिणाम झाला आहे का?'' बिंगहॅमनं विचारलं.

''माझ्या मते नाही,'' केल्व्हिन म्हणाला, ''तो नेहमीपेक्षा कामात जरा मागे

पडला आहे हे खरं; पण कामाच्या दर्जात जराही फरक पडलेला नाही. मुळात तरीही तो अजूनही इतरांच्या दीडपट काम करतो आहे.''

"तुला त्याच्या मुलाच्या गंभीर आजाराबद्दल काही कल्पना होती का?''

"जरादेखील नाही. लॉरीनं बाळंतपणाची रजा वाढवणं हे मला फारसं वेगळं वाटलं नाही. आपल्याला मूल व्हावं असं तिला किती तीव्रतेनं वाटायचं याची मला कल्पना आहे. मला वाटलं की, तिला आपण आई झाल्याचा आणखी आनंद घ्यायचा आहे.''

"जॅक पहिल्यापासून खासगीपणा जपणारा आहे. मला तो फारसा नीट कधीच कळला नाही, हे मी तुला मनापासून सांगतो,'' बिंगहॅम म्हणाला, "तो पहिल्यांदा इथे आला तेव्हा स्वतःच्या हातानं स्वतःचं नुकसान करून घेणारा होता हे आठवतंय. आज मेयरच्या ऑफिसातून फोन आला तेव्हा त्याच्या स्वभावातला तो वाईट भाग पुन्हा बाहेर आला की काय, असं मला वाटलं.''

"मलाही तसं वाटलं खरं,'' केल्व्हिननं कबुली दिली, "म्हणूनच या सगळ्या प्रकरणात मी त्याला संशयाचा फायदा घेऊ दिला नाही.''

"जरा आपल्या वकिलाशी बोल. तिला सांग की, या खटल्यात बचाव करून तो मिटवावा असा तिचा सल्ला नसेल तर आपण यात बचाव करणार आहोत. आणि हे सांगितल्यावर तू इथून जाऊ शकतोस, म्हणजे मला थोडंफार काम पुरं करता येईल.''

बारा

रात्री ८.१५, मंगळवार, २ डिसेंबर, २००८
रोम
(दुपारी २.१५, न्यू यॉर्क शहर)

लाखो व्होल्टची ताकद असणारी वीज सळसळत पिआझ्झा सान पिएत्रोच्या मध्यभागी असणाऱ्या इजिप्शियन ओबेलिस्कच्या दिशेनं झेपावली. पाठोपाठ प्रचंड गडगडाट झाला. धक्का एवढा जबरदस्त होता की, साना आणि शॉन ज्या गाडीत होते ती हादरली होती.

"हा काय प्रकार होता?" सानानं विचारलं.

"वीज पडली." शॉन म्हणाला. सानाप्रमाणेच तोदेखील त्या गडगडाटानं दचकला होता. त्यानं कधीही एवढ्या जवळून वीज पडताना बघितली नव्हती.

"शांत हो!" सानानं बाहेर बघत मान डोलवली. रस्त्यानं घरी परत जाणारे अनेक जण तिला दिसले. वारा आणि पावसापासून बचाव करण्यासाठी ते छत्र्यांचा ढालीसारखा उपयोग करत जात होते.

"आपण हे जे काही करतोय त्याबद्दल तुला खात्री आहे ना?" सानानं विचारलं, "म्हणजे मला असं म्हणायचं आहे की, आपण अशा प्रकारे पावसाळी अशा अंधाऱ्या रात्री प्राचीन रोमन दफनभूमीत ऑसुअरी पळवण्यासाठी चोरटेपणानं शिरणार. हे सगळं मला एखाद्या थरारक भयपटाच्या कथेसारखं वाटतंय. आपण जर पकडले गेलो तर?"

शॉननं त्रासिकपणे गाडीच्या स्टिअरिंग व्हीलवर बोटं नाचवली. तोदेखील तणावाखाली होता. त्यातच सानाच्या या बोलण्यानं भर पडली होती.

"आपण पकडले जाणार नाही," शॉननं फटकारलं. त्याला त्या क्षणी कसलेही

नकारात्मक विचार ऐकायची इच्छा नव्हती. सानानं नीट मदत केली तर तो त्याच्या आयुष्यातल्या सर्वांत मोठ्या शोधाच्या अगदी जवळ येऊन पोहोचला होता.

"हे तू इतकं खात्रीपूर्वक कसं सांगू शकतोस?"

"मी इथं महिनोन्महिने रात्री काम केलेलं आहे. मी जर कोणाला बरोबर आणलं नाही, तर इतर कोणी चुकूनही दृष्टीस पडायचं नाही."

"पण तू कागद-पेन्सिल आणि कॅमेरा एवढंच वापरत असणार. आज आपण ड्रिल, छिन्नी-हातोडा वापरणार आहोत. तू म्हणाला होतास त्याप्रमाणे वर बॅसिलिकात कोणी आवाज ऐकला तर?"

"बॅसिलिका एखाद्या पिंपासारखा गच्च सीलबंद असतो," शॉन पुन्हा फटकारत म्हणाला, "हे बघ, हे सगळं बोलू नकोस. तू अगोदर तसं करायचं कबूल केलं आहेस. आता योग्य वेळ आली आहे. आपल्याजवळ साधनसामग्री आहे आणि नेमकं कुठं शोधायचं ते आपल्याला माहीत आहे. ड्रिल वापरल्यामुळे आपण अवघ्या काही तासांत काम संपवून बाहेर पडू शकणार आहोत. तुला जर खरोखरच काळजी करायची असेल, तर ती आपण नेक्रोपोलीसमधून ऑसुअरी बाहेर काढून गाडीत कशी ठेवणार आहोत, याची कर."

"तू हे सगळं अगदी सोपं असावं असा बोलतो आहेस," साना बाहेरचं बार्निनीच्या रचनेचं, पिआझ्झा सान पिएत्रोचं दृश्य बघत म्हणाली.

"मी हे सगळं साधंसोपं आहे हेच तुला सांगतोय," शॉन म्हणाला खरा; पण मनोमन त्यालाही सानाप्रमाणे अनेक प्रश्न सतावत होते. आपण पकडले जाणार नाही असं तो म्हणाला असला तरी अनेक गोष्टी बिघडू शकतात, याची त्याला कल्पना होती. ते पकडले जाणं शक्य तर होतंच, पण मुळात ऑसुअरी मिळणार नाही याची त्याला धास्ती वाटत होती. तसं झालं तर त्याला सॅटर्निअसच्या पत्राबद्दल सांगावं लागणार होतं आणि मग ऑसुअरीचा शोध घ्यायचा की नाही हे पोपवर अवलंबून राहणार होतं. पोप तशी परवानगी देण्याची शक्यता जवळपास नव्हती.

"ठीक आहे," साना एकदम जोरात म्हणाली, "जर हे करायचंच असेल तर ते एकदाचं उरकून टाकू या. आपण इथंच असे का बसून राहिलो आहोत?"

"मी तुला मघाशीच सांगितलं की, आपण इथं माझ्या अपेक्षेपेक्षा जास्त लवकर पोहोचलो. बॅसिलिकामध्ये रात्री आठ वाजता पहारेकरी बदलतात. मला त्यांना सर्व काही बंद करण्यासाठी पुरेसा वेळ द्यायचा आहे."

सानानं घड्याळाकडे नजर टाकली. जवळपास साडेआठ वाजले होते, "पण समजा, त्यांना काहीतरी गडबड आहे असं वाटलं तर? म्हणजे सान पिएत्रो चोरीला गेला आहे असं काही झालं तर?"

शॉननं सानाकडे बघितलं. अंधारात फक्त तिच्या चेहऱ्याची कड दिसत होती. ती एखाद्या अत्यंत सावध असलेल्या सावजासारखी भासत होती.

"तू हे गंभीरपणानं बोलत नाहीस ना?"

"मला सांगता येणार नाही," सानानं कबूल केलं, "मला अस्वस्थपणा वाटतोय. मुख्य म्हणजे मला दमल्यासारखं झालंय. म्हणजे आपण इजिप्तमधून इथं येण्यासाठी केलेला प्रवास... तुला त्याचं काही वाटलं नसेल; पण माझी गोष्ट वेगळी आहे."

"ते ठीक आहे. मीदेखील अस्वस्थ आहेच. तसं होणं स्वाभाविकच आहे."

"पण समजा, मला अंधाऱ्या जागेचं भय वाटलं तर?"

"तसं होणार नाही याची आपण काळजी घेऊ. मी तुला भुयारात यायला भाग पाडणार नाही. तिथं कदाचित आपल्या दोघांना शिरण्याएवढी जागाही नसेल म्हणा."

सानानं शॉनच्या चेहऱ्याकडे पाहिले. बाजूनं जाणाऱ्या गाड्यांचा प्रकाश अधून-मधून त्याच्या चेहऱ्यावर पडत होता, "खरंच मी भुयारात आले नाही तरी चालणार आहे?"

"तुला आत जायचं नाही ना? मग झालं तर; पण आपण सकारात्मक विचार करायला हवा. मी तुझ्या भरवशावर राहू ना?"

"तसं म्हणता येईल." सानाच्या बोलण्यात जराही आत्मविश्वास नव्हता.

पावणेनऊ वाजता शॉननं गाडी चालू केली आणि पुन्हा रस्त्यावर आणली. पावसाचा जोर असल्यानं वायपर जोरानं फिरत असूनही शॉनला समोरचं दिसायला त्रास होत होता. त्यांच्या गाडीच्या बाजूनं भरवेगात गाड्या जात होत्या. सेंट पीटर्स चौकात शिरल्यानंतर शॉननं गाडी आर्को डेल्ले कंपानेकडे घेतली.

"जर स्विस गार्डनी तुला व्हॅटिकनचं ओळखपत्र मागितलं तर काही बोलू नको. मी जे काही सांगायचं ते सांगीन."

गाडी आता तपकिरी रंगाच्या दोन चौक्यांजवळ आली. पावसापासून बचाव करण्यासाठी गणवेषावर घातलेल्या टोप्या डोक्यावर असणारे पहारेकरी बाहेर आले. अशा पावसात बाहेर पडावं लागलं याबद्दल त्यांची नाराजी स्पष्ट दिसत होती. शॉननं खिडकीची काच खाली घेताच पावसाचे काही थेंब गाडीत उडाले.

"गुड इव्हिनिंग," शॉन आपला अस्वस्थपणा दडपत आनंदी स्वरात म्हणाला. त्याच्या अपेक्षेप्रमाणे पहारेकरी बदलले होते. त्याच्या अपेक्षेप्रमाणे आदल्या खेपेप्रमाणेच पहारेकऱ्यानं शॉनचं व्हॅटिकनचं ओळखपत्र फ्लॅशलाइटच्या प्रकाशात तपासून पाहिलं. त्यानं शॉनचा फोटो आणि शॉनकडे आळीपाळीनं बघितलं.

"तुम्ही कुठं जाता आहात?" पहारेकऱ्यानं ओळखपत्र परत करत विचारलं.

“नेक्रोपोलीस,” शॉननं त्याचा परवाना पहारेकऱ्याच्या हातात दिला, “आम्ही तिथं थोडं देखभालीचं काम करणार आहोत.”

पहारेकऱ्यानं एक मिनिटभर परवाना बघितला. मग गाडीच्या मागच्या बाजूला जात म्हणाला, “डिकी उघडा.”

साना अस्वस्थपणे बसून होती. दुसऱ्या पहारेकऱ्यानं फ्लॅशलाइटनं तिचा चेहरा न्याहाळला होता. त्या अगोदर त्यानं फ्लॅशलाइट आणि आरसा वापरून गाडीच्या खालच्या बाजूला बॉम्ब नसल्याची खात्री करून घेतली होती.

डिकी बंद केल्याचा आवाज आला. मग पहिला पहारेकरी पुन्हा खिडकीपाशी आला, “ही अवजारं कशासाठी आहेत?”

“देखभालीच्या कामासाठी.”

“तुम्ही स्काव्ही ऑफिसमधून आत शिरणार आहात का?”

“होय.”

“मी सुरक्षा व्यवस्थेला दरवाजा उघडायला सांगू का?”

“नाही. त्याची गरज नाही. आमच्याजवळ किल्ल्या आहेत.”

“ठीक आहे; पण एक मिनिट,” असं म्हणून पहारेकऱ्यानं गाडीच्या मागे जाऊन नंबर लिहून घेतला. मग पुन्हा खिडकीपाशी येऊन त्यानं पार्किंगचा परवाना गाडीच्या डॅशबोर्डवर टाकला. “सरळ पिआइझ्झा प्रोतोमार्तिरीत जाऊन गाडी पार्क करा. पार्किंगचा परवाना स्पष्ट दिसेल असाच इथं राहू द्या.” मग सलाम ठोकून पहारेकरी मागे सरकला.

“मला वाटलं, आता आपला खेळ खलास!” गाडी तिथून निघताच साना म्हणाली.

“मला जवळ जवळ तसंच वाटू लागलं होतं. मी पूर्वी इथं काम करत होतो तेव्हा त्यांनी कधीच माझ्याकडे लक्ष दिलेलं नव्हतं. याचा अर्थ त्यांनी सुरक्षा व्यवस्था चांगलीच वाढवलेली दिसते.”

शॉननं स्काव्ही ऑफिसच्या जास्तीत जास्त जवळ गाडी उभी केली.

“मी अवजारं घेतो. तू पोर्टिकोत जाऊन थांब. संध्याकाळप्रमाणे तू भिजावीस असं मला वाटत नाही.”

“तुला ती न्यायला जमेल का?” सानानं मागच्या सीटवरची छत्री घेत विचारलं.

शॉननं तिचा दंड पकडला, “प्रश्न माझ्या जमण्याचा नाही. तुला हे सगळं खरंच करायला जमणार आहे ना?”

“आता इथवर आलोच आहोत तर मला जमायलाच हवं.”

साना गाडीचं दार उघडून बाहेर पडण्याच्या बेतात असताना शॉननं तिचा दंड

घट्ट धरून ठेवला, "थांब, या गाड्या जाऊ देत."

सानानं बाहेर बघितलं. गाड्यांची एक भलीमोठी रांग त्यांच्या दिशेनं येत होती. क्षणार्धात गाड्या जवळ आल्या आणि वूशऽ वूशऽऽ असा आवाज करत साचलेलं पाणी उडवत जरादेखील वेग कमी न करता निघून गेल्या. "तू थांबवलंस हे बरंच झालं. नाहीतर मी चिंब भिजले असते."

काही मिनिटांनंतर दोघं अंधार असणाऱ्या स्काव्हीच्या ऑफिसात शिरले.

"मी या छत्रीचं काय करू?"

"जीझस!" शॉन एकदम भडकला, "प्रत्येक गोष्ट मीच सांगायला हवी का?" शॉनची सहनशक्ती चांगलीच ताणली गेली होती. अगोदरच तिनं त्याच्या बेतात खोडा घालायचा प्रयत्न केला होता आणि आता ती मूर्खासारखे प्रश्न विचारत होती.

"हे असं बोलायचं काही कारण नाही! माझा प्रश्न योग्यच आहे. मी जर ही छत्री इथंच ठेवली तर ती पाहून कोणालातरी संशय येऊ शकतो."

"केवळ एक छत्री इथं दिसली म्हणून कोणीतरी चोरून आत घुसलं आहे असा संशय का येईल कोणाला? तुझं म्हणणं हास्यास्पद आहे."

"ठीक आहे!" साना फणकारत म्हणाली. तिनं हातातली छत्री जोरानं खाली टाकली.

शॉन वैतागून तिच्याकडे पाहू लागला. गेलं वर्षभर ती अशीच बंडखोरपणानं वागत होती, हे त्याला आठवलं. त्याच्या मनाविरुद्ध तिनं आपले केसही आखूड करून घेतले होते आणि आता तर एखाद्या हट्टी लहान मुलीप्रमाणे तिनं छत्री खाली आदळली होती.

काही क्षण साना आणि शॉन एकमेकांकडे वार करण्याच्या तयारीत असल्याप्रमाणे बघत होते. अखेर सानानं माघार घेतली, "आपण दोघंही मूर्खासारखं वागतोय," असं म्हणत तिनं छत्री उचलून तिथल्या लाकडी बाकाला टेकवून उभी ठेवली.

"तुझं म्हणणं बरोबर आहे. जाऊ दे, मला माफ कर." शॉन असं म्हणाला तरी ते तो मनापासून म्हणाला नव्हता. "मी रागावलो कारण माझ्यासाठी फार महत्त्वाचं असणाऱ्या या कामात तू मला मदत करायला तयार नाहीस, असं मला वाटलं."

शॉनच्या सुरुवातीच्या वाक्यानं सानाला वाटलेला थोडाफार आनंद लगेचच विरला. शॉन त्याच्या वागण्याचं समर्थनच करतोय आणि त्याबद्दल तो आपल्याला दोष देतोय हे तिला जाणवलं; पण तिला त्या वेळी वाद नको होता. तिला हे संपवून कधी एकदा हॉटेलमध्ये जाऊन झोपतोय असं झालं होतं.

"चला. हे संपवून टाकू," साना म्हणाली.

"आता बोलण्यात तू वेळ दवडते आहेस."

दोघंही एक-एक बादली उचलून स्काव्हीच्या आतल्या भागातल्या कॉरिडॉरमध्ये शिरले. शॉननं लांबवर नजर टाकली. आत कोणीही नाही याची त्याला खात्री पटली.

''ठीक आहे. चला,'' शॉन म्हणाला.

पायऱ्या उतरून खाली आल्यानंतर त्यांना जाळीचं दार लागलं. शॉननं कुलूप उघडलं, सानाला आत जाऊ दिलं आणि मग त्यानं आत शिरून जाळीचं दार लावून घेतलं.

आत शिरल्यानंतर प्रकाश अतिशय कमी असल्याने दोघांनी डोक्यावर हेल्मेट घातले आणि त्यावरचे दिवे सुरू केले.

''उत्तम,'' साना म्हणाली. अंधारात शिरल्यावर ती जराशी घाबरली होती; पण हेल्मेटवरचा दिवा सुरू झाल्यावर तिची भीती नाहीशी झाली.

सानाच्या जवळून वाट काढत शॉन अरुंद कॉरिडॉरमधून आणखी खाली उतरला. तिथं भक्कम दरवाजा होता. तिथं जाताच त्याच्या हृदयाची धडधड वाढली. सॅटर्निअसनं सांगितल्याप्रमाणे गेली दोन हजार वर्षं तिथं असणाऱ्या ऑसुअरीच्या जवळ आपण आलो आहोत म्हणून तो उत्तेजित झाला होता.

भक्कम पोलादी दार उघडल्यावर त्यानं परत एकदा सानाला पुढे जाऊ दिलं. मग पाठीमागे दार बंद करून घेतल्यानंतर तो भराभर पायऱ्या उतरून रोमन काळामधल्या दफनांच्या ठिकाणाजवळ आला. तो आता पश्चिमेकडे वळणार एवढ्यात त्याला जाणवलं की साना आपल्यामागे नाही.

''हे काय चाललंय?'' सानाला अगदी हळूहळू काहीशी अडखळत उतरताना पाहून शॉननं विचारलं.

''मला हे अवघड जातंय.''

''काय अवघड जातंय,'' शॉननं रागावून विचारलं. मग हलक्या आवाजात स्वतःशी म्हणाला, ''आता काय हे नवीन?'' शॉनला काय करावं ते कळेना. तिला गाडीत जाऊन बसायला सांगावं असा विचार क्षणभर त्याच्या मनात आला; पण लगेचच आपण एकट्यानं हे काम पार पाडू शकणार नाही, हे त्याच्या लक्षात आलं.

''माझ्या हेडलाइटच्या प्रकाशात मला छत दिसत नाही. हे मला फार चमत्कारिक वाटतंय.''

''छताला लावलेले लोखंडी आधार दिसू नयेत म्हणून मुद्दाम ते गडद रंगानं रंगवण्यात आलं आहे. हे सगळं वातावरणनिर्मितीसाठी केलेलं आहे.''

''असं होय,'' साना खाली उतरून आली आणि इकडेतिकडे पाहू लागली; त्यामुळे प्रकाशाचे झोत वेडेवाकडे सगळीकडे फिरले. ते पाहून शॉन आणखी वैतागला.

''दुपारी बघितल्यापेक्षा ही जागा आणखी विचित्र वाटते आहे.''

"कारण आता दिवे बंद केलेले आहेत. ××× कळलं?'' शॉन गुरगुरत म्हणाला.

"हा आवाज कसला?'' साना एकदम दचकत म्हणाली.

"कसला आवाज?''

काही क्षण दोघं आवाजाची चाहूल घेत गप्प राहिले. तिथं भयाण शांतता पसरली होती.

"मला काही ऐकू आलं नाही,'' अखेर काही वेळानं शॉन म्हणाला, "तुला कसला आवाज ऐकू आला?''

"कोणीतरी उच्च स्वरात बोलल्यासारखं वाटलं.''

"गुड ग्रीफ! आता तुला भास व्हायला लागले असणार.''

"तुला खात्री वाटते?''

"होय; पण आता आपण इतके जवळ आलो आहोत... तू कामात मदत करू शकशील याबद्दल मात्र मला खात्री वाटत नाही.''

"जर काहीही आवाज आला नव्हता असं तुला वाटत असेल तर चल, आपण काम संपवून टाकू.''

"पण तू शांत होशील का?''

"मी प्रयत्न करते.''

"ठीक आहे; पण तू माझ्या अगदी जवळ राहा.''

शॉन सेंट पीटरच्या थडग्याच्या दिशेनं निघाला. साना पाठोपाठ होती. अचानक शॉन थांबला, त्यामुळे साना त्याच्या अंगावर आदळली.

"तू थांबणार असशील तर मला आधी सांगायला हवं.''

"मी लक्षात ठेवीन,'' असं म्हणत शॉननं हातातल्या फ्लॅशलाइटनं डाव्या बाजूला झोत टाकला. "मी दुपारी सांगितलं होतं ना ती रोमन सार्कोफॅगसची जागा आहे. तिथंच आपण उकरलेली माती टाकणार आहोत. मी खणत असताना तुला दगडमाती तिथं नेऊन टाकता येईल ना?''

"म्हणजे मी एकटीनं टाकायची आहे?''

शॉननं मनोमन दहा आकडे मोजत राग आवरला, "जर मी खणत असेन तर तुला एकटीलाच ते करावं लागणार, हे उघड आहे.''

"बघू.'' साना म्हणाली. अंधारात एकटीनं हालचाल करायची कल्पना तिला भयंकर वाटली; पण काहीतरी करून आपण तेदेखील उरकू असं तिला वाटलं.

काही वेळानं शॉन आणि पाठोपाठ साना एका मोठ्या दालनात आले. तिथं असणाऱ्या फ्लेक्सी ग्लासच्या पॅनेलवर प्रकाशझोत टाकला. पर्यटकांना सेंट पीटरच्या थडग्याभोवतीचा भाग दिसावा म्हणून ही व्यवस्था केलेली होती.

एका कोपऱ्यात असणारं जाड काचेचं एक पॅनेल उचलणं हे काम सानाला वाटलं होतं त्यापेक्षा जास्त अवघड होतं. दोघांनी जोर लावून ते बाजूला सरकवून, टेकवून ठेवलं.

"मी अगोदर आत जातो," शॉन म्हणाला. सानानं मान डोलवली. शॉननं गुडघ्यांवर पॅड बांधली आणि हातमोजे घातले. त्यानं सानालाही तसं करायला सांगितलं. कारण आता खाली उतरल्यानंतर त्यांना बराचसा भाग रांगतच जावं लागणार होतं.

पॅनेल जिथून बाजूला केलं होतं, तिथं बसून शॉननं पाय खाली सोडले आणि मग किंचित झोका घेत तो खाली उतरला. खालची जमीन घट्ट मातीची होती. त्यात जरासे खडे होते इतकंच. सानाही खाली उतरली. तिथून भुयारात आणखी आत जाताना सानाची अस्वस्थता वाढली होती; पण निदान तिथली माती ठणठणीत कोरडी आहे, हे बघून तिला बरं वाटलं. म्हणजे आता ऑसुअरीही कोरडीच असण्याची शक्यता वाढली होती.

काचेच्या पॅनेलचा भाग होता त्याच्या खालून पुढे जाताना सानाची नजर भुयाराच्या छतावर गेली. त्याला कसलेही आधार नाहीत हे पाहून ती थबकली. शॉन आणखी दहा फूट खाली गेला होता. त्यानं थांबून, प्रकाशझोत टाकून डाव्या बाजूचं भुयार दाखवलं. "हं, हे इथं आहे बघ." तो म्हणाला आणि मागे वळून पाहिलं. साना मागेच थांबलेली बघून त्यानं तिला पुढे येण्यासाठी हातानं इशारा केला.

"हे सुरक्षित आहे ना?" साना छताकडे बघत म्हणाली.

"अगदी सुरक्षित," शॉन साना छताकडे कुठे पाहत आहे हे बघत म्हणाला. "त्या ठिकाणची माती काँक्रीटसारखी कडक आहे. माझ्यावर विश्वास ठेव... बरं, जरा पुढे ये. मी कुठं खणणार आहे ती जागा तुला दाखवतो."

साना अनिच्छेनंच पुढे सरकली. तिला आपण आता चार फूट रुंद आणि तीन फूट उंच भुयाराच्या तोंडापाशी आहोत हे दिसलं. भुयाराच्या आतल्या बाजूला दोन ओबडधोबड ओंडके आधारासाठी उभे केलेले दिसले. वरच्या बाजूला एक आडवा खांबही लावलेला होता.

"तिथं असा आधार दिला आहे; पण इथं का नाही?" सानानं विचारलं. ती आणि शॉन जिथं होते त्या जागी कसलाही आधार नाही, ही भावना तिच्या मनातून जात नव्हती.

"हा पुढचा खांब आहे त्याच्यावर मी अगोदर सांगितलं ती ग्राफिटी भिंत आहे. मागच्या खांबानं सेंट पीटरच्या थडग्याला आधार दिला आहे. तू जर आणखी पुढे सरकलीस तर तुला रेडवॉलच्या खालची पोकळी दिसेल. याच ठिकाणी सेंट पीटरची हाडं सापडली, असा दावा करण्यात आला होता."

"मी प्रयत्न करून बघते," साना म्हणाली. त्या अरुंद जागी पोटावर पडून सरपटत जाताना तिला पुन्हा एकदा अंधारभय वाटू लागलं होतं; पण तिनं त्यावर प्रयत्नपूर्वक ताबा मिळवला.

"मी तुला आणखी काहीतरी दाखवतो," असं म्हणून शॉन भुयारात आणखी पुढे गेला आणि मग उताणा झाला. त्यानं फ्लॅशलाइट वापरून छतावर एक जागा दाखवली, "जर ग्राफिटी भिंत किंवा रेड वॉल उभारताना अपघातानं ऑसुअरी सापडली नसेल, तर आत्ता या जागी असायला हवी. हं, आता मला जरा ड्रिल आणि गॉगल्स दे. मी ती कुठे असेल याचा अंदाज घेतो."

आपल्या मनातले विचार दडपण्यासाठी सानानं शॉन जे काही करायला सांगत होता त्याकडे लक्ष केंद्रित केलं. त्याची सगळी तयारी पूर्ण झाल्यावर ती म्हणाली, "तुझी हरकत नसेल तर मी बाहेर जाऊन काचांची पॅनेल आहेत त्या ठिकाणी जरा मोकळ्या जागी जाऊन थांबते. मला इथं श्वास घ्यायला त्रास होतोय."

"वाटलं तर तसं कर," शॉन म्हणाला, पण त्याचं तिच्या बोलण्याकडे फारसं लक्ष नव्हतं. तो पुन्हा एका पुरातत्त्वीय कामात हात घालण्याच्या कल्पनेनं थरारून गेला होता. त्यानं ड्रिलला बीट लावलं आणि उताणा असतानाच वर छतापाशी ते टेकवून ड्रिल सुरू केलं. बघता-बघता वरची माती खाली पडायला लागली आणि बीटचा संपूर्ण चार इंच भाग आत शिरला. त्या अरुंद जागी ड्रिलचा आवाज फारच कर्कश्श वाटत होता.

पहिल्या ठिकाणी ड्रिल वापरल्यावर कठीण दगड लागला नाही म्हणून शॉनला जरा वाईट वाटलं. मग त्यानं डावीकडे सहा इंचावर पुन्हा एका जागी ड्रिल वापरलं. नंतर जवळ-जवळ वीस मिनिटं तो जागोजागी भोकं पाडून बघत होता; पण बारा जागी पाहूनही अद्याप त्याला अपेक्षेप्रमाणे दगड लागला नव्हता. तो आता छिन्नी-हातोडा वापरण्याचा विचार करत असताना त्याचं लक्ष अचानक एका गोष्टीकडे गेलं आणि मग त्याच्या लक्षात आलं. त्याला वाटलं होतं तसं नव्हतं. उत्खनन करताना त्या लोकांनी आधाराच्या भिंतीखाली खणलं नव्हतं तर सरळ भिंतीच्या पायातच पोकळी तयार केली होती.

"माय गॉड!"शॉन सानाला ऐकायला जावं म्हणून मोठ्या आवाजात म्हणाला.

"तुला ती सापडली का?"

"नाही. अजून नाही; पण आणखी काहीतरी सापडलंय. पाया बराच आत खोलपर्यंत आहे; त्यामुळे ऑसुअरी अद्याप तिथं असलीच तर ती आणखी आतल्या बाजूला रेडवॉलच्या दिशेला असणार, म्हणजे भुयाराच्या उजव्या बाजूच्या भिंतीत."

शॉननं ड्रिल घेऊन पुन्हा भुयाराच्या उजव्या भिंतीत भोकं पाडायला सुरुवात केली. पहिल्या खेपेस काहीच हाती लागलं नाही. मग शॉननं आणखी आतल्या

बाजूला त्याच पातळीवर भोक पाडायला सुरुवात केली; पण या खेपेस काहीतरी कठीण भाग लागल्यानं बीट निसटून बाहेर आलं. मग त्यानं आणखी तीन इंच अंतरावर पुन्हा भोक पाडायला सुरुवात करताच बीट पुन्हा कठीण कशावर तरी आदळल्यानं बाहेर पडलं. आता शॉनच्या हृदयाची धडधड वाढली. त्यानं मग काही इंच अंतर सोडून अनेक जागी भोकं पाडून बघितली. बघता-बघता शॉनला आतमध्ये साधारण तीन इंच खोलीवर असणारा पंधरा चौरस इंचाचा दगड नीट लक्षात आला. आता त्यानं सानाला हाक मारली.

"मला सापडली! सापडली!"

"तुला खात्री वाटते?"

"मी म्हणेन की नव्वद टक्के एवढी."

सानाला आता बाहेर थांबवेना. तिनं आपलं भय जरा बाजूला ठेवलं आणि ती भुयारात डोकावली, "कुठे आहे?"

"इथं," शॉन बोटाच्या पेरानं भिंतीत टकटक करून दाखवत म्हणाला.

"मला नाही दिसत."

"अर्थातच तुला ती दिसणार नाही," शॉन गुरगुरत म्हणाला, "कारण मी अजून ती बाहेर काढलेली नाही. मला फक्त ती दिसली आहे."

"हे तू इतकं खात्रीनं कसं सांगू शकतोस?"

"हे बघं, मी सांगतो तेवढं कर. मला छिन्नी-हातोडा दे. तुझा विश्वास नाही ना. मग मी तुला ती काढूनच दाखवतो."

सानानं शॉनला हव्या त्या वस्तू दिल्या. शॉननं हातोड्यानं घाव घालायला सुरुवात केली. त्याला वाटलं होतं त्यापेक्षा छिन्नी वापरून टवके उडवणं अवघड जात होतं. विशेषतः छिन्नी पुन्हा बाहेर काढणं चांगलंच त्रासदायक ठरत होतं. हातोड्याचा आवाज तिथं घुमत होता. आवाज एवढा मोठा होता की, जणू गोळीबार होत असावा, असं वाटत होतं. सानानं तर कानाला त्रास होऊ लागला म्हणून कानांवर हात घट्ट धरून ठेवले होते.

अर्धा तास शॉन हातोड्याचे घाव घालत होता. त्याच्या कपाळावर जरासा घाम येऊ लागला होता. त्याचा खांदादेखील दुखू लागला होता. त्यानं हातातल्या वस्तू काही क्षण खाली ठेवल्या आणि हात जरासा चोळला.

"प्रगती कितपत झाली?" सानानं प्रकाशझोत टाकत आत डोकावून विचारलं.

"वेळ लागतोय!" शॉननं कबूल केलं. त्यानं छिन्नीचे घाव घातलेल्या जागांवर हात फिरवला. काळजी घेऊनही पाच-सहा ठिकाणी प्रत्यक्ष दगडाचे टवके उडाले होते. ते फिकट गुलाबी रंगाचे टवके गडद तपकिरी रंगाच्या पार्श्वभूमीवर उठून दिसत होते. एक पुरातत्त्वज्ञ म्हणून आपण असं करणं योग्य नाही हे शॉनला समजत

होतं; पण त्याचा नाइलाज होता. रात्री अकरा वाजता पुन्हा पहारा बदलण्याच्या वेळी पहारेकरी फेरी मारतात हे त्याला माहीत होतं. आणि त्यापूर्वीच आपण तिथून निघून जाणं आवश्यक आहे, याची त्याला कल्पना होती. आता जवळ-जवळ दहा वाजत आले होते.

"तुला अजूनही ही ऑसुअरी आहे असं वाटतंय?

"हं... आपण असं म्हणू या. हा एक चुनखडीच्या दगडाचा अतिशय काळजीपूर्वक आकार दिलेला तुकडा आहे आणि हा इथल्या इतर सगळ्या मातीशी विसंगत आहे. तुला काय वाटतं?"

शॉनच्या बोलण्यातला उपहास सानाला आवडला नाही. आपण योग्य तोच प्रश्न विचारला, असं तिला वाटत होतं. तिला फक्त एक चौरस दगड आढळला आहे एवढंच कळत होतं. हजारो वर्षांच्या कालावधीत त्या ठिकाणी बरेच बदल झालेले आहेत हे लक्षात घेता, असाच एखादा चौरस दगड अपघातानं तिथं पडला असण्याची शक्यता तिला वाटत होती. तिनं आपल्या मनातले विचार बोलून दाखवले.

"हं, म्हणजे आता तू या विषयात तज्ज्ञ झालीस म्हणायचं!" शॉन उपरोधानं म्हणाला, "बरं, मी तुला काय दाखवतोय ते बघ." शॉननं भुयाराच्या भिंतीवर प्रकाशझोत टाकला. "तू ज्याला दगड म्हणालीस ना तो दगड कसाही वेडावाकडा पडलेला नाही. तो नेमका अगदी आडवा ठेवलेला आहे."

"आणखी किती वेळ लागेल?" सानानं दमलेल्या स्वरात विचारलं. आपण आपल्या मनातल्या भीतीवर मात करण्याचा प्रयत्न करून जी काही मदत करतोय त्याबद्दल शॉनला जराही काही वाटत नाही, हे तिच्या लक्षात आलं होतं. तिला शक्य नव्हतं म्हणून, नाहीतर तिला त्याच क्षणी तिथून निघून जावं, असं वाटत होतं.

शॉननं सानाच्या प्रश्नाकडे साफ दुर्लक्ष केलं आणि तो पुन्हा कामाला लागला. वीस मिनिटांच्या प्रयत्नानंतर त्यानं आता चौरस दगडाच्या भोवती सगळीकडे साधारण चार इंच खोलीची खाच तयार केली होती. आता हा दगड नसून, चुनखडीच्या दगडाची चौकोनी पेटी आहे, हे त्याच्या लक्षात आलं होतं. या पेटीचं दगडी झाकण साधारण एक इंच जाडीचं असून ते गडद लाल रंगाच्या मेणानं घट्ट बसवलेलं होतं.

अचानक शॉन जागच्या जागी गोठल्यासारखा झाला. त्याच्या हृदयाचा एक ठोका चुकला होता. नेक्रोपोलीसमधले दिवे लागले होते.

तेरा

दुपारी ३.४२, मंगळवार, २ डिसेंबर, २००८
न्यू यॉर्क शहर
(रात्री ९:४२, रोम)

जॅकला स्वतःचा विलक्षण तिटकारा आला होता. दोन दिवसांत त्याला दुसऱ्या खेपेस स्वतःवर नियंत्रण राखणं जमलं नव्हतं. काल त्या न्यूहाऊसच्या ऑफिसात जाऊन तो मनावरचा ताबा गमावून बसला होता. तर आज त्यानं बिंगहॅमच्या ऑफिसात असताना आपल्या विचित्र वागण्याचं समर्थन करताना आपल्या चार महिने वयाच्या आजारी मुलाचं नाव वापरलं होतं. आपण जेजेच्या आजाराबद्दल बिंगहॅम आणि केल्व्हिनला सांगितलं हे लॉरीला कळलं तर तिची प्रतिक्रिया काय होईल, हा विचार मनात आल्यावर त्याला आणखी अपराधी वाटलं.

बिंगहॅमनं खरडपट्टी केल्यानंतर जॅक आपल्या ऑफिसात टेबलापाशी बसून विचारात गढला होता. त्यानं आपल्याला करायच्या कामांच्या कागदांवर नजर टाकली. कागदांचा ट्रे निरनिराळे अहवाल आणि त्यानं मागवलेल्या माहितीच्या कागदपत्रांनी भरून ओसंडत होता. आपण कामाला लागायला हवं हे समजत असूनही त्याला काम सुरू करायला जमत नव्हतं.

काम करायला जमत नसलेला जॅक डोकं हातात धरून बसला होता. त्यानं डोळे घट्ट मिटून घेतले होते. आपल्याला नैराश्याचा झटका येणार की काय असं त्याला वाटू लागलं; पण आपण हे पुन्हा होऊ देणार नाही, असं मनोमन म्हणत जॅक दातांवर दात रोवत स्वतःला उद्देशून 'केविलवाणी अवस्था!' असं मोठ्या आवाजात म्हणाला. अशा प्रकारे म्हणून जॅकनं जणू स्वतःलाच चपराक लगावली होती.

जॅक एकदम जागीच ताठ बसला. आपण दबून जाता कामा नये, असं त्याला वाटलं. जॅकनं पुन्हा एकदा आपलं लक्ष पर्यायी उपचारपद्धती विरुद्धच्या मोहिमेकडे वळवलं. आक्रमण हाच सर्वोत्तम बचाव असतो, हे तत्त्व पुन्हा एकदा त्याच्या मनात आलं. तो आता बिंगहॅमच्या बोलण्यामुळे नरमाईनं वागणार नव्हता. आपण सुरू केलेली मोहीम ही केवळ विषयातल्या नियतकालिकातील लेखापुरती मर्यादित नाही, तर तिला स्वतंत्र महत्त्व आहे, असं त्यानं मनाशी ठरवलं. हा प्रश्न लोकांशी निगडित असल्यानं त्यांना सत्य काय ते कळायलाच हवं, असा विचार त्याच्या मनात आला.

पुन्हा एकदा प्रेरित झाल्यानं जॅकनं मान वर केली. मग त्यानं खुर्चीत बसूनच ती कॉम्प्युटरच्या मॉनिटरजवळ नेली. त्यानं आपल्याला कोणा सहकाऱ्यानं ई-मेल पाठवली आहे का ते बघायला सुरुवात केली. त्यानं पर्यायी वैद्यकीय उपचार पद्धतीबद्दल अनेकांना लिहिलं असलं तरी फक्त दोघांकडूनच उत्तर आलं होतं. क्वीन्स ऑफिसमधला डिक कात्झेनबर्ग आणि स्टॅटेन आयलंडवरच्या ऑफिसातील मागरिट हॉप्टमन यांचे ई-मेल आले होते. इतरांकडून प्रतिसाद आला नाही म्हणून जॅकनं मनोमन त्यांना शिव्या घातल्या.

जॅकनं या दोघांनी पाठवलेल्या केसचे नंबर कार्डांवर लिहून घेतले. मग ही कार्डं त्यानं खिशात टाकली. त्यानं पुन्हा एकदा सर्वांना ई-मेल पाठवल्या आणि डिक व मागरिटचे आभार मानणाऱ्या ई-मेल त्यांना पाठवल्या.

जॅकला या दोन केसबद्दलची आणखी माहिती हवी होती. त्यासाठी आपल्याला या नोंदी ठेवलेल्या विभागात म्हणजे रेकॉर्ड डिपार्टमेंटला भेट द्यावी लागणार, हे त्याच्या लक्षात आलं. हा विभाग २६व्या रस्त्यावर असणाऱ्या ओसीएमईच्या नव्यानं बांधलेल्या डीएनए प्रयोगशाळेच्या इमारतीत होता.

जॅक बाहेर पडला आणि घाईघाईनं नूतनीकरण केलेल्या बेलेवू हॉस्पिटलच्या जवळून जात डीएनए इमारतीत शिरला. ही इमारत समोर छोटीशी बाग असल्याने फर्स्ट ॲव्हेन्यूपासून थोडीशी आत होती. इमारत अत्याधुनिक बहुमजली असून, ती निळ्या काचा आणि गडद पॉलिश केलेल्या चुनखडीच्या दगडांनी बांधलेली होती. या उंच इमारतीपुढे जुनं हॉस्पिटल अगदी खुजं वाटत होतं. आपल्या ऑफिसच्या या इमारतीबद्दल जॅकला अभिमान वाटत असे.

आपलं ओळखपत्र सुरक्षारक्षकांसमोर नाचवून जॅक घाईघाईनं आत शिरला. रेकॉर्ड डिपार्टमेंट चौथ्या मजल्यावर होतं. या डिपार्टमेंटमध्ये दोन्ही बाजूला खालपासून वरपर्यंत असे मोठे ड्रॉवर बसवलेले होते. यामधला प्रत्येक ड्रॉवर एवढा मोठा होता की, प्रत्येकात चार फूट रुंदीची आठ फडताळं होती. याशिवाय प्रत्येक बाजूला एक घडीचा लाकडी दरवाजा होता. दररोज ऑफिस बंद होताना तो लावून कुलूप लावलं जाई.

पुढच्या भागात एका टेबलापाशी अलिडा सांचेज नावाची एक कर्मचारी बसली होती. जॅकला पाहून तिनं स्मितहास्य करत विचारलं, ''मी काही मदत करू शकते का?'' मग ती किंचित थट्टेच्या स्वरात म्हणाली, ''तुम्ही काहीतरी खास हेतूनं प्रेरित झालेले दिसता.''

''होय. मलाही तसं वाटतंय खरं!'' जॅकही हसत म्हणाला. त्यानं जाकिटाच्या खिशातून कार्डे बाहेर काढून ती तिच्या हातात ठेवली. आपल्याला या दोन केसची माहिती हवी आहे, हे त्यानं तिला सांगितलं.

अलिडानं दोन्ही कार्डांवर एकवार नजर फिरवली. मग ती उठून उभी राहिली, ''मी लगेच आले.''

''मी थांबतो.''

जॅकला अलिडा ईस्ट रिव्हरच्या बाजूला असणाऱ्या भागात जाताना दिसली. काही मिनिटांतच ती परत आली. तिच्या हातात एक फोल्डर होतं. तिनं टेबलाजवळ येत ते जॅकच्या हातात ठेवलं, ''ही पहिली केस.''

जॅकनं फोल्डर उघडलं. त्यानं त्यामधली न्यायवैद्यकीय टिपणे, शवविच्छेदन अहवाल, मृत्यू जाहीर करणाऱ्या नोंदी वगैरे पानं चाळली. मग त्याला मृत्यूचं प्रमाणपत्र दिसलं. ते बाहेर काढून बघितल्यावर त्याच्या लक्षात आलं की, मृत्यूचं तात्कालिक कारण किआरा अबेलार्डच्या मृत्यूच्या कारणाप्रमाणेच होतं. मणक्यातील रक्तवाहिनी फाटणे असं त्यात नमूद केलेलं दिसलं. त्यानंतर 'कशामुळे' या जागी 'किरोप्रॅक्टिकमुळे मानेची हालचाल' असं स्पष्ट लिहिलेलं होतं.

''झकास.'' जॅक स्वतःशी पुटपुटला.

''ही दुसरी केस,'' अलिडा आत जाऊन पुन्हा बाहेर आल्यावर म्हणाली. तिनं हातात ठेवलेलं फोल्डर जॅकनं उघडलं आणि थेट मृत्यूचं प्रमाणपत्र बाहेर काढलं. या खेपेस मृत्यूचं तात्कालिक कारण या जागी 'मेलॅनोमा' हे बघून त्याला आश्चर्य वाटलं. पुढच्या ओळीवर कशामुळे मृत्यू झाला या ठिकाणी यकृत आणि मेंदू या ठिकाणी पसरलेला कर्करोग, असं नमूद केलेलं दिसलं. मार्गारिटनं ही केस आपल्याकडे संदर्भ म्हणून का पाठवली असावी या विचार करत असतानाच जॅकची नजर 'मृत्यूला कारण ठरणारी इतर परिस्थिती' या रकान्याकडे गेली. त्या ठिकाणी 'रुग्णानं सहा महिने फक्त होमिओपथी उपचार घेण्याचा सल्ला' असं मार्गारिटनं लिहिलं होतं.

''माय गुडनेस!'' जॅक म्हणाला.

''काय झालं डॉक्टर? काही गडबड आहे का?'' अलिडानं विचारलं.

जॅकनं फोल्डरमधून नजर वर केली. ''माझ्या अगोदर लक्षात न आलेला पर्यायी वैद्यकीय उपचार पद्धतीचा आणखी एक नकारात्मक पैलू या केसमुळे माझ्या लक्षात आला आहे.''

"होय का?" अलिडानं विचारलं. तिला अशा प्रकारे वैद्यकीय तपासनिसांशी बोलण्याची वेळ येत नसे. विशेषतः नोंदणी विभाग या इमारतीत आल्यानंतर तिचा संबंध येतच नसे.

"होमिओपॅथी ही पर्यायी उपचार पद्धती तरी सुरक्षित आहे, असं मला वाटत होतं; पण तसं दिसत नाही."

"होमिओपॅथी म्हणजे नेमकं काय?"

जॅकनं आदल्याच संध्याकाळी 'ट्रिक ऑर ट्रीटमेंट' या पुस्तकात या विषयावरचं अख्खं प्रकरण वाचलं होतं; त्यामुळे तो लगेचच उत्तर देऊ शकला. "ही पर्यायी उपचारपद्धती पूर्णपणे अवैज्ञानिक माहितीवर आधारलेली आहे. त्यात समान द्रव्याचा समान दोषावर उपचार होतो, असं म्हटलं जातं. उदाहरणार्थ, एखाद्या वनस्पतीमुळे त्रास होत असेल तर त्याच वनस्पतीचा उपचार म्हणून वापर केल्यास फायदा होतो, असं मानतात. यासाठी ही वनस्पती अत्यंत कमी प्रमाणात वापरावी असं होमिओपॅथी सांगते. किती कमी म्हणाल तर अगदी एखाद्या रेणूइतकी कमी."

"हे जरा चमत्कारिक वाटतंय."

"पण ही केस समोर येईपर्यंत तरी मला ही पद्धत सुरक्षित आहे, असं वाटत होतं," जॅक हातातलं मृत्यूचं प्रमाणपत्र दाखवत म्हणाला, "या केसमुळे लक्षात आलं की, अशा प्रकारच्या पर्यायी उपचारपद्धतीवर संपूर्णपणे विसंबून राहणारे लोक नेहमीची उपचारपद्धती पूर्णतः सोडून देतात."

"हे भयंकरच आहे."

"होय," जॅक म्हणाला, "मदतीबद्दल आभार."

"तुमचं कधीही स्वागत आहे. बरं, मी आणखी काही करू शकते का?"

"इथल्या सगळ्या नोंदी डिजिटल स्वरूपात आणण्याबद्दल बोललं जात होतं. ते काम सुरू झालं का?"

"होय."

"ते कुठपर्यंत आलंय?"

"फारशी प्रगती झालेली नाही. कारण हे काम फार वेळखाऊ आहे आणि त्यासाठी इथं आम्ही फक्त तीन जण आहोत."

"मागच्या किती वर्षांचं काम झालंय?"

"एका वर्षाचंही नाही."

"अजून एक वर्षही नाही?"

"हे काम फार किचकट आहे."

जॅकनं वैतागून डोळे फिरवले. "बरं, आत्ता जशा या दोन केसच्या नोंदी

मिळाल्या त्याप्रमाणे मला पर्यायी उपचार पद्धतीशी संबंधित आपल्या इथल्या सर्व नोंदी बघायच्या असतील तर काय करावं लागेल?''

''प्रत्येक फोल्डर काढून बघणं. या कामासाठी किती माणसं लावली जातील त्यावर किती वर्षं लागतील हे ठरेल.''

''फक्त हाच मार्ग आहे?''

''होय. जोपर्यंत सगळ्या नोंदी डिजिटल स्वरूपात येत नाहीत, तोपर्यंत हाच एकमेव मार्ग आहे. तरीदेखील जर मृत्यूचं कारण 'पर्यायी उपचारपद्धती' असं लिहिलेलं असलं तरच या नोंदी मिळणे शक्य आहे.''

'किंवा मृत्यूचं कारण किरोप्रॅक्टिक, होमिओपॅथी वगैरे वगैरे लिहिलं असेल तर.''

''बरोबर; पण बहुसंख्य वैद्यकीय तपासनिसांनी हे असं लिहिलं असेल असं काही मला वाटत नाही. याखेरीज मृत्यूची चौकशी केली जाताना 'इतर निरीक्षणे' या रकान्यात काही लिहिलं जाऊ शकतं; पण माझ्या अनुभवानुसार कोणी फारसं अशा प्रकारच्या नोंदी करत नाहीत.''

''शिट्!'' जॅक म्हणाला; पण लगेचच आपली चूक लक्षात आल्यानं त्यानं दिलगिरी व्यक्त केली. ''मी ही माहिती मिळवण्यासाठी इतका उतावीळ झालो आहे म्हणून; पण गेल्या तीस वर्षांत आपल्या इथं पर्यायी उपचार पद्धतीमुळे एकूण किती मृत्यूच्या नोंदी आहेत, हे मला बघायचं आहे.''

''माफ करा,'' अलिडा उसनं अवसान आणत हसत म्हणाली.

चौदा

रात्री १०.०८, मंगळवार, २ डिसेंबर, २००८
रोम
(दुपारी ४.०८, न्यू यॉर्क शहर)

''डोळे घट्ट मिटून घे,'' शॉननं कुजबुजत्या आवाजात सांगितलं, ''काहीही झालं तरी डोळे उघडू नकोस. आपण एखाद्या सुंदर समुद्र किनाऱ्यावर आहोत. डोक्यावरच्या निळ्या आकाशात पांढरे ढग दिसत आहेत आणि छान उबदार सूर्यप्रकाश आहे, असं समज.''

''इथं इतकं गार वाटतंय की, मी अशी कल्पना करू शकत नाही.''

''मग तू बर्फावर पडून हिवाळ्यातल्या आकाशाकडे बघते आहेस, असं समज.''

''इथं तेवढीही थंडी नाही.''

एक क्षण शॉन गप्प बसला. त्याचा संयम संपत चालला होता. तिथं आल्यापासून तो तिची भीती घालवण्याचा प्रयत्न करत होता. तो तिला गेली पाच वर्षं ओळखत होता. तिला बंद अंधाऱ्या जागांची भीती वाटत होती, हे त्याला माहीत होतं. त्यालाही भीती वाटत होती; पण ती अंधाराची नाही तर आपण पकडले जाऊ याची होती. सानाच्या घबराटीमुळे आपण पकडले जाऊ असे त्याला वाटत असल्यानं तो सतत तिला शांत करण्याचा प्रयत्न करत होता; पण ती विलक्षण घाबरलेली दिसत होती. तिच्या कपाळावर घाम आला होता आणि डोळे विस्फारलेले होते.

''तुला शांत व्हायला हवं!'' शॉन दबक्या पण कठोर स्वरात म्हणाला.

''नाही. ते शक्य नाही. मी इथं आणखी राहू शकत नाही. मला बाहेर जायलाच हवं!''

"तू शांत व्हायलाच हवं!" शॉननं पुन्हा कठोरपणे दटावलं. शॉनला आपण पकडले जाणार याची मनोमन धास्ती वाटू लागली होती. काचेचं पॅनेल जागच्या जागी बसवून घाईघाईनं परत भुयारात आल्यानंतर त्यांना त्या जागी कोणीतरी आल्याचं जाणवलं होतं. तिथं आलेली माणसं काहीतरी बोलत होती. सुरक्षारक्षक तिथं येण्यासाठी काय कारण असावं, हे शॉनच्या लक्षात येत नव्हतं. बहुधा हातोड्याच्या ठोक्यांचा आवाज छतामधून वरच्या भागात गेला असावा, असा अंदाज त्यानं केला.

"मी डोळे उघडू का?" सानानं विचारलं.

"नको. अजून उघडू नको!"

"हे असं आणखी किती वेळ थांबावं लागेल?" शॉननं उत्तर देण्याअगोदरच नेक्रोपोलीसमधले दिवे विझले. तिथं गडद काळोख पसरला.

"दिवे विझले का?" सानानं अस्वस्थपणानं विचारलं.

"होय; पण तू तुझ्याजवळचा दिवा लावेपर्यंत डोळे मिटूनच ठेव."

शॉननं अंग वळवत भुयारातून किंचित मोकळ्या जागी सरकायला सुरुवात केली. त्यानं हेडलॅम्प सुरू केला. काही क्षणांनंतर सानाही तिथं आली. तिनंही हेडलॅम्प सुरू केला.

"तुला पुन्हा कोणत्याही उत्खननाला न्यायचं नाही, याची तू मला आठवण करून दे."

"आणि मी कधीही येणार नाही, हे मला लक्षात ठेवू दे!"

काही क्षण दोघं एकमेकांकडे फक्त बघत होते. जणू दोघं लांब पळायची शर्यत करून आल्याप्रमाणे धापा टाकत होते.

"आपण या नरकामधून बाहेर पडायला हवं. चल, ती ऑसुअरी एकदाची काढून आण."

शॉनला सानानं अशा प्रकारे आज्ञा सोडणं अजिबात आवडलं नाही, "तू म्हणतेस म्हणून नाही, तर मला ती हवी आहे म्हणून मी ती बाहेर काढणार आहे." असं म्हणून शॉननं बादली आणि अवजारं घेतली आणि तो भुयारात आतल्या बाजूला सरकला.

शॉननं ऑसुअरीभोवती पोखरण्याचा आणि माती काढत राहण्याचा आवाज सानाला ऐकू येत होता. तिला काहीच काम नसल्यानं तिच्या मनात पुन्हा तिथल्या परिस्थितीबद्दलचे विचार येऊ लागले. काचेचं पॅनेल जागच्या जागी बसवल्यामुळे आपण तिथं कैद झालो असून, शॉनच्या मर्जीवर अवलंबून आहोत, अशी तिची भावना झाली.

"शॉन!" माती काढताना होणारा आवाज आणि शॉनचे हुंकार यांच्या आवाजातून

त्याला ऐकू जावं म्हणून साना जोरात ओरडली, ''शॉन, मला वाटतं की, काचेचं पॅनेल उचलायला हवं.''

''जा, तूच उचल ते पॅनेल...'' शॉननं ओरडून उत्तर दिलं आणि तो आणखी काहीतरी म्हणाला; पण ते सानाला ऐकू आलं नाही.

आपल्याला एकटीला ते पॅनेल उचलता येणार नाही, हे माहीत असल्यानं आणि शॉनलाही त्याची कल्पना असूनही त्यानं तसं कर असं सांगितल्यानं साना चिडली. कदाचित आपल्याला अंधाराची भीती वाटत असल्यानं आपण रागावलो आहोत, हा विचार तिच्या मनात आला. डोळे बंद केल्यामुळे भीती कमी झाली होती, हे आठवून तिनं पुन्हा डोळे मिटून घेतले.

''वॉव!'' शॉन भुयारातून ओरडला, ''ती सुटी झालीय, बाहेर येते आहे!''

जणू तंद्रीमधून बाहेर यावं त्याप्रमाणे तिनं एकदम डोळे उघडले. ऑसुअरी मोकळी झाली याचा तिला फार आनंद झाला. कारण आता ती त्या भयंकर अंधारातून बाहेर पडणार होती. सुटकेची अशी आशा दिसल्यानं ती भुयाराच्या तोंडापाशी जाऊन आत बघू लागली. शॉन ऑसुअरी हलकेच खाली सरकवताना दिसला.

''जड आहे का?''

''नक्कीच आहे,'' शॉन ऑसुअरी भुयाराच्या जमिनीवर टेकवत किंचित कण्हत म्हणाला. मग त्यानं मागे सरकून जराशी जागा करून घेतली आणि ऑसुअरी भुयारातून बाहेर ढकलत तो तिच्या मागोमाग बाहेर आला.

गुडघ्यावर बसून त्या ऑसुअरीकडे बघताना शॉन आणि साना दोघंही सगळी चिडचिड विसरले. शॉननं हात पुढे करून अत्यंत हळुवारपणे ऑसुअरीच्या वरच्या भागावर असणारी उरलेली माती काढून टाकली. जगाच्या इतिहासात सर्वांत पवित्र मानल्या गेलेल्या एका व्यक्तीचे अवशेष त्यात असू शकतात, या कल्पनेमुळे तो क्षणभर थरारून गेला होता. ऑसुअरीच्या वरच्या भागावर काहीतरी लिहिल्याप्रमाणे खरडण्याच्या खुणा होत्या. एकदा का त्यांचा अर्थ लावला की, सगळं स्वच्छ होणार होतं.

''मला त्यावर नाव लिहिलं असेल असं वाटत होतं,'' साना काहीशी निराश स्वरात म्हणाली.

''आहे ना! नाव आहे आणि तारीखही!'' असं म्हणून शॉननं ऑसुअरी फिरवली; त्यामुळे आता लिहिलेला भाग सानाच्या समोर आला. तिला आता रोमन अंकपद्धतीनं लिहिलेली DCCCXV ही तारीख दिसली. याचा अर्थ ८१५ होतो हे तिच्या लक्षात आलं. तिनं शॉनकडे प्रश्नार्थक नजर टाकली. त्यांचे सगळे प्रयत्न अनाठायी ठरले, असं तिला वाटलं.

"ओह... नो! ही ऑसुअरी तर अंधारयुगातली आहे!"

शॉन किंचित थट्टेच्या स्वरात हसत म्हणाला, "तुझी त्याबद्दल खात्री आहे?"

सानानं गोंधळून पुन्हा त्या आकड्यांकडे नजर टाकली आणि पुन्हा एकदा ती संख्या वाचली. तो आकडा ८१५ असाच होता. याचा अर्थ ती ऑसुअरी मध्ययुगामधलीच होती. आपण केलेले प्रयत्न व्यर्थ गेले आहेत, असं ती शॉनला सांगणार होती. इतक्यात शॉननं बोटानं ती अक्षर पुन्हा दाखवली, "हे बघ, या आकड्याच्या मागोमाग असणारी लॅटिन अक्षरं दिसली का?"

सानानं डोळे ताणून त्या जागी बघितलं. तिथं असणाऱ्या ओरखड्यांमध्येही तिला ती तीन अक्षरं स्पष्ट दिसली, "होय, मला दिसली. तीन अक्षरं आहेत. AUC असं लिहिलेलं असावं."

"AUC असंच लिहिलेलं आहे," शॉन विजयी स्वरात म्हणाला, "या तीन अक्षरांचा अर्थ अब उर्बे कोन्दिता आहे. हा संदर्भ रोम शहराच्या स्थापनेचा म्हणजे ग्रेगोरिअन कॅलेंडरनुसार इसवी सनपूर्व ७५३चा आहे."

"माझा गोंधळ उडालाय."

"तसं व्हायचं काही कारण नाही. रोमन लोक आज आपण वापरतो तसे ख्रिस्तजन्मापूर्वी बीसी अथवा नंतरसाठी एडी असे शब्द वापरत नसत. ते त्यासाठी AUC असे शब्द वापरत. म्हणूनच आपल्या म्हणजे इसवी सन १५८२ मध्ये ग्रेगोरिअन कॅलेंडर सुरू झाल्यानंतरच्या पद्धतीनं वर्ष ठरवायचं असेल तर आपल्याला जुन्या रोमन वर्षांतून सातशे त्रेपन्न वर्षं वजा करावी लागतील."

"तसं केलं तर हे वर्ष इसवी सन ६२ असं होईल."

"अगदी बरोबर. माझा अंदाज असा आहे की, मेरीचा मृत्यू सन ६२ मध्ये झाला असावा, असंच सायमन द मॅजिशियनला वाटत होतं."

"ही शक्यता मला जास्त योग्य वाटते."

"तशी ती आहेच," शॉन म्हणाला, "मेरी जेव्हा पंधरा वर्षांची होती, तेव्हा जीझसचा जन्म झाला म्हणजे तो इसवी सनपूर्व ४ मध्ये झाला असं मानलं तर मृत्यूच्या वेळी तिचं वय ८४ वर्षं असणार. पहिल्या शतकाच्या मानानं एखाद्यानं एवढं जगणं जरा आश्चर्यकारक आहे खरं; पण अशक्य मात्र नाही... हं... हे बघ... इथं नावदेखील लिहिलेलं आहे."

"मला दिसत नाही," साना म्हणाली आणि ती पुन्हा त्या ओरखड्यांमध्ये बारकाईनं पाहू लागली.

"हे इथं आहे. ते अरेमिकमध्ये आहे. रोमन आकड्याच्या अगदी वरच्या बाजूला पाहा."

"मला खरंच काहीही अक्षरं दिसत नाहीत."

“आपण हॉटेलवर परत गेलो की, मी तुला चित्र काढून दाखवीन.”

“उत्तम! पण हे नाव काय आहे ते तरी सांग.”

“मरिअम.”

“गुडलॉर्ड!” साना हलक्या आवाजात, थक्क होऊन म्हणाली. हे सगळं असं खरोखरच घडतंय यावर तिचा विश्वास बसत नव्हता.

“तू निवडलेले शब्द अगदी चपखल आहेत!” शॉन म्हणाला, “बरं, आपण ही ऑसुअरी हॉटेलवर नेऊ म्हणजे मग आनंद साजरा करता येईल.”

शॉननं हळूहळू ऑसुअरी सरकवत काचेच्या पॅनेलपाशी आणली. त्याला हे करायला फार परिश्रम घ्यावे लागले, कारण तिथं उभं राहता येत नव्हतं.

“बादल्या आणि या अवजारांचं काय करायचं?” सानानं विचारलं, “मी हे सगळं घेतलं तर मला ऑसुअरी उचलायला मदत करता येणार नाही.”

शॉननं क्षणभर डोकं खाजवलं. ऑसुअरी किमान चाळीस-पन्नास पाउंड वजनाची आहे तेव्हा ती आपण सहज नेऊ शकतो, हे त्याच्या लक्षात आलं; पण अनेक पायऱ्या चढून जाताना त्याला अधूनमधून विश्रांती घ्यावी लागणार होती. “होय... तुझं म्हणणं बरोबर आहे... आपण असं करू या... इथं भविष्यात येणाऱ्या पुरातत्त्वज्ञांना काहीतरी मिळेल याची सोय आपण करू या. आपलं हेल्मेट सोडून इतर सर्व गोष्टींना आपण ज्या जागी ऑसुअरी होती त्याच जागी मूठमाती देऊ या. कारण काही झालं तरी आपल्याला ही माती हलवावी लागणारच आहे.”

“चांगली कल्पना आहे,” साना म्हणाली; पण शॉन भुयाराकडे परत रांगत जाऊ लागताच तिनं त्याला थांबवलं, “माझ्यासाठी आणखी एक करशील का?”

“काय?” शॉन किंचित वैतागून म्हणाला.

“आपण काचेचं पॅनेल वरती उचलायचं का? म्हणजे मला वाटणारी भीती जरा कमी होईल. तू ती अवजारं पुरत असताना मी मला जमेल तशी ऑसुअरी काचेच्या पॅनेलजवळ सरकवत नेईन.”

शॉननं एकदा भुयाराकडे आणि मग घड्याळाकडे नजर टाकली. आपण अकरा वाजायच्या आत स्कार्व्ही ऑफिसमधून बाहेर पडायला हवं हे त्याच्या लक्षात आलं. “ओह!... ठीक आहे!” जणू आपण फार मोठी सवलत देतो आहोत, अशा स्वरात शॉन म्हणाला.

काही मिनिटांनंतर शॉन भुयारात शिरून कामाला लागला. त्यानं जिथं ऑसुअरी होती त्या जागी सगळ्या वस्तू दडवल्या आणि मग खाली पडलेली माती हातानं त्यात भरून ती जागा जमेल तेवढी पूर्ववत करण्याचा प्रयत्न केला. भुयारातली सगळी माती साफ झाल्याची खात्री करून घेऊन तो बाहेर आला. मग त्यानं आणि सानानं मिळून ऑसुअरी अगोदर शॉनच्या छातीएवढ्या उंचीपर्यंत उचलली आणि

मग प्रयत्नपूर्वक ती डेकवर सरकवली. मग हळूहळू दोघांनी मिळून ऑसुअरी घेऊन बाहेर पडण्याच्या दिशेनं चालायला सुरुवात केली. नेक्रोपोलीसमधून जाताना ते अधूनमधून जरासा विसावा घेण्यासाठी थांबत होते. नेक्रोपोलीसच्या दाराजवळ असेच काही क्षण ते उभे असताना साना म्हणाली, "मी कशामुळे उत्तेजित झाले आहे, सांग बरं?"

"तूच सांग!" शॉन दंडामधील दुखऱ्या स्नायूंना हलकेच दाबत म्हणाला.

"ऑसुअरीचं झाकण अद्याप सीलबंद आहे म्हणून."

शॉननं वाकून ऑसुअरीकडे पुन्हा नजर टाकली, "होय. तसं आहे खरं."

"ही ऑसुअरी कुमरानमध्ये सीलबंद केली असणार. तू म्हणालास तशी ती जागा कोरडी असेल तर पहिल्या शतकातले डीएनए रेणू मिळण्याची शक्यता खूप मोठी आहे."

"आणि हा नमुना फारच खास प्रकारचा असणार आहे... बरं; पण आत्ता मात्र चल लवकर. ही ऑसुअरी एकदा का गाडीत ठेवली की काम झालं."

ऑसुअरी घेऊन जाताना शेवटची काही मिनिटं फार ताणाची ठरली. आता अकरा वाजत आले असल्यानं गाडी उभी केली होती त्या पिआइझ्झा डेल प्रोतोमार्तिरी रोमानी या ठिकाणापर्यंत जाताना सुरक्षारक्षकांची गाठ पडायची शक्यता वाढली होती; पण तसं घडलं नाही. स्काव्हीमधून बाहेर पडल्यावर शॉननं एकट्यानं ऑसुअरी उचलली होती. सानानं छत्री धरली होती. तिला बाहेरून ऑसुअरी ओली होण्याची जोखीम पत्करायची नव्हती.

शॉन आणि सानानं ऑसुअरी गाडीत ठेवली खरी; पण त्यांना अजून धास्ती वाटत होती. आर्को डेल्ले कंपानेपाशी स्विस सुरक्षारक्षक आपली गाडी थांबवतील की काय असं त्यांना वाटत होतं; पण बहुधा पावसामुळे ते रक्षक बाहेर आले नाहीत, आणि काहीही अडथळा न येता गाडी रोम शहरात शिरली.

"हं... सगळं फार सहज पार पडलं," शॉन गाडीत मागे रेलून बसत म्हणाला. सानाच्या डोक्यावर अजूनही हेडलॅम्प लावलेलं हेल्मेट होतं. ती नकाशा बघून हॉटेलकडे जाण्यासाठी शॉनला सूचना देत होती.

"मी सहज हा शब्द वापरणार नाही," साना म्हणाली. शॉन गमतीनं बोलत होता हे तिच्या लक्षात आलं नव्हतं.

"मी तो हातोडा आणि छिन्नी मागे ठेवण्याची सूचना मान्य केली या एकाच गोष्टीचा मला खेद वाटतो," शॉन अजूनही चेष्टेच्या स्वरातच बोलत होता. कारण ती अवजारं मागे ठेवून येण्याची मूळ कल्पना त्याचीच होती.

सानानं शॉनकडे नजर टाकली. शॉन गंमत करतोय हे लक्षात न आल्यानं तिचा भडका उडाला होता. ऑसुअरी मिळवून ती यशस्वीपणे आणल्यावर तो आनंदात

असायला हवा होता; पण तो तिच्या भावना का दुखावतोय, हे तिला कळेना.

"छिन्नी आणि हातोडा ती ऑसुअरी उघडायला उपयोगी पडली असती म्हणून मी म्हणतोय," शॉन अजूनही चेष्टेच्याच मूडमध्ये होता.

शॉनचं हे वाक्य ऐकून एकदम सानाला रागाच्या जागी काळजी वाटू लागली, "तू ऑसुअरी कधी उघडायचा बेत ठरवला आहेस?"

"नक्की काही ठरवलेलं नाही," शॉननं चकित होऊन सानाकडे नजर टाकली. तिचा स्वर आणि त्याच्यावर रोखलेली नजर यामुळे तो थक्क झाला होता, "अगोदर एखादं ड्रिंक घेऊन मग उघडावी म्हणतोय; पण आत काही दस्तऐवज आहेत का ते मला बघायची उत्सुकता आहे."

साना जरादेखील हसू शकली नाही. शॉननं ऑसुअरी अशा प्रकारे उघडली तर तिच्या सगळ्या अपेक्षा मातीमोल होणार होत्या.

"चेहरा एवढा वाकडा करायचं कारण काय?" शॉननं सानाच्या हेडलॅम्पचा झोत चुकवत विचारलं.

"त्यामधल्या जैविक घटकांना योग्य प्रकारे स्थिर करण्याअगोदर ऑसुअरी उघडायची नाही," सानाने हेडलॅम्प बंद केला आणि हेल्मेट काढून मागच्या सीटवर भिरकावलं, "तसं केलं तर आपल्याला मायटोकॉन्ड्रियल डीएनए रेणू मिळण्याची शक्यता कमी होईल."

"असं म्हणतेस?" शॉननं वेडावल्यासारखं करत विचारलं. आपण पुरातत्त्वीय दृष्टिकोनातून मिळवलेली ही ऑसुअरी किती महत्त्वाची आहे हे आपल्या बायकोला कळू नये हे पाहून त्याला धक्का बसला होता. "मी ही ऑसुअरी आज रात्रीच उघडणार! जेव्हा वेळ येईल तेव्हा तुझ्या त्या डीएनएचं काय करायचं ते पाहू."

"हे स्वतःच्या हातानं स्वतःचं नाक कापून घेण्याप्रमाणे होईल," साना एकदम भावनाविवश होत म्हणाली, "तुझा हा उतावळेपणा फार महागात पडेल. ही ऑसुअरी जवळजवळ दोन हजार वर्षं सीलबंद अवस्थेत आहे. जर त्यात खरोखरच काही दस्तऐवज असतील तर ते बाहेर काढल्यावर त्यांच्या संरक्षणाची तयारी तुला करायला हवी, नाहीतर ते नष्ट होतील."

"होय. कदाचित तुझं म्हणणं बरोबर आहे," शॉन नाइलाज झाल्याप्रमाणे म्हणाला, "पण अंधूक असं वैज्ञानिक कुतूहल शमणं यापलीकडे मेरीच्या डीएनए रेणूंचा काय उपयोग होणार, ते तरी मला सांग."

"याचं उत्तर कसं द्यावं ते मला कळत नाही. आपण तिच्या वंशावळीचा मागोवा घेऊ शकू; पण महत्त्वाचं म्हणजे मायटोकॉन्ड्रियांमधले डीएनए रेणू हे फक्त मातेकडूनच येत असल्यानं अखेर आपल्याला प्रत्यक्ष जीझसच्या डीएनएबद्दल माहिती कळेल."

"खरंच?" शॉननं थक्क होत विचारलं.

"खरंच!" सानानं तेच शब्द उच्चारले, "कोणत्याही दस्तऐवजांनी आपल्या हातात जेवढी भर घातली असेल त्यापेक्षा कितीतरी जास्त भर घालणाऱ्या विद्वानांच्या दुर्मीळ गटात इतिहास तुझा समावेश करेल. तेव्हा आपण न्यू यॉर्कला परत जाईपर्यंत तू ऑसुअरी उघडणार नाहीस, हे वचन मला दे."

"दिलं."

सानाच्या मनावरचा ताण हलका झाला; पण आपण शॉनला काहीसं भुलवलं आहे हे तिला जाणवलं. पुरातत्त्वज्ञ म्हणून शॉननं काहीही भूमिका बजावली असली तरी जीझसच्या डीएनए रेणूंची क्रमवारी ठरवण्याचं श्रेय तिलाच मिळणार, याची सानाला पूर्ण कल्पना होती.

पंधरा

सकाळी १०.६, शुक्रवार, ५ डिसेंबर, २००८
न्यू यॉर्क शहर

फोनच्या घंटीमुळे विचारांच्या तंद्रीत गुरफटून गेलेला जॅक एकदम भानावर आला. त्यानं रागानं फोनकडे बघितलं. त्याला त्या वेळी कोणाशीही बोलावं असं वाटत नव्हतं. फोनची वायर उपसून टाकण्याची ऊर्मी त्यानं दडपली. कदाचित फोन लॉरीचा असू शकतो. जेजेच्या प्रकृतीत अचानक काही बिघाड झाल्यामुळे लॉरीनं फोन केला असला तर? हा विचार मनात येताच जॅकनं फोन खेचूनच उचलला, ''कोण?''

''हे...'' लाऊ सोल्डानो गडबडीनं म्हणाला, ''मी चुकीच्या वेळी फोन केला की काय? तू त्रासलेला दिसतोस.''

जॅकला लाऊ बोलतोय हे कळायला एक क्षण लागला. हा फोन लॉरीच करत असणार, या विचारात असताना त्यानं फोन उचलला होता, ''ठीक आहे,'' जॅक स्वतःला शांत करण्याचा प्रयत्न करत म्हणाला, ''बोल, काय काम काढलंस?''

लॉरीखेरीज जॅकला आणखी कोणी प्रिय असेल तर तो म्हणजे त्याचा मित्र लेफ्टनंट लाऊ सोल्डानो. लाऊ आणि जॅकच्या मैत्रीत अनेक वळणं आली होती. जॅकचा परिचय व्हायच्या अगोदर काही काळ लॉरी आणि लाऊनं डेटिंग केलं होतं. जॅकच्या सुदैवानं त्या दोघांमधले संबंध मैत्रीपुरतेच मर्यादित राहिले होते. नंतर जॅक आणि लॉरी डेटिंग करत असताना लाऊनं त्याला अनेकदा प्रोत्साहन दिलं होतं. एकदा अत्यंत कसोटीच्या वेळी जॅक आणि लॉरी हे एकमेकांसाठीच जन्माला आले आहेत, असं ठामपणे बजावणाऱ्या लाऊमुळेच त्यांच्यामधील संबंध तुटले नव्हते.

''तुला काही माहिती द्यायची होती,'' लाऊ म्हणाला, ''तू मंगळवारी मला एका आत्महत्येच्या प्रकरणाबद्दल विचारलं होतंस, त्या. मी कोणती केस म्हणतोय ते तुझ्या लक्षात आलं ना?''

''अर्थातच. त्या बाईचं नाव रिबेका पार्कमन. आपल्या बायकोचं शवविच्छेदन, बहुधा धार्मिक कारणासाठी होऊ नये म्हणून याच बाईच्या नवऱ्यानं हट्ट धरला होता.''

''बहुधा आणखीही कारण असावं असं दिसतंय.''

''मला हे ऐकून आश्चर्य वाटलेलं नाही,'' जॅक म्हणाला, ''गोळी आत शिरण्याची जागा बघून नळी त्या जागी टेकलेली नसावी असं मला वाटलं होतंच. बंदूक किती लांब असावी याबद्दल तुझा अंदाज काय आहे?''

''दोन इंच!''

''मी आत्तापर्यंत गोळी झाडून आत्महत्या केलेल्यांच्या कितीतरी केस बघितल्या आहेत. नळी डोक्याला न चिकटवता गोळी झाडल्याची एकही केस मी आजवर बघितलेली नाही.''

''तू जो संशय व्यक्त केला होतास त्याच्या आधारे आम्ही वॉरंट मिळवलं आणि त्या माणसाला धारेवर धरलं. आम्ही त्याच्याकडे धडकलो तेव्हा काय बघितलं असेल? तो एका टंच तरुण पोरीबरोबर मौजमजा करत होता. हे कधी, तर त्याच्या बायकोनं तथाकथित आत्महत्या केल्यानंतर दोन दिवस उलटायच्या आत.''

''त्याला अडकवण्याजोगं काही मिळालं का?''

''होय तर! त्याच्या घरात ड्रायरमध्ये नुकताच धुतलेला त्याचा शर्ट मिळाला. तो स्वच्छ दिसत होता खरा; पण प्रयोगशाळेत त्यावर रक्ताचे अवशेष मिळाले. ते रक्त त्याच्या बायकोचं होतं. हा पुरावा पुरेसा आहे. याचं श्रेय मी तुम्हा लोकांना देतो. हा कायद्याचा आणखी एक विजय आहे.''

जॅक आणि लाऊची मैत्री वाढायला आणखी एक कारण होतं. न्यायवैद्यक कामाबद्दल लाऊला चांगलाच आदर होता. ही शाखा न्यायाला भरपूर मदत करू शकते, हे त्याला पुरेपूर ठाऊक होतं. लाऊ बऱ्याच वेळा मुख्य वैद्यकीय तपासनिसांच्या कार्यालयात येत असे. अनेकदा तो शवविच्छेदनाच्या वेळीही हजर राहत असे.

''हे... जॅक, तुझा पोरगा काय म्हणतोय?''

''झगडा चालू आहे,'' जॅक आणखी काही तपशील न सांगता म्हणाला. त्यानं लाऊला जेजेच्या आजारपणाबद्दल काही सांगितलं नव्हतं. त्याला आताही सांगायचं नव्हतं; पण त्याचबरोबर त्याला खोटंही बोलायचं नव्हतं. म्हणूनच तो फक्त झगडा चालू आहे, इतकंच म्हणाला होता. अर्थात कोणत्याही लहान बाळाच्या आगमनानंतर आयुष्य कठीण होतंच म्हणा.

“ते बरोबरच आहे,” लाऊ हसला, “मला माझ्या दोन्ही मुलांच्या वेळेचं आठवतंय. मी कित्येक महिने नीट झोपू शकत नव्हतो.”

“मुलं कशी आहेत?” जॅकनं विचारलं.

“आता ती मुलं राहिलेली नाहीत,” लाऊ म्हणाला, “माझी छोटी पोरगी आता अठ्ठावीस वर्षांची आहे आणि माझा छोटा पोरगा सव्वीस वर्षांचा! असो. ती दोघंही उत्तम आहेत. बरं लॉर कशी आहे?” लाऊनं लॉरीला ठेवलेलं हे टोपणनाव होतं.

“उत्तम...” जॅक म्हणाला आणि मग लाऊ आणखी काही बोलायच्या आत तो पुढे म्हणाला, “लाऊ, मी तुला एक खासगी प्रश्न विचारला तर चालेल का?”

“अजिबात नाही!... जॅक, काय विचारायचं आहे तुला?”

“तू पर्यायी उपचारपद्धत वापरतोस का?”

“म्हणजे तुला ती किरोप्रॅक्टिक, ॲक्युपंक्चर असलं ×××× म्हणायचं आहे का?”

“होय! किंवा होमिओपॅथी, जडीबुटीची औषधं किंवा ऊर्जा क्षेत्र, ऊर्जातरंग किंवा तसलंच नाव असणार काहीतरी.”

“एक किरोप्रॅक्टर माझ्या ओळखीचा आहे. मी कधी-कधी त्याच्याकडे जातो. म्हणजे मला नीट झोप लागत नाही, असं वाटलं तर. माझं धूम्रपान सुटावं म्हणून मी ॲक्युपंक्चरही करून बघितलं होतं. इथं मुख्यालयातल्याच कोणीतरी ते सुचवलं होतं.”

“ॲक्युपंक्चरचा काही उपयोग झाला का?”

“काही आठवडे झाला खरा.”

“पण मी तुला सांगतोय ते तुला आश्चर्याचं वाटेल. पर्यायी उपचारपद्धती पूर्णपणे जोखीमरहित नसतात. किरोप्रॅक्टर ॲडजस्टमेंट म्हणून मानेचं जे काही करतात, त्यामुळे दर वर्षी अनेक जण मरण पावतात, हे मी तुला सांगतोय. त्याचा तुझ्या मतांवर काही परिणाम होईल का?”

“खरं सांगतोस? लोक मरतात म्हणतोस?”

“मी सोमवारीच तशी एक केस पाहिली. सत्तावीस वर्षं वयाच्या एका तरुण मुलीच्या मानेमधल्या रक्तवाहिन्या फाटल्या होत्या. मी अशी केस प्रथमच बघितली हे खरं; पण मी गेल्या काही दिवसांत माहिती गोळा केली. मला किती केस आढळल्या ते ऐकलंस तर चकित होशील.”

“किरोप्रॅक्टिक उपचारांमुळे कोणी मरतं, हे मी कधी ऐकलं नव्हतं,” लाऊनं कबूल केलं, “ॲक्युपंक्चरचं काय? त्याच्यामुळे कोणी मेलं आहे का?”

“होय. लॉरीकडे अशी एक केस आली होती.”

“जीझस!”

"पर्यायी उपचारपद्धती सांगतात तसा काहीही फायदा लोकांना होत नाही. झालाच तर निव्वळ प्लासिबो परिणाम असतो. प्लासिबो परिणाम म्हणजे काय ते तुला माहीत आहे ना?"

"हो. म्हणजे कसलंही औषध नसलेल्या साखरेच्या गोळ्या घेणं असंच काहीतरी ना? म्हणजे गोळ्या घेतल्यानं आपल्याला बरं वाटतं वगैरे–"

"बरोबर. मला तेच सांगायचं आहे; पण मी निव्वळ प्लासिबो परिणाम एवढंच सांगत नाही, तर पर्यायी उपचारपद्धतीमुळे प्रत्यक्षात धोका निर्माण होतो."

"बरं... मी आता लगेच बाहेर पडून साखरेच्या गोळ्यांची एक बरणीच विकत आणतो," लाऊ हसत म्हणाला.

"लाऊ. मी गंभीरपणानं बोलतोय," जॅक म्हणाला, "तुम्ही लोक अशी उपचार पद्धती पुरवणाऱ्या लोकांकडे स्वतःहून जाता आणि त्यासाठी भरपूर रक्कमही खर्च करता. हे करताना आपण केवढा तरी धोका पत्करतो आहोत, हे लोकांच्या लक्षात का येत नाही, हे मी समजावून घेण्याचा प्रयत्न करतोय. मला या बाबतीत काही मदत करशील का?"

"कदाचित या किरोप्रॅक्टरकडे सहज जाता येणं, हे कारण असेल."

"मला हे कळलं नाही. सहज जाता येतं याचा अर्थ काय?"

"मला माझ्या नेहमीच्या डॉक्टरला भेटणं अवघड जातं. त्याचं ऑफिस एखाद्या किल्ल्यासारखं आहे. तिथं जणू डॉक्टरांचं संरक्षण करायची जबाबदारी आपलीच आहे, असं मानणाऱ्या दोन-चार चेटकिणी आहेत. एवढं करूनही माझी डॉक्टरशी भेट झालीच तर तो मला काय सांगतो? वजन कमी करा आणि धूम्रपान थांबवा! जणू काही हे चुटकीसरशी करता येतं, असं तो सांगतो. मी तिथून एवढ्या पटकन बाहेर पडतो की, मी तिथं केव्हा गेलो हेच लक्षात राहत नाही. मग मी माझ्या त्या किरोप्रॅक्टरला फोन करतो. माझ्या फोनला लगेच अत्यंत आनंदानं उत्तर मिळतं. जर कोणाला थेट किरोप्रॅक्टरशी बोलायचं असेल तर ते सहज शक्य होतं. जर कोणाला तातडीनं भेट हवी असेल तर ते लोक लगेच या म्हणतात. किरोप्रॅक्टरची भेट झाली की, आपल्याला घाईनं तिथून बाहेर काढलं जातंय, अशी भावना होत नाही."

काही क्षण शांतता पसरली. जॅक विचार करत होता. त्याला लाऊच्या श्वासाचा आवाजही ऐकू येत होता.

जॅकनं घसा साफ केला, "थँक्यू लाऊ! मला जे समजून घ्यायचं होतं ते तुझ्यामुळे खरंच समजलं."

"तुझं नेहमीच स्वागत आहे," लाऊ मनापासून म्हणाला.

"मी म्हणालो की, मी पर्यायी उपचारपद्धतींबद्दल माहिती जमा करत होतो. ज्याचा काही उपयोग होत नाही अशासाठी दर वर्षी लोकांचे कोट्यवधी डॉलर्स खर्च

होतात. दर वर्षी एकट्या जडीबुटीच्या माध्यमातून तीस अब्ज डॉलर वाया जातात. बरं, तू काही जडीबुटीचं औषध घेतोस का?''

''कधी कधी. माझं वजन दोनशे पाउंडांच्यावर गेलं की वजन कमी करायला घेतो. त्यासाठी मी लूज इट या नावाचं वनस्पतीजन्य उत्पादन वापरतो.''

''हे योग्य नाही. मित्र म्हणून मी तुला ते न वापरण्याचा सल्ला देईन. अशा वजन कमी करण्यासाठीच्या बऱ्याच उत्पादनांमध्ये, विशेषतः चीनमधून येणाऱ्या उत्पादनांमध्ये शिसं किंवा पाऱ्याचे क्षार असतात. इतकंच नाही, अशा उत्पादनांचा काहीतरी फायदा व्हावा म्हणून त्यात काही औषधंही मुद्दामच मिसळलेली असतात. तेव्हा तू अशा प्रकारच्या उत्पादनांपासून दूर राहिलास तर बरं होईल.''

''तू आज मला इतकी चांगली बातमी दिलीस की, मी तुला आज फोन केला हे बरंच झालं.''

''मला माफ कर,'' जॅक म्हणाला, ''पण तू फोन केलास म्हणून मला खरंच आनंद झालाय. तुझ्याकडून आज मला खरोखरच शिकायला मिळालं.''

''आता माझी उत्सुकता चाळवली. माझ्याकडून तू काय शिकलास?''

''पर्यायी उपचार पद्धतीचा व्यवसाय करणाऱ्यांकडून पारंपरिक उपचारप्रणालीनं खरोखरच काहीतरी शिकणं गरजेचं आहे. ते लोक त्यांच्या रुग्णांशी उत्तम संबंध राखतात आणि त्यांना चांगलं वागवतात. ते लोकांशी माणसांप्रमाणे वागतात. उलट गोष्ट पारंपरिक उपचार पद्धतीची आहे. ते बहुतेक वेळा रुग्णांवर उपकार करतात, अशाच प्रकारे वागतात. इतकंच नाही, तर जर पारंपरिक उपचारपद्धतीला एखाद्या रुग्णाच्या बाबतीत काही करता येत नसेल, तर ते सरळ दुर्लक्ष करतात; पण महत्त्वाचं म्हणज, लोक पर्यायी उपचारपद्धती जवळ करतात याला त्यांच्याजवळ सबळ कारण आहे हे कळलं. त्याखेरीज मी अशा पद्धतींविरुद्ध माहिती गोळा करून त्यांच्या मर्यादा स्पष्ट केल्या तरी ते सगळं लोक ऐकणारच नाहीत, हे समजलं.''

''मला कधी कधी तू एक वैताग देणारा उपद्रवी माणूस वाटतोस; पण जॅक या पर्यायी उपचारांच्या बाबतीत लोक तुझ्याशी सर्व शक्ती एकवटून झगडतील याचं आणखी एक कारण आहे. अशा पद्धतींची लोकांना भीती वाटत नाही. दर वर्षी काही मूठभर लोक अशा उपचारांनी मरण पावतात हे तू लोकांना सांगितलंस तर ते त्याकडे ढुंकूनही पाहणार नाहीत. कारण पारंपरिक उपचार करणाऱ्या डॉक्टरांकडे जाऊनही हजारोंच्या संख्येनं लोक मरतातच की, असं ते म्हणतील. शिवाय किरोप्रॅक्टरकडे गेल्यावर लोकांना आशेचा किरण दिसतो. त्यांच्या सर्व तक्रारींकडे लक्ष पुरवलं जातं. शिवाय त्या उपचारांमुळे काही नुकसान होत नाही; उलट फायदाच होतो. मग तो प्लासिबो परिणाम का असेना.''

काही क्षण जॅक गप्प बसला. मग तो म्हणाला, ''तुझं म्हणणं बरोबर आहे!''

''थँक्यू जॅक. बरं, आता आपण पुन्हा आपापल्या मूळ कामाला लागलेलं बरं, कारण आपण या शहरानं दिलेल्या पगाराच्या वेळेत बोलतो आहोत. हं, मुख्य म्हणजे मला त्या पार्कमनच्या केसप्रमाणे माहिती देत जा. त्या माहितीचा नेमका फायदा झाला.''

''पण या पार्कमनच्या बाबतीत पुरावा फक्त शर्टावरच्या रक्ताचा आहे. म्हणजे मला असं म्हणायचं आहे की, त्या रिबेका पार्कमनचं रक्त तिच्या नवऱ्याच्या शर्टावर कधी आलं हे सिद्ध करता येणार नाही. त्याचा बचाव करणारा वकील ते रक्त एका महिन्यापूर्वीचं किंवा एका वर्षापूर्वीचं आहे, असा युक्तिवाद करू शकेल.''

''ती अडचण फारशी महत्त्वाची नाही. ती चिअरलीडर प्रकारची नवऱ्याची मैत्रीण मनसोक्त गायला लागली आहे, पोपटासारखी बोलू लागली आहे... आपण त्यात सामील नव्हतो यासाठी ती घसा खरवडून प्रयत्न करते आहे.''

फोन बंद झाल्यानंतर जॅक काही क्षण स्तब्ध बसून राहिला. लाऊशी बोलल्यानंतर त्याच्या शिडांमधला उरलासुरला वाराही संपून गेला होता. अत्यंत निराश झाल्यानं त्यानं त्याची सगळी टिपणं जमा करत एका मोठ्या लिफाफ्यात कोंबली. मग तो लिफाफा वरच्या ड्रॉवरमध्ये न टाकता त्यानं सगळ्यात खालचा ड्रॉवर उघडला. त्यात लॉरी आणि जेजेचा फोटो होता. जॅकनं लिफाफा या ड्रॉवरमध्ये टाकला आणि ड्रॉवर बंद करून टाकला.

आता पुन्हा आपल्या कामाला लागावं असा विचार करून जॅकनं कागदपत्रांची चळत जवळ ओढण्यासाठी हात पुढे केला; पण तो तसाच राहिला. पुन्हा एकदा फोनची घंटी वाजत होती. पुन्हा लाऊलाच पर्यायी उपचारांबद्दल आणखी काहीतरी आठवलं म्हणून त्यानं फोन केला की काय असा विचार त्याच्या मनात आला; पण तो फोन लाऊचा नव्हता. जॅकनं कधीही ज्या माणसाच्या फोनची अपेक्षा केली नव्हती, अशा एका माणसाचा फोन होता.

सोळा

सकाळी ११.३०, शुक्रवार, ५ डिसेंबर, २००८
न्यू यॉर्क शहर

"मी डॉ. जॅक स्टेपलटनशी बोलतोय असं समजू का?" फोनवरचा माणूस स्वच्छ आणि मधुर स्वरात म्हणाला. जॅकला आवाज ओळखीचा वाटला. हा माणूस कोण असावा हे आठवण्याचा जॅक आटोकाट प्रयत्न करू लागला. जॅक क्षणभर गप्प बसला. पलीकडच्या बाजूचा माणूस मुद्दाम बोलत नव्हता; पण त्याच्या श्वासोच्छ्वासाचा आवाज जॅकला स्पष्ट ऐकू आला.

"मला आणखी माहिती मिळाली नाही, तर फोन लवकरच बंद करावा लागेल," जॅक म्हणाला.

"डॉ. स्टेपलटन... एक जुना आणि अत्यंत जवळचा मित्र."

आवाज ओळखीचा वाटला तरी जॅकला नेमका कोण ते आठवेना.

"मला कधीही भरमसाट मित्र नसल्यानं मला हे काम सोपं असायला हवं होतं; पण ओळखता येत नाही. मला आणखी काही सांगणार का?"

"मी सर्वांत देखणा, सर्वांत उंच, सर्वांत चतुर आणि सर्वांत तंदुरुस्त होतो... मुख्य म्हणजे सर्वांत जास्त लोकप्रिय!... 'थ्री मस्केटिअर्स'मधला सर्वांत..."

"चमत्कार होणं कधीच थांबत नाही हे खरं!" जॅक म्हणाला, "जेम्स... जेम्स ओरुर्क! तू म्हणालास ते इतर सगळे गुण तुझे आहेत हे मी मान्य करायला तयार आहे; पण सर्वांत उंच हे मात्र मी सहजासहजी मान्य करणार नाही."

जेम्स त्याच्या खास उंच आवाजात स्फोट झाल्यासारखा हसू लागला. जॅकला आपण खरकागद घासल्यासारखा आवाज ऐकतोय हे जाणवून पूर्वीची

आठवण आली. जेम्स आणि त्याची १९७३ मध्ये हिवाळ्याच्या प्रारंभी पहिली भेट झाली होती, तो दिवस जॅकला आठवला. त्यांची पहिली भेट ॲमहर्स्ट कॉलेजमध्ये झाली होती.

"तुझा आवाज कानावर आल्यावर मला काय आठवलं माहीत आहे का?" जेम्स पुन्हा खट्याळपणे खिदळत म्हणाला.

"नाही."

"चेहरा लालीलाल झालेला तू लॉरा स्केल्सच्या घरातून बाहेर पडतो आहेस हे दृश्य माझ्या डोळ्यांसमोर आलं. ते फारच विनोदी होतं."

"पण तुला दुसऱ्यावर दगड फेकण्याचा अधिकार नाही. मलाही चांगलं आठवतंय. तू माऊंट होलीओक कॉलेजमधून चक्क खुर्चीच उचलून बाहेर आला होतास, कारण तू त्या... कोण बरं ती... तिच्यासाठी वेडा झाला होतास... हं... काय बरं तिचं नाव?"

"व्हर्जिनिया सोरेन्सन!... देखणी, गोड व्हर्जिनिया... काय पोरगी होती!" जेम्स आठवणीत रंगून जात म्हणाला.

"तिच्याकडून तुला नंतर काही कळलं का? नंतर म्हणजे–"

"म्हणजे मी सेमिनरीत गेलो त्यानंतर म्हणतोस?"

"होय."

"नाही. काहीही नाही. ती गोड होती हे खरं; पण समजून घेणारी नव्हती."

"मला तिची भूमिका समजू शकते. तुम्ही एकमेकांच्या किती जवळ होतात हे बघता मला वाटलं... तुला तुझ्या निवडीबद्दल पश्चात्ताप वाटतो का?"

जेम्सनं खाकरून घसा साफ केला, "कोणतीही निवड करताना नेहमीच आनंद आणि खेद या दोन्ही गोष्ट असतातच; पण हातात वाइनचे ग्लास घेऊन उबदार शेकोटीसमोर बसून त्याबद्दल आणखी चर्चा करायला मला आवडेल. उत्तर न्यू जर्सीत माझी एका तळ्याकाठी अशी एक जागा आहे. एखाद्या वीकएंडला तू आणि तुझी बायको आलात तर मजा येईल."

"तसं करता येईल," जॅक निश्चित काही न ठरवता म्हणाला. कॉलेजमधून १९७७ मध्ये शिक्षण पूर्ण करून बाहेर पडल्यानंतर जेम्सचा काहीही संबंध आला नसताना हे आमंत्रण त्याला आश्चर्यजनक वाटत होतं. अर्थात, संबंध न येण्याला जॅकच जबाबदार होता. त्यानं स्वतःहून कधी जेम्सशी संपर्क साधायचा प्रयत्न केला नव्हता. कॉलेजात जरी त्यांची घट्ट मैत्री असली तरी नंतर मार्ग निराळे झाले होते. तीन मस्केटिअर्स म्हणून प्रसिद्ध असणाऱ्या तिसऱ्या मित्राची गोष्ट मात्र निराळी होती. जॅकची पहिली बायको आणि मुलींचा अपघाती मृत्यू

होईपर्यंत त्याचा आणि शॉन डॉट्री यांचे बऱ्यापैकी संबंध होते; पण त्यानंतर जॅकनं कोणाशीच- म्हणजे अगदी नातेवाइकांशीही संबंध ठेवले नव्हते.

''तू इथं आल्यानंतर इतक्या वर्षांत मी तुझ्याशी संपर्क साधला नाही म्हणून मी माफी मागतो,'' जेम्स जणू जॅकच्या मनातले विचार वाचत असल्याप्रमाणे म्हणाला, ''तू इथं येऊन मुख्य वैद्यकीय तपासनिसांच्या ऑफिसात काम करतोस हे मला कळलं होतं. तुला फोन करून तुझ्याशी आपल्या त्या धमाल दिवसांबद्दल गप्पा माराव्यात असं मला बऱ्याच वेळा वाटायचं; पण ते जमलं नाही हे खरं. आता आपल्याला कॉलेजचे ते दिवस छान होते हे जाणवतं; पण तेव्हा काय असायचं ते आठव. आपण सतत कसल्या ना कसल्या परीक्षा द्यायच्या ओझ्याखाली दबलेलो असायचो.''

जॅकनं 'च्यॅक् च्यॅक्' असा आवाज काढला. ''तुझं म्हणणं बरोबरच आहे. माझ्या वैद्यकीय शिक्षणाची कहाणी काही वेगळी नाही. वैद्यकीय व्यवसायाला सुरुवात केल्यावर तुला कॉलेजचे दिवस आठवून भावनावश व्हायला होईल, असं मला अगोदरच माझ्या ओळखीच्या एका डॉक्टरांनी सांगितलं होतं. मला त्या वेळी ते वेडपटपणाचं वाटलं होतं; पण आता ते पटतंय.''

काही क्षण दोन्ही मित्र आपापल्या आठवणींमध्ये गुंगून गप्प राहिले. मग जरा वेळानं जेम्स बोलू लागला. त्याचा स्वर एकदम बदलला होता. ''मी तुला अचानक फोन का केला, असा प्रश्न तुला पडला असेल.''

''होय. हा प्रश्न माझ्या मनात आला होता.'' जॅक आपण सहजरीत्या बोलतोय असं दाखवत म्हणाला, पण जेम्सचा आवाज गंभीर झाला आहे हे त्याला जाणवलं होतं.

''त्याचं कारण म्हणजे मला तुझ्या मदतीची अत्यंत गरज निर्माण झाली आहे आणि तू मदत करावीस, अशी मी विनंती करतोय.''

''मी ऐकतोय...'' जॅक किंचित त्रयस्थपणानं म्हणाला. दुसऱ्या लोकांच्या समस्या ऐकताना आपल्या मनातल्या समस्या जाग्या होतात, हे त्याला माहीत असल्यानं तो शक्यतो इतरांच्या प्रश्नांमध्ये लक्ष घालत नसे. पण त्याच्यासारखा देवाधर्मावर जराही विश्वास नसणारा माणूस आज जगातल्या सर्वांत ताकदवान मानल्या जाणाऱ्या धर्मगुरूला, त्याचा एके काळचा मित्र असणाऱ्या न्यू यॉर्कच्या आर्च बिशपला काय मदत करू शकतो, हा विचार त्याच्या मनात घोळू लागला.

''या कामात आपला मित्र शॉन डॉट्रीचाही सहभाग आहे,'' जेम्स पुढे म्हणाला.

''म्हणजे तू पुन्हा पत्ते कुटायला लागलास की काय?'' जॅक गमतीच्या

स्वरात म्हणाला. कॉलेजात असताना शॉन आणि जेम्स आठवड्यातून एकदा तरी खेळायचे. आणि मग कोण कोणाचं किती देणं लागतो यावरून हमरीतुमरीवर यायचे, हे जॅकला आठवलं. तेव्हा जॅकलाच मध्यस्थी करावी लागायची. मगच दोघं पुन्हा एकमेकांशी बोलू लागायचे.

"ही समस्या अतिशय महत्त्वाची आहे. तू थट्टेवारी नेऊ नयेस असं वाटतं."

"माफ करा फादर," जॅक म्हणाला. तो अजूनही किंचित गमतीनं बोलून वातावरणात आलेला ताण कमी करण्याचा प्रयत्न करत होता, "हं, मी तुम्हाला फादर असं म्हणायचं का?"

"मला युवर इमिनन्स असं संबोधलं जातं; पण तू मला जेम्स असंच म्हटलेलं आवडेल," जेम्सही किंचित ताण कमी करण्याच्या स्वरात म्हणाला.

"हे छान झालं," जॅक म्हणाला, "मी तुला आपल्या कॉलेजच्या दिवसांपासून ओळखत असल्यानं तुला युवर इमिनन्स म्हणणं हे फार चमत्कारिक आणि उद्धटपणाचं ठरलं असतं, होय ना?"

"तू जरादेखील बदललेला नाहीस," जेम्स गमतीनं म्हणाला.

"दुर्दैवानं तसं नाही. मी बदललोय. मी माझ्या पहिल्या आयुष्यापेक्षा सर्वस्वी निराळं असं दुसरं आयुष्य जगतोय असं वाटतंय; पण मी त्याबद्दल बोलू इच्छित नाही. म्हणजे निदान आत्ता तरी नाही. कदाचित तू आणखी तीस वर्षांनी पुन्हा फोन केलास की सांगीन."

"आपला संबंध सुटून एवढा काळ उलटला की काय?" जेम्स किंचित खेदानं म्हणाला.

"नेमकं सांगायचं तर एकतीस वर्षं. मी एक सरळसाधा आकडा असावा म्हणून एक वर्ष कमी केलं इतकंच; पण मी तुला दोष देणार नाही, दोष माझा आहे."

"बरं, आपण जे झालं त्याची भरपाई करू शकतो. अखेर आपण एकाच शहरात राहतो ना."

"होय, तसं आहे खरं," जॅक म्हणाला. भावनेच्या भरात सामाजिक संबंध ठेवणं जॅकला फारसं आवडत नसे. दरम्यानच्या काळात दोघांचे मार्ग एवढे भिन्न झाले होते की, जवळ जवळ पूर्वीच्या सर्वस्वी निराळ्या वाटणाऱ्या आयुष्याशी नातं सांगणारा हा मैत्रीसंबंध पुन्हा सुरू करावा की नाही याबद्दल जॅकच्या मनात शंका होती.

"मी असं सुचवतो की, आपण लवकरात लवकर भेटावं. मी फारच कमी वेळ देऊन सांगतोय याची मला कल्पना आहे; पण तू माझ्या निवासस्थानी लंचसाठी येऊ शकतोस का?"

"आज?"

"होय, आज." जेम्स म्हणाला, "ही समस्या आत्ताच माझ्या पुढ्यात उभी ठाकलेली आहे. दुर्दैवानं माझ्या हाताशी वेळ फार कमी आहे. म्हणूनच तर मला तुझ्या मदतीची गरज आहे."

"तू फार उशिरा सांगितलंस हे खरं आहे. प्रत्यक्षात आज मला राणीनं जेवायला बोलावलं होतं; पण हरकत नाही. मी तिला फोन करून सांगेन की, परत कधीतरी पाहू, कारण कॅथॉलिक चर्चला माझ्या हस्तक्षेपाची गरज भासली आहे."

"आपण बदललोय हे तुझं म्हणणं मला जरादेखील मान्य करता येणार नाही. तू एका अक्षरानंही बदललेला नाहीस. तुझ्या विनोद करण्याबद्दल आभार. कदाचित मी थोडं गमतीनं घ्यायला हवं आहे; पण मी खरोखरच फार काळजीत आहे."

"शॉनला काही झालं तर नाही ना?" जॅकनं विचारलं. जेम्सनं फोन केल्यावर त्याच्या मनात हाच विचार आला होता.

"नाही, शॉनच्या शरीराला काहीही झालेलं नाही. संबंध त्याच्या आत्म्याशी आहे. तो किती आडमुठा होऊ शकतो, हे तुला माहीत आहेच."

जॅक डोकं खाजवू लागला. शॉनचं कॉलेजात असतानाचं वर्तन आठवलं. तेच नाही तर वयात आल्यापासून शॉन जे काही करत आला होता ते बघता, त्याच्या आत्म्याला तेव्हाच मोठा धोका निर्माण झाला होता, असं जॅकला वाटत होतं; पण आज अचानक एवढं तातडीनं लक्ष देण्याजोगं काय झालं, हे त्याला कळेना. "तू जरा थोडं सविस्तर काही सांगशील का?"

"नाही. मला तसं करणं योग्य वाटत नाही. आपण प्रत्यक्ष भेटीत बोलू. बरं, तू केव्हापर्यंत येऊ शकतोस?"

जॅकनं घड्याळाकडे नजर टाकली. बाराला दहा मिनिटं कमी होती, "जर मी आत्ता निघालो, म्हणजे मला तसं करणं शक्य आहे, तर मी पंधरा ते वीस मिनिटांत पोहोचू शकतो."

"छान," जेम्स म्हणाला, "मला दोन वाजता मेयरबरोबर एका अधिकृत कार्यक्रमाला हजर राहावं लागणार आहे; पण वेळ आहे. तेव्हा जॅक मी तुझी वाट पाहतोय."

"ठीक आहे," असं म्हणून जॅकनं फोन ठेवला. जॅकला जेम्सनं अशा तऱ्हेनं फोन करणं विचित्र वाटलं. एखाद्याला अचानक राष्ट्राध्यक्षांचा फोन आला की, 'राष्ट्राला तुमची गरज आहे म्हणून ताबडतोब वॉशिंग्टनला या' तर कसं वाटेल, तसंच जॅकला वाटत होतं. त्यानं जाकीट उचललं आणि तो तळघराच्या दिशेनं निघाला.

जॅक त्याच्या सायकलला लावलेली साखळी सोडवत असताना त्याला आपल्या पाठीमागे कोणीतरी उभं असल्याचं जाणवलं. त्यानं वळून पाहिलं तर त्याला एखाद्या बुलडॉगसारखा चेहरा असणारा बिंगहॅम दिसला. नेहमीप्रमाणे त्याचा आविर्भाव गंभीर होता. त्याच्या कपाळावर घामाचे थेंब जमलेले दिसत होते.

"जॅक, मला तुला पुन्हा एकदा सांगायचं आहे की, तुझ्या मुलाबद्दल ऐकून मला आणि केल्व्हिनला खूप वाईट वाटलं. आम्हालाही मुलं असल्यानं त्याला वाढवणं किती कठीण आहे, याची आम्ही कल्पना करू शकतो. लक्षात ठेव. आम्ही करण्यासारखी काही मदत असेल तर फक्त सांग."

"थँक्यू चीफ."

"तू बाहेर चालला आहेस का?"

"नाही. मी अधूनमधून इथं येऊन कुलूप काढतो आणि पुन्हा लावतो."

"तू कायम विनोदच करणार!" बिंगहॅम म्हणाला. तो जॅकला नीट ओळखत असल्यानं पूर्वीसारखं जॅकचं असं तिरकस बोलणं तो मनावर घेत नसे, "तू तुझ्या त्या किरोप्रॅक्टर मित्रासोबत लंचसाठी निघालेला नसावास, अशी अपेक्षा आहे."

"तुमची अपेक्षा योग्य आहे. मी कोणाही ॲक्युपंक्चर करणाऱ्या, किरोप्रॅक्टिक करणाऱ्या किंवा जडीबुटीची औषधं देणाऱ्या अशा कोणालाही भेटायला चाललेलो नाही. न्यू यॉर्कच्या आर्चबिशपनं आत्ताच मला फोन करून मी त्याच्याबरोबर लंच घेण्यासाठी विनंती केली."

बिंगहॅम गडगडाटी हसू लागला, "मी तुझ्या ताबडतोब गमतीशीर बोलण्याच्या पद्धतीला दाद देतो. असो. सायकल नीट चालव. खरंतर तू ती चालवूच नयेस असं मला वाटतं. मला नेहमी तू इथं पाय पुढे असलेल्या अवस्थेत परत आणला जाणार याची भीती वाटते."

बिंगहॅम वळून आत शिरला. जॅक मॅडिसन रस्त्यानं निघाला. ताज्या हवेमुळे त्याला उत्साह वाटू लागला. पंधरा मिनिटांत तो एकावन्नाव्या रस्त्याच्या कोपऱ्यावर पोहोचला. तीन मजली उतरत्या छपराची करड्या रंगाची आर्चबिशपच्या निवासस्थानाची इमारत आजूबाजूच्या प्रचंड गगनचुंबी इमारतींमध्ये ठळकपणे निराळी दिसत होती. खालच्या मजल्यावरच्या खिडक्यांना जाडजूड गजांचं संरक्षण होतं. गजांमागच्या काही खिडक्यांमागचे एकदम विसंगत वाटणारे लेसचे बेल्जियन पडदे उठून दिसत होते.

सायकल आणि हेल्मेट कुलूपबंद करून झाल्यावर जॅक दगडी फरशी असणाऱ्या पायऱ्या चढून दरवाजापाशी पोहोचला. त्यानं पितळी घंटेला लटकणारी दोरी खेचली. त्याला फार वेळ थांबावं लागलं नाही. कुलूप उघडल्याचा आवाज आला आणि जाडजूड दरवाजा उघडला. आत एक उंच आणि हडकुळा धर्मगुरू उभा

होता. कडक इस्त्रीचा, धर्मगुरूचा पोशाख केलेल्या त्या माणसाचं नाक कोयत्यासारखं बाकदार होतं.

"डॉक्टर स्टेपलटन?"

"होय, मीच," जॅक म्हणाला.

"माझं नाव फादर मॅलोने," धर्मगुरू किंचित बाजूला सरकत म्हणाला.

जॅक आत शिरला. बाहेरचा दरवाजा बंद करून घेताना फादर मॅलोने म्हणाला, "मी तुम्हाला हिज इमिनन्स यांच्या खासगी अभ्यासिकेकडे नेतो," असं म्हणत तो निघालाही. जॅकला घाईघाईनं त्याला गाठावं लागलं.

मॅडिसन ॲव्हेन्यूवरच्या प्रचंड रहदारीचा आवाज मागे पडला होता. तिथल्या शांततेत फक्त एका जुन्या घड्याळाचा आवाज आणि दोघांच्या पावलांचे खालच्या चकचकीत पॉलिश केलेल्या ओक लाकडाच्या फरशीवर येणारे आवाज फक्त तिथं जॅकला ऐकू येत होते.

फादर मॅलोने एका बंद दरवाज्यासमोर थांबला. जॅक तिथं पोहोचताच त्यानं दरवाजा उघडला आणि बाजूला सरकून जॅकला आत शिरण्यासाठी जागा करून दिली. जॅक आत शिरताच तो म्हणाला, "हिज इमिनन्स काही क्षणांतच येतील," मग फादर मॅलोने बाहेर पडला आणि दरवाजा बंद केला. जॅकनं आजूबाजूला नजर फिरवली. तिथं शोभेच्या वस्तू फारशा नव्हत्या. फक्त भिंतीवर एक छोटा स्क्रू लटकवलेला होता. याखेरीज काही माजी पोपचे फोटो होते. तिथं फर्निचरही फारसं नव्हतं. एक कातडी कोच, कातडी खुर्ची, एक दिवा असणारं छोटं टेबल आणि एक सरळ पाठीची लाकडी खुर्ची होती.

पॉलिश केलेल्या लाकडी फरशीवरून चालताना जॅकच्या बुटांचा मोठा आवाज आला. जॅक कोचावर जाऊन काहीसा सरळच बसला. जणू आपण कुठंतरी चुकीच्या जागी आलो आहोत, असं त्याला वाटत असावं. जॅक स्वतः कधीही धार्मिक बनला नव्हता. शाळेत शिक्षक असणारे त्याचे आई-वडीलसुद्धा कोणत्याही पंथाला मानणारे नव्हते. मोठा झाल्यानंतर विचार करू लागल्यानंतरही तो देवाधर्मापासून लांबच राहिला. विशेषतः त्याचं कुटुंब अपघातात नष्ट झाल्यानंतर तर त्यानं देव असल्याची कल्पना पूर्णपणे सोडून दिली होती. देव जर दयाळू असेल तर त्यानं त्याच्या संपूर्ण कुटुंबाला एवढ्या भीषण प्रसंगात कसं काय टाकलं, हे त्याला कळत नव्हतं.

अचानक दरवाजा उघडला. मुळातच कोचाच्या कडेवर बसलेला जॅक एकदम दचकून उभा राहिला. हिज इमिनन्स जेम्स कार्डिनल ओरुर्के त्याच्या दर्जाला साजेशा पूर्ण पोशाखात जॅकसमोर उभा होता. दोघं काही क्षण एकमेकांकडे बघत मागच्या आठवणीतील मित्राला शोधू लागले. जॅकला त्याच्या चेहऱ्यात

जुन्या जेम्सचा भास झाला असला तरी आता तो त्याला लहानसर चणीचा वाटत होता. त्याचे केस आखूड कापलेले असून जॅकला ते पूर्वीएवढे लाल वाटले नाहीत. त्याचे कपडे मात्र डोळ्यांत भरतील असेच होते. त्याचा तो उच्चपदस्थ धर्मगुरूचा पोशाख पाहून जॅकला प्रबोधन काळातील चित्रांमध्ये दाखवल्या जाणाऱ्या धर्मगुरूंची आठवण झाली. जेम्सच्या डोक्यावर कार्डिनलची विशिष्ट झुक्केतो टोपी होती. पोटावर नारिंगी रंगाचा रुंद पट्टा बांधलेला होता. गळ्यात हिरेजडित चांदीचा क्रॉस लटकत होता.

जॅक आणि जेम्सनं हात उंचावले आणि क्षणभर एकमेकांना मिठीत घेतलं.

"तू जबदरस्त दिसतो आहेस," जेम्स म्हणाला, "तू तर एका मिनिटात मॅरेथॉन शर्यत पुरी करू शकशील असं वाटतंय. मी एखाद्या कॅथेड्रलएवढी लांबीही पार करू शकणार नाही."

"तू हे फार दयाळूपणानं बोलतो आहेस," जॅक जेम्सच्या तुकतुकीत गालांकडे बघत म्हणाला. त्याचे गोलसर गुबगुबीत गाल नजरेत भरत होते. त्याचे चमकदार निळे डोळे मात्र वेगळी कहाणी सांगत होते. हा माणूस धर्मसत्तेमधला एक ताकदवान माणूस आहे हे त्याच्या धारदार नजरेत स्पष्ट दिसत होतं. त्याच्या नजरेमधून त्याची बुद्धिमत्ता आणि मनोनिग्रह पुन्हा एकदा जॅकला दिसले. त्याबद्दल जॅकला पूर्वीपासूनच हेवा वाटायचा.

"मी खरंच सांगतोय, तू आहेस त्यापेक्षा निम्म्या वयाचा वाटतोस," जेम्स पुन्हा म्हणाला.

"आता पुरे!" जॅक स्मितहास्य करत म्हणाला. जेम्सची दुसऱ्याची तारीफ करण्याची खास लकब त्याला माहीत होती. याचा जेम्स पुरेपूर उपयोग करून घेत असे. ॲमहर्स्ट कॉलेजात तर जेम्स आवडत नाही असा एकही जण नव्हता.

"आणि तुझं काय?" जॅक आपल्या स्तुतीला प्रतिसाद देत म्हणाला, "तू तर मला प्रबोधन काळातल्या चित्रांमधल्या राजपुत्रासारखा दिसतो आहेस."

"लठ्ठ झालेला राजपुत्र! असा माणूस की, ज्याचं काम फक्त जेवणाच्या टेबलापाशी बसणं एवढंच आहे. तोच त्याचा व्यायाम आहे."

"तूच विचार कर," जॅक जेम्सच्या बोलण्याकडे दुर्लक्ष करत म्हणाला, "तू एक कार्डिनल आहेस. चर्चमधला एक ताकदवान अधिकारी."

"मी केवळ एक माझ्यावर ज्यांची जबाबदारी सोपवलेली आहे त्यांची सेवा करणारा साधा धर्मगुरू आहे इतकंच," जेम्स हात झटकत म्हणाला, "दयाळू देवानं माझ्या खांद्यावर ती जबाबदारी दिली आहे; पण ती माझ्या कुवतीपेक्षा कितीतरी जास्त आहे. अर्थात देवाच्या हेतूबद्दल मी काहीही प्रश्न

उपस्थित करू शकत नाही. मी मला शक्य असेल ते सर्व करतो; पण ते जाऊ दे. आपण लंचचा आनंद घेऊ या; पण त्या अगोदर मी तुला काहीतरी दाखवू इच्छितो.''

जेम्स जॅकला घेऊन बाहेर पडला. तो एका लांबलचक हॉलमधून पुढे गेला. जाताना जॅकला बारा जण बसू शकतील असं जेवणाचं टेबल दिसलं; पण त्यावर दोघांसाठीच जेवणाची तयारी केलेली दिसत होती. तिथून पुढे गेल्यावर जेम्सनं जॅकला किचनमध्ये नेलं. तिथं सगळी उपकरणं अत्याधुनिक दिसली तरी रचना जुन्या पद्धतीची होती. सिंकपाशी एक धिप्पाड बाई भाजी धूत उभी होती. ती जेम्सपेक्षा चांगली चार इंच तरी उंच होती. जेम्सनं तिची मिसेस स्टाईनब्रेनर अशी ओळख करून दिली आणि त्या ठिकाणी तिचंच राज्य चालतं, असंही सांगितलं. जॅकला त्याची लगेच प्रचितीही आली. अत्यंत काळजीपूर्वक मांडून ठेवलेल्या गाजरांमधून एक जेम्सनं उचलताच तिनं रागानं जेम्सला 'तिच्या' किचनमधून बाहेर पडायला सांगितलं.

''लंच संपलं एवढ्यावरच,'' जेम्सच्या हातावर चापटी मारत ती अवजड जर्मन धाटणीच्या उच्चारात रागावून म्हणाली. जेम्सनंही जणू आपण घाबरलो आहोत असा बहाणा केला.

''ती जरी कडकपणाचा आव आणत असली तरी प्रत्यक्षात ती म्हणजे एक कोकरूच आहे,'' जेम्स म्हणाला, ''माझं तिच्यावाचून चालतच नाही. ती फक्त मोठ्या पार्टींची व्यवस्था वगळता सर्व स्वयंपाक करते, हे माझं निवासस्थान पूर्ण चकचकीत ठेवते आणि माझ्यासह सगळ्यांना शिस्तीत नीट वागायला शिकवते... हं... बटण कुठं आहे बरं?''

जेम्सनं बोलत बोलत जॅकला तळघरात आणलं होतं. तळघरात पांढऱ्या रंगानं रंगवलेल्या लाकडी तक्त्यांचा वापर करून खोल्या बनवण्यात आल्या होत्या. जेम्सनं बटण दाबताच जॅकला कॉरिडॉरच्या दोन्ही बाजूला असणाऱ्या कुलूपबंद दरवाज्यांची रांग दिसली.

''तू इतक्या कमी वेळात ये असं सांगून आलास, म्हणून मी तुझा फार फार आभारी आहे,'' जेम्स एका दरवाज्यासमोर उभा राहत म्हणाला. त्यानं किल्ली काढून कुलूप उघडलं आणि दार ढकललं. दार उघडताना बिजागऱ्यांची करकर ऐकू आली. त्यानं मग चाचपडत बटणं शोधली. बटण दाबताच प्रकाश पडला. मग त्यानं जॅकला त्याच्यामागे येण्याची खूण केली.

ती एक वीस फूट लांब आणि दहा फूट रुंदीची खोली होती. त्यात कोपऱ्यात एक लाकडी खोकं ठेवलेलं दिसलं. खोक्याला लावलेल्या धातूच्या पट्ट्या काढलेल्या होत्या. जेम्सनं पुन्हा जॅकला त्याच्या पाठोपाठ येण्याची खूण केली. जॅक खोक्याजवळ

गेला. ते खोकं अगोदरच उघडलेलं आहे आणि त्याचं झाकण पुन्हा त्या जागी फक्त ठेवलेलं आहे, हे त्याच्या लक्षात आलं.

"सगळी समस्या यामुळे सुरू झाली आहे," जेम्स म्हणाला आणि त्यानं एक सुस्कारा सोडला, "यावर तू बघितलंस तर दिसेल की ते माझ्या नावानं पाठवलेलं आहे आणि त्यात खासगी वस्तू आहेत असं नमूद केलेलं आहे."

"हे शॉननं पाठवलं आहे का?"

"बरोबर. त्या हुशार माणसानं हे पाठवलं आणि तसं मला फोन करून सांगितलं. तुला चकित करण्यासाठी मी हे पाठवतोय, असंही म्हणाला. मला असं आवडतं हे तुला माहीत आहेच. मला मूर्खाला वाटलं की, माझ्या लवकरच येणाऱ्या वाढदिवसासाठी काहीतरी भेट असेल. अर्थातच तसं काही नाही. उलट मी कल्पनाही करू शकणार नाही, असं काहीतरी त्यात आहे."

"हं..." जॅकला काहीतरी आठवल्याप्रमाणे त्याचा चेहरा उजळला, "तुझा वाढदिवस म्हणजे... म्हणजे उद्याच की... सहा डिसेंबर, बरोबर?"

"शॉननं मला यापूर्वी कधीही भेट म्हणून काही दिल्याचं आठवत नाही; पण या वर्षी तसं असेल असा विचार मी केला," जॅकच्या प्रश्नाला उत्तर न देता जेम्स सांगू लागला, "शॉन बायबलच्या काळाचा अभ्यासक आणि पुरातत्त्वशास्त्रज्ञ असल्यामुळे त्यानं ख्रिश्चन धर्माशी संबंधित काहीतरी पुरातत्त्वीय वस्तू पाठवली असावी, असं मला वाटलं."

"मग तसं आहे ना?"

"मला बोलणं पूर्ण करू दे. मी अत्यंत अडचणीत का सापडलोय हे तुला सांगतो."

जॅकनं मान डोलवली. त्याचं कुतूहल आता जागृत झालं होतं.

"त्यानं हे खोकं व्हॅटिकनहून पाठवलं आणि त्यावर माझ्या खासगी वस्तू असं लिहिलं. त्याचा परिणाम म्हणजे इटलीत किंवा इथं न्यू यॉर्कमध्ये कस्टमनं त्याची तपासणी केली नाही. ते सरळ विमानतळावरून माझ्याकडे पोहोचवण्यात आलं. फोनवर सांगितल्याप्रमाणे शॉन काल आला. तो थेट विमानतळावरूनच इथं आला होता. तो निराळ्याच मूडमध्ये होता. काहीसा ताण आणि उत्तेजितपणा त्याच्यात जाणवत होता. त्याला खोकं उघडायची घाई झाली होती. म्हणून आम्ही दोघं लगेच इथं आलो. खोकं उघडल्यावर मला काय दिसलं असेल तर ते हे," जेम्सनं झाकण उचलून त्याखालच्या पॅकिंग म्हणून घातलेल्या गोष्टी बाजूला केल्या. जॅकनं पुढे होत नजर टाकली. त्याला तिथं एखादी सुंदर मूर्ती किंवा सोन्याचा झगमगणारा कप किंवा तसंच काहीतरी चकाकणारं असेल अशी अपेक्षा होती; पण त्याची निराशा झाली.

"हे काय आहे?"

"ऑसुअरी. जीझसच्या काळाच्या आसपासची. शंभरएक वर्षं इकडेतिकडे. पॅलेस्टाईनमध्ये त्या काळी मृतांना गुहांसारख्या ठिकाणी वर्षभर पुरून ठेवत. शरीर पुरेसं कुजून नष्ट व्हावं यासाठी हे केलं जाई. त्यानंतर मग मृताचे नातेवाईक परत येऊन अस्थी गोळा करत आणि त्या लहान-मोठ्या आकाराच्या, चुनखडीच्या दगडापासून बनवलेल्या पेटीत ठेवल्या जात. पेटीचा आकार मृताच्या कुटुंबाच्या आर्थिक स्थितीवर अवलंबून असे. अशा पेटीला ऑसुअरी म्हणतात."

"नुकतंच असं काहीतरी घडल्याचं कानावर आलं होतं. एका अशाच ऑसुअरीवर जोसेफचा पुत्र जेम्स म्हणजे जीझसचा भाऊ असं लिहिलेलं सापडलं होतं, होय ना?"

"होय. हीच नव्हे तर जीझसच्या कुटुंबामधील व्यक्तींच्या ऑसुअरी मिळाल्या असल्याचे अनेक दावे अलीकडच्या काळात करण्यात आले आहेत. जेरुसलेममध्ये बांधकाम व्यवसाय तेजीत असल्यानं पाया खणताना शेकडोंच्या संख्येनं ऑसुअरी मिळाल्या आहेत. जीझसच्या कुटुंबाच्या म्हणून दावा केल्या गेलेल्या ऑसुअरी पूर्णपणे बनावट असल्याचं सिद्ध झालं आहे. ही ऑसुअरीदेखील अशीच बनावट आहे, याबद्दल मला खात्री वाटते. त्यात जर काही अवशेष असलेच तर तेही बनावट असतील."

"त्यात कोणाचे अवशेष आहेत, असं नमूद केलंय?"

"पवित्र मदर मेरी."

जवळ जवळ एक मिनिट दोघं एकमेकांकडे बघत होते. अखेर जॅकनं त्याची नजर दुसरीकडे वळवली. त्याला जेम्स आणखी काहीतरी बोलेल असं वाटत होतं; पण जेम्स गप्प बसलेला पाहून तो म्हणाला, "ठीक आहे; पण मला एक गोष्ट कळली नाही. जर खूप प्रमाणात ऑसुअरी असतील आणि फसवाफसवी करणारेही असतील, तर मग समस्या काय आहे?"

जेम्सनं ओठ आवळून घेतलेले दिसले. त्याच्या गालावर अश्रू ओघळलेले जॅकला दिसले. काहीही न बोलता त्यानं क्षणभर डोळे मिटून घेतले आणि जॅकला बाहेर येण्यासाठी खूण केली.

तळघरातून वर आल्यानंतर किचनमधून जाताना मिसेस स्टाईनब्रेनरची नजर जेम्सकडे गेली. त्याची त्या वेळची मानसिक अवस्था तिच्या लक्षात आली असावी. जणू त्याच्या या अवस्थेला जॅकच जबाबदार असणार असं वाटून तिनं जॅककडे जळजळीत नजरेनं बघितलं.

जेवणाच्या टेबलापाशी आल्यावर जेम्स मुख्य जागी बसला. त्यानं प्लेट मांडलेल्या दुसऱ्या जागेवर बसायची खूण जॅकला केली. टेबलावर मध्यभागी

भाज्या वगैरे ठेवलेली प्लेट होती. ते दोघं तिथं बसताक्षणीच मिसेस स्टाईनब्रेनर आत आली. तिनं दोघांना सूप वाढलं आणि ती निघून गेली. ती सूप वाढत असताना जॅकनं नजर प्लेटकडेच ठेवली होती.

जेम्सनं नॅपकिननं डोळे पुसले. ते चांगलेच लाल झालेले दिसत होते.

"माझ्या अशा वागण्याबद्दल दिलगिरी व्यक्त करतो."

"ठीक आहे. जाऊ दे."

"नाही. तसं नाही," जेम्स म्हणाला, "पाहुण्यासमोर मी असं वागणं बरोबर नाही. विशेषतः ज्या माझ्या मित्राकडून मला मदतीची अपेक्षा आहे, त्याच्यासमोर तर नाहीच नाही."

"हे मला पटलं नाही. उलट तू मला जे काही करायला सांगणार आहेस ते तुझ्या दृष्टीनं किती महत्त्वाचं आहे, हे मला कळलं."

"हा तुझ्या मनाचा मोठेपणा आहे," जेम्स म्हणाला, "बरं, आता तुझ्या परवानगीनं मी प्रार्थना सुरू करू का?"

जेम्सनं प्रार्थना संपवून 'आमेन' हे शब्द उच्चारल्यानंतर जॅककडे नजर टाकली. "हं... आता सुरू केलं तरी चालेल. माझ्याजवळ फारसा वेळ नाही म्हणून मी माफी मागतो; पण मी तुला म्हटल्याप्रमाणे मला दोन वाजता ग्रेसी मॅन्शनमध्ये हजर राहणं आवश्यक आहे."

जॅकनं चमचा उचलून सूप घ्यायला सुरुवात केली. ते ठीक होतं; पण जॅकनं याअगोदर चांदीचा एवढा जड चमचा कधीही वापरलेला नव्हता. "तिचं व्यक्तिमत्त्व फारसं मृदू नसलं तरी स्वयंपाक उत्तम करते," जेम्सही सूप घेत म्हणाला.

जॅकनं मान डोलवली. जेम्सची भावविवशता कमी झाली म्हणून त्याला बरं वाटलं.

"मी मघाशी खाली असताना म्हणालो त्याप्रमाणे ही ऑसुअरी म्हणजे एक बनावटगिरीची दुर्दैवी घटना असल्याचं अखेर सिद्ध होईल. मी दुर्दैवी अशासाठी म्हणतोय, कारण तिथं सिद्ध होईपर्यंत या ऑसुअरीमुळे चर्चची भरपूर हानी झालेली असेल. एकट्या चर्चचीच नव्हे, तर वैयक्तिकरीत्या माझीही हानी झालेली असेल. मुख्य समस्या अशी आहे की, ही ऑसुअरी बनावट आहे हे सिद्ध करणं फार सोपं नाही, कारण इथं श्रद्धेचा प्रश्न आहे."

जॅक गप्प राहून ऐकत होता.

"आमच्यासमोर मुख्य आव्हान असं आहे की, ही ऑसुअरी जगातल्या एका नामवंत पुरातत्त्वशास्त्रज्ञानं शोधलेली आहे."

"म्हणजे? शॉन की काय?"

"होय... आम्ही ऑसुअरी असणारं खोकं उघडल्यानंतर शॉननं मला ऑसुअरीवर

लिहिलेली तारीख दाखवली. रोमन आकड्यामधील ती तारीख ८१५ AUC अशी आहे. ग्रेगोरियन कॅलेंडरनुसार इसवी सन ६२ अशी ती आहे.''

"ही AUC काय भानगड आहे?'' जॅक फ्रेंचमध्ये म्हणाला आणि मग लगेच सावरून घेत म्हणाला, "माझ्या फ्रेंचबद्दल माफ कर.''

"तसं काही म्हणायची आवश्यकता नाही. कॉलेजात असतानाही तुझं फ्रेंच कसं होतं हे मला आठवतंय... असो. ही तीन अक्षरं अब उर्बे कोन्दिता यासाठी वापरली जातात. रोमच्या स्थापनेचं हे वर्ष आहे असं मानलं जातं. म्हणजेच या ऑसुअरीवरची तारीख काळानुरूप आहे. ही तारीख आणि हे नाव दोन्ही एकत्र केल्यामुळेच समस्येची गंभीरता वाढली आहे. अरेमिक लिपीमध्ये मरिअम असं लिहिलं आहे. म्हणजेच इंग्रजीत मेरी.''

"तेव्हा या ऑसुअरीत मदर मेरीचे अवशेष आहेत, असं शॉनचं म्हणणं आहे?''

"बरोबर. शॉन हा या बाबतीत भरभक्कम साक्षीदार ठरेल. पुरल्यानंतर ती कधीही बाहेर काढण्यात आली नसल्याची त्याला खात्री आहे. ती त्याला सेंट पीटर थडग्याच्या जवळ मिळाली. महत्त्वाचं म्हणजे ही सीलबंद अवस्थेत आहे. माझ्या माहितीनुसार बनावट म्हणून सिद्ध झालेल्या ऑसुअरी अशा सीलबंद स्थितीत नव्हत्या.''

"तेव्हाच्या काळात मेरी हे सर्वसामान्य नाव नव्हतं का? ही मेरी कोणीही असू शकेल. ती मदर मेरीच आहे असं त्याला का वाटतं?''

"कारण मदर मेरीच्या ऑसुअरीचा उल्लेख करणारं दुसऱ्या शतकातलं एक अस्सल पत्र शॉनला मिळालं आहे. खरंतर या पत्रामुळेच शॉनला या ऑसुअरीपर्यंत पोहोचता आलं.''

जॅकनं भुवया उंचावल्या, "पण त्या पत्राचं काय? तेच मुळात बनावट असलं तर?''

"मी म्हणतोय ते लक्षात घे. युक्तिवाद काहीसा चक्राकार वाटतोय. पण पत्रात लिहिलेल्या जागी ऑसुअरी सापडते यावरून ते पत्र बनावट नाही, हे सिद्ध होतं. उलट या पत्रामुळे ऑसुअरी बनावट नाही, असं म्हणता येतं. या दोन्ही वस्तू एवढ्या विलक्षण आहेत की, कोणालाही हा युक्तिवाद सहज पटेल. विशेषतः लोकांना हे अवशेष मदर मेरीचेच आहेत याबद्दल जराही शंका येणार नाही.''

जॅकनं प्लेटमध्ये ठेवलेल्या कच्च्या भाज्यांमधून काही उचलून घेत जेम्सला विचारलं, "तू ते पत्र स्वतः पाहिलंस का?''

"होय. कालच पाहिलं.''

"हे पत्र कोणी लिहिलंय?''

''ॲन्टीओकचा बिशप सॅटर्निअस.''

''मी कधीही हे नाव ऐकलेलं नाही.''

''ही इतिहासातील अप्रसिद्ध व्यक्ती आहे; पण हा माणूस नक्की होता.''

''आणि हे पत्र कोणाला उद्देशून लिहिलेलं आहे?''

''दुसरा एक बिशप. अलेक्झांड्रियाचा बिशप बासिलिडेस.''

''मी याचंही नाव ऐकलेलं नाही.''

''तुला नॉस्टिसिझम याबद्दल काही ठाऊक आहे का?''

''तसं वाटत नाही. हा विषयच आमच्या शवागारात कधी येत नाही.''

''तुझं म्हणणं बरोबर आहे,'' जेम्स हसत म्हणाला, ''चर्चच्या सुरुवातीच्या काळात मांडल्या जाणाऱ्या वेगळ्या विचारांमधली ही एक गंभीर स्वरूपाची विचारधारा होती आणि बासिलिडेस हा तिचा प्रमुख उद्‌गाता होता.''

''सॅटर्निअसनं या बिशप बासिलिडेसला खोटं कळवलं असण्यासाठी काही कारण असू शकेल का?''

''कल्पना चांगली आहे; पण दुर्दैवानं तसं काही कारण नाही.''

''सॅटर्निअसनं स्वतः ऑसुअरी पुरण्याची जबाबदारी आपण पार पाडली, असं काही लिहिलं आहे का?''

''होय, अर्थातच.''

''हे अवशेष आपल्याला कुठं मिळाले किंवा कोणी दिले याचा काही उल्लेख सॅटर्निअसनं केला आहे का?''

''आहे. आणि मला या सगळ्यातला कच्चा दुवा वाटतो त्याकडे तू नेमका आलेला आहेस. सायमन मॅगस हा माणूस कोण होता, हे तुला माहीत आहे का?''

''हेदेखील नाव मी कधी ऐकलेलं नाही.''

''हा बायबलच्या नव्या करारातला एक आद्य खलनायक आहे. या खरोखरच्या बदमाशानं सेंट पीटरची व्याधी बऱ्या करण्याची शक्ती विकत घ्यायचा प्रयत्न केला होता. त्याच्या नावावरूनच सायमनी हा शब्द आला आहे.''

जीझस हा पर्यायी उपचारपद्धत वापरणारा सर्वांत प्रसिद्ध आणि त्याच्या खालोखाल सेंट पीटर, हे दोघं असल्याचं लक्षात आल्यानं जॅक मनातल्या मनात हसला.

''सायमन मॅगसलाही काही जण नॉस्टिक परंपरेतला मानतात. त्याच्यापेक्षा वयानं कमी असणारा सॅटर्निअस त्याच्यासाठी काम करत असे. तो सायमनला त्याच्या जादूविद्येसाठी मदत करायचा, तेव्हा या ऑसुअरीतली हाडे मदर मेरीची आहेत किंवा नाहीत, अर्थात ती तशी नाहीत याची मला खात्री आहे, हे ठरवण्यासाठी आपल्याला या सायमन मॅगसवर अवलंबून राहावं लागणार.''

"आणखी एक मार्ग आहे," जॅक म्हणाला, "काहीसा सरळ मार्ग."

"तो कोणता?"

"एखाद्या मानववंशशास्त्रज्ञाला दाखवून जर आत हाडं असतील तर ती मानवी आहेत, याची खात्री करून घेणे. जर ती मानवी असतील तर ती स्त्रीची आहेत की नाही हे बघता येईल. जर ती स्त्रीची असली तर त्या स्त्रीनं मुलांना जन्म दिला होता की नाही तपासता येईल. कारण मेरीनं किमान एका मुलाला जन्म दिला होता हे आपल्याला ठाऊक आहेच."

"मानववंशशास्त्रज्ञ हे एवढं तपशिलानं सांगू शकतात?"

"पहिल्या दोन बाबतींत उत्तर नक्कीच होय आहे. त्या स्त्रीनं मुलांना जन्म दिला आहे की नाही याबाबत मात्र थोडीफार साशंकता असू शकते."

"हे विलक्षणच आहे! जर हाडं पुरुषाची निघाली तर हा सगळा भयंकर प्रकार इथंच संपून जाईल."

"तू हाडं बघितली आहेस?"

"नाही. शॉन आणि त्याच्या बायकोला ती इथं फक्त आहे तशी पाठवायची होती. ती मेणानं सीलबंद केलेली आहेत. त्या दोघांना ती उघडायची नाही. त्या दोघांना आतल्या अवशेषांच्या अवस्थेबद्दल काळजी आहे. अर्थात ते साहजिकच आहे, कारण ही ऑसुअरी जवळ जवळ दोन हजार वर्षं जुनी आहे. म्हणूनच त्यांना योग्य ती प्रयोगशाळा मिळाल्याखेरीज ऑसुअरी उघडायची नाही. तू शॉनच्या बायकोला भेटला आहेस ना?"

"कदाचित," जॅक म्हणाला, "मी त्याला दोन वर्षांपूर्वी भेटलो होतो. तो ज्या वेगानं बायका बदलतो ते बघता, सध्याची बायको तीच होती की नाही हे मला सांगता येणार नाही. गेल्या चौदा वर्षांत मी शॉनला फक्त दोन वेळा भेटलो आहे आणि दरम्यान किमान दोन वेळा त्यानं घटस्फोट घेतल्याचं मला माहीत आहे."

"काय हा निर्लज्जपणा," जेम्स म्हणाला, "अर्थात यात नवल वाटावं असं काही नाही म्हणा. कॉलेजात असताना त्याला किती गर्लफ्रेंड होत्या, हे आठवतंय ना?"

"मी ते कधीच विसरणार नाही," जॅक म्हणाला, "मला एका वीकएन्डचा प्रसंग आठवतोय. एकीनं शुक्रवारी रात्री येणं आणि दुसरीनं शनिवारी हे अपेक्षित होतं; पण शनिवारी येणारीचा काहीतरी गैरसमज झाला आणि तीदेखील शुक्रवारी पोहोचली. सुदैवानं मी हजर होतो. मी चतुराईनं सगळं सांभाळलं. मी शुक्रवारी जिला बोलावलं होतं तिचं आदरातिथ्य केलं आणि मग सर्व काही ठीक झालं."

"शॉनच्या सध्याच्या बायकोचं नाव साना आहे."

''ओहो... बहुधा मी तिला भेटलोय. ती काहीशी बुजऱ्या स्वभावाची आहे. मी भेटलो तेव्हा ती त्याच्या दंडाला लोंबकळत होती आणि स्वप्नाळूपणे त्याच्या नजरेत नजर मिसळून पाहत होती. ते जरा चमत्कारिकच होतं.''

''ती आता तशी राहिलेली नाही. ती रेणूजीवशास्त्रज्ञ आहे आणि तिच्या क्षेत्रात तिचं नाव झालेलं आहे. ती सध्या कोलंबिया विद्यापीठात काम करते. मला वाटतं शॉन आणि तिची भेट झाली त्यानंतर ती चांगलीच फुलून आली आहे; पण हे लग्न फार काळ टिकणार नाही, असं मला वाटतंय.''

''शक्य आहे,'' जॅक म्हणाला. शॉनच्या स्त्रियांबरोबरच्या वागण्यावर जॅकनं कधीही शेरे मारलेले नव्हते; पण त्याला त्याचं वागणं पसंतही नव्हतं.

''तुझे आणि शॉनचे संबंध कसे आहेत?''

जॅकनं खांदे उडवले, ''मी तुला सांगितलं त्याप्रमाणे मी न्यू यॉर्कमध्ये आल्यापासून त्याला फक्त दोनदा भेटलो होतो. त्यानंच मला दोन्ही वेळा त्याच्या घरी जेवणासाठी बोलावलं होतं. मी त्यालाही बोलवायला हवं होतं; पण अलीकडे मी काहीसा अलिप्त झालो आहे.''

''तू फोनवर त्याबद्दल बोलणं टाळलं होतंस. तू आत्ता सांगशील का?''

''नाही. परत कधीतरी सांगेन,'' जॅक पुन्हा एकदा त्याच्या कुटुंबाबद्दल बोलणं टाळत म्हणाला, ''बरं, मी तुला कशी मदत करायची आहे ते सांग. मला वाटतं की, तुला ती तळघरात जी पेटी आहे, त्या संदर्भात काहीतरी मदत हवी असावी.''

जेम्सनं एक दीर्घ श्वास घेतला, ''अर्थात, तू जे म्हणतो आहेस ते योग्यच आहे. मला त्या पेटीच्या संबंधातच मदत हवी आहे. त्या ऑसुअरीत खरंच जीझसच्या आईचे अवशेष आहेत यावर काही प्रमाणात लोकांचा, मग अगदी अल्पकाळासाठी का असेना, विश्वास बसला तर काय होईल, असं तुला वाटतं?''

''खूप जणांची फार निराशा होईल.''

''हे उत्तर तर मला अपेक्षित होतं, त्यापेक्षा फारच चतुराईचं आहे.''

''पण मी सध्या जेवढा तिरकस बोलतो त्यापेक्षा फारच कमी तिरकस.''

''असं होण्याचा मी कार्डिनल असण्याशी काही संबंध आहे का?''

''अर्थातच.''

''तुला असं वाटावं याबद्दल खेद होतोय. जुन्या मित्रांमध्ये असं काही वाटायला नको.''

''कदाचित अशा भेटी वारंवार होत राहिल्या तर तसं होणार नाही,'' जॅक म्हणाला, ''ते राहू दे. तूच अशा परिस्थितीत काय होईल हे का सांगत नाहीस?''

"चर्चसाठी हे एक महाभयंकर संकट ठरेल. सध्याच्या स्थितीत तर चर्च ते सहन करूच शकणार नाही. धर्मगुरूंचं लैंगिक गैरव्यवहाराचं प्रकरण[1] उद्‌भवल्यापासून झालेली चर्चची हानी अजून भरून आलेली नाही. ज्यांना त्यात भोगावं लागलं त्यांच्यासाठी आणि चर्चसाठी ही एक फार वाईट घटना होती. या बाबतीतही चर्चचं नुकसानच होईल. पोप पायस बारावे[2] यांनी १९५० मध्ये आपण अधिकारावर असतानाचा खास अधिकार म्हणजे एक्स कॅथीड्रा[3] हा अधिकार वापरून व्हर्जिन मेरीच्या बाबतीत घोषणा केली आहे. या घोषणेला मुनिफिसेंटी सिमस डीयूस असं म्हणतात. या घोषणेनुसार पोपनी असं जाहीर केलं की, मृत्यूनंतर देवकृपा झालेली मदर मेरी सदेह देवाकडे गेली. ही घोषणा झाल्यानंतर आता त्या ऑसुअरीत मदर मेरीच्या अस्थी आहेत हे शॉनचं म्हणणं कसं काय मान्य होणार? त्याचं म्हणणं खरं ठरणं हा चर्चच्या अधिकाराचा अत्यंत गंभीर स्वरूपाचा अधिक्षेप ठरेल. हे संकट फार भयंकर ठरेल."

"मी तुझं हे म्हणणं मान्य करतो," जॅक म्हणाला. जेम्सचा चेहरा जास्तच लाल होत असल्याचं त्याला जाणवलं.

"मी अतिशय गंभीरपणानं बोलतोय," जेम्स किंचित रोषानं म्हणाला. जॅकला त्याचा मुद्दा कळलेला नाही असं त्याला वाटलं, "पोप हे सेंट पीटरचे थेट वारसदार असल्यानं ते जेव्हा एक्स कॅथीड्रा या अधिकाराचा वापर करून बोलतात, तेव्हा त्यांच्या तोंडून दैवी शक्तीचीच इच्छा प्रकट होत असते असं मानलं जातं. नैतिकतेच्या बाबतीत प्रत्यक्ष दैवी शक्तीचाच चर्चमध्ये वास असतो, अशी श्रद्धा आहे."

"ठीक आहे... ठीक आहे," जॅक माघार घेत म्हणाला, "मेरी सदेह या पृथ्वीतलावरून स्वर्गात गेली असं फर्मान चर्चनं जारी केलेलं असताना शॉननं ते तसं नाही असं सिद्ध केलं तर मोठंच वादळ उठेल, हे माझ्या लक्षात आलं."

"जे लोक जीझसइतकंच मेरीला पूजनीय मानतात, त्यांच्यावर तर हा फार मोठा आघात ठरेल. चर्चवर श्रद्धा असणाऱ्यांच्या दृष्टीनं तिचं स्थान काय आहे

---

१. रोमन कॅथॉलिक चर्चमधील धर्मगुरूंनी लहान मुलांचा लैंगिक छळ केल्याच्या अनेक तक्रारी दीर्घ काळ झाल्या आहेत. अशी अनेक प्रकरणं उघडकीस आली आहेत. अलीकडेच अमेरिकेत प्रथमच दोन धर्मगुरूंना शिक्षा झाली आहे.

२. पोप पायस बारावे (१८७६-१९५८) यांचा जन्म इटलीत झाला होता. सन १९३९ ते १९५८ दरम्यान ते पोप पदावर होते. दुसऱ्या महायुद्धाच्या काळातील त्यांच्या भूमिकेमुळे ते वादग्रस्त मानले जातात.

३. एक्स कॅथीड्रा म्हणजे पोप धर्मपीठावरून जो निर्णय देतो तो अंतिम असून, त्याला पोपच्या दैवीपणाची पार्श्वभूमी असल्याचे मानले जाते.

याची तुला कल्पना नाही. शॉनचं काम झालं तर त्याची अवस्था काय होईल, याचा विचार करवत नाही.''

''तेदेखील माझ्या लक्षात आलं,'' जॅक म्हणाला. क्रोधानं जेम्सचा ताबा घ्यायला सुरुवात झाल्याचं त्याला जाणवत होतं.

''मी हे घडू देणार नाही!'' जेम्सनं एकदम एवढ्या जोरात टेबलावर मूठ आपटली की, टेबलावरच्या प्लेटचा खणखणाट झाला, ''मी हे घडू देणार नाही! चर्चसाठीच नाही तर माझ्या स्वतःसाठीही!''

जॅकच्या भुवया उंचावल्या. अचानक त्याला त्याचा हा मित्र कॉलेजात कसा होता हे आठवलं. जेम्स सौम्यपणानं तळघरात ठेवलेल्या त्या ऑसुअरीबद्दल काळजी व्यक्त करत होता, त्यामागे त्याला फक्त चर्चची चिंता नव्हती, हे त्याच्या लक्षात आलं. जेम्स हा कुशल राजकारणी होता. जॅकला जरी जेम्स निवडून येणार नाही असं वाटलं होतं तरीही जेम्स कॉलेजात अध्यक्षपदासाठी उभा राहिला होता. इतरांच्या मनातल्या चिंता, त्यांच्या गरजा आणि त्यांना काय हवं असतं हे जेम्सला नेमकं कळत होतं. शिवाय इतरांची स्तुती करण्याची त्याची लकब होतीच; त्यामुळे तो सगळ्यांनाच आवडत असे. म्हणूनच शॉन आणि जॅकला खात्री वाटत नसली तरी जेम्स निवडून आला होता. या अशा गुणांमुळेच जेम्स कार्डिनल एवढ्या उच्च पदावर जाऊ शकला असणार याबद्दल जॅकच्या मनात जरादेखील शंका नव्हती.

''आणखी एक अडचण आहेच,'' जेम्स पुढे म्हणाला, ''त्या हुशार शॉननं अगदी माझ्या गोट्याच धरल्या आहेत.''

कोणीतरी जणू एकदम थप्पड मारल्याप्रमाणे जॅकनं चमकून त्याच्याकडे बघितलं. रोमन कॅथॉलिक चर्चमधल्या एका कार्डिनलच्या तोंडून ही भाषा निघणं अनपेक्षित होतं. त्यानं कॉलेजात अनेकदा ही भाषा ऐकली होती; पण ती तेव्हाची गोष्ट होती.

जॅकची प्रतिक्रिया पाहून जेम्सनं एकदम स्वतःला सावरून घेतलं. ''ओह!... माफ कर!'' मग मुद्दामच त्यानं जॅकनं वापरलेले 'माझ्या फ्रेंचबद्दल माफ कर' हे शब्द वापरले.

जॅक हसला. आपण आपल्या मित्राच्या बाह्य अवतारावरून त्याला ओळखण्याची चूक केली आहे, हे त्याच्या लक्षात आलं. जेम्स पूर्वी होता तसाच आहे हे समजल्यावर तो गमतीच्या स्वरात म्हणाला, *''तुशे!''*

''मी जरा निराळ्या शब्दांत सांगतो,'' जेम्स पुढे सांगू लागला, ''शॉननं व्हॅटिकनहून ही ऑसुअरी माझ्या नावानं पाठवल्यामुळे त्यानं कस्टममध्ये होणारी तपासणी टाळली हे खरंच. हे करताना त्यानं माझ्या स्वभावाचा नेमका फायदा

उठवला. मला वाढदिवसाची भेट पाठवली आहे अशी माझी समजूत होणार हे त्याला पक्कं माहीत होतं. तसंच झालं. ही ऑसुअरी असलेलं खोकं मी सही करून स्वीकारलं. हे करण्यामुळे मी त्याच्या कृत्यात सहभागी झालो, हे तुझ्या लक्षात आलंच असेल. मी जर हे खोकं घेतलं नसतं, तर ते परत व्हॅटिकनला गेलं असतं; पण मी तसं केलं नाही. आता त्यामुळे जो काही हल्लागुल्ला होईल त्यात मी गोवला गेलो आहे. मीच त्याला मुळात सेंट पीटरच्या थडग्यापाशी जायची परवानगी मिळवून दिली होती. हे सगळं बघता, मी या प्रकरणात आता पार गळ्यापर्यंत बुडालोय हे नक्की.''

"पण तू सरळ प्रसिद्धिमाध्यमांना बोलावून त्यांना सगळं सांगून का टाकत नाहीस? मी कशासाठी सही केली, हे मला माहीत नव्हतं असं सांग.''

"पण जे नुकसान व्हायचं ते होणारच. मी त्यात सामील आहे असंच लोकांना वाटणार. शिवाय शॉनही प्रसिद्धिमाध्यमांकडे जाऊ शकतो. मी आणि चर्च एका विलक्षण शोधापासून परावृत्त करून शॉनला मागे खेचतो, असा आरोप तो करेल. लोकांना या सगळ्यात आम्ही केलेल्या कटाचा वास येईल. आम्ही ती वस्तू उजेडात येऊ नये म्हणून प्रयत्न करतोय असं समजताच ती वस्तू अस्सल असणार याची त्यांना खात्रीच वाटेल. नाही... मी तसं करू शकत नाही! शॉनला जे काही करायचं आहे ते करू देणं मला भाग आहे. जर त्यात काही दस्तऐवज आणि हाडं असतील तर त्याला काम पुरं करायला तीन महिने लागतील असं त्याचं म्हणणं आहे. जर काही दस्तऐवज नसतील तर काम एका महिन्यात होईल, अशी अपेक्षा आहे. मुळात त्यात हाडं नसावीत अशीच मला आशा वाटते. तसं झालं तर सगळंच फार सोपं होऊन जाईल.''

"सर्वसाधारणपणे ऑसुअरीमध्ये दस्तऐवज सापडतात का?'' जॅकनं विचारलं. त्याचा या विषयातला रस वाढत चालला होता.

"सहसा नसतात; पण या ऑसुअरीची गोष्ट निराळी आहे. सॅटर्निअसनं बासिलिडेसला लिहिलेल्या पत्रानुसार या ऑसुअरीत हाडांबरोबर सायमन मॅगसच्या गॉस्पेलची एकमेव प्रत ठेवलेली आहे.''

"तू सायमनबद्दल जे काही सांगितलंस ते बघता, हे सगळं जास्तच रंजक होत चाललंय. चांगल्या लोकांपेक्षा वाईट लोकच जास्त रंगतदार असतात.''

"मी हे मान्य करणार नाही.''

"ठीक आहे; पण आता तू काय करायचं ठरवलं आहेस? आणि त्यात माझी भूमिका काय असेल?''

"सगळं काम पूर्ण होईपर्यंत साना आणि शॉनला ऑसुअरीची माहिती गुप्त राखायची आहे. मी एक सांगायचं विसरलो की, सानाला हाडांमधून काही डीएनए

मिळतात का ते बघायचं आहे.''

''मला वाटतं, ते शक्य आहे. यापेक्षाही खूप आधीच्या काळातला एक माणूस बर्फात गाडल्या गेलेल्या अवस्थेत मिळाला होता. १९९१ मध्ये मिळालेल्या या आल्पस माणसामधून जीवशास्त्रज्ञांना डीएनए मिळाले होते. हा माणूस किमान पाच हजार वर्षं जुना असल्याचं निश्चित झालं होतं.''

''ठीक आहे. ते दोघं जिथं काम करतात, त्या ठिकाणी ऑसुअरीबद्दल काही कळू नये म्हणून त्यांना दुसरीकडे कुठंतरी काम करण्याची गरज आहे. मलाही ते पटलं. मी मुख्य वैद्यकीय तपासनिसांच्या डीएनए प्रयोगशाळेच्या भव्य उद्घाटन समारंभासाठी मेयरबरोबर आलो होतो. तेव्हा माझ्या डोक्यात ही कल्पना आली की, या प्रयोगशाळेचा वापर करता येईल. तसं करता येईल का? तू तशी व्यवस्था करू शकशील का?''

जॅक विचार करू लागला. या प्रयोगशाळेची इमारत प्रत्यक्ष गरज आहे त्यापेक्षा जास्त प्रशस्त बांधण्यात आली होती. फार कमी वेळा शहराचं नियोजन करणाऱ्यांना अशी भविष्यात बघण्याची दृष्टी असते. ही इमारत खरोखरच फार छान झाली होती. पूर्वीही चीफ बिंगहॅमनं विद्यापीठाच्या आणि हॉस्पिटलच्या प्रकल्पांना मदत केली होती. तेव्हा या वेळेसही काही अडचण येणार नाही, असा विचार त्याच्या मनात आला. ''मला वाटतं की, हे शक्य आहे. मी ऑफिसमध्ये परत जाताच चीफशी बोलतो; पण तुला मी एवढंच करायला हवं आहे का?''

''शॉन आणि सानानं त्यांचं संशोधन प्रसिद्ध करू नये म्हणून त्यांचं मन वळवावं यासाठी तू प्रयत्न करावेस अशी माझी अपेक्षा आहे. हे काम प्रसिद्ध केलं तर किती प्रचंड नुकसान होईल हे त्यांना पटवून देऊन त्यांच्या सदसद्विवेकबुद्धीला तू जागृत करावंस. शॉन थोडासा आत्मकेंद्रित असला तरी मुळात तो चांगला आहे हे मला माहीत आहे.''

जॅकनं नकारार्थी मान हलवली, ''मला शॉनचा जो स्वभाव माहीत आहे त्यानुसार त्याला कायमच प्रसिद्धी आणि पैसा मिळवण्याची आकांक्षा होती. त्याचा तोच स्वभाव आजही कायम असेल. हे काम फार कठीण आहे, हे नक्की. ऑसुअरीची ही स्टोरी एवढी जबरदस्त आहे की, नेहमीच्या रुक्ष अशा पुरातत्त्वीय संशोधक मासिकांमधून तो एकदम न्यूजवीक, टाइम आणि पीपल अशांच्या मुखपृष्ठावर झगमगू लागेल.''

''त्याचं मन वळवणं अवघड आहे, हे मलाही समजतं; पण ते करायला हवं. आपण ते करायलाच हवं.''

शॉनचं मन वळवता येणार नाही असं जॅकला वाटत होतं; पण सानाची त्याला कल्पना करता येत नव्हती.

"अजून एक गोष्ट आहे," जेम्स पुढे म्हणाला, "तू मदत करायला तयार असलास किंवा नसलास तरी हे सगळं तू संपूर्णपणे गुप्त राखावंस, अशी माझी इच्छा आहे. आत्तापर्यंत फक्त शॉन, साना, मी आणि आता तू याखेरीज आणखी कोणालाही या ऑसुअरीबद्दल माहीत नाही. हे असंच राहणं गरजेचं आहे. तू हे गुपित राखशील ना?"

"अर्थातच." जॅक म्हणाला; पण आपण ही जबरदस्त स्टोरी लॉरीपासून कशी लपवून ठेवणार, हे त्याला समजत नव्हतं.

"ओह डिअर गॉड..." जेम्स घड्याळाकडे नजर टाकत म्हणाला, "मला ताबडतोब ग्रेसी मॅन्शनकडे जायलाच हवं."

दोघं उठून उभे राहिले. जेम्सनं क्षणभर जॅकला मिठीत घेतलं. आपला मित्र किती लठ्ठ झाला आहे, हे त्याला जाणवलं. त्याच्या श्वासाचाही जड असा आवाज येत होता. योग्य वेळ येताच त्याला त्याबद्दल खडसावून सांगायचं, असा विचार जॅकनं केला.

"एकूण तू या दुर्दैवी संकटाच्या वेळी मदत करायला तयार आहेस तर!" जेम्स डोक्यावर टोपी ठेवत म्हणाला.

"अर्थातच; पण मला माझ्या बायकोला सांगायची परवानगी आहे का? ती कोणालाही काही सांगणाऱ्यातली नाही."

जाता जाता जेम्स एकदम थांबला, "अजिबात नाही," त्यानं जॅककडे रोखून बघितलं. "मी तुझ्या बायकोला ओळखत नाही... म्हणजे तिला भेटायची इच्छा आहे; पण नाहीच. तुझा जसा तुझ्या बायकोवर गाढ विश्वास आहे तसाच तो तिच्या एखाद्या मैत्रिणीवर असू शकतो. तेव्हा तू याचा वास तुझ्या बायकोलाही लागू देणार नाहीस, हे मला हवं आहे. तू मला तसं वचन देशील का?"

"मी तसं वचन देतो," जॅक घाईनं म्हणाला. जेम्सनं रोखून पाहिल्यानं तो अस्वस्थ झाला होता.

"उत्तम," जेम्स सौम्यपणानं म्हणाला आणि मग वळून तो जाऊ लागला. त्याच क्षणी जणू काही जादू व्हावी त्याप्रमाणे फादर मॅलोने तिथं आलेला दिसला. त्यानं जेम्सच्या हातात त्याचा कोट आणि फोन आलेल्यांच्या चिठ्ठ्या ठेवल्या. आपलं जाकीट जेम्सच्या अभ्यासिकेत आहे, असं जॅकनं सांगताच फादर मॅलोने काहीही न बोलता तिथून अदृश्य झाला.

"तू मला लवकरच कळवशील ना?"

"मी परत गेलो की, लगेचच चीफशी बोलतो."

"झकास!" जेम्सनं जॅकला त्याचं कार्ड दिलं, "यावर माझा खासगी मोबाइल नंबर आणि इथला फोन नंबर आहे. डॉ. बिंगहॅमशी बोलणं झालं की, मला लगेच

फोन कर किंवा ई-मेल पाठव. जर गरज पडली तर मी थेट त्याच्याशी बोलू शकतो,'' असं म्हणत जेम्सनं जॅकचा दंड धरून किंचित दाबला. जॅकला त्या वेळी जेम्सच्या मनातली अस्वस्थता स्पष्ट जाणवली.

फादर मॅलोने जॅकचं जाकीट घेऊन आला. जॅकनं धन्यवाद देताच त्यानं झुकून अभिवादन केलं. लगेचच दोघं बाहेर आले. दरवाजासमोर चकचकीत काळी लिमोझीन उभी होती. ड्रायव्हरनं मागचं दार उघडून धरलं होतं. आर्चबिशप आत बसताच दार बंद झालं आणि क्षणार्धात गाडी वळून रहदारीत मिसळून गेली.

आर्चबिशप म्हणून कोणतीही इच्छा पूर्ण करण्यासाठी सज्ज असणाऱ्या मदतनिसांचा ताफा असल्यानं जेम्सचं आयुष्य किती सुखाचं असेल, असा विचार जॅकच्या मनात आला; पण लगेचच त्याच्या लक्षात आलं की, आपण फक्त एकाच बाबतीत एवढे झगडत असताना लक्षावधी लोकांच्या भावनिक आणि आध्यात्मिक गरजांचं ओझं डोक्यावर घेणं किती कठीण काम आहे.

बघत बघता दिसेनाशा झालेल्या लिमोझिनकडे काही क्षण बघत राहिल्यावर जॅक त्याच्या सायकलकडे वळला.

सतरा

दुपारी १.३६, शुक्रवार, ५ डिसेंबर, २००८
न्यू यॉर्क शहर

जॅक पावसाचा अंदाज घेत वेगानं सायकल चालवत निघाला. तो जवळ जवळ इमारतीच्या आत शिरणार एवढ्यात जोराची सर आली आणि जॅक चिंब भिजला.

जॅकनं आपलं भिजलेलं जाकीट ऑफिसात जाऊन टांगलं आणि तो लगेचच पहिल्या मजल्यावर येऊन मिसेस सानफोर्डच्या टेबलासमोर शिक्षा देण्यासाठी उभ्या केलेल्या पोराप्रमाणे उभा राहिला. कोणी अगोदर न ठरवता बिंगहॅमला भेटण्यासाठी आलं, तर ती बहुतेक वेळा त्यांच्याकडे दुर्लक्ष करून आपण खूप कामात असल्याचा आव आणत असे. ती मान वर करूनही बघत नसे. आपलं महत्त्व इतरांवर ठसवण्याची तिची ही पद्धत होती. जॅकला ते समजत होतं, कारण जणू नोहाच्या वेळच्या पुरापासून ती बिंगहॅमचं ऑफिस सांभाळत होती. तिच्याशी झगडा करण्यानं काहीही साध्य होणार नव्हतं. तिला वाटेपर्यंत ती बिंगहॅमला कोणी भेटायला आलं आहे, हे सांगण्याचीही शक्यता नव्हती.

काही मिनिटं उलटल्यावर तिनं मान वर करून जॅककडे बघितलं आणि खोटं खोटं हसत प्रश्नार्थक चेहरा केला.

"मला चीफला भेटायचं आहे," जॅक साधेपणानं म्हणाला. तिच्या चेहऱ्याकडे पाहून जॅक जरादेखील फसला नव्हता.

"कशाबद्दल?"

"ते खासगी आहे," जॅक किंचित समाधानानं म्हणाला. आपण तिच्यामुळे दबून गेलेलो नाही हे त्याला स्वतःलाच दाखवायचं होतं, "चीफ आहे का?"

"आहे; पण एका फोनवर बोलणं चालू आहे आणि आणखी एक फोन व्हायचा

आहे,'' मिसेस सानफोर्ड विजयी स्वरात म्हणाली.

तिनं फोनकडे नजर टाकली. त्यावरचा दिवा चमकत होता, ''तू आल्याचं मी चीफला सांगते.''

''मी हे एवढंच सांगू शकतो,'' जॅक म्हणाला आणि मिसेस सानफोर्डच्या समोर बाकावर बसला. त्याला आपण शाळेत असताना मुख्याध्यापकांच्या खोलीसमोर बसत असल्याची आठवण झाली. वर्गात सतत बडबड केली म्हणून त्याला अनेकदा तसं करावं लागायचं.

वाट बघत बसलेला असताना जॅक काही वेळापूर्वी अनपेक्षितपणे झालेल्या प्रसंगाचा विचार करू लागला. त्यालाही ऑसुअरीत हाडं आणि काही दस्तऐवज आहेत की काय याबद्दल कुतूहल वाटू लागलं होतं. तसं असेल तर हे सगळं प्रकरण कुठवर जाईल याचा विचार त्याच्या मनात आला. जेम्सला असं वाटत होतं की, आपण त्यानं शोधाला प्रसिद्धी न देण्याबद्दल शॉनचं मन वळवावं; त्यात फार यश मिळण्याची शक्यता नव्हती; पण शॉनचे आई-वडील कॅथॉलिक असल्यानं बालपणी तो त्या वातावरणातच वाढला होता. ते दोघंही चर्चसाठी समाजसेवा करत असत. त्यांनी शॉननं धर्माच्या सेवेत जावं म्हणून प्रयत्नही करून पाहिला होता. जरी शॉन सध्या कॅथॉलिक म्हणून काहीही करत नसला तरी त्याला चर्च आणि धर्म यांचं उत्तम ज्ञान होतं; त्यामुळे आपल्या शोधाला प्रसिद्धी मिळण्यानं चर्चवर मोठा आघात होईल, हे त्याला समजणं ही अवघड गोष्ट नव्हती. धर्माच्या बाबतीत त्याला जॅकपेक्षा कितीतरी जास्त माहिती होती; परंतु हे सगळं असूनही अखेर काय होईल, याबद्दल जॅकच्या मनात शंका होती.

''डॉ. बिंगहॅम भेटीच्या प्रतीक्षेत आहेत,'' मिसेस सानफोर्ड एकदम म्हणाल्यानं जॅक विचारांच्या चक्रातून बाहेर आला.

''तू रजेवर जाण्यासंबंधी विचार बदललास की काय?'' जॅक आत शिरताच बिंगहॅम एकदम म्हणाला. तो त्याच्या चशम्यावरून जॅककडे बघत होता. त्यानं जॅकला तोंडातून शब्द काढायची संधी दिली नाही. ''तसं असेल तर उत्तर होय आहे. रजा मिळाली असं समज आणि जाऊन तुझ्या मुलाची काळजी घे! तू मला त्याच्याबद्दल सांगितल्यापासून मला त्याच्याबद्दल चिंता लागून राहिली आहे.''

''सहानुभूती व्यक्त केल्याबद्दल आभार; पण तो लॉरीच्या अत्यंत जबाबदार हातांमध्ये सुरक्षित आहे. मी तशी खात्री देतो. तिच्या तुलनेत मी म्हणजे कोण्या झाडाचा पाला.''

''माझा यावर विश्वास बसत नाही खरा; पण ठीक आहे. मी ते खरं मानतो.''

''तुम्ही कामात आहात हे मला माहीत आहे; पण आर्च बिशपनं एक विनंती केली आहे.''

बिंगहॅम एकदम धक्का बसल्याप्रमाणे खुर्चीत ताठ बसला, "तू खरंच त्याच्याबरोबर लंचसाठी गेला होतास?"

"होय. खरंच. का जाऊ नये? माझी आणि त्याची फार जुनी ओळख आहे; त्यामुळे मला त्यात काहीही विशेष वाटत नाही."

"का जाऊ नये?" बिंगहॅमनं जॅकच्या वाक्याची पुनरावृत्ती केली, "तो माणूस या शहरातल्या अत्यंत वजनदार आणि महत्त्वाच्या व्यक्तींमधला एक आहे. त्यानं तुला जेवणासाठी का बोलवावं? त्याचा तुझ्या मुलाशी काही संबंध आहे का?"

"अजिबात नाही."

"मग कशासाठी? मी असं विचारू शकतो का? खरंतर माझा असं विचारण्याचा अधिकार नाही."

"जरूर. विचारायला हरकत नाही. आम्ही तसे जुने मित्र आहोत. आम्ही कॉलेजात एकत्र होतो आणि खूप जवळचे मित्र होतो. आमचा आणखीही एक मित्र होता. तोसुद्धा याच शहरात राहतो."

"हे विलक्षणच आहे," बिंगहॅम म्हणाला. राजकारणी वृत्तीचा असल्यानं तो जॅकच्या आणि आर्चबिशपच्या जवळिकीचा काही फायदा घेता येईल का याचा विचार करू लागला होता. "तू आणि हिज इमिनन्स वारंवार भेटता का?"

जॅक हसला, "जर दर एकतीस वर्षांनी भेटणं याला वारंवार असं म्हणायचं असेल, तर माझी त्याला हरकत नाही."

"ओह... असं आहे तर," बिंगहॅमची किंचित निराशा झाली होती.

"बरं. त्यानं काहीतरी विनंती केली आहे हे खरं आहे ना? काय विनंती आहे?"

"त्यानं आपल्या डीएनए इमारतीतील प्रयोगशाळेत थोडी जागा मिळेल का, असं नम्रपणानं विचारलं आहे."

"या देशातल्या सर्वांत ताकदवान धर्मगुरूकडून करण्यात आलेली ही विनंती सर्वस्वी अनपेक्षित आहे."

"खरंतर जागा त्याला नाही, आमच्या दोघांचा मित्र असणाऱ्याला हवी आहे; पण जर जागा दिली तर ती प्रत्यक्ष आर्चबिशपलाच दिली आहे, असं तो मानेल."

"आपल्याकडे भरपूर जागा आहे, तेव्हा आर्चबिशपला मदतीचा हात पुढे करण्यात मला तरी काही चुकीचं वाटत नाही; पण हा मित्र कोण आहे. तो सक्षम शास्त्रज्ञ आहे ना? अगदी प्रत्यक्ष आर्चबिशपशी ओळख आहे एवढ्यासाठी आपण कोणाही अशातशा माणसाला प्रयोगशाळा वापरू देणार नाही."

"मला तो स्वतः प्रयोगशाळेत काम करायला सक्षम आहे की नाही हे सांगता येणार नाही; पण त्याची बायको कोलंबिया विद्यापीठात काम करणारी डीएनए तज्ज्ञ आहे."

"हे पुरेसं आहे; पण ते आपल्या प्रयोगशाळेत नेमकं काय करणार आहेत हेदेखील मला कळणं आवश्यक आहे. त्यांना किती काळ जागा वापरायची आहे?"

"आर्चबिशपच्या मते दोन महिने."

"आणि ते नेमकं काय करणार आहेत?"

"त्या आमच्या मित्राचं नाव शॉन डॉट्री आहे. तो पूर्वेकडील पुरातत्त्व आणि बायबलच्या अभ्यासातला पीएच.डी. आहे. त्याला एक वस्तू मिळाली आहे. त्याला ऑसुअरी म्हणतात. ऑसुअरी म्हणजे काय ते माहीत आहे का?"

"अर्थातच. मला माहीत आहे." बिंगहॅम फटकारत म्हणाला.

"मला माहीत नव्हतं... ही ऑसुअरी सीलबंद अवस्थेत असणं वैशिष्ट्यपूर्ण आहे. म्हणूनच त्यांना त्यातून प्राचीन डीएनए मिळतात का ते बघायचं आहे. हे सगळं काम गुप्तपणे करण्यासाठी त्यांना आपल्या प्रयोगशाळेची गरज आहे. ऑसुअरीत हाडांबरोबर काही दस्तऐवज मिळण्याची शक्यता त्यांना वाटते."

"मी कधी असं काही ऐकलेलं नाही."

"मला जे सांगण्यात आलं तेच मी सांगतोय."

"ठीक आहे," बिंगहॅम म्हणाला, "आर्चबिशपनं विनंती केली म्हणून मी परवानगी देतो; पण डीएनए विभागाची प्रमुख नायोमी ग्रॉसमन हिनं काही आक्षेप घेतला नाही तर."

"हे योग्यच आहे," जॅक म्हणाला, "मी माझ्या मित्रांच्या वतीनं आभार मानतो," असं म्हणून जॅक दरवाजाकडे निघाला; पण बिंगहॅमनं त्याला थांबवलं.

"त्या गोळी झाडून झालेल्या आत्महत्येच्या केसचं काय झालं?"

"ती केस नक्कीच खुनाची आहे. त्या मृत व्यक्तीनं स्वतःवर गोळी झाडून घेतली असण्याची सुतराम शक्यता नाही."

"उत्तम," बिंगहॅम म्हणाला, "सगळी माहिती ताबडतोब माझ्या टेबलावर येऊ दे."

जॅक पुन्हा निघण्यासाठी म्हणून दाराकडे वळला; पण तिथंच थांबला. तो बिंगहॅमकडे वळून बघत म्हणाला, "चीफ, मी एक खासगी प्रश्न विचारू शकतो का?"

मान वर न करता बिंगहॅम म्हणाला, "लवकर काय ते विचार."

"चीफ, तुम्ही किरोप्रॅक्टरकडे जाता का?"

"होय; पण मला त्याबद्दल काहीही ऐकून घ्यायचं नाही. अगोदरच मी भरपूर ऐकलंय. समजलं?"

"समजलं." असं म्हणून बिंगहॅमच्या ऑफिसमधून जॅक बाहेर पडला. बिंगहॅमनं अखेरीस जे निक्षून सांगितलं त्यामुळे आपली पर्यायी उपचार पद्धतीविरोधी मोहीम

संपल्यातच जमा आहे, हे जॅकच्या लक्षात आलं. त्याला बिंगहॅमकडून कसलाही पाठिंबा मिळणार नव्हता; पण आता जॅकचं मन गुंतून राहण्यासाठी आणखी एक गोष्ट समोर आली होती. तो आर्चबिशपच्या प्रस्तावाबद्दल विचार करू लागला. डीएनए प्रयोगशाळेची प्रमुख ग्रॅसमननं हा प्रस्ताव मान्य न करण्याचं काहीच कारण नव्हतं. कारण अगोदरच तिनं बाहेरच्या तीन प्रकल्पांना जागा दिली होती.

ताबडतोब नायोमी ग्रॅसमनला भेटून जागा मिळण्याचं पक्क करावं, या उद्देशानं जॅकनं बाहेर पडण्यासाठी जाकीट उचललं. छत्री घेऊन तो बाहेर आला; पण विचारांच्या तंद्रीत जात असल्यानं लिफ्टमधून बाहेर पडत असणाऱ्या चेट मॅकगव्हर्नरला तो धडकला.

''ए... जॅक... एवढी काय घाई आहे?'' चेटनं विचारलं. त्याच्या हातात असणारा ट्रे जवळ जवळ पडता पडता त्यानं सावरला होता.

''मी तुला हेच विचारू शकतो.''

''मी जाता जाता तुला भेटून जावं म्हणूनच निघालो होतो. मणक्यातील रक्तवाहिन्या फाटण्यासंबंधीच्या केसबद्दल तू विचारलं होतंस ना? मला काही जुन्या केसचे क्रमांक मिळाले आहेत.''

''त्या बाबतीत जरा थांब. माझा त्या विषयातला रस जरा कमी झालाय.''

''हे कसं काय झालं?''

''तू पूर्वी जेव्हा त्याबद्दल काही प्रयत्न केले होतेस तेव्हा तुला जसा प्रतिसाद मिळाला होता तसंच काहीसं झालंय, असं म्हणता येईल. लोकांचा पर्यायी उपचार पद्धतीला मिळणारा प्रतिसाद जवळ जवळ धार्मिक स्वरूपाचा आहे, असं मला वाटू लागलंय. लोकांना त्या उपचारांबद्दल विश्वास वाटतो, कारण त्यांची तशी श्रद्धा आहे; त्यामुळे अशा उपचारपद्धती निरुपयोगी असतात किंवा त्यांच्यामुळे हानी होते याबद्दल कोणताही पुरावा दिला तरी ते तो मान्यच करत नाहीत.''

''ठीक आहे. तू म्हणशील तसं; पण जर तुझं मत बदललं तर मला सांग.''

''धन्यवाद, मित्रा.'' असं म्हणून जॅक लिफ्टमध्ये शिरला.

तो बाहेर पडला तेव्हा बाहेर पाऊस पडत होता. हातात एक साधी छत्री असल्यानं तो डीएनए इमारतीत शिरला तोपर्यंत जवळ जवळ मांड्यांपर्यंत भिजला होता. नायोमी ग्रॅसमनचं ऑफिस खूप वरच्या मजल्यावर होतं. जॅक तिच्या सेक्रेटरीच्या दिशेनं जात असताना आपण तिला अगोदर फोन करायला हवा होता की काय, असा विचार जॅकच्या मनात आला. नायोमी मुख्य तपासनिसांच्या ऑफिसातल्या सर्वांत मोठ्या विभागाची प्रमुख होती. गुन्हेगारांना शासन करण्यासाठी कायद्याला मदत करण्यात डीएनए विज्ञानाची भूमिका सतत वाढती असल्यानं, या विभागात प्रचंड काम चालत असे.

“डॉ. ग्रॉसमन आहेत का?” जॅकनं विचारलं.

“होय,” नायोमीच्या सेक्रेटरीनं सांगितलं, “आणि आपण...?”

“डॉ. जॅक स्टेपलटन.”

“तुम्हाला भेटून आनंद झाला,” नायोमीची सेक्रेटरी हात पुढे करत म्हणाली, “माझं नाव मेलनी स्टॅक.”

जॅकला ती मदत करणाऱ्या वृत्तीची वाटली. विशेषतः बिंगहॅमच्या ऑफिसमधल्या जुनाट सेक्रेटरींच्या पार्श्वभूमीवर ही तरुण सेक्रेटरी बघून प्रसन्न वाटत होतं. तिनं पोशाखही तरुणीला साजेसा असा नव्या पद्धतीचा केला होता आणि तिच्या चेहऱ्यावर उत्साह दिसत होता. जॅकला ती त्या इमारतीत काम करणाऱ्या सगळ्या तरुण आणि उत्साहानं भरलेल्या लोकांची प्रतिनिधी वाटली. आपण इथल्या आनंदी वातावरणात काम करत नाही म्हणून त्याला थोडं वाईटही वाटलं.

“मी डॉ. ग्रॉसमनना भेटून बघते,” असं म्हणून उठत, खुर्ची मागे सरकवून मेलनी आत गेली. जणू पापणी लवण्याच्या आत ती लगेच परतही आली.

“डॉ. ग्रॉसमन तुम्हाला भेटू शकतात.”

जॅक बाजूला असणाऱ्या ऑफिसच्या दारातून आत शिरला. आत गेल्यावर खिडक्यांमधून दिसणारं ईस्ट रिव्हरचं दृश्य पाहून जॅक चकित झाला. नायोमी ग्रॉसमन एका मोठ्या महोगनी लाकडाच्या टेबलापाशी बसलेली होती. गोल चेहऱ्याची आणि कुरळे केस असणारी नायोमी साधारण तीस-पस्तीस वर्षांची होती. तिचा चेहरा आनंदी असला तरी तिच्या चेहऱ्यावर प्रश्नार्थक भाव स्पष्ट दिसत होता.

“किती छान आश्चर्य आहे!” जॅक टेबलाकडे जात असताना नायोमीनं त्याचं स्वागत केलं, “आम्हाला हा मान का बरं मिळाला आहे?”

“मान मिळाला म्हणजे? मला तर तुमच्या या प्रयोगशाळेमुळे लोकांनी आनंदित झालं पाहिजे असं वाटतं.”

“हा आमचा बहुमानच आहे,” नायोमी म्हणाली, “आम्ही तुम्हा वैद्यकीय तपासनिसांना मदत करण्यासाठीच आहोत. म्हणूनच तुम्ही–”

“हे आपण फार ताणत न्यायला नको,” जॅक म्हणाला, “डीएनए विज्ञानात ज्या वेगानं प्रगती होते आहे ते बघता, आम्हीही एक दिवस तुमच्यासाठी काम करू लागू, असं मला वाटतंय; पण आज मला तुमच्याकडून थोडी मदत हवी आहे.”

“विचारा.”

जॅकनं बिंगहॅमला सांगितलं होतं त्याप्रमाणे नायोमीला भराभरा त्याला काय हवं आहे ते सांगितलं. त्यानं कामाचं स्वरूप सांगितलं; पण व्हर्जिन मेरीबद्दल अर्थातच तो काही बोलला नाही. “हे खरोखरच विलक्षण आहे,” जॅकचं बोलणं संपताच नायोमी म्हणाली, “बरं, त्या माणसाच्या बायकोचं नाव काय आहे?”

"साना डॉट्री."

"साना डॉट्री? मी तिचं नाव ऐकलेलं आहे. मायटोकॉन्ड्रियल डीएनएच्या क्षेत्रात ती चांगलंच नाव मिळवते आहे. तिनं इथं काम करायला माझी आनंदानं संमती आहे; पण हे लोक कोलंबिया विद्यापीठात का काम करत नाहीत. तिथल्या सुविधा आपल्या इथल्याएवढ्या आधुनिक नसतील अशी शक्यता आहे; पण तेवढ्या नक्कीच पुरेशा आहेत."

"खासगीपणा जपण्यासाठी. त्यांना बहुधा थोडा वेळ गुप्तता राखायची आहे. सगळं काम पूर्ण होईपर्यंत कोणाला काही कळू नये म्हणून. संशोधनाच्या क्षेत्रात काय चालतं ते माहीत असेलच."

"यापेक्षा अधिक सत्य कोणीही बोलेल असं वाटत नाही; पण मी त्यांना इथं काहीही बाहेर कळणार नाही याची खात्री देते. डॉ. बिंगहॅमशी बोलणं झालं का?"

"होय. मी आत्ताच बोलून आलोय. जर तुमच्या बाजूनं आक्षेप नसेल, तर त्याला हे मान्य आहे. न्यू यॉर्कच्या आर्कडिओसेसेला अशा प्रकारे आपल्या ऑफिसशी संबंध जोडण्याची ही संधी चांगली आहे, असंच त्याला वाटत असणार."

नायोमी हसू लागली. तिच्याकडे पाहून जॅकलाही हसू आलं.

"तो पक्का राजकारणी प्राणी असल्यानं मला त्याचं आश्चर्य वाटणार नाही; पण असं असलं तरी एक गोष्ट महत्त्वाची आहे. त्यानं मेहनत घेतली नसती, तर मी या जबरदस्त इमारतीत कधीच काम करू शकले नसते."

"तर मग प्रस्ताव मान्य आहे, असं समजायचं ना?"

"अर्थातच."

"त्यांना काम कधी सुरू करता येईल?" जॅकनं विचारलं, "मला एक गोष्ट कबूल करायलाच हवी की, ज्या क्षणी मी ऐकलं त्या क्षणापासून मला स्वतःला त्या ऑसुअरीत काय आहे याबद्दल प्रचंड उत्सुकता लागली आहे."

"तसं आहेच म्हणा. त्यांना कधीही काम सुरू करायला हरकत नाही. आमच्या इथं भरपूर मोकळी जागा आहे."

"उद्या चालेल का? म्हणजे प्रयोगशाळा वीकएन्डला उघडी असते का?"

"असते; पण अर्थातच इथं कर्मचारी फार कमी असतात. आमच्या इथं काही कामं अशी आहेत की, त्यांच्यावर रात्रंदिवस देखरेख करावी लागते. तेव्हा आम्ही चोवीस तास प्रयोगशाळा उघडी ठेवतो, हे नक्की."

"मी त्यांना हे कळवतो. त्यांना एवढ्या घाईनं काम सुरू करायचं आहे की नाही हे मी विचारून घेतो. कदाचित मीच जास्त उतावीळपणा दाखवत असण्याची शक्यता आहे; पण समजा, त्यांना उद्याच काम सुरू करायचं असलं तर ऑसुअरी आत कशी आणता येईल?"

"त्यांना हवं असेल तर पुढच्या दरवाज्यातून. ती किती मोठी आहे याची काही कल्पना आहे का?"

"मला नक्की माहीत नाही; पण साधारणपणे दोन फूट लांब आणि एक फूट रुंद. कदाचित एक फूट जाड असावी."

"पुढच्या दारातून आत आणायला काहीच अडचण नाही; पण त्यांना हवं असेल तर सव्विसाव्या रस्त्यावर सामान उतरवण्यासाठी जागा आहे. त्या जागेचा वापरही करता येईल; पण उद्या शनिवार असल्यानं अगोदरच व्यवस्था करावी लागेल."

"पुढच्या दारानं आणणंच ठीक होईल. अर्थात हे सगळं त्यांच्यावरच अवलंबून आहे. दरम्यान ते काम कुठं करणार आहेत, हे मला बघायला मिळेल का? म्हणजे मला त्यांना काम सुरू करण्यासाठी मदत करता येईल."

काही मिनिटांतच जॅक आणि नायोमी आठव्या मजल्यावर आले. हा मजला प्रयोगशाळांसाठी राखीव होता.

"या इमारतीत काम कसं चालतं?" जॅकनं विचारलं. तो पूर्वी एकदा इथं येऊन गेलेला असला तरी नेमकं काम कसं चालतं, हे जाणून घ्यायची उत्सुकता त्याला होतीच.

"नमुने पाचव्या मजल्यावर स्वीकारले जातात," नायोमी सांगू लागली, "मग नमुने एक एक मजल्यावर नेले जातात. प्रथम डीएनए काढण्यासाठी ते स्वच्छ केले जातात. मग नमुन्यांमधून अलग केलेले डीएनए सहाव्या मजल्यावर प्राथमिक कामासाठी नेले जातात. याला प्री-ॲम्प्लिफिकेशन म्हणतात. हे काम झालं की, मग नमुने सातव्या मजल्यावर जातात. तिथं पोस्ट-ॲम्प्लिफिकेशन आणि डीएनएची क्रमवारी ठरवण्याचं- म्हणजे ते कोणते आहेत हे ओळखण्याचं- काम केलं जातं."

"ही पद्धत कारखान्यात वापरली जाते तशी आहे."

"होय. तशी ती नसेल तर आम्ही आमच्याकडे येणाऱ्या नमुन्यांचं काम पूर्ण करूच शकणार नाही."

"आपण आता आठव्या मजल्यावर आलो आहोत. इथं काय काम होतं?" जॅकनं मोठ्या आकाराच्या काचेच्या खिडक्यांमधून दिसणाऱ्या दृश्याकडे बघत विचारलं. तिथून त्याला बेलेव्ह्यू हॉस्पिटल दिसत होतं.

"आठवा मजला निराळा आहे. इथल्या प्रयोगशाळा प्रामुख्यानं प्रशिक्षणासाठी राखीव आहेत; पण त्या बाजूला नदीच्या दिशेनं असणाऱ्या मात्र संशोधन प्रकल्पांसाठी आहेत. ही प्रयोगशाळा डॉट्री वापरू शकतात."

नायोमीनं किल्ली बाहेर काढून एका दाराचं कुलूप उघडलं आणि किल्ली जॅकच्या हातात दिली. मग दार उघडून तिनं त्याला आत नेलं. आतला भाग पांढऱ्या प्लॅस्टिकच्या लॅमिनेशननं सुशोभित केलेला होता. छतावर झगझगीत दिवे होते.

मध्यभागी एक मोठं टेबल होतं. कडेला कामाची टेबल्स होती आणि त्यांच्या वरच्या बाजूला कपाटं होती. दुसऱ्या बाजूला भिंतीपाशी अगदी छतापर्यंत जाणारे लॉकर होते. लॉकरच्या किल्ल्या जागच्या जागीच होत्या. एकूणच ही सगळी प्रयोगशाळा भविष्यकाळातली असावी, असं वाटत होतं.

"तुमचं काय मत झालं?" नायोमीनं विचारलं.

"उत्कृष्ट!" जॅक म्हणाला. बाहेरच्या डीएनएमुळे प्रदूषण होऊ नये म्हणून असणाऱ्या कॉरिडॉरमधल्या सोयी-सुविधांकडे त्याची नजर गेली. त्याच्या पलीकडे डीएनएच्या कामासाठी लागणारी सगळी अद्ययावत उपकरणं दिसत होती. ते सगळं बघून जॅक प्रभावित झाला.

"जर त्यांना हवं असेल तर इथंही लॉकर आहेत; पण त्यांना हे सांगा की, या इमारतीची सुरक्षा व्यवस्था चोख आहे. सुरक्षेवरून आठवलं. त्यांना फोटो असणारी ओळखपत्रं लागतील. मी आज सांगितलं तर उद्या त्यांना खालच्या मजल्यावरच्या ऑफिसातून ती तयार करून मिळतील; पण त्या आधी त्यांना एक प्रतिज्ञापत्र द्यावं लागेल. या ऑफिसची कोणत्याही तऱ्हेने जबाबदारी नसल्याचं प्रतिज्ञापत्र फक्त आवश्यक आहे. मी त्याच्या प्रती इथं ठेवीन. फक्त त्यांच्यावर सह्या होतील एवढं तुम्ही बघा."

"मी आनंदानं ते काम करून घेईन."

"ठीक आहे. तुम्हाला आणखी काही प्रश्न विचारायचे नसतील तर मग सगळं ठरलं."

"मला आणखी काही विचारायचं नाही," जॅक म्हणाला, "हे सगळं अगदी त्यांना हवं तसंच आहे. शॉन या इथं काम करू शकेल आणि सानासाठी आतली सगळी व्यवस्था आहेच. धन्यवाद! बरं, जर तुमचे काही परिचित असतील तर त्यांच्यासाठी शवविच्छेदन करून तुमच्या मदतीची परतफेड करायला मला नक्की आवडेल."

नायोमी हसली, "मी तुमच्या विनोदी स्वभावाबद्दल ऐकलं आहे."

नायोमीचे पुन्हा एकदा आभार मानून जॅक इमारतीच्या बाहेर आला. आता पाऊस पूर्णपणे थांबला होता. दूरवर एका जागी स्वच्छ आभाळही दिसत होतं. न्यू यॉर्कमध्ये हवामान किती वेगानं बदलू शकतं, हे त्याला परत एकदा जाणवलं.

जॅक परत आपल्या टेबलापाशी येऊन बसला. जेम्सच्या घरून निघताना त्यानं दिलेलं कार्ड त्यानं बाहेर काढलं. मग घड्याळाकडे नजर टाकली. चार वाजून गेले होते. जिथं कुठं जायचं होतं तिथून जेम्स परत आला असावा, असं मानून त्यानं त्याच्या घरचा फोन लावला.

"माझ्याकडे एक चांगली बातमी आहे," जेम्सनं फोन उचलताच जॅक म्हणाला.

"हे ऐकून फार बरं वाटलं. डॉ. बिंगहॅमनं शॉन आणि सानाला त्याची जागा वापरायची परवानगी दिली का?"

''अर्थातच!'' जॅक किंचित अभिमानानं म्हणाला, ''सर्व काही जमून आलं आहे. तिथली जागा अगदी उत्तम आहे आणि हवी ती सगळी उपकरणंही आहेत. हवं असेल तर शॉन आणि सानाला उद्याच काम सुरू करता येईल.''

''देवाचे आभार!'' जेम्स म्हणाला, ''मी एक तासापूर्वीच शॉनशी बोललो. तू प्रयोगशाळा मिळवण्याच्या संदर्भात मध्यस्थी करायचं मान्य केलं आहेस, हे मी त्याच्या कानावर घातलं. तू त्याला फोन करून काय ते सांगशील असं मी त्याला म्हणालो.''

''तुझ्याऐवजी मी त्याला फोन करू, असं म्हणतोस?''

''होय. मला वाटतं ते योग्य होईल. त्याला तुझे थेट आभार मानायची इच्छा आहे. तो तसं म्हणाला खरं; पण तुझ्या-माझ्यात राहू दे; पण मला वाटतं, त्याला तुझ्याशी बोलून हे सगळं गुप्त राहणार आहे, याची खात्री करून घ्यायची असावी.''

''मला त्याला थेट सांगण्यात काही अडचण वाटत नाही.''

जेम्सनं शॉनचा म्युझियममधला नंबर दिला आणि घरचाही नंबर दिला, ''तुझं आणि शॉनचं बोलणं झालं की, लगेच मला फोन कर! माझी या सगळ्या बाबतीत मानसिक अवस्था कशी आहे हे तुला माहीत आहेच. जितकी जास्त माहिती मिळेल तितकी माझी काळजी कमी होईल, म्हणून सांगितलं.''

''त्याच्याशी बोललो की, लगेच तुला फोन करतो.''

''मला त्याबद्दल आनंद वाटेल,'' असं म्हणून जेम्सनं फोन बंद केला.

जॅकनं लगेचच शॉनच्या म्युझियमला फोन लावला; पण तो लागला नाही. म्हणून मग जॅकनं बिंगहॅम ज्या केसबद्दल विचारत होता त्या केसची सगळी माहिती एकत्र केली. त्याला बिंगहॅमला नाखूश करून चालणार नव्हतं. त्यानं सगळी माहिती पंधरा-वीस मिनिटांत जमा केली आणि ई-मेल करून बिंगहॅमला तसं कळवलंही. जॅकनं मग पुन्हा म्युझियमचा फोन लागतो का ते बघितलं. या खेपेस फोन लागला; पण शॉनऐवजी त्याची सेक्रेटरी फोनवर होती. शॉन त्या वेळी तिथं नव्हता; पण तो थोड्या वेळातच परत येईल, असं सेक्रेटरीनं सांगितलं.

''म्युझियम बंद कधी होतं हे सांगता येईल का?'' जॅकनं विचारलं.

''नऊ वाजता; पण मी साडेचारला जाणार आहे.''

''माझा निरोप डॉ. डॉट्रींना देता येईल का? डॉ. जॅक स्टेपलटन त्यांना भेटायला येणार आहेत, असा निरोप ठेवा. मी साडेचार वाजेपर्यंत येऊ शकेन असं वाटत नाही; पण मी पावणेपाचपर्यंत पोहोचू शकेन.''

जॅकनं टेबलावरच्या कागदांची आवराआवर केली आणि हेल्मेट उचलून तो बाहेर पडला.

अठरा

संध्याकाळी ४.२१, शुक्रवार, ५ डिसेंबर, २००८
न्यू यॉर्क शहर

जॅक बाहेर पडून फर्स्ट ॲव्हेन्यूवरून उत्तर दिशेनं निघाला. आता आकाश पूर्णपणे निरभ्र झालं होतं आणि सूर्य मावळतीच्या दिशेनं निघाला होता. हवेत गारवा वाढू लागला असल्यानं वारा घासून गालांची आग होऊ लागली होती.

एक्याऐंशीव्या रस्त्यावरून पश्चिमेकडे वळताच त्याला समोरच मेट्रोपॉलिटन म्युझियम ऑफ आर्ट दिसलं. म्युझियमची जुन्या पद्धतीच्या बांधकामाची भव्य इमारत पाहून जॅक थक्क झाला. आता अंधार झालेला असल्यानं गडद रंगाच्या मागच्या सेंट्रल पार्कच्या पार्श्वभूमीवर इमारत एखाद्या हिऱ्याप्रमाणे लखलखत होती.

जॅकनं घड्याळाकडे नजर टाकली. पावणेपाच वाजले होते. तो घाईनं आत शिरला. आत शिरताना आपण इथं असणाऱ्या मौल्यवान ठेव्याचा याअगोदर उपयोग का करून घेतला नाही, म्हणून त्याला मनोमन वाईट वाटलं. आपण यापूर्वी म्युझियम कधी पाहिलं होतं, हे त्याला आठवेना.

म्युझियममध्ये भरपूर गर्दी होती. जॅकला म्युझियममधल्या कर्मचाऱ्याशी बोलण्यासाठी थांबावं लागलं. त्यानं शॉनच्या ऑफिसबद्दल विचारताच त्या कर्मचाऱ्यानं कसं जायचं ते रेखाटून त्याच्या हातात नकाशा ठेवला.

जॅक शॉनच्या ऑफिसजवळ पोहोचला तेव्हा बाहेरचं दार किलकिलं उघडं असल्याचं दिसलं. तो आत शिरला. ती जागा सेक्रेटरी बसण्याची होती. तिच्या टेबलाच्या पलीकडच्या बाजूला आणखी एक दार होतं. तेदेखील उघडं होतं. या दाराच्या आत किंचित शिरत जॅकनं दरवाज्यावर थपथप केलं.

"अहाहा!'' शॉन म्हणाला, "माझ्या थकल्याभागल्या डोळ्यांना किती बरं वाटलं म्हणून सांगू. कसा आहेस?'' शॉन उठून जॅकच्या दिशेनं हात पुढे करत आला.

"मला तुझा निरोप मिळाला,'' शॉन स्मितहास्य करत म्हणाला, "तू मुद्दाम आलास म्हणून मला आनंद झाला आहे... तुझ्याकडे बघितलं की, तू एकदम तंदुरुस्त दिसतोस, हे लक्षात येतंय. मागच्या खेपेला मी तुला हे असंच बघितलं होतं. हे तुला कसं काय जमतं बरं?''

"मुख्यतः रस्त्यावर बास्केटबॉल खेळल्यामुळे,'' शॉनच्या वारेमाप स्तुतीमुळे जॅकला जरा आश्चर्य वाटत होतं.

"मी तुझं उदाहरण डोळ्यांसमोर ठेवायला हवं मित्रा,'' असं म्हणत शॉन मागे रेलला. रेलल्यामुळे त्याचं सुटलेलं पोट बेढबपणानं पुढे आलं; पण जणू त्याचा आपल्याला अभिमान आहे, असा त्याचा आविर्भाव होता.

"किती काळ खेळतो आहेस?''

"आठवत नाही,'' असं सांगून जॅकनं शॉनच्या प्रशस्त ऑफिसात इकडेतिकडे नजर फिरवली. खिडक्यांमधून फिफ्थ ॲव्हेन्यूवरचं दृश्य दिसत होतं. टेबलावर प्रारंभीच्या काळातल्या अनेक प्राचीन वस्तू होत्या. कपाटात उत्तमोत्तम पुस्तकं खच्चून भरलेली दिसत होती. ऑफिसात एक प्रशस्त असा कातडी कोचही होता.

"ऑफिस छान आहे,'' जॅकनं सांगितलं. त्याला आपली एखाद्या कपाटासारखी छोटी खोली आठवली.

"मी तुला आणखी काही सांगण्याआधी, तुझे आभार मानू इच्छितो,'' शॉन म्हणाला, "तू मदत करायला तयार होणं हे माझ्यासाठी फार महत्त्वाचं आहे. मी जो शोध लावण्याच्या बेतात आहे, त्यामुळे माझं आयुष्यच बदलून जाण्याची शक्यता आहे.''

"मी काही करू शकलो म्हणून मलाही आनंद होतोय,'' जॅक म्हणाला. या नवीन कामामुळे आपल्याला मन गुंतवायला काहीतरी मिळालं म्हणून आपल्याला जास्त आनंद झालाय हे शॉनला कळलं तर त्याला काय वाटेल, हा विचार जॅकच्या मनात आला.

"बरं. काय बातमी आहे? तू तुझ्या चीफशी बोलू शकलास का?''

"होय. काहीही अडचण नाही. तुला आणि तुझ्या बायकोला फक्त एका प्रतिज्ञापत्रावर सही करून आमच्या ऑफिसची काही जबाबदारी नाही, हे स्पष्ट करावं लागेल इतकंच. बस्स! आणखी काही नाही. एकदाही खर्चाचा विषय निघाला नाही.''

शॉननं एवढ्या जोरात टाळी वाजवली की, जॅक एकदम दचकून उठून उभा राहिला.

“उत्तम!” शॉन आनंदानं चीत्कारला. मग त्यानं डोळे मिटले आणि वर छताकडे बघत प्रार्थना करण्याची नक्कल केली. नंतर मात्र डोळे उघडून तो पुढे झुकून बघू लागला. त्याचा चेहरा गंभीर झाला होता, “जॅक, तू परवानगी मिळवून दिलीस म्हणून मी थरारून गेलो आहे; पण मला तुझ्याशी एका गोष्टीबद्दल बोलायचं आहे. याबद्दल आपल्या हिज होलीनेसनं अगोदर सांगितलंच असेल. हा सगळा प्रकल्प संपूर्णपणे गुप्त राखायचा आहे. विशेषतः याचा संबंध व्हर्जिन मेरीशी असल्यानं ही काळजी घेणं गरजेचं आहे. हे ठीक आहे ना? काम पूर्ण झाल्यानंतर सर्व गोष्टींची खात्री करून मगच मला हे सगळं जगासमोर आणायचं आहे.”

“जेम्सनं गुप्तता राखण्याबद्दल स्पष्टपणानं मला सांगितलं आहे. बहुधा तुझ्यापेक्षाही त्यालाच त्याबद्दल जास्त काळजी वाटते आहे. तुला माहीत आहे की नाही याची मला कल्पना नाही; पण व्हर्जिन मेरीशी असलेल्या संबंधाला तू जाहीर प्रसिद्धी देऊ नयेस यासाठी तो गंभीरपणानं तुझं मन वळवण्यावर विचार करत आहे. हा सगळा प्रकार अगदी जरी पहिल्या शतकातला असला तरी तो बनावटगिरीचा आहे याबद्दल त्याची खात्री झाली असल्याचं त्यानं तुला सांगितलंच असेल. तू काम पूर्ण केलंस की तुलाही ते पटेलच, असं त्याला वाटतं.”

शॉननं हातानं टेबलावर चापट मारली आणि मागे सरकत त्यानं एक मोठा सुस्कारा सोडला. स्वतःवर ताबा मिळवत त्यानं निराशेनं मान हलवली, “हे जेम्सच्या स्वभावाला अगदी साजेसं झालं, नाही का? मी त्याच्याशी संस्थात्मक रचना असणाऱ्या धर्मसत्तेनं केलेल्या जुलमांविरुद्ध आणि अन्यायी अशा फर्मान जारी करण्याबद्दल चार वर्षं वाद घातला होता. आता मी माझं म्हणणं सिद्ध करण्याच्या एवढ्या जवळ आलेलो असताना त्यानं मला तसं करू न देणं, हा काय विनोद आहे?”

“याचा चर्चवर अतिशय विपरीत परिणाम होईल असं त्याला वाटतं; त्यामुळे मदर मेरीच्या नावालाही काळिमा लागेल. शिवाय त्यानं तुला ती ऑसुअरी मिळवण्यासाठी मदत केली आणि नंतर ती इथं आणण्यातही त्याचा सहभाग होता, असं लोकांना वाटेल याची त्याला काळजी वाटते. त्याची सगळी कारकीर्दच धोक्यात आली आहे, असं त्याचं मत झालं आहे.”

“मला सेंट पीटरच्या थडग्यापर्यंत जायला मदत करण्यामध्ये तो सहभागी आहे म्हणून कोणी त्याला दोष देणार नाही. त्यानं मला प्रवेश मिळायला मदत केली, त्यानंतर पाच वर्षं उलटली आहेत. व्हॅटिकननं माझी परवानगी काढून घेतली नाही ही त्यांची चूक आहे. ऑसुअरीचं खोकं स्वीकारणं हे मात्र त्यानं स्वतःहून केलंय. मी त्याला याबाबत कसल्याही प्रकारे फसवलेलं नाही. त्यालाच त्यात काहीतरी भेटवस्तू असेल असं वाटलं. मी तसं कधीच म्हणालो नव्हतो.”

"काहीही असो. मी तुमच्या दोघांच्या मध्ये पडणार नाही. जे काही असेल ते तुमचं तुम्ही सोडवायचं आहे. मी फक्त त्याच्या मनाचा कल काय आहे ते तुझ्या कानावर घातलं, इतकंच."

"त्याबद्दल आभार," शॉन किंचित कुरकुरत म्हणाला.

"मला तुला एक गोष्ट विचारायची आहे," जॅक म्हणाला.

"विचार."

"तुला केव्हा काम सुरू करायचं आहे?"

"शक्य तितक्या लवकर."

"सकाळी आठ वाजता चालेल का? तिथं तुमचा प्रवेश सुकर व्हावा यासाठी मला हजर राहावं लागेल."

"चालेल; पण मला एकदा सानाशी बोलायला हवं. तुला थोडा वेळ आहे ना?"

"आहे," जॅक म्हणाला. खरंतर तो घरी जायला जितका उशीर करता येईल तितका करत होता. अर्थात आपण असा विचार करतोय म्हणून त्याला मनोमन स्वतःचा राग येत होता.

शॉननं फोन केला तेव्हा साना तिच्या संशोधनाच्या ठिकाणी गेली होती. तिच्या अनुपस्थितीत कामं हवी तशी पार पडलेली नव्हती. तिच्या आवाजातला तिखटपणा शॉनशी बोलतानाही कळत होता. तिचा उद्रेक पाहून शॉननं रिसिव्हर कानापासून लांब धरला होता. अखेर शॉननं तिला दुसऱ्या दिवशीच्या बेताबद्दल सांगितलं. मग त्यानं ऐकता ऐकता अंगठा उंचावून जॅकला खूण केली.

"ठीक आहे," फोन ठेवत शॉन म्हणाला, "आठची वेळ ठरली; पण तू आम्हाला कुठं भेटणार आहेस?"

"डीएनए इमारतीच्या आतल्या बाजूला; पण ऑसुअरीचं काय?"

"साना आणि मी येता येता जेम्सच्या घरून ती घेऊन येऊ."

"मी त्या ऑसुअरीत काय आहे हे कळावं म्हणून उत्सुक झालोय," जॅक म्हणाला.

"तू उत्सुक झाला आहेस म्हणतोस; पण माझी अवस्था काय असेल याचा विचार कर. मी रोममध्ये असतानाच ती उघडू नये म्हणून माझ्या बायकोला अपार कष्ट करावे लागले."

"त्या पत्राचं काय? ते इथं तुझ्याजवळ आहे का?"

"अर्थातच आहे. तुला बघायचं आहे का?"

"जरूर."

शॉननं कपाटातून एक मोठ्या आकाराचा ग्रंथ बाहेर काढला आणि तो टेबलावर

ठेवला, "मी पत्र इजिप्तच्या बाहेर काढण्यासाठी या मोठ्या आकाराच्या पुस्तकाचा वापर केला; नंतर ते नीट जतन करून ठेवावं लागणार आहे; पण सध्यातरी मी ते असं सपाट करून ठेवलं आहे."

शॉननं पत्राचं पहिलं पान दाखवलं.

"हे मला ग्रीक वाटतंय," जॅक वाकून बघत म्हणाला.

"ते ग्रीक वाटतंय कारण ते ग्रीकमध्येच आहे."

"मला ते अरेमिक किंवा लॅटिनमध्ये असेल असं वाटत होतं."

"यालाही आम्ही अटीक किंवा अभिजात ग्रीक म्हणत नाही. ही भाषा क्योने ग्रीक आहे. रोमन साम्राज्याच्या काळात भूमध्य समुद्राच्या पश्चिमेकडे ही भाषा वापरली जात असे."

"तुला ती वाचता येते?"

"अर्थातच," शॉन किंचित रागावून म्हणाला, "मला वाचता येते; पण हे पत्र फारसं नीट लिहिलेलं नाही; त्यामुळे भाषांतर करणं अवघड जात आहे. सॅटर्निअसची मूळ भाषा ग्रीक नव्हती, हे सहज लक्षात येतंय."

जॅकनं मग त्याला पत्र कसं सापडलं त्याबद्दल विचारलं.

"सगळी कहाणी ऐकायला तुला वेळ आहे?"

"आहे."

शॉननं मग त्याला कोडेक्सबद्दल कसं कळलं आणि त्यानंतर तो ॲन्टिका अब्दुलमध्ये कसा पोहोचला वगैरे सांगितलं.

"मी केवळ योगायोगानंच त्या दुकानाजवळ गेलो होतो. राहुल तो कोडेक्स विकण्याच्याच बेतात होता. त्याच्याजवळ जगभरातल्या अनेक म्युझियमचे ई-मेल पत्ते आहेत आणि तो नेहमी या क्षेत्रातल्या अनेकांच्या संपर्कात असतो."

"आणि हे कैरोच्या मध्य भागातलं एक साधंसुधं दुकान आहे म्हणतोस?"

"होय. अर्थात तिथल्या नव्याण्णव टक्के वस्तू बनावट असतात; पण तिथं काही अस्सल पुरातन वस्तूही असतात, हे मला मागे दोन वेळा अनुभवाला आलं आहे. मी तिथून आणलेलं एक भांडं अनमोल आहे. मी ते त्याच्या दुकानात काचेच्या कपाटात बघितलं होतं."

"आणि कोडेक्सही तू तसाच बघितलास की काय?"

"नाही. त्यानं जरा वेळ चर्चा केल्यानंतर आणून दिला. कारण त्यालाही काळजी घेणं भाग होतं. इजिप्तमध्ये अशी पुरातन वस्तू विकणं, हा गंभीर अपराध आहे."

"कोडेक्स बघताच तो अस्सल आहे हे तुला कळलं होतं का?"

"होय."

"त्यासाठी बरीच किंमत मोजावी लागली का?"

''होय. माझ्या अपेक्षेपेक्षा नक्कीच जास्त होती; पण कोडेक्स माझ्या दृष्टीनं फार महत्त्वाची वस्तू होती. हे पत्र त्याच्या कातडी वेष्टणांच्या आत इतर कागदांबरोबर घातलेलं होतं. सुरुवातीला माझी निराशा झाली होती, कारण पूर्वी सापडलेल्या अनेक दस्तऐवजांच्या प्रती त्यात होत्या; पण वेष्टणाच्या आत पॅकिंग म्हणून घातलेलं हे सॅटर्निअसचं पत्र म्हणजे खजिनाच ठरला.''

''या पत्रात मेरीच्या अस्थी ऑसुअरीत आहेत या माहितीबरोबरच ती ऑसुअरी कुठं ठेवली आहे याचाही उल्लेख आहे?''

''बरोबर. तुला माहीत नसेल कदाचित; पण मी 'सेंट पीटरचं थडगं' या विषयावर पुस्तक प्रसिद्ध केलं आहे. तू वाचलंस का?''

''नाही. मला ते जमलं नाही; पण मी सिनेमा यायची वाट बघतोय.''

''हुशार आहेस!'' शॉन हसला, ''हे पुस्तक काही सर्वसाधारण खपाच्या यादीमधलं पुस्तक नाही. असो. मला सेंट पीटरच्या थडग्याचं ज्ञान आहे; त्यामुळे सॅटर्निअसनं कुठल्या जागेचा उल्लेख केला आहे हे कळायला मला वेळ लागला नाही. उत्खनन करताना खणलेल्या भुयाराच्या तुलनेत ती कुठे आहे हे माझ्या लक्षात आलं.''

''ते भुयार अजून तसंच आहे?''

''होय. त्याचं उत्खनन संपल्यानंतर ते पुन्हा भरून टाकलेलं नाही, याची मला कल्पना होती. माझा फक्त एकच गोंधळ झाला. मला ऑसुअरी छतात आहे असं वाटलं होतं; पण ती भुयाराच्या बाजूच्या भिंतीत होती.''

''ही कहाणी खरोखरच विलक्षण आहे,'' जॅक म्हणाला, ''ऑसुअरी उद्याच उघडायचा तुझा विचार आहे का?''

''यावर तुझं आयुष्य पैजेला लाव हवं तर! तुझ्यामुळे हे शक्य होणार आहे.''

''तुम्ही लोक काम करत असताना मी तिथं असलो तर तुमची काही हरकत नाही ना?''

''अजिबात नाही. तू असलेला आम्हाला आवडेलच. इतकंच नाही, तर आम्हाला जे काही मिळायची अपेक्षा आहे ते उद्या मिळालं, तर संध्याकाळी आपण आमच्या वेस्ट व्हिलेजमधल्या घरी आनंद साजरा करणार आहोत. मी हिज होलीनेस जेम्सलाही यायला सांगीन. आपण थ्री मस्केटिअर्स पुन्हा एकत्र येऊ.''

''पण तुम्हाला जे काही अपेक्षित आहे ते मिळालं तर त्याचा आनंद साजरा करण्याच्या मनःस्थितीत जेम्स असेल, असं मला वाटत नाही,'' जॅक उठून निघताना म्हणाला.

''मी त्याचा हात पिरगाळून त्याला भाग पाडेन. असो. उद्या आपण एका अत्यंत अनोख्या अनावरणाच्या प्रसंगासाठी भेटू.''

''मलाही त्याची उत्सुकता आहेच,'' जॅक म्हणाला. मग त्याच्या मनात

बराच वेळ घोळणारा प्रश्न त्यानं विचारला, ''जर ऑसुअरीत हाडं असली तर ती आमच्या इथल्या मानववंशशास्त्रज्ञानं बघितली तर चालतील का? तो कदाचित आणखी काही महत्त्वाची माहिती देऊ शकेल.''

''काय हरकत आहे?'' शॉन म्हणाला, ''जेवढी जास्त माहिती मिळेल तेवढी चांगलीच आहे. फक्त ही हाडं कोणाची आहेत, हे त्याला कळता कामा नये.''

एकोणीस

संध्याकाळी ५.०५, शुक्रवार, ५ डिसेंबर, २००८
न्यू यॉर्क शहर

जॅकला घरी पोहोचायला फार वेळ लागला नाही. हवा चांगलीच थंड होती. अंगात ऊब राखण्यासाठी जॅक वेगानं पॅडल मारत होता; त्यामुळे अवघ्या पंधरा मिनिटांत तो सेंट्रल पार्क पार करून १०६च्या रस्त्याला लागला होता. या रस्त्यावरच्या त्याच्या घराकडे तो आला. लॉरी आणि त्यानं नुकतंच हे घर डागडुजी करून नवीन बनवलं होतं. चार मजली इमारतीत त्यांचं हे अपार्टमेंट होतं. रस्त्याच्या पलीकडच्या बाजूला खेळण्याचं मैदान होतं. हे मैदान जॅकनं स्वतःच्या पैशानं नीट करून घेतलं होतं. घरासमोर येताच जॅकनं मैदानाकडे नजर टाकली. तिथं पाण्याची छोटी डबकी चमकताना दिसली. याचा अर्थ त्या संध्याकाळी किंवा रात्री खेळ होणं शक्य नाही, हे त्याच्या लक्षात आलं.

सायकल खांद्यावर उचलून घेत जॅक आठ पायऱ्या चढून घरात शिरला. त्यानं समोरच्या टेबलावर आणि आरशावर काही चिठ्ठी ठेवलेली आहे का ते पाहिलं. अशी कोणतीही चिठ्ठी नाही हे बघून लॉरी आणि बाळ झोपलं आहे की नाही हे कळणार नाही, हे त्याच्या लक्षात आलं.

"आम्ही इथं किचनमध्ये आहोत," लॉरीनं हाक दिली. तिच्या आवाजातला मोकळेपणा पाहून जॅकला बरं वाटलं. बहुधा आजचा दिवस चांगला गेला असावा. कारण जर काही त्रास झाला असेल, तर ते जॅकला लॉरीच्या स्वरात जाणवत असे.

बाहेरच्या हॉलमध्ये खास बनवून घेतलेल्या मोठ्या कपाटात जॅकनं सायकल ठेवली. जाकीट काढून टांगल्यावर बूट काढून घरातल्या स्लिपर पायात घालून जॅक किचनमध्ये गेला. जेजे त्याच्या पाळण्यात खेळत होता. वर टांगलेला मोबाइल

घ्यायची त्याची धडपड चाललेली होती. लॉरी रात्रीच्या जेवणाची तयारी करत सिंकपाशी काम करत होती. जेजेचे किंचित बाहेर आल्याप्रमाणे वाटणारे डोळे आणि डोळ्यांखालची गडद वर्तुळं वगळता छान वाटत होता. जेजेप्रमाणे लॉरीच्याही डोळ्यांखाली काळी वर्तुळं आलेली होती. एवढं सोडलं तर लॉरी ठीक वाटत होती. तिचे चमकदार तपकिरी केस वरच्या दिव्यांच्या प्रकाशात चमकत होते. एकूणच हे दृश्य कोणत्याही सर्वसामान्य घरात दिसणाऱ्या दृश्यासारखंच होतं.

''आज मला जेजेनं शॉवरही घेऊ दिला!'' जॅक आपल्याकडे बघतोय हे जाणवून लॉरी म्हणाली, ''आज त्याचा दिवस चांगला होता. मला तर आज जणू सुटीवर गेल्यासारखं वाटलं.''

''झकास!''

लॉरीनं हात एप्रनला पुसले आणि मग ती जॅकपाशी आली. तिनं त्याला जवळ घेतलं. मिनिटभर जॅक आणि लॉरी एकमेकांच्या मिठीत होते. काहीही न बोलता दोघांनीही एकमेकांना जे सांगायचं होतं ते सांगितलं. लॉरी मागे झाली. तिनं हलकेच जॅकच्या ओठांवर ओठ टेकवले आणि मग अलग होत ती पुन्हा सिंकपाशी जाऊन कामाला लागली.

''तुझं आजचं काम कसं झालं? तुझ्या त्या मोहिमेचं काम कसं चाललंय?''

जॅक क्षणभर काय सांगावं याचा विचार करू लागला. सकाळी व्हिनीशी थोडा वादविवाद, नंतर लाऊशी जरा गरम चर्चा आणि नंतर जेम्सकडे जाणं याखेरीज पुन्हा शॉनची भेट ही सगळी धावपळ दमवणारी होती.

''तुझ्या जिभेला काय झालंय?''

''आजचा दिवस फार धावपळीचा ठरला,'' जॅक एवढंच म्हणाला. त्याला नेमकं काय आणि किती सांगावं ते समजत नव्हतं. लॉरीला काहीही सांगणार नाही या जेम्सला दिलेल्या वचनामुळे तो अडचणीत आला होता. कारण लॉरीला सांगण्यासारखं महत्त्वाचं तर तेच होतं.

''पण दिवस चांगला गेला की वाईट?''

''थोडा असा, थोडा तसा.''

लॉरीनं सिंकवर हात ठेवले, ''हं... याचा अर्थ तुला आणखी काही सांगायचं नाही तर.''

''तसंच काहीसं,'' जॅक म्हणाला. त्याला चिमटीत पकडल्यासारखं वाटू लागलं होतं, ''मी जवळपास ती मोहीम सोडून दिल्यात जमा आहे.''

''का?''

''पर्यायी उपचार पद्धतीवरची टीका कोणालाही ऐकून घ्यायची नाही. म्हणजे निदान जे लोक ती वापरतात त्यांना तर नाहीच नाही. अशांची संख्या खूप मोठी

आहे. जर मी गैरवापराच्या खूप केस समोर आणल्या तरच त्यांची मतं बदलण्याची शक्यता आहे; पण मला इतक्या मोठ्या संख्येनं केस मिळणं फार अवघड वाटतंय. ओसीएमईच्या रेकॉर्डरूममध्ये अशा शेकडो केसची माहिती आहे; पण ती मिळवता येत नाही.''

''मी समजू शकते; पण सोमवारी रात्री तू मला सांगितलंस तेव्हा मला ती कल्पना खूप छान वाटली होती... मला वाईट वाटतंय...''

''ठीक आहे. तुला वाईट वाटायचं कारण नाही.''

''होय; पण तुला मन गुंतवण्यासाठी काहीतरी हवं याची मला कल्पना आहे. मलाही तशी आवश्यकता आहेच.''

जॅक लॉरीच्या या बोलण्यावर क्षणभर गप्प राहिला. जेजेच्या आजाराच्या बाबतीत लॉरीवरच सगळा भार पडतोय आणि आपण ती जबाबदारी हलकी करू शकत नाही याबद्दलची अपराधीपणाची भावना उफाळून आली.

''ते कसं करता येईल याची एक कल्पना माझ्याकडे आहे,'' जॅक म्हणाला, ''आपण नर्स ठेवायची याबद्दल बोललो होतो. तू त्याबद्दल पुन्हा विचार करतेस का? म्हणजे मग तू कामावर पुन्हा येऊ शकशील. म्हणजे निदान अर्धा दिवस किंवा तसंच काही?''

''अजिबात नाही!'' लॉरी धारदार स्वरात म्हणाली, ''माझ्या बोलण्याचा उद्देश या विषयावर पुन्हा चर्चा करणं, हा नव्हता.''

''ठीक आहे... ठीक आहे.''

''तू काल बिंगहॅम आणि केल्व्हिनला जेजेबद्दल सांगितलंस, त्यानंतर कोणी त्याचा विषय काढला का?''

''नाही. फक्त बिंगहॅम सोडून कोणी नाही.''

''हे चांगलं झालं. म्हणजे त्यांना आपला खासगीपणा राखण्याबद्दल काळजी आहे.''

जॅक पाळण्याजवळ गेला आणि त्यानं जेजेकडे बघितलं. त्याला उचलून आपल्या छातीशी धरावं आणि त्याच्या छातीचे ठोके ऐकावेत, अशी इच्छा त्याच्या मनात डोकावली; पण बाळाच्या मृदू शरीराचा स्पर्श आणि त्याचा सुखद बाळगंध अनुभवण्याची इच्छा त्याला तत्काळ दडपावी लागली. कारण त्याला उचलून घेतलं तर तो रडायला लागण्याचा संभव होता. बहुधा जेजेच्या शरीरात हाडांमध्ये पसरलेल्या गाठींमुळे त्याला उचलून घेतलं की जास्त वेदना होत असाव्यात, हे जॅकला समजत होतं.

''आज तो एखाद्या लढवय्या शिपायासारखा वागला,'' जॅक जेजेकडे बघतोय हे पाहून लॉरी म्हणाली, ''आता बहुधा तो असाच राहील असं वाटतंय.''

"मी त्याला उचलून घेऊ का?'' जेजेनं त्याच्याकडे पाहून केलेल्या स्मितानं जॅकचा निश्चय डळमळू लागला होता.

"हं; पण मला वाटतं की, तो शांत बसलाय तर त्याला जरा वेळ तसंच राहू द्यावं.''

"मलाही खरंतर तसंच वाटत होतं.''

जॅक लॉरीच्या मागच्या बाजूला गेला आणि तिच्या पाठीला व खांद्यांना मसाज करू लागला. लॉरीनं डोळे मिटले आणि ती किंचित मागे रेलली.

"तू हे असं केलंस तर मी अर्धा तास तरी थांबव म्हणणार नाही,'' लॉरीला मसाजमुळे बरं वाटत होतं.

"तुला त्याची खरंच आवश्यकता आहे. तू जेजेच्या बाबतीत ज्या प्रकारे सगळं करतेस ते पाहून मला खरोखरच आश्चर्य वाटतं. मी त्याबद्दल आभारीही आहे; पण मला हे सगळं करता येईल, असं वाटत नाही.''

"तुझी गोष्ट वेगळी आहे. तू अगोदर दोन मुली गमावल्या आहेस.''

जॅकनं फक्त मान डोलवली. त्याला आता निराशेनं घेरायला सुरुवात केली होती. म्हणूनच त्याला शुक्रवारी रात्री बास्केटबॉल खेळायला फार आवडत असे; त्यामुळे त्याला जरा बरं वाटायचं. आज ते शक्य नव्हतं. जॅकनं मग विचारांची दिशा मुद्दामच बदलून त्याच्या समोर आलेल्या नवीन विषयाकडे म्हणजे ऑसुअरीकडे वळवली. हा विषय डोक्यात येताच त्याला एकदम आठवलं, शॉनशी बोलणं झाल्यावर जेम्सला फोन करायचं वचन त्यानं दिलं होतं.

जॅकनं लॉरीचे खांदे अखेरचे जोरानं दाबले आणि म्हणाला, "मी शॉवर घेऊन येतो. मध्ये व्यत्यय आला नाही तर किती वाजता जेवणाचा तुझा विचार आहे?''

"जणू काही मी असा विचार करून चालतं...'' लॉरी हसत म्हणाली, "जा, शॉवर घेऊन ये. नेहमीप्रमाणे हा शांततेचा कालखंड किती काळ टिकेल यावर सगळं अवलंबून आहे.''

खाली उतरून बाथरूममध्ये आल्यावर जणू आपण एखाद्या कटात सामील आहोत अशा प्रकारे जॅकनं त्याचा मोबाइल काढला. त्याला लॉरीसमोर बोलायचं नव्हतं, नाहीतर तिनं हजार प्रश्न विचारून त्याला भंडावून सोडलं असतं.

"ओहो... माझा मुक्तिदाता!'' जॅकचं नाव फोनवर पाहून जेम्स गमतीनं म्हणाला.

"आत्ता बोलायला हरकत नाही ना? मी अगोदर फोन केला नाही म्हणून माफ कर; पण मी तिथून सायकलवर घरी आलो म्हणून वेळ लागला.''

"मी प्रार्थना करत होतो; पण हरकत नाही. मी तुझ्याशी बोललो मध्येच तर त्यालाही समजेल. कारण तुझ्याशी बोलणं हा त्याच्या कामाचाच एक भाग आहे. असो. बरं, काय ठरलं ते सांग. शॉन ऑसुअरी कधी उघडणार आहे?''

“मी स्वतः जाऊन त्याला म्युझियममध्ये भेटलो. मला ते सॅटर्निअसचं पत्र बघायचं होतं.”

“ते कसं वाटलं? अस्सल वाटलं का?”

“होय. मला तसं वाटलं,” असं म्हणून जॅक थबकला. त्याला जेजेच्या रडण्याचा आवाज ऐकू आला. पाठोपाठ लॉरीही त्याच्याच दिशेनं येत आहे हे त्याला जाणवलं. “जेम्स! एक मिनिट...” जॅक घाईघाईनं म्हणाला. हातात फोन धरूनच त्यानं बाथरूमचं दार उघडलं. त्याला जेजेला घेऊन येणारी लॉरी दिसली. जेजे किंचाळत होता. त्याचा चेहरा लालीलाल झालेला दिसला.

“बेत बदलावा लागणार,” जेजेला थोपटून किंचित शांत करण्याचा प्रयत्न करत लॉरी म्हणाली, “बाहेरूनच काहीतरी आणावं लागेल. शॉवर घेऊन झाला की, तुला कोलंबस अॅव्हेन्यूवर जावं लागणार आहे.”

जॅकनं मान डोलवली. लॉरी त्याच्या हातातल्या फोनकडे प्रश्नार्थक नजरेनं बघते आहे हे त्याला जाणवलं. “मी कोणाशी तरी उद्याच्या कार्यक्रमाबद्दल पटकन बोलून घेत होतो.”

“ते मला दिसतंय; पण बाथरूममधून?”

“मी शॉवर घ्यायला जाताना मला अचानक त्या माणसाला मी अगोदरच फोन करायला हवा होता, हे आठवलं.”

“जे काही असेल ते असो. मी आणि जेजे बेडरूममध्ये आहोत,” लॉरी जाता-जाता म्हणाली.

“मी शॉवर घेतला की लगेच येतो,” जॅकनं असं म्हणून दार बंद करून घेतलं. मग पुन्हा फोनवर बोलू लागला. त्यानं जेम्सची माफी मागितली.

“माफी मागण्याची गरज नाही. फक्त माझा उल्लेख माणूस असा केलास म्हणून वाईट वाटलं.”

“मला असं सगळं बोलावं लागलं म्हणून माफ कर. आपण पुन्हा भेटलो की, मी त्याबद्दल सांगेन.”

“मला अगदी लहान बाळाचा आवाज वाटला.”

“चार महिन्यांचा आहे.”

“तू त्याबद्दल बोलला नाहीस. अभिनंदन!”

“धन्यवाद जेम्स. बरं आता पुन्हा शॉन आणि त्या पत्राबद्दल सांगायचं तर मला ते अस्सल वाटलं; पण ते ग्रीकमध्ये असल्यानं मला वाचता आलं नाही.”

“तू ते वाचावंस अशी माझी अपेक्षाही नव्हती. तू शॉनला तुमच्या इथे प्रयोगशाळेत जागा मिळवून दिलीस म्हणून त्याला आनंद झाला का?”

“तो थरारून गेला, रोमांचित झाला आहे.”

"ते काम केव्हा सुरू करणार आहेत?"

"उद्या. पण मला जरा आश्चर्य वाटतंय. शॉननं तुझ्याशी संपर्क साधला नाही? आपण जाता जाता तुझ्या घरी थांबून ऑसुअरी घेऊन येणार आहोत, असं त्यानं मला सांगितलं होतं. ऑसुअरी घेऊन मला ते सकाळी आठ वाजता भेटणार आहेत."

"हे शॉनच्या बाबतीत काही नवीन नाही." जेम्स म्हणाला, "इतरांचा विचार करायची त्याची पद्धतच नाही. आपलं बोलणं झालं की, मीच लगेच त्याला फोन करीन."

"शॉनला त्याच्या या शोधाबद्दल फार उत्सुकता आहे. त्याला प्रसिद्धी मिळण्याची ही संधी खुणावते आहे. जर त्याच्या शोधामुळे व्हर्जिन मेरीच्या बाबतीत चर्चला काय वाटतं ते चुकीचं ठरलं, तर इतरही बाबतींत ते तसंच असणार असं काहीतरी त्याला वाटत असावं. म्हणजे माझा तसा अंदाज आहे."

"शक्य आहे; पण मला त्याच्या नैतिकतेच्या कल्पनांबद्दल शंका असली तरी चांगलं-वाईट याबद्दल त्याला चांगली जाण असावी, असं वाटतं. आम्ही अनेक विषयांवर कधीही संपणार नाहीत असं वाटण्याएवढ्या चर्चा केल्या आहेत. लैंगिक सुखाला चर्चनं पातकाचं रूप दिल्याबद्दल राग आहे. त्याला ही मानवाला मिळालेली अमूल्य देणगी वाटते; पण इतर बाबतींत मात्र त्याला चांगलं काय आणि वाईट काय ते समजतं. त्या ऑसुअरीत जर काही हाडं असतील तर ती व्हर्जिन मेरीची आहेत हे तो सिद्ध करू शकणार नाही याबद्दल मला खात्री आहे. सॅटर्निअसचं पत्र सूचक आहे हे खरं; पण अगोदर चर्चा केल्याप्रमाणे सर्वकाही सायमनवर अवलंबून आहे. सायमननं सॅटर्निअसला सत्य सांगितलं होतं का, हे कोणालाही माहीत नाही आणि कोणाला कधी कळणारही नाही."

"पण सायमनच्या गॉस्पेलचं काय? शॉनला ते त्या ऑसुअरीत मिळेल असं वाटतंय."

"त्याचं काय?"

"समजा, त्यात याबद्दल नेमकी माहिती असेल तर?"

"मी त्याबद्दल विचारच केला नव्हता," जेम्सनं कबूल केलं. "तशी शक्यता आहे हे खरं," काही क्षण जेम्स गप्प बसला. "पण जॅक, तू मला मदत करणं अपेक्षित आहे; त्याला नाही," जेम्स हसत म्हणाला.

"माफ कर; पण हे लक्षात घे. त्या अस्थींमध्ये त्याला अपेक्षित अशी व्याधी बरी करण्याची ताकद नाही हे पाहून आपली निराशा झाली आहे, असं सायमन म्हणतो. याचा अर्थ असा की, अस्थी खऱ्याखुऱ्या मेरीच्या आहेत याबद्दल सायमनची पक्की खात्री होती."

"ठीक आहे; पण आता पुरे!" जेम्स म्हणाला, "तुझ्या बोलण्यामुळे मी आता

डळमळीत होऊ लागलोय; पण अगदी सायमनबद्दल तुझं म्हणणं खरं असलं तरी त्यात त्रयस्थ व्यक्तीकडून अप्रत्यक्ष माहिती मिळणं, हा मुद्दा आहेच.''

''मी शॉनला तिथं हजर राहू का असं विचारलं. तसंच आमच्या इथं असणाऱ्या मानववंशशास्त्रज्ञाच्या तज्ज्ञपणाचा फायदा होण्यासाठी त्याला हाडं दाखवायची का, हे पण विचारलं. जर ती कोणाची आहेत याबद्दल गुप्तता राखली तर त्याची हरकत नाही, असं तो म्हणाला.''

''याचा अर्थ ती मानवी आहेत की नाही आणि स्त्रीची आहेत की नाही हे तिथल्या तिथं समजू शकेल?''

''मानववंशशास्त्रज्ञानं बघितली तर सहज शक्य आहे.''

''जर तू तिथं असशील, तर मला ताबडतोब फोन करशील का?''

''अर्थातच! आणि मी आशा करतो की, त्यामुळे तुझी चिंता नक्कीच कमी होईल.''

''मी त्याबद्दल प्रार्थना करीन.''

फोन बंद झाल्यानंतर जॅकला पुन्हा घरातल्या अवघड परिस्थितीची जाणीव झाली. बाहेरून जेवण आणायचं आहे, हे त्याच्या लक्षात आलं.

वीस

सकाळी ७.१५, शनिवार, ६ डिसेंबर, २००८
न्यू यॉर्क शहर

पूर्वेकडच्या उंच इमारतींच्या मागून सूर्य आकाशात वर आला त्याबरोबर सेंट्रल पार्कमधल्या 'शीप मेडो' या गवताच्या कुरणात जणू लक्षावधी हिरे चमचम करत असावेत, असा भास झाला. डोळ्यांवर गॉगल असूनही त्या झगमगाटामुळे जॅकला डोळे बारीक करून घ्यावे लागले.

रात्री तो आणि लॉरी बराच वेळ जागेच असले तरी जॅक एक तासापूर्वी उठला होता. आवरून झाल्यानंतर थंडगारच सिरिअल नाश्ता म्हणून खाऊन तो बाहेर पडला. निघताना त्यानं लॉरीसाठी तिनं जमेल तेव्हा फोन करावा, अशी चिट्ठी लिहून ठेवली होती.

हवा फारच थंड होती. जरी जागरणामुळे जॅक थकला असला तरी पॅडल मारत जाताना जॅकला ताजंतवानं वाटण्याएवढी हवा थंड होती. आपण असे निघालो असताना लॉरीची मात्र सुटका नाही. तिला काल-परवाप्रमाणेच आजही मानसिक ताणाचा सामना करावा लागणार, हे लक्षात येऊन त्याला वाईट वाटलं.

जॅकनं त्याच्या ऑफिसच्या आवारात शिरून एका जागी सायकल अडकवून ठेवली. तिथं ती सुरक्षित राहील याची त्याला कल्पना होती. मग तो चालत डीएनए इमारतीपाशी आला. त्यानं घड्याळाकडे नजर टाकली. तो अगदी वेळेत आला होता; कारण अजून आठ वाजायला पाच मिनिटे बाकी होती. शॉन अजून तिथं यायला वेळ आहे याबद्दल त्याला खात्री होती. तो कॉलेजात असताना कधीच कुठं वेळेवर पोहोचत नसे.

जॅक इमारतीच्या लॉबीत एका मागे पाठ नसलेल्या बाकावर बसून वाट पाहू

लागला. त्याच्या मनात ऑसुअरीचेच विचार घोळत होते. अखेर आठनंतर वीस मिनिटांनी एक टॅक्सी आली. शॉन आणि साना उतरून मागच्या बाजूला गेले. ड्रायव्हरही त्यांच्या मदतीला होता. ते पाहून जॅकही बाहेर गेला. शॉननं ऑसुअरी उचलली होती. जॅकनं लगबगीनं जाऊन ऑसुअरी उचलायला मदत केली.

"तुम्हाला पुन्हा भेटून आनंद झाला, डॉ. स्टेपलटन," साना म्हणाली.

जॅकनं गुडघ्यानं ऑसुअरीला आधार दिला आणि मोकळा झालेला हात सानापुढे केला, "तुला भेटून मलाही आनंद झाला; पण माझं नाव जॅक आहे."

"ठीक आहे जॅक," साना म्हणाली, "पण मी आणखी काही बोलायच्या आधी मला हे सगळं जमवून आणल्याबद्दल आभार मानायचे आहेत."

"त्यात विशेष काही नाही," जॅक म्हणाला. मग तो आणि शॉन मिळून ऑसुअरी घेऊन जाऊ लागले. खोक्यात वाटली होती त्यापेक्षा त्या वेळी ती जास्त मोठी आणि चांगलीच वजनदार वाटली.

"तुम्हाला ती जेम्सच्या घरून आणायला काही अडचण तर आली नाही ना?"

"जराही नाही," शॉन म्हणाला, "पण हिज मोस्ट रेव्हरन्ड होली इमिनन्स वगैरे वगैरेला ती देण्याची फारशी इच्छा नव्हती. मी ती त्याच्याच घरी तळघरात तपासावी असं त्यानं सुचवलं होतं. त्याच्या त्या धुळीनं भरलेल्या तळघरात! या माणसाला विज्ञान म्हणजे काय याची जराही कल्पना नाही."

"सांभाळून!" इमारतीच्या काचेच्या दारांमधून आत जाताना सानानं त्यांना सावधगिरीची सूचना केली. आत गेल्यावर जॅक अगोदर ज्या बाकावर बसला होता त्यावरच त्यांनी ती ठेवली.

जॅक सानाकडे वळला, "मी तुला ओळखलंच नाही अगोदर. तू खूप वेगळी दिसतेस. कदाचित केस वेगळ्या प्रकारे कापल्यामुळे असेल."

"तू हे म्हणावंस?" शॉन तक्रार करत म्हणाला, "मागच्या खेपेस तर तुला तिची केशरचना फार आवडली होती. अर्थात, मला ती प्रिय होतीच म्हणा."

"मला तेव्हाची केशरचना आवडली होतीच; पण आत्ताचीही छान आहे."

"हे फारच राजकारणी बोलणं झालं."

"अच्छा. ती सुप्रसिद्ध ऑसुअरी हीच आहे तर," जॅक विषय बदलण्यासाठी म्हणाला. वातावरण गरम व्हायला लागल्याचं त्याला जाणवलं होतं. त्याला नवरा-बायकोच्या भांडणामध्ये सापडायची इच्छा नव्हती. सानाच्या केशरचनेबद्दल दोघांत पूर्वी काहीतरी वादविवाद झाला असावा, हे त्याच्या लक्षात आलं.

"होय हीच ती," शॉन स्वतःला सावरत म्हणाला. त्यानं एखाद्या अभिमानी पालकानं अपत्याला थोपटावं त्याप्रमाणे ऑसुअरीला हलकेच थोपटलं, "मी प्रेमातच पडलोय. मला वाटतं, या लोकांचा जगाकडे आणि धर्माकडे बघण्याचा दृष्टिकोन

साफ बदलून जाणार आहे.''

"ती रिकामी नसेल तर," जॅक म्हणाला.

"अर्थातच ती रिकामी नसेल तर," शॉन काहीशा धारदारपणे म्हणाला, "पण मुळात ती रिकामी असणारच नाही. कोणी पैज लावायला तयार आहे?''

जॅक किंवा साना, कोणीच पैज लावायला तयार झालं नाही. शॉनच्या स्वरातली धार त्यांना फारशी रुचली नाही.

"ए... चला. जरा हलकंफुलकं वाटू द्या!" शॉन म्हणाला, "आपल्या सगळ्यांच्या मनावर ताण आहे इतकंच."

"तुझं म्हणणं बरोबर आहे," साना म्हणाली.

"ठीक आहे. बरं, आपल्याला तुमच्यासाठी ओळखपत्रं बनवायची आहेत.''

शॉन आणि साना सुरक्षारक्षकांकडे जाऊन त्यांची ओळखपत्रं तयार करण्यासाठी लागणारी प्रक्रिया पूर्ण करून आले.

"चला. आपण आता कामाला लागू या," शॉन म्हणाला. त्याच्या आणि सानाच्या गळ्यात त्यांची नवीन ओळखपत्रं लटकत होती.

"मी तुला एक प्रश्न विचारू का?" ऑसुअरी उचलण्याच्या तयारीत असताना जॅकनं विचारलं.

"विचार."

"मला एक छोटं फिक्कट रंगाचं छिद्रं दिसलं," एका उथळ छिद्राकडे बोट दाखवत जॅक म्हणाला, "आणि इथं काही टवके उडाल्यासारखं दिसतंय. हे सगळं मला नवीन वाटतंय."

"ते नवीनच आहे," शॉन म्हणाला, "जरी पुरातत्त्वशास्त्रात कोणी वापरत नाही तरी मी ऑसुअरी शोधण्यासाठी विजेवर चालणारी ड्रिल वापरली. कारण माझ्यापाशी वेळ फार कमी होता. मी छिन्नीही वापरली. हे टवके त्या छिन्नीचे आहेत. मला सानासाठी ही ऑसुअरी शक्य तितक्या लवकर बाहेर काढायची होती. ती तिथं सारखी कुरकुर करत होती."

"मी त्या परिस्थितीत जास्तीत जास्त जुळवून घ्यायचा प्रयत्न करत होते," सानानं फटकारलं.

"तुला ते आठवतंय हे खूप झालं," शॉनही त्याच स्वरात म्हणाला.

"ठीक आहे, ठीक आहे!" जॅक म्हणाला, "मी विचारलं म्हणून माफ करा." जॅक त्या दोघांबरोबर फक्त दहा मिनिटं होता. जेम्स त्यांच्याबद्दल काय म्हणाला होता हे त्याला तेवढ्या दहा मिनिटांत पटलं.

"माझी मदत नसती तर तू काही करू शकला नसतास," साना बोलतच राहिली, "आणि त्याबद्दल आभार म्हणून मला हे ऐकावं लागतंय."

“हो हो!” जॅक मोठ्या आवाजात म्हणाला, “शांत व्हा! तुम्ही जी काही मेहनत घेतली आहे त्यातून काहीतरी भरीव मिळावं म्हणून आपण इथं आलो आहोत. ऑसुअरीत काय आहे हे आपल्याला बघायचं आहे ना?”

जॅक मनोमन चरफडत होता. शॉन आणि जेम्स यांच्यात पंच म्हणून काम करायच्या कल्पनेनं त्याला वैताग आला होता आणि आता या दोघांतदेखील तेच करायची त्याची इच्छा नव्हती.

शॉन खिडकीतून बाहेर बघत असताना साना त्याच्याकडे काही क्षण रागानं पाहत राहिली.

“जॅक, तुझं म्हणणं बरोबर आहे,” शॉन एकदम म्हणाला. त्यानं खेळकरपणानं जॅकच्या खांद्यावर थाप मारली, “चला, आपण ही ऑसुअरी वर प्रयोगशाळेत नेऊ या. चला!” त्यानं शेवटच्या शब्दावर मुद्दाम जोर दिला होता. त्यानं ऑसुअरी एका बाजूनं उचलली. ते पाहून जॅकनं दुसरी बाजू उचलली. दोघं ऑसुअरी घेऊन निघाले.

लिफ्टमधून आठव्या मजल्यावर आल्यानंतर त्यांना ऑसुअरी चांगलीच लांब न्यावी लागली. दरम्यान साना आणि शॉन सतत इमारतीबद्दल स्तुती करत होते.

“मला इथली सवय होऊन चालणार नाही. ही इमारत म्हणजे प्रयोगशाळेच्या दृष्टीनं खरोखरच स्वर्ग आहे.”

जॅकनं दारापाशी आल्यानंतर सानाला ऑसुअरी धरायला सांगितलं. मग त्यानं किल्ली बाहेर काढून दार उघडलं.

“वेगळं कुलूप लावता येईल हे पाहून मला बरं वाटलं,” शॉन म्हणाला.

“शिवाय आत वेगळे लॉकर आहेतच,” जॅकनं सांगितलं.

शॉन आणि जॅकनं ऑसुअरी मधल्या मोठ्या टेबलावर ठेवली. सानानं सगळीकडे नजर फिरवली, “माय गुडनेस! मला इथं कोरी करकरीत ॲप्लाईड बायोसिस्टिम्स ३१०० एक्सएल ही प्रणाली दिसतेय. हे सगळं झकासच आहे.”

“हं... आता वेळ आली आहे,” शॉन ऑसुअरीकडे बघत हात चोळत म्हणाला, “मी इतके दिवस तिच्यापासून लांब कसा राहिलो कोण जाणे! पण साना डिअर याचा सगळा दोष मी तुला देईन.”

“जर यातून काही मायटोकॉन्ड्रियल डीएनए मिळाले तर तू मला धन्यवाद देऊन दमून जाशील; त्यामुळे तुझ्या या शोधाला विलक्षण परिमाण मिळेल.”

शॉननं बरोबर आणलेल्या पिशवीतून एक हेअरड्रायर, वायर, छोटी हातोडी आणि छिन्नी या वस्तू बाहेर काढल्या.

“आपण गाऊन घालून हातमोजे वगैरे सगळं घातलं तर बरं होईल,” सानानं सुचवलं, “मला डीएनए प्रदूषणाची कोणतीही शक्यता शिल्लक नको आहे.”

“चालेल मला,” शॉन जॅककडे बघत म्हणाला.

"हरकत नाही," जॅक म्हणाला, "पण त्यापूर्वी तुम्हा दोघांना एका प्रतिज्ञापत्रावर सही करायची आहे."

त्यांनतर साना आणि शॉननं आवश्यक त्या सर्व कायदेशीर कागदपत्रांवर सह्या केल्या. त्यानुसार मानवी अनुभवाला माहीत असणाऱ्या कोणत्याही बाबतीत मुख्य वैद्यकीय तपासनिसांच्या ऑफिसवर कसलीही जोखीम, बोजा अथवा जबाबदारी राहणार नव्हती.

"मी प्रथम पुरातत्त्वशास्त्राकडे वळलो तेव्हा मानवी इतिहासात भर घातली जाण्याचे प्रसंग वारंवार येतात, असं मला वाटलं होतं. दुर्दैवानं ते खरं ठरलं नाही; पण आता ठरतंय म्हणून मी एकदम खुशीत आहे," शॉन म्हणाला.

"माझ्या क्षेत्रात हे नेहमीच घडतं."

"होय का?" शॉन खवचटपणानं म्हणाला.

"मी गंमत करत होते," साना म्हणाली, "विज्ञानाचं काम अगदी संथ गतीनं चालतं, हे तुम्हा दोघांनाही ठाऊक आहे. 'युरेका' असं ओरडण्याचे प्रसंग फार दुर्मीळ असतात. मी अद्यापतरी एवढा थरार कधीही अनुभवलेला नाही, हे मी कबूल करते."

गाऊन घालून, तोंडावर मास्क लावून आणि हातमोजे चढवून सगळे जण पुन्हा ऑसुअरी होती त्या ठिकाणी आले. शॉननं हेअर ड्रायर सुरू केला आणि ऑसुअरीच्या वरच्या बाजूच्या झाकणाच्या कडांना लावलेल्या काळपट तपकिरी रंगाच्या मेणावर त्यानं गरम हवेचा झोत धरला. काही वेळानं, मेण पुरतं मऊ झालं आहे असं वाटल्यानंतर शॉननं त्या जागी छिन्नी खुपसली. मग त्यानं हलकेच छिन्नीवर हातोडीनं ठोकलं.

"मला वाटलं होतं त्यापेक्षा जास्त वेळ लागणार आहे," शॉन छिन्नी हलवत म्हणाला, "झाकण रॅबिट लावून बंद केलेलं आहे."

"हरकत नाही," साना म्हणाली.

"माझ्यासाठी म्हणून घाई करू नकोस," जॅक म्हणाला.

हळूहळू शॉननं संपूर्ण झाकणाचं मेण हेअर ड्रायर वापरून वितळवलं. मग हलकेच फटीत छिन्नी घालून ठोकत त्यानं झाकण जमेल तेवढं सैल करण्याचा प्रयत्न केला. त्याला एका जागी रॅबिट लावल्याचं जाणवलं. त्यानं छिन्नी आजूबाजूला सगळीकडे खुपसून मग रॅबिट ठोकण्याचा प्रयत्न केला. त्यानंतर त्यानं छिन्नी पुन्हा त्या जागी घालून ती फिरवण्याचा प्रयत्न केला; पण काही उपयोग झाला नाही. मग त्यानं पुन्हा दुसऱ्या जागी तसंच करून पाहिलं. काहीही उपयोग झाला नाही. असं करताना एका जागी किंचित फुटण्याचा आवाज आला.

"मला जराशी हालचाल वाटतेय," शॉन म्हणाला. त्याला जास्त जोर लावायचा

नव्हता. नाहीतर झाकणाचे तुकडे व्हायचा संभव होता. दोन हजार वर्षे हे झाकण व्यवस्थित राहिलं होतं. शॉनला ते फुटावं असं वाटत नव्हतं.

"तुला थोडं वेगानं काम करता येणार नाही का?" साना उतावीळपणे म्हणाली. शॉन विनाकारण हळूहळू काम करतोय, असं तिला वाटलं.

शॉननं थबकून सानाकडे रोखून पाहिलं, "तू मदत करणं अपेक्षित असताना उलट तू–" शॉननं जागा बदलून पुन्हा झाकण उघडण्याचा प्रयत्न सुरू केला.

काही वेळ प्रयत्न करूनही काही होत नव्हतं. आता वेगळा काही विचार करणं आवश्यक आहे का, असं शॉनला वाटत असतानाच परत एकदा फुटल्यासारखा हलका आवाज आला. शॉननं हलकेच त्या जागी बोट फिरवून तडा गेलाय का ते बघितलं; पण तसं काही त्याला जाणवलं नाही. मग त्यानं त्या जागी छिन्नी खुपसून थरथरत्या हातानं फिरवली आणि अचानक सगळंच्या सगळं झाकण उचललं गेलं.

शॉननं हलक्या हातानं झाकण सोडवून घेतलं आणि ते टेबलावर ठेवलं. मग अत्यंत काळजीपूर्वक दोन हजार वर्षे सीलबंद राहील अशा तऱ्हेनं ठेवलेल्या त्या ऑसुअरीत ते डोकावून पाहू लागले.

एकवीस

सकाळी ९.४८, शनिवार, ६ डिसेंबर, २००८
न्यू यॉर्क शहर

"डिअर लॉर्ड! मी तुझी करुणा भाकतो. मला या ऑसुअरीचं काय करायचं याबद्दल मार्गदर्शन कर." जेम्स तिसऱ्या मजल्यावरच्या सेंट जॉन द अपोस्टल याला वाहिलेल्या अत्यंत सुशोभित अशा खासगी चॅपेलमध्ये गुडघ्यांवर टेकून प्रार्थना करत होता. त्याच्यासमोर भिंतीवर एक मोठा प्लाक टांगलेला होता. प्लाकवर व्हर्जिन मेरी सदेह स्वर्गात स्वीकारली जात असल्याचं दृश्य अत्यंत रेखीवपणे कोरलेलं होतं. देवाची माता ढगांवर उभी होती. तिच्या दोन्ही बाजूंना पंख असणाऱ्या बालकांच्या रूपात देवदूत होते. प्लाकच्या खालच्या बाजूला पवित्र पाणी ठेवण्याचं भांडं- फॉन्ट जोडलेलं होतं. जेम्सला हा प्लाक फारच आवडत असे. त्या दिवशी सकाळी तर त्याला प्लाकवरचं दृश्य फारच भावत होतं.

"मी कधीच तुझ्या इच्छेबद्दल शंका व्यक्त करणार नाही; पण तू माझ्या या दुबळ्या हातांमध्ये जे काम सोपवलं आहेस ते पूर्ण करण्यासाठी माझ्यात पुरेसं सामर्थ्य नाही. त्या ऑसुअरीत जरी काहीही अवशेष सापडले तरी ते तुझ्या मेरी मातेचे नाहीत, अशी माझी पक्की श्रद्धा आहे. मुळात हे अवशेष कोणा स्त्रीचे आहेत यावरच कोणाचा विश्वास बसू नये, अशी माझी नम्र प्रार्थना आहे. तसं झालं तर मला या समस्येवर काहीतरी करता येईल. माझा मित्र शॉन डॉट्री याला अगोदर ऑसुअरी आणि व्हर्जिन मदरच्या बाबतीत जो काही संबंध वाटला असेल तो असो; पण आता त्याला तो तसा वाटणार नाही, याबद्दलही मी प्रार्थना करतो," मग जेम्सनं क्रॉसची खूण केली आणि उठून उभा राहत म्हणाला, "तुझ्या इच्छेचा मान राखला जावो, आमेन."

जेम्सला रात्रभर नीट झोप लागली नव्हती. सकाळी एकदम दचकल्याप्रमाणे त्याचे डोळे उघडले तेव्हा पाच वाजले होते. त्यानं उठताच आत्ता केली होती तशीच प्रार्थना केली होती. त्यानंतर इतर कोणत्याही शनिवारप्रमाणेच त्याचे सकाळचे कार्यक्रम पार पडले होते. त्यानं नेहमीप्रमाणे ब्रेव्हिअरी काढून त्यामधली धर्मवचनं वाचली. मग आपल्या कर्मचाऱ्यांबरोबर मासच्या वेळी प्रार्थना केली. त्यानंतर आपल्या दोन सेक्रेटरींच्या बरोबर नाश्ता केला. मध्येच शॉन आणि साना ऑसुअरी नेण्यासाठी आल्यानं सकाळच्या कार्यक्रमात जरासा व्यत्यय आला. त्या दोघांनी तळघरातून ऑसुअरी आणून अत्यंत गचाळ टॅक्सीत ठेवली. तसं करणं जेम्सला फारसं रुचलं नाही. नंतर जाताना शॉननं डोळा मारला ते तर जेम्सला खटकलंच. अगदी ऑसुअरीत मदर मेरीची हाडे असली किंवा नसली तरी ऑसुअरीला असं हाताळणं त्याला आवडलं नव्हतं.

शॉन आणि साना निघून गेल्यानंतर जेम्सनं सगळा जामानिमा केला होता. त्या दिवशी चर्च ऑफ अवर लेडी ऑफ द होली रोझरीला अधिकृत भेट द्यायची असल्यानं, त्यानं अंगावर पूर्ण पोशाख चढवला होता. असा पोशाख करूनच तो चॅपेलमध्ये प्रार्थनेसाठी गेला होता.

जेम्स प्रयत्नपूर्वक उठून उभा राहिला होता. त्यानं पवित्र जलात बोटं बुडवून क्रॉसची खूण केली. मग तो खालच्या मजल्यावरच्या त्याच्या ऑफिसमध्ये गेला. नेहमीप्रमाणे ई-मेल बघण्यासाठी त्यानं कॉम्प्युटर सुरू केला. तो सुरू होणार इतक्यात फोन वाजला. जेम्सनं फोनकडे नजर टाकली. कॉलर आयडीवर जॅकचं नाव आलेलं पाहून त्यानं पुढे होत फोन उचलला; पण त्याला उशीर झाला होता. त्याला जॅकच्या आवाजाऐवजी डायल टोन ऐकू आला. याचा अर्थ फादर मॅलोने किंवा फादर केर्लिननं अगोदरच फोन घेतला होता. जेम्स अस्वस्थपणानं बोटं नाचवू लागला. काही क्षणांतच इंटरकॉम वाजू लागला.

''डॉ. जॅक स्टेपलटन आहेत,'' फादर केर्लिन म्हणाला, ''तुम्ही फोन घेणार का?''

''होय. धन्यवाद!'' जेम्सनं असं म्हटलं तरी फोन लगेच घेतला नाही. जॅकचा फोन आला म्हणजे ऑसुअरी उघडली गेली आहे हे त्याच्या लक्षात आलं. तो मनातल्या मनात प्रार्थना करू लागला. त्याचा आत्मविश्वास आता डळमळीत होऊ लागला होता. अखेर एक खोलवर श्वास घेऊन जेम्सनं फोन घेतला.

''जेम्स... तूच आहेस ना?'' जॅकनं विचारलं.

''होय, मीच आहे,'' जेम्स अत्यंत उदास आवाजात म्हणाला. त्याला मागच्या बाजूला हसण्या-खिदळण्याचा आणि उत्तेजित स्वरात चाललेल्या चर्चेचा आवाज ऐकू येत होता; त्यामुळे आता आपल्याला काय ऐकावं लागणार आहे ते जाणवलं.

"मी सांगतोय ते तुला ऐकायला आवडणार नाही; पण–"

जॅकचं बोलणं उत्तेजित झालेल्या शॉननं तोडलं आहे, हे जेम्सच्या लक्षात आलं. त्याला पाठीमागून जॅकला "हिज इमिनन्ट एक्सलन्सी आहे की काय? मला दे फोन. मला त्या फोफशा भोपळ्याशी बोलू दे," असं शॉन सांगत असल्याचं स्पष्ट ऐकू आलं.

"हाय ब्रदर! आम्हाला सोन्याची खाण मिळाली!" शॉन म्हणाला.

"होय का?" जेम्स आपल्याला रस नाही असं दाखवत म्हणाला, "बरं, काय मिळालं तुम्हाला?"

"एक नाही तर तीन स्क्रोल मिळाले. त्यातल्या सर्वांत मोठ्याच्या बाहेर काय लिहिलंय माहीत आहे का? सायमननं लिहिलेलं गॉस्पेल! आपल्याला चक्क सायमन द मॅजिशियनचं गॉस्पेल मिळालंय. आता बोल!"

"ऑसुअरीत हे एवढंच होतं का?" जेम्सनं किंचित आशेनं विचारलं.

"नाही; पण मी ते सांगण्यासाठी परत जॅकला फोन देतोय. मी नंतर पुन्हा बोलीन."

काही क्षणांनंतर जॅक पुन्हा फोनवर बोलू लागला, "शॉन आज पुरातत्त्वशास्त्रज्ञ म्हणून अत्यंत आनंदात आहे–"

"मला एवढंच सांग की, ऑसुअरीत हाडं आहेत का?" जेम्स एकदम सगळी औपचारिकता बाजूला ठेवत म्हणाला.

"होय, आहेत," जॅक म्हणाला, "मला त्यात सगळी हाडं आहेत असं वाटतंय. त्यात कवटीही आहे. ती चांगल्या अवस्थेत आहे. कदाचित इतर हाडं एकापेक्षा जास्त जणांची असू शकतील; पण कवटी मात्र एकच आहे."

"होली मदर... होली मदर मेरी..." जेम्स स्वतःशी पुटपुटला. मग तो जॅकला म्हणाला, "हे अवशेष मानवी आहेत का?"

"मला तसं वाटतंय."

"बरं स्त्री की पुरुष, हे सांगता येईल?"

"ते सांगणं अवघड आहे; पण मी हाडं बघताच आमच्या इथल्या मानववंशशास्त्र विभागाच्या प्रमुखाला- अलेक्स जॅसझेकला बोलावून घेतलंय. तो येतोच आहे इतक्यात."

"तू व्हर्जिन मेरी वगैरे काही सांगितलं नाहीस ना?"

"अर्थातच नाही. मी फक्त एक पहिल्या शतकातील ऑसुअरी उघडली आहे, एवढंच सांगितलं."

"उत्तम." जेम्स म्हणाला. आपण स्वतः जाऊन ते अवशेष बघावेत असं त्याला वाटलं; पण त्यासाठी सगळा पोशाख उतरवावा लागला असता. त्याच पोशाखात

तो ओसीएमईत गेला असता तर दुसऱ्या दिवशी वर्तमानपत्रात पहिल्या पानावर बातमी होणं त्याला परवडणारं नव्हतं. पोशाख बदलून जाऊन येऊन पुन्हा सगळा जामानिमा करण्याएवढा वेळ त्याच्यापाशी नव्हता.

"जेम्स, शॉनला परत तुझ्याशी बोलायचं आहे. फोन देऊ का?"

"होय." जेम्स कडवटपणानं म्हणाला. शॉन आपल्याला आणखी टोमणे मारणार आहे, हे त्याच्या लक्षात आलं.

"हाय!" शॉन पुन्हा फोन घेत म्हणाला, "मला अचानक आठवलं. आज तुझा वाढदिवस आहे. हॅपी बर्थ डे, युवर इमिनन्ट एक्सलन्सी!"

"थँक्स," जेम्स म्हणाला. तो चकित झाला होता. ऑसुअरी आणि त्यातून काय उद्भवेल याच्या फिकिरीत असल्यानं तो स्वतःचा वाढदिवस विसरून गेला होता. आपल्या कर्मचाऱ्यांनीही आठवण करून दिली नाही, याचं त्याला आश्चर्य वाटलं; पण तो त्या बाबतीत फारसा आग्रही नसायचा, हेदेखील तितकंच खरं होतं. "माझं संबोधन युवर इमिनन्स किंवा युवर एक्सलन्सी असं आहे. तू मला फक्त जेम्स म्हटलेलं अधिक आवडेल."

"ठीक आहे," शॉन जेम्सच्या बोलण्याकडे दुर्लक्ष करत म्हणाला, "बरं, आज आपण पार्टी केली तर कसं होईल. अर्थात तुला कोणा राजकीय पुढाऱ्याबरोबर किंवा वगैरे-वगैरेबरोबर जेवायचं नसेल तर, आज रात्री आपण तुझा वाढदिवस आणि आमचा शोध हे एकदमच साजरं करू. तुझं काय मत आहे? दोन्ही गोष्टी एकाच दिवशी होणं हा चमत्कारिक योगायोग आहे खरा; पण आयुष्य हे असंच असतं, नाही का?"

जेम्सला आपण ताबडतोब 'नाही' म्हणावं असं वाटलं. आपण आपल्या शोधामुळे जगाला कसा धक्का देणार आहोत याबद्दल शॉनच्या बढाया त्याला ऐकायच्या नव्हत्या; पण लगेच आपण जर त्याच्या कामात सामील आहोत असं दाखवलं, तर कदाचित त्याचं मन वळवणं सोपं जाईल, असा विचार त्याच्या मनात आला.

"मी घरी जाता जाता काही स्टीक, सॅलड आणि उत्तम रेड वाइन न्यावी म्हणतोय. आपण मागच्या बाजूला झकास ग्रिल करू शकतो. बोल, काय विचार आहे?"

जेम्स काहीही बोलला नाही. रात्री जागरण झालेलं असताना संध्याकाळी शॉनची वटवट सहन करण्याची आपली तयारी नाही, असं त्याला वाटत होतं.

"हवं तर आपण बाहेर जाऊ शकतो," जेम्सच्या न बोलण्याचा वेगळा अर्थ काढत शॉन पुढे बोलतच राहिला, "पण मला वाटतं की, तुला बाहेर जेवायला जायला आवडत नाही."

"फक्त तुझ्याबरोबर आवडत नाही," जेम्स म्हणाला, "जेवताना आपला नेहमी वादविवाद होतो. मी तुला एकट्यालाच त्याबद्दल दोष देत नाही; पण मी जरी साध्या कपड्यात असलो तरी मला लोक सहज ओळखतात. मला तशी प्रसिद्धी व्हायला नको आहे. मला परत जॅकशी बोलू दे."

"हं... आता काय?" जॅक थकलेल्या स्वरात म्हणाला. आपण पुन्हा एकदा नको असतानाही मध्यस्थाच्या भूमिकेत गेलो आहोत, हे त्याच्या लक्षात आलं होतं.

"जॅक, शॉन आज रात्री त्याच्या घरी आनंद साजरा करण्यासाठी बोलावतो आहे. तू तिथं असायला हवंस."

"पण मला अजून अधिकृतपणे त्यानं निमंत्रण दिलेलं नाही. शिवाय मला घरी जाऊन जेजेला सांभाळण्यासाठी लॉरीला मदत करायला हवी."

"जॅक, मला तुझ्या मदतीची गरज आहे. तू जर या पार्टीला आलास तरच मी येईन."

"म्हणजे मी पुन्हा पंचाची भूमिका करायची आहे तर!" जॅक वैतागून म्हणाला.

"जॅक... प्लीज!"

"ठीक आहे. फार उशीर होणार नसेल तर चालेल."

"फार उशीर करायचाच नाही. मलाही सकाळी माससाठी लवकर उठावं लागणार आहे. शिवाय काल रात्री मला नीट झोप लागली नव्हती. तेव्हा उशिरापर्यंत थांबायचंच नाही. मी माझी गाडी आणतो. म्हणजे मी तुला घरी सोडेन."

"ठीक आहे; पण मला एकदा लॉरीशी बोलायला हवं."

"ते योग्यच आहे," जेम्स म्हणाला, "बरं. आता फोन परत शॉनकडे दे."

जेम्सनं शॉनला जॅकशी काय बोलणं झालं ते सांगितलं आणि किती वाजता भेटायचं ते विचारलं.

"सात वाजता. मला वाटतं, सानालाही ते योग्य वाटेल. सकाळी लवकर उठून कामाला सुरुवात करायची असल्यानं ती होकार देईल."

"मला ही वेळ अगदी योग्य वाटते," असं म्हणून जेम्सनं फोन बंद केला.

बावीस

सकाळी १०.४०, शनिवार, ६ डिसेंबर, २००८
न्यू यॉर्क शहर

जेम्सशी बोलणं झाल्यानंतर दहा मिनिटांनी मानववंशशास्त्रज्ञ अलेक्स जॅसझेक तिथं आला. अगोदर त्यांना जे काही मिळालं होतं त्यामुळे जरी दोघांना आनंद झाला असला तरी शॉन आणि सानाची झटापट चालूच होती. ते पाहून जॅक प्रयोगशाळेतली उपकरणं तपासण्याचा बहाणा करून तिथून सटकला होता.

चांगला अनुभवी असूनही अलेक्स त्याच्या वयापेक्षा कमी वयाचा भासत होता. त्यानं खाकी पॅन्ट आणि जुन्या पद्धतीचा फ्लॅनलचा शर्ट घातला होता.

''तुम्ही झाकण उघडलं तेव्हा ही हाडं अशीच दिसत होती?'' अलेक्सनं ऑसुअरीत डोकावून बघत विचारलं.

''जवळपास अशीच,'' जॅकही हाडांकडे बघत म्हणाला, ''आत तीन स्क्रोल होते; पण शॉननं ते अगदी काळजीपूर्वक उचलले होते. मांडीचं हाड फार तर किंचित सरकलं असेल इतकंच; पण आम्ही भरपूर फोटो घेतले आहेत.''

''मला या ठिकाणी सगळी हाडं आहेत, असं वाटतंय.''

''मलादेखील तसंच वाटलं होतं,'' शॉन म्हणाला.

''तुम्ही हाडं उचलली असतीत तर फारसं बिघडलं नसतं,'' अलेक्स म्हणाला, ''तुम्हाला अर्थातच माहीत असेल की, हे दफन पुन्हा एकदा केलेलं आहे. ऑसुअरी वापरात होत्या त्या काळात शरीर काही काळ ठेवून दिलं जाई. मग ती हाडं गोळा करून ऑसुअरीत ठेवली जात. ठेवताना क्रमाचा विचार केला जात नसे. तेव्हा आपण ही सगळी हाडं उचलून टेबलावर शरीरात असतात तशी मांडू या.''

साना तिथं आली. जॅकनं ओळख करून दिली. सानानं अलेक्सचा हात हातात

घेऊन त्यानं शनिवारी सुटीचा दिवस असूनही वेळ दिला म्हणून त्याचे पुनःपुन्हा आभार मानले. साना जे काही करत होती ते मुद्दाम शॉनला चिडवण्यासाठी आहे, हे जॅकच्या लक्षात आलं. त्याचा परिणामही होतोय, हे जॅकला जाणवलं. साना अलेक्सला गाऊन वगैरे अंगावर चढवायला मदत करत असताना शॉनच्या जवळ वाकत जॅकनं विचारलं, "संध्याकाळचा बेत पक्का आहे, की त्यात काही बदल करायचा आहे?"

"पक्काच आहे. हवं तर तू तुझ्या बुडाची पैज लाव... काही वेळा तिला काय होतं कोण जाणे...! जे काही चाललंय ते थांबायला हवं."

जॅकनं शहाणपणानं आणखी बोलणं टाळलं. त्यानं ऑसुअरीतून एक हाड उचललं आणि तो ते बघू लागला.

गाऊन अंगावर चढवून अलेक्स आणि साना टेबलापाशी परतले. साना अजूनही अलेक्सशी नको तितक्या जवळिकीनं बोलत होती. तो तिच्या मोहकपणावर भुललेला आहे, हे सहज जाणवत होतं. साना आणि अलेक्स तिथं येऊन जॅक आणि शॉनला त्यांच्या कामात मदत करू लागले; पण काही वेळातच अलेक्सनं सगळी सूत्रं हाती घेतली. मग अर्ध्या तासात काम पूर्ण झालं.

सानाच्या दृष्टीनं कवटी आणि जबड्याचा खालचा भाग महत्त्वाचा होता. कारण काही दात अजून त्यांच्या मूळ जागी होते. उलट शॉनला कमरेचं हाड बघण्यात रस होता. हाडं मांडताना अलेक्सनं सहजपणे या बाईला बरीच मुलं झाली असावीत असं म्हटलं होतं.

"या ठिकाणी सगळी हाडं आहेत, हे आश्चर्यकारक आहे," अलेक्स म्हणाला.

"मी यापूर्वी कधीही असं पाहिलेलं नाही. बघा, अगदी बोटांची छोटी हाडंही आहेत. बहुधा ज्या कोणी दफन केलं असेल त्याला या मृत स्त्रीबद्दल कमालीचा आदर असावा."

"ही हाडं एका स्त्रीची आहेत याबद्दल खात्री आहे?" शॉननं हाडांकडे बोट दाखवत उत्सुकतेनं विचारलं.

"नक्कीच खात्री आहे. या नाजूक भुवयांचे उंचवटे बघा," अलेक्स कवटीपाशी भुवयांची जागा दाखवत म्हणाला, "शिवाय हाता-पायांची हाडंही तशीच नाजूक आहेत आणि ही कमरेची हाडं मुळात जशी असतात तशी जुळवली तर आपण ही स्त्रीच होती हे ठामपणानं सांगू शकतो. त्या बाबतीत काहीही शंका उद्भवत नाही!"

"विशेषतः या स्त्रीनं अनेक मुलांना जन्म दिला असावा, असं म्हणता येईल ना?" शॉननं खिदळत विचारलं.

"मी त्याबद्दल मात्र ठामपणानं सांगू शकणार नाही."

"का?" शॉनच्या चेहऱ्यावरचं हास्य थोडं मावळू लागलं होतं.

“इथं या सुल्की दिसत आहेत त्या चांगल्याच ठसठशीत आहेत,” जॅक इलियम नावाचं कमरेचं हाड उचलून घेत म्हणाला. त्यानं ते अलेक्सला दाखवलं. “मी कधीही एवढ्या मोठ्या सुल्की बघितलेल्या नाहीत.”

“सुल्की म्हणजे काय?” शॉननं विचारलं.

जॅकनं हाडाच्या कडेच्या बाजूला असणाऱ्या काही खळग्यांसारख्या भागाकडे लक्ष वेधलं, “याला सुल्की म्हणतात. मुलाला जन्म दिल्यानंतर या हाडावर निर्माण होतात. काही तर खूपच खोलगट दिसत आहेत. मी तर म्हणेन की, या स्त्रीनं किमान दहा तरी मुलांना जन्म दिला असावा.”

“पण इलियमवरच्या सुल्कींचा खोलगटपणा आणि प्युबिस हाडे जिथे जुळतात त्यावरचे ठिपके यांचा मुलांच्या संख्येशी थेट संबंध असतोच, असं मला वाटत नाही,” अलेक्स जॅकच्या मताशी असहमती दर्शवत म्हणाला.

“पण साधारणपणे असा संबंध असतो.”

“ते मला मान्य आहे,” अलेक्स म्हणाला, “सर्वसाधारण संबंध असतो म्हणा.”

“म्हणजेच जरी या सुल्की आणि हे ठिपके यावरून त्या स्त्रीनं बऱ्याच मुलांना जन्म दिला हे सिद्ध करता येत नसलं तरी तसं ठामपणानं सुचवता येतं, हे म्हणता येईल.”

“होय, मी तसं म्हणायला तयार आहे; पण या स्त्रीला नेमकी किती मुलं होती याची काही स्वतंत्र माहिती आहे का? या ऑसुअरीवर तिचं नाव आणि तारीख वगैरे काही लिहिलेलं नाही का?”

काही क्षण सर्व जण अलेक्सच्या या प्रश्नानंतर स्तब्ध झाले. फक्त तिथल्या फ्रिजचा गुरगुरल्यासारखा आवाज ऐकू येत होता. हे लक्षात आल्यावर अलेक्स म्हणाला, “मी काही चुकीचं बोललो का?”

“अजिबात नाही,” शॉन घाईघाईनं म्हणाला, “ही हाडं कोणाची आहेत याची आम्हाला कल्पना नाही; पण ऑसुअरीवर इसवी सन ६२ अशी तारीख आहे; पण ही तारीख मृत्यूची आहे, की पुन्हा केलेल्या दफनाची आहे ते नक्की सांगता येणार नाही. या स्क्रोलमधून काही माहिती मिळावी अशी आशा आहे; पण मी अजून त्यांच्या गुंडाळ्याही उलगडलेल्या नाहीत.”

“या स्त्रीच्या वयाबद्दल काही सांगता येईल का?” सानानं विचारलं.

“हे अगदी नेमकेपणानं सांगता येणार नाही, कारण आयुष्यात हाडात सतत काही प्रमाणात फेररचना होत असते. म्हणूनच आपण कार्बन डेटिंग पद्धत वापरून नेमकं ठरवू शकतो. तुम्ही याचा विचार करू शकता. त्यासाठी आता नवीन शोधांमुळे फार थोडा नमुना लागतो.”

“आम्ही याबद्दल विचार करू,” शॉन म्हणाला.

"पण मला ती स्त्री किती वयाची होती असं विचारायचं आहे," साना म्हणाली, "काही अंदाज बांधता येईल का?"

"पन्नासच्या वर नक्कीच. जास्तीतजास्त ताणायचं तर ऐंशी. माझा अंदाज ही वृद्ध स्त्री असावी असा आहे. या बोटांच्या आणि पायांच्या हाडांवर असणाऱ्या अर्थरायटिसच्या खुणा बघत, तसं म्हणता येईल. काय जॅक?"

"हे बरोबर आहे," जॅक म्हणाला, "माझ्या आणखी एक गोष्ट लक्षात आली आहे. मणक्यांच्या काही हाडांमध्ये सौम्य स्वरूपाच्या क्षयरोगाच्या खुणा आहेत; पण एकूणच ही स्त्री चांगली धडधाकट होती, असं म्हणता येईल."

"मी तर थरारून गेले आहे," साना म्हणाली, "सीलबंद केल्यानंतर ऑसुअरी अगदी नीट राहिली आहे. सुरुवातीला मला डीएनए मिळण्याची फारशी आशा वाटत नव्हती; पण आता आहे. हाडं अत्यंत कोरडी आहेत आणि अजून काही दात त्यांच्या जागी शाबूत आहेत हे बघता मला मायटोकॉन्ड्रियल डीएनए मिळतील असं वाटू लागलंय."

"हे एवढं नाचायची गरज नाही," शॉननं फटकारलं.

"पण डीएनए कशासाठी काढायचे?" अलेक्सनं विचारलं, "तुमच्या मनात काही विशिष्ट प्रश्न आहेत का?"

सानानं खांदे उडवले, "मला वाटतं, डीएनए मिळवणं हेच एक आव्हान म्हणून घ्यावं. शिवाय ही ऑसुअरी रोममध्ये मिळाली आहे; पण ही स्त्री रोममधलीच होती, असं काही नाही. तेव्हा रोममध्ये सतत सगळीकडून लोक येत असत. मला वाटतं की, पहिल्या शतकातल्या डीएनएमुळे आंतरराष्ट्रीय पातळीवर प्राचीन डीएनएच्या माहितीमध्ये महत्त्वाची भर पडेल."

"हे कसं करणार?"

"प्रथम मी दातांचा वापर करून बघेन. जर ते जमलं नाही तर मग हाडांच्या मधल्या पोकळीतील भाग वापरेन. काहीही ठरलं तर दात किंवा हाडं यांच्यावरचं प्रदूषण काढून टाकण्यासाठी प्रथम मी नमुना धुऊन घेईन. मग मी कोरड्या केलेल्या दाताचा छेद घेऊन आतल्या पोकळीत जो काही सुकलेला भाग असेल तो काढून घेईन. मग त्यामधल्या पेशी फुटतील अशी व्यवस्था करेन. प्रथिनं काढून टाकण्यासाठी प्रोटिएज विकर वापरेन. अशा प्रकारे मला डीएनए मिळाल्यावर मी पीसीआर तंत्र वापरून मग त्यांची क्रमवारी ठरवण्याचं काम पूर्ण करेन. हे सगळं इतकं सोपं आहे."

"तुम्ही वेळापत्रक कसं काय ठरवलं आहे? म्हणजे तुमची हरकत नसेल, तर मला पुढे काय काय होतंय हे कळून घ्यायला आवडेल," अलेक्स म्हणाला.

सानानं शॉनकडे बघितलं. त्यानं मान डोलवलेली पाहून साना पुढे सांगू लागली,

"पहिल्या प्रक्रियेला किती वेळ लागेल हे सांगता येत नाही; पण काही दिवस किंवा एखादा आठवडा लागू शकेल."

"ठीक आहे," अलेक्स उठून उभा राहिला. त्यानं सानाच्या पाठीवर थाप मारली, "मला या सगळ्यात सामील करून घेतलं म्हणून आभार! आज सकाळी फारच मजा आली," अलेक्स गाऊन काढण्यासाठी निघाला असताना त्याची नजर स्क्रोलवर गेली, "मी हाडं बघताना गुंगून गेलो की माझ्या हे लक्षात आलं नाही. बरं, तुम्ही याचं काय करणार आहात?"

"वाचणार," शॉन म्हणाला. त्याच्या स्वरात अलेक्स आणि सानामधल्या सलगीबद्दल नापसंती होती. "पण अर्थातच मला अगोदर ते उलगडावे लागतील. ते अत्यंत किचकट काम आहे. स्क्रोल अतिशय कोरड्या अवस्थेत असून, ते सहज मोडण्यासारखे झालेले आहेत."

"ते पपायरसचे बनवलेले आहेत का?" अलेक्सनं अगदी जवळ जात वाकून बघत विचारलं; पण त्याचं त्यांना बोट लावायचं धाडस झालं नाही.

"होय. पपायरसचेच आहेत."

"ते उलगडणं कितपत सोपं जाईल?"

"सोपं जावं अशी माझी इच्छा आहे; पण उलगडण्याचं काम एक एक मिलिमीटर असं करत जावं लागणार आहे. नाहीतर त्यांचे हजारो बारीक तुकडे पडतील."

"किती प्रसन्न माणूस आहे, नाही?" अलेक्स गेल्यावर साना म्हणाली. मग स्वतःशी म्हणाली, "आणि माझा नवरा बघा!"

"अस्सं! तुझ्या ते लक्षात आलं म्हणायचं." शॉन म्हणाला, "तुझं काय चाललंय ते मला कळत नाही, असं समजू नकोस; पण मी मत्सरानं चिडणार नाही असं ठरवलंय. तुला मी तो आनंद मिळू देणार नाही," असं मनात म्हणाला.

"ठीक आहे... ठीक आहे!" जॅक टाळी वाजवत दोघांचं लक्ष वेधून घेत म्हणाला, "आपण आता कामाला लागलेलं बरं. अगोदर आपण तुम्ही दोघं काय काय करणार आहात ते ठरवून घेऊ; पण मी अगोदरच एक सूचना देऊन ठेवतो. तुम्ही जर भांडत राहिलात तर मी यातून बाहेर पडेन. मी पार्टीलाही येणार नाही. मी नाही म्हणजे जेम्सही येईल असं वाटत नाही. पार्टी खलास!"

काही क्षण साना आणि शॉन एकमेकांकडे जळजळीत नजरेनं पाहत होते. मग साना हसली, "आपण अगदी लहान मुलांसारखं करतोय."

"तू फक्त तुझ्याबद्दल बोल," शॉननं फटकारलं.

"मी तेच तर करते आहे. मला वाटतं, आपलं रूपांतर आता कुत्रा आणि त्याचा मालक यात व्हायला लागलंय."

आता शॉन हसला. "बरं; पण कुत्रा कोण आणि मालक कोण आहे?"

"ते सांगणं सोपं आहे. तू सध्या ज्या प्रकारे भुंकतो आहेस ते बघता–" साना हसत हसत म्हणाली आणि जॅककडे वळली, "तो अलीकडे मला न सांगताच लोकांना जेवणासाठी आमंत्रणं देऊ लागलाय. हे असं किमान एक डझनभर वेळा तरी झालंय."

"तुलाच सगळं ठरवायचं असतं अखेर म्हणून–"

जॅक, साना आणि शॉनच्या मधोमध बास्केटबॉल खेळातल्या पंचासारखा उभा राहिला. "बस्स! तुम्ही दोघं म्हणजे... आता एकमेकांना टोमणे मारणं थांबवा आणि कामाला सुरुवात करा."

"मला इथल्या भांडार विभागात जावं लागेल," शॉन म्हणाला, "जॅक, तू मदत करशील का?"

"मलाही दात उचकटून काढण्यासाठी प्लाअरची एक जोडी लागेल," साना म्हणाली; पण तिनं एक दात घट्ट पकडून तो बाहेर काढायचा प्रयत्न केला. तो सहज मोकळा झालेला पाहून ती म्हणाली, "नाही. मला प्लाअरची गरज नाही."

"आणि तुला काय हवं आहे?" जॅकनं शॉनला विचारलं.

"काही काचेच्या पट्ट्या आणि एक छोटा ह्युमिडीफायर. म्हणजे मग मी स्क्रोल सरळ करण्यासाठी पाण्याच्या वाफेचा अगदी छोटा फवारा वापरू शकेन."

"तुम्ही दोघं तिकडे जाऊन परत येईपर्यंत मी माझ्या कामाला सुरुवात करते. मी जितक्या लवकर दात डिटर्जंटमध्ये ठेवेन तितक्या लवकर मला तो कापून काढता येईल."

"आज रात्रीचं काय?" जॅकनं विचारलं, "तुम्ही दोघं नीट वागणार आहात ना? मुळात पार्टी पक्की ठरलेली आहे ना?"

"अर्थातच. पक्की आहे," साना म्हणाली, "आम्ही दोघं नीटच राहू. मला लोक घरी यावेत असं वाटत नाही अशातला भाग नाही. फक्त शॉननं माझ्याशी आधी चर्चा करायला हवी, एवढंच माझं म्हणणं आहे. मला जेवण बनवायला आवडतं; पण मला फार कमी वेळा तशी संधी मिळते. आज मी त्याची मजा लुटणार आहे. तुम्हा दोघांना आणि जेम्सलाही जेवण आवडेल अशी माझी खात्री आहे. अर्थात, जेम्स आणि शॉननं नीट वागायला हवं."

"ठीक आहे. माझ्या मनावरचा भार हलका झाला; पण मी येण्याबद्दल सांगायचं तर मला अगोदर माझ्या बायकोशी बोलावं लागेल. आमचं बाळ खूप लहान आहे आणि त्याला सांभाळण्याची जवळ जवळ सगळी जबाबदारी ती पार पाडते."

"लहान बाळ. किती छान!" साना असं म्हणाली खरी; पण कोणीही तरुण मुलगी ज्या प्रकारे हे बोलेल तसा जरासाही जोश तिच्यात नव्हता. तिनं बाळाला

आणि त्याच्या आईलाही बोलावलं नाही. "मला वाटतं की, एखाद्या दिवशी कॉलेजमधल्या जुन्या मित्रांबरोबर जेवण घ्यायला ती हरकत घेणार नाही."

"तुला वाटतं तितकं हे सरळसाधं नाही," जॅक अधिक खोलात न जाता म्हणाला.

"ठीक आहे. तू आला नाहीस तरी आम्ही ते समजून घेऊ," शॉन म्हणाला, "पण तू यावंस अशीच आमची इच्छा आहे. ऑसुअरीत जे काही मिळालंय ते अविश्वसनीय आहे आणि मी हिज एक्सलन्सी जेम्सला चेपण्याची संधी पुरेपूर उपभोगणार आहे."

"ते फार करू नकोस म्हणजे झालं," जॅक म्हणाला, "तो अगोदरच या सगळ्याचा काय परिणाम होईल या विचारानं चिंतेत पडला आहे."

"ते तसं होणारच म्हणा."

"मी हे असं टिंगलीच्या प्रकारे घेणार नाही," जॅक म्हणाला, "जेम्सचं लग्न चर्चशीच लागलेलं आहे आणि काहीही असलं तरी तो चर्चशी कल्पनेच्या बाहेर एकनिष्ठ आहे."

भांडारामधून शॉनला हव्या तेवढ्या काचपट्ट्या घेऊन येताना जॅकनं पुन्हा एकदा शॉनशी बोलून त्यानं ऑसुअरीबद्दल एवढ्या दांडगाईनं बोलून जेम्सला दुखवू नये, हे सांगायचा प्रयत्न केला.

"हे बघ. आज आपल्याला जे काही माहीत आहे त्यावरून बनवलेली स्टोरी, सॅटर्निअसचं पत्र आणि बंद ऑसुअरी घेऊन मी समजा लास वेगासला गेलो. तिथल्या जुगारी अड्ड्यांवर मी असं विचारलं की, यात व्हर्जिन मेरीची हाडं आहेत की नाहीत यावर कितीची पैज लावायची? तुला काय वाटतं जॅक?"

"पुरे!" जॅक धारदारपणे म्हणाला, "ही काय टिंगल आहे?"

"अच्छा म्हणजे हे असं आहे तर," शॉन म्हणाला, "तू जेम्सची बाजू घेतो आहेस. तू कॉलेजातही असंच करायचास. काही गोष्ट बदलत नाहीत, हेच खरं."

"मी कोणाचीही बाजू घेत नाही. मी नेहमीच मध्यभागी असतो. तुम्हा दोघा अडेलतट्टू मूर्खांमध्ये शांतता राखण्याचा प्रयत्न करत असतो."

"जेम्सच अडेलतट्टू आहे, मी नाही."

"होय का? मग ते बरोबरच आहे. तू अतिशहाणा होतास."

"आणि आठव की तूदेखील गाढवच होतास. म्हणूनच तू नेहमीच त्याची बाजू घेत होतास. मी तुला अगोदरच बजावून ठेवतो. आज माझी परतफेड करायची वेळ आली आहे. आमच्या वादात नेहमीच असा एक क्षण यायचा की, जेम्स त्याचं हुकमाचं पान फेकायचा. श्रद्धा! आज त्यामधले काही विषय मी मुद्दाम उकरून

काढणार आहे; पण या वेळी सत्य माझ्या बाजूनं आहे. आज मजा येणार हे मी सांगतोय. लक्षात ठेव.''

अचानक टॅक्सीत शेजारी बसलेल्या जुन्या मित्रांनी एकमेकांकडे पाहिलं आणि दोघंही हसू लागले.

''आपण काय करतोय जॅक, लक्षात येतंय का?'' शॉननं विचारलं.

''आपण पोरकटपणा करतोय.''

''होय; पण काळजी करू नकोस. मी आज रात्री त्या जेमी पोराशी नीट वागेन. मी फक्त माझ्या मनात साचलेली मळमळ बोलून मोकळा झालो इतकंच.''

डीएनए इमारतीपाशी टॅक्सीतून काचपट्ट्या उतरवून घेतल्यावर जॅक आणि शॉननं त्या एका ट्रॉलीत ठेवल्या. मग जॅक म्हणाला, ''तुला हे एवढं वरच्या मजल्यावर न्यायला काही अडचण येणार नाही ना?''

''मला नाही वाटत. मी वर गेल्यावर माझ्या उच्छृंखलपणाचं स्वातंत्र्य हव्या असणाऱ्या बायकोला मदतीसाठी बोलावून घेईन.''

''मी अलेक्सचं वागणं एवढं मनावर घेतलं नसतं,'' जॅक म्हणाला, ''तो एक छान माणूस आहे. सगळ्यांनाच तो आवडतो. त्यालाही सगळे आवडतात.''

''माझा अलेक्सवर काही राग नाही,'' शॉन म्हणाला, ''पण अलीकडे सानाचं वागणं बदलत चाललंय. मला काय म्हणायचं आहे, ते कदाचित मला नीट सांगता येत नसेल; पण हे बघ- तिचे केस किती छान लांब होते. मी तिला ते कापू नको म्हणालो तर तिनं ते कापले. मी तिला माझी काही अगदी छोटी कामं करायला सांगितलं तर मीदेखील तुझ्याइतकंच काम करते, असं ती मला सुनावते.''

''हं... हं...'' जॅक म्हणाला. त्याला शॉन-सानाच्या घरगुती वादविवादाचा विषय नको होता, ''बरं, तू तुझा पत्ता काय बरं सांगितला होतास?''

''चाळीस मॉर्टन स्ट्रीट. तुला कसं यायचं ते आठवतंय ना?''

''अंधुकसं आठवतंय,'' जॅकनं छोटी टिपणवही काढून पत्ता लिहून घेतला.

''माझ्या बायकोनं काही वेगळा बेत ठरवला नसेल, तर मी सात वाजता तिथं येतो. बरं, उद्या सकाळचं काय? तुम्ही काम करणार आहात ना? तुमची हरकत नसेल तर मी जरा वेळ येऊन जाईन.''

''मी तुला काय ठरतंय ते सांगेन. बहुधा सानाला झोप काढायची असेल; पण मी मात्र तिथं असेन. सायमन काय म्हणतो ते मला जाणून घ्यायची उत्सुकता आहे. मला वाटतं की चर्चची पहिल्या शतकातली अवस्था अशी होती की, बडवून काढायला त्यांना कोणीतरी बळीचा बकरा हवा होता. आपण पीटरपेक्षा जास्त चांगल्या प्रकारे व्याधी बऱ्या करू शकतो हे दाखवण्यासाठी तयारीत असलेला बिचारा सायमन चर्चच्या तावडीत सापडला असावा.''

"तुला नक्की या काचा नेता येतील ना?" जॅकनं पुन्हा विचारलं.

"होय. मी आणि साना सांभाळून घेऊ," शॉन म्हणाला, "अच्छा. रात्री पुन्हा भेटूच."

"तशी आशा करू या," जॅक म्हणाला. दुपार उलटून गेली आहे या विचारानं त्याला जरा अपराधी वाटलं. तो सायकल ठेवली होती तिथं भराभर चालत गेला आणि मग सायकल बाहेर काढून, सुरक्षारक्षकाकडे पाहून हात हलवत वेगानं निघाला. आकाश स्वच्छ निरभ्र आणि हवा बऱ्यापैकी उबदार झाली असल्यानं जॅकला सायकल चालवताना उत्साह वाटू लागला.

सेंट्रल पार्कमधून १०६ व्या रस्त्यावर बाहेर पडल्यावर जॅकला त्याचं घर दिसू लागलं. मग त्याला बास्केटबॉल कोर्टवर खेळण्याची तयारी करत असलेले त्याचे शेजारी दिसले. जॅक सायकलवरून कोर्टपाशी उतरताच तिथं असणारा एक जण जॅकपाशी आला. त्याचं नाव वॉरेन विल्सन. हा तिथला सर्वांत चांगला खेळाडू होता. जॅक न्यू यॉर्कमध्ये आल्यानंतर गेली अनेक वर्षं दोघांची घट्ट मैत्री झाली होती.

"हाय मॅन! खेळतोस का? माझ्याकडे अजून एक जागा आहे."

"मला आवडलं असतं; पण घरी लॉरी जेजेला सांभाळण्यात अडकून पडली आहे. मी लवकर घरी गेलो, तर तिला थोडी विश्रांती मिळेल. तुझ्या लक्षात येतंय ना?"

"होय... ठीक आहे. नंतर भेटू."

जॅक काहीशा अनिच्छेनं बॉस्केटबॉल कोर्टपासून दूर होत घरी आला. सायकल नेहमीप्रमाणे कपाटात ठेवल्यानंतर त्यानं वर जाता जाता कानोसा घ्यायचा प्रयत्न केला. कालच्याप्रमाणेच लॉरी किचनमध्ये काम करत असावी आणि जेजे पाळण्यात खेळताना दिसावा, अशी त्याची अपेक्षा होती. त्याला लॉरी दिसली; पण जेजे दिसला नाही.

"कुठे आहे पोरगा?"

"आपलं पोर शांत झोपलंय," लॉरीनं आनंदानं सांगितलं, "आणि मला काल शांत झोप लागली असल्यानं बरं वाटतंय. म्हणून मी ठरवलं की, आज तरी छानसं जेवण बनवण्याची चैन करावी."

"चैन." जॅक मनाशी म्हणाला आणि लॉरीच्या पाठीमागे उभा राहून त्यानं तिच्या कमरेभोवती हात लपेटले. त्यानं तिला काहीसं ओढतच बेडरूममध्ये आणलं. तिला कोचावर तिच्या आवडत्या जागी बसवून तो तिच्या समोर बसला, "आपल्याला थोडं बोलायला हवं."

"ठीक आहे. बोल," लॉरी जॅककडे रोखून बघत म्हणाली. तिला हे जरा विचित्र वाटलं. जॅकच्या मनात काय आहे हे तिला कळेना, "जॅक, ऑफिसमध्ये सर्व काही

ठीक आहे ना?''

जॅक क्षणभर गप्प राहिला. कुठून सुरुवात करावी हे त्याला कळत नव्हतं. मग आणखी काही वेळ गेला तरी जॅक काही बोलेना हे बघून लॉरीला काळजी वाटू लागली. जॅकनं सांगायला एवढं अवघडून जावं असं काय असेल, हा विचार तिच्या मनात आला.

''मी तुला जे काही विचारणार आहे त्यामुळे मला फार अपराधी वाटतंय,'' जॅक एकदम म्हणाला.

लॉरीनं एकदम जोराचा श्वास घेतला, ''थांब!'' ती मोठ्या आवाजात म्हणाली. आपले हातपाय अचानक गार पडले आहेत हे तिला जाणवलं. तिला आदल्या रात्री जॅकनं बाथरूममधून फोन केल्याचा प्रसंग आठवला, ''तू मला जर तुझं काही प्रेमप्रकरण आहे असं सांगणार असशील तर थांब, मला ते ऐकून घ्यायचं नाही. मी सध्या ज्या परिस्थितीत आहे ते बघता मी हे सहन करू शकणार नाही!'' लॉरी अश्रूंना थोपवत म्हणाली.

जॅक एकदम उठून पुढे झाला. त्यानं लॉरीच्या गळ्याभोवती हात टाकले, ''माझं कसलंही प्रेमप्रकरण नाही!'' लॉरीला असं वाटल्यानं जॅक चांगलाच हादरला होता. ''मी तुला एवढंच विचारणार होतो की, आज संध्याकाळी जेवणासाठी मी माझ्या कॉलेजमधल्या दोन मित्रांबरोबर जाऊ का? तू त्यामधल्या एकाला, शॉन डॉट्रीला भेटली आहेस.''

''तो पुरातत्त्वशास्त्रज्ञ?'' लॉरी एकदम सुटकेचा निश्वास टाकत म्हणाली.

तिच्या डोळ्यांच्या कडांपाशी पाणी जमलेलं जॅकला दिसलं.

''होय.''

''म्हणजे तोच ना... तारुण्यानं मुसमुसलेली बायको असणारा?''

''तोच तो,'' जॅक एवढंच म्हणाला. तो व्हर्जिन मेरीची हाडं वगैरे याबद्दल काहीही सांगणार नाही असं वचन त्यानं जेम्सला दिलं होतं; पण तिच्या मनातला सगळा संशय दूर करण्यासाठी तिला काहीतरी सांगणं भाग होतं. म्हणून मग त्यानं व्हर्जिन मेरीशी संबंध असण्याची शक्यता वगळून ऑसुअरी सापडणं इथपासून सगळं सांगितलं.

''तू न्यू यॉर्कच्या आर्चबिशपला ओळखतोस याची मला कल्पना नव्हती,'' थक्क झालेली लॉरी म्हणाली.

''मी जे आयुष्य विसरण्याचा प्रयत्न करत होतो त्याचा तो एक भाग होता.''

''तुझं प्रेमप्रकरण असल्याचा संशय घेतला म्हणून माफ कर,'' लॉरी म्हणाली.

''माफी मागायची आवश्यकता नाही. माझीही परिस्थिती फारशी वेगळी नाही.''

''तू जेवणासाठी जाऊ शकतोस. मी हे मनापासून सांगते आहे.''

“थँक्स,” जॅक म्हणाला, “पण मला त्यामुळे आणखी अपराधी वाटतंय, हे तुझ्या लक्षात येतंय ना?”

“होय.”

“आणि तू बरोबर आलेली मला हवी होतीस, हे तुझ्या लक्षात येतंय ना?”

“हेदेखील लक्षात येतंय. परिस्थिती थोडी वेगळी असती, तर विशेषतः आर्चबिशपला भेटायला यायला मला नक्कीच आवडलं असतं.”

“तुझी आणि त्याची भेट होणारच आहे. त्यानंच तुला भेटायची इच्छा प्रदर्शित केली आहे. बरं, आता हे बघ, आज हवा छान आहे आणि जेजे झोपला आहे. तेव्हा तू जरा मोकळ्या हवेत फिरून का येत नाहीस?”

लॉरीनं स्मितहास्य केलं, “तू असं सुचवल्याबद्दल मला बरं वाटलं; पण मी ठीक आहे.”

“ते राहू दे. तू बरेच दिवस बाहेर पडलेली नाहीस.”

“पण जाणार तरी कुठं?” लॉरीनं खांदे उडवले.

“कुठंही गेलीस तरी काय हरकत आहे. पार्कमध्ये पाय मोकळे कर. ख्रिसमससाठी खरेदी कर. हवं तर आईकडे जाऊन ये.”

“मी दाराच्या बाहेर पाय टाकताच ते जेजेला कळेल.”

“तुझा माझ्यावर विश्वास नाही?”

“नाही. हे बघ, मी जेजे बरोबर घरी राहते, हे मला चांगलंच वाटतं. मी कामावर गेले असते, तर मी त्याची काळजी कशी घेऊ शकणार होते? तू मला घरी राहून मला जे हवं आहे ते करू देतो आहेस, म्हणून मला बरं वाटतंय.”

“तू हे मनापासून बोलते आहेस?”

“होय. सध्या आपण अडचणीत आहोत हे खरं; पण आपण पुन्हा लवकरच उपचार करू शकू. हे उपचार यशस्वी होणार याबद्दल मला पक्का विश्वास आहे.”

“ठीक आहे,” जॅक म्हणाला. लॉरीएवढे आपण आशादायक विचार करू शकलो असतो तर बरं झालं असतं, असा विचार त्याच्या मनात आला. तो उठून खिडकीपाशी गेला. त्याला कोर्टवर खेळणारा वॉरेन आणि इतर जण दिसले.

“मी जरा वेळ खेळावं म्हणतोय.”

“जा; पण जखमी होणार नाहीस याची काळजी घेणार असशील तरच जा. मला घरात आणखी एक रुग्ण नको आहे.”

“मी तशी काळजी घेईन,” कपडे बदलण्यासाठी जाताना जॅक म्हणाला.

तेवीस

संध्याकाळी ६.३०, शनिवार, ६ डिसेंबर, २००८
न्यू यॉर्क शहर

जेम्सनं फादर मॅलोनेला त्याची आवडती रेंज रोव्हर गाडी गॅरेजमधून बाहेर काढून काही क्षण त्याच्या निवासस्थानाबाहेर ५१व्या रस्त्यावर उभी करायला सांगितलं होतं. ही गाडी १९९५ मधली- म्हणजे तशी जुनीच होती; पण जेम्सला ती फार आवडत असे. त्याच्या दृष्टीनं ही गाडी म्हणजे त्याच्या स्वातंत्र्याचं प्रतीक होतं. या गाडीत बसून तो कधी कधी एकटाच वीकएन्डसाठी न्यू जर्सीमधल्या ग्रीन पाँड नावाच्या तळ्याकाठी जात असे.

जेम्स ड्रायव्हरच्या जागी बसला आणि अगोदर पश्चिमेकडे वळून मग हडसन नदीच्या काठानं जाणाऱ्या हायवेनं दक्षिणेकडे निघाला. गाडी चालवताना जेम्सच्या मनावरचा ताण जरा कमी झाला होता. जॅक उपस्थित असल्यानं आज फारसा त्रास होणार नाही, हे त्याच्या लक्षात आलं होतं. जेम्स आजूबाजूला दिसणाऱ्या सुंदर दृश्यांचा आनंद घेत जात होता; पण त्याचे विचार पुन्हा जुन्याच समस्येकडे वळले. हाडं कदाचित पवित्र मदर मेरीची असण्याची शक्यता आहे हे त्याचं संशोधन प्रसिद्ध करण्यापासून शॉनला कसं परावृत्त करायचं? जर आपण तसं करण्यात अयशस्वी ठरलो तर त्याचे परिणाम काय होतील या विचारानं जेम्स मनोमन हादरला. या प्रसिद्धीमुळे चर्चचं एवढं नुकसान होणार होतं की, पोपला जेम्सचा बळी देण्यावाचून काही पर्यायच उरणार नव्हता.

जेम्सनं एक उसासा टाकला. त्याच्या आजवरच्या इथपर्यंत जाऊन पोहोचण्याच्या प्रवासातले चढ-उतार त्याला आठवले आणि आता या कारकिर्दीचा आपल्याच मित्रामुळे शेवट होणार, हे त्याच्या लक्षात आलं. अचानक त्याला जाणवलं की,

शॉनला धर्मसत्तेबद्दल तिरस्कार वाटत असल्यानं त्याला त्या दृष्टीनं सांगून काही उपयोग होणार नाही. शॉन फारशी नैतिकता पाळणारा नसला तरी तो मैत्रीला फार मानतो हे त्याला माहीत होतं. म्हणून जेम्सनं त्याला वैयक्तिक पातळीवर आपलं नुकसान कसं होणार आहे, हे सांगायचं ठरवलं. कदाचित या कारणासाठी शॉन ऐकण्याचा संभव होता.

जेम्स हायवे सोडून वेस्ट व्हिलेजमध्ये शिरला आणि मग मॉर्टन स्ट्रीटवर जिथं पहिली जागा मोकळी सापडली त्या जागी त्यानं गाडी उभी केली. रस्त्याला समांतर गाडी लावण्याचं त्याच्याकडे फारसं कौशल्य नव्हतं. त्यालाही ते माहीत होतं. अखेर दहा मिनिटांच्या प्रयत्नांनंतर त्यानं गाडी लावली. ती बाजूच्या फुटपाथपासून चांगली दोन फूट बाहेर असली तरी ती व्यवस्थित लागली आहे, असं त्यानं ठरवलं.

पाच मिनिटांत जेम्स चालत शॉन-सानाच्या घरासमोर आला. तो तिथं अगोदरही आला होता; पण त्याला त्या चार मजली घराचं सौंदर्य पुन्हा एकदा जाणवलं. घराची सगळी खिडक्या-दारं लाकडी चौकटींची होती. त्या घराच्या खिडक्या अशा प्रकारे उजवीकडे झुकलेल्या होत्या की, मुख्य दरवाजा जरा जोरात लावला तर सगळी इमारत बाजूच्या भक्कम विटांनी बांधलेल्या घरावर पडेल, असं कोणालाही वाटलं असतं. मुख्य दरवाज्याला गडद हिरव्या रंगाच्या काचा लावलेल्या होत्या. दरवाज्याच्या मध्यभागी माणसाच्या हातात चेंडूच्या आकाराचा पितळी ठोका होता. दरवाज्याच्या बाजूला पितळी पाटी होती. त्यावर कॅप्टन होराशिओ फ्रोबर हाउस, १७८४ असं लिहिलेलं होतं.

जेम्स मनोमन हसला. शॉनच्या मनोवृत्तीला हे साजेसंच होतं. त्याला नेहमीच असं काहीतरी वेगळं करण्यामध्ये आनंद व्हायचा. आपण इतरांपेक्षा वेगळे आहोत हे सतत लोकांना जाणवून देण्यासाठी त्याची धडपड असायची हे आठवताच जेम्सच्या मनात वेगळा विचार आला. जर शॉननं पवित्र मेरीबद्दल काही प्रसिद्ध करणार नाही हे मान्य केलं, तर त्याला एखादं उच्च भासेल असं पारितोषिक देऊन त्याचा सन्मान करता येईल. आपला हा बेत कितपत उपयोगी पडेल याबद्दल मनोमन साशंकता असली तरी आपण काहीतरी ठरवलं आहे याच्या समाधानात जेम्सनं पितळी ठोका वाजवून आपण आल्याची वर्दी दिली.

आतल्या बाजूला पावलांचा आवाज आला आणि काही सेकंदांतच दरवाजा उघडला. एका हातात स्कॉचचा ग्लास घेतलेल्या शॉननं दार उघडलं होतं. दिलखुलास हसत शॉन मोठ्या आवाजात आत ऐकू जावं अशा प्रकारे ओरडला, "सन्माननीय पाहुणा आला आहे!"

आतमधून मांस खरपूस भाजलं जात असल्याचा वास दरवळत होता. पार्श्वभूमीवर बिथोवनच्या पियानोची धून मंदपणानं वाजत होती. साना आणि जॅक किंचित धुरानं

भरलेल्या भागातून बाहेर आले आणि शॉनच्या दोन्ही बाजूंना उभे राहिले. जेम्सचं स्वागत करून त्याला आत नेताना सगळ्यांनी एकदमच एकमेकांना मिठीत घेणं आणि पाठीवर थाप मारणं हे झाल्यानं जराशी गडबड उडाली.

"माय वर्ड!" जेम्स आपल्याला हे सगळं पाहून आनंद झाला आहे हे दर्शवण्यासाठी छातीवर हात ठेवत म्हणाला, "तुमचं घर किती झकास आहे हे मी विसरूनच गेलो होतो. माझ्या न्यू जर्सीमधल्या तळ्याकाठीच्या घरापेक्षा हे घर कितीतरी पटीनं छान आहे."

"बरं, बरं... बर्थडे बॉय आता बस आणि आनंद घे," शॉन जेम्सच्या कोपराला धरून हलकेच खुर्चीकडे नेत म्हणाला. ही प्रशस्त आरामदायी खुर्ची अगदी शेकोटीजवळच होती. शेकोटीमधला प्रकाश आणि मेणबत्त्यांच्या मंद प्रकाशात जेम्सचे मुळात लालसर असणारे गाल जास्तच लालबुंद भासत होते.

"तुला काय आवडेल? आमच्याकडे एक जबरदस्त अशी जुनी पेट्रसची बाटली आहे. ती देऊ का तुझी आवडती सिंगल माल्ट स्कॉच?"

"माय वर्ड!" जेम्स चकित झाला. शॉननं जगातली सर्वांत महागडी वाइन देऊ केली आहे याचा अर्थ त्याला ऑसुअरीत त्याच्या दृष्टीनं नक्कीच घबाड मिळालं असणार असं वाटून तो एकदम सावध झाला, "पेट्रस? ही पार्टी तर कल्पनेच्या बाहेर होणार तर!"

"हवं तर तुझं आयुष्य पैजेवर लाव! ती असणार आहे तशी."

"पेट्रस चाखणं ही दुर्मीळ अशी गोष्ट आहे. मी जर जेवणाच्या वेळेसाठीची बाटली मागत नसेन, तर मला एखादा ग्लास घ्यायला आवडेल."

"काहीच हरकत नाही," शॉन म्हणाला आणि सानाच्या मागोमाग किचनमध्ये गेला.

स्वागताचं वादळ शमून शांतता झाल्यानंतर जॅक आणि जेम्सनं एकमेकांकडे सूचक नजरेनं बघितलं.

"तू आलास त्याबद्दल आभार जॅक," जेम्स अत्यंत हलक्या आवाजात म्हणाला, "मला माझं काम खरोखरच इथं सुरू करणं भाग असलं तरी तू नसतास तर मी काही ठामपणानं बोलू शकलो असतो, असं मला वाटत नाही."

"मला स्वतःसाठी इथं येण्यात आनंदच वाटतो आहे," जॅक तिथं असणाऱ्या मंद संगीताच्या पार्श्वभूमीवरही आवाज ऐकू जाणार नाही एवढ्या हलक्या स्वरात म्हणाला, "पण तुझ्या कानावर एक गोष्ट घालणं ही मला माझी जबाबदारी वाटते. मी तू सांगितल्याप्रमाणे प्रयत्न करून पाहिला; पण शॉन व्हर्जिन मेरीबद्दलची स्टोरी प्रसिद्ध करण्याच्या विचारात आहे. ती तशी प्रसिद्ध करू नये हे तो मानायला तयार नाही याचं कारण अधिक चिंताक्रांत करणारं आहे."

"ते काय आणखी?" जेम्सनं विचारलं. त्याच्या स्वरात निराशा स्पष्ट दिसत होती.

"मला असं वाटतं की, या सगळ्यात काहीतरी धार्मिक पैलू आहे अशी त्याची समजूत होऊ लागली आहे."

"म्हणजे?"

"त्याच्या मतानुसार जगाला नवीन प्रकाश देण्यासाठी कोणत्यातरी शक्तीनं त्याची निवड केली आहे, असं त्याला वारंवार वाटू लागलं आहे."

जेम्सचे डोळे विस्फारले, "म्हणजे? तो देवाचा कोणत्या तरी प्रकारचा संदेशवाहक दूत आहे असं त्याला वाटू लागलंय की काय?" जेम्सनं एक मोठा सुस्कारा टाकला. त्याच्या दृष्टीनं असं काही वाटणं ही धर्मनिंदा होती, म्हणजे हा मानसिक आजार नसेल तर. त्यानं एखाद्या गोष्टीसाठी जीव टाकणारे अनेक जण बघितले होते; पण जेम्सला शॉन हा तसा धर्मवेडा असेल, असं वाटत नव्हतं. काहीही असलं तरी हे चांगलं नाही, हा विचार त्याच्या मनात आला, "बरं, आणखी काही कारण आहे का?"

"तेच, त्याबद्दल आपण अगोदर बोललो आहोत तेच. आपण या कामामुळे जगप्रसिद्ध होणार असं त्याला दिसू लागलंय. आपण शंभर वर्षं उशिरा पुरातत्त्वज्ञ म्हणून जन्माला आलो, याची आत्तापर्यंत त्याला खंत होती; पण आता जगप्रसिद्ध व्हायची वेळ आली आहे, असं तो मानतोय. अर्थात प्रसिद्ध होणं हे त्याचं क्रमांक एकचं उद्दिष्ट कायमच होतं म्हणा."

"केवळ देवच चाखू शकतात असा मध!" हातात माणकासारख्या रंगानं चमकणारी वाइन असणारा ग्लास घेऊन शॉन आला आणि त्यानं पुढे झुकत, 'युवर इमिनन्स' असं म्हणत ग्लास जेम्सच्या हातात दिला.

"किती छान!" जेम्सनं ग्लास घेतला आणि वाइनचा नाक भरून श्वास घेतला. मग त्यानं आपल्या जुन्या मित्रांना शुभेच्छा देण्यासाठी ग्लास जरासा उंच धरला, "खरोखरच फक्त देवांनाच लाभणारा मध आहे."

शॉन आणि जॅकही बसले. जेम्स आणि शॉन शेकोटीच्या दोन बाजूंना तर जॅक समोर सोफ्यावर असे त्रिकोणात बसले.

"साना आपल्यात सामील होते आहे ना?" जेम्सनं विचारलं.

"ती सगळी तयारी पूर्ण झाली की येईल किंवा ती सगळं तयार आहे असं ओरडून आपल्यालाच बोलावेल."

"जेम्स, तुला असं साध्या पोशाखात बघायला बरं वाटतंय. माझ्या मते तू जीन्स, शर्ट आणि स्वेटर या पोशाखात त्या प्रबोधन काळातल्या राजपुत्राच्या सरंजामापेक्षा जास्त शोभून दिसतोस. त्या पोशाखानं उगीचच दबून जायला होतं."

"खरं आहे! खरं आहे!'' आपण जणू शुभेच्छापर बोलतोय अशा प्रकारे हातातल्या स्कॉचच्या ग्लासची हालचाल करत शॉन म्हणाला.

"मला जर शक्य असतं तर मी रोजच असे कपडे घातले असते!" जेम्स खुर्चीत मागे रेलत, पाय समोर पसरत जणू आपण अतिशय निवांत मूडमध्ये आहोत असं भासवत म्हणाला, ''बरं, आता मला त्या ऑसुअरीबद्दलची ताजी बातमी काय आहे ते कळू द्या.''

"हे काम चांगलंच होत चाललं आहे,'' शॉन आळीपाळीनं जॅक आणि जेम्सकडे बघत म्हणाला, ''मी तुला अजून हे सांगितलेलं नाही जॅक पण मी अत्यंत कष्टानं सायमनच्या गॉस्पेलमधल्या एका स्क्रोलची दोन पानं सपाट करू शकलो. हे गॉस्पेल विलक्षणच आहे; पण ज्या गतीनं माझं काम चाललंय त्यानुसार मला सगळे स्क्रोल सपाट करायला महिन्यापेक्षा जास्त काळ लागणार आहे.''

"विलक्षण म्हणतोस ते कोणत्या दृष्टीनं?'' जेम्सनं आपण सहजच हे विचारतोय असं भासवलं.

शॉन पुढे सरकला. त्याच्या डोळ्यांत शेकोटीच्या जाळामुळे चमक दिसत होती. ''आपण जणू पहिल्या शतकात चर्चमध्ये जो काही अंतर्गत संघर्ष चालू होता त्याचे साक्षीदार असल्यासारखं वाटतंय.''

"हे तुला हेन्री चॅडविकच्या 'द अर्ली चर्च' या उत्तम पुस्तकात जास्त चांगलं वाचायला मिळेल. मुख्य म्हणजे ते अतिशय अचूकपणानं लिहिलेलं आहे,'' जेम्स वाइनचा एक घुटका घेत म्हणाला.

"तसं म्हणता येणार नाही, कारण मी प्रत्यक्ष त्या सगळ्यात ज्याचा सहभाग होता असं मानलं जातं, त्याच्याच तोंडून हे सगळं ऐकतोय.''

"ते कसं काय? होली घोस्टकडून पीटरची शक्ती विकत घ्यायचा प्रयत्न करून?'' जेम्स हसला.

"जेम्स ऑसुअरीबद्दल तुझं मत मला माहीत आहे,'' शॉन किंचित रागावल्याप्रमाणे पण सौम्य स्वरात म्हणाला, ''पण मला वाटतं की, तू आणखीही काही ऐकून घेतलंस तर बरं होईल. तू अजून मी काय शोधलंय ते ऐकलेलंही नाहीस. तरी तू माझी टिंगल केलीस म्हणून मी माझं मत बदलणार नाही.''

"माझ्या मते, तुझे पाय जमिनीवर ठेवणं हे माझं काम आहे,'' जेम्स प्रत्युत्तर देत म्हणाला, ''मला वाटतं की, तू घाईनं निष्कर्षावर उड्या मारणाऱ्यांमधला आहेस.''

"मी कदाचित एकदा स्वतःचं परीक्षण करून घेईन; पण आत्ता नाही. मला जी काही माहिती मिळाली आहे किंवा त्या स्क्रोलमधून मिळण्याची खात्री आहे, ती तुला ऐकवण्याच्या अगोदर तर नाहीच.''

“ठीक आहे. तुला काय तथाकथित ज्ञान मिळालंय ते तरी ऐकू दे.”

“हे गॉस्पेल मी एखाद्या धमाक्यानं सुरू होतं असे म्हणेन,” शॉन सांगू लागला, “सुरुवातीलाच कोणी आपली त्याला समकालीन असणाऱ्या जीझस ऑफ नाझारेथशी गल्लत करू नये म्हणून तो आपलं नाव सायमन ऑफ समारिया असं स्पष्टपणानं नमूद करतो.”

बराच वेळ आपण अत्यंत नम्रपणानं वागतोय असं भासवणारा जेम्स एकदम खदाखदा हसू लागला. शॉन बोलत असतानाही त्याला हसू आवरत नव्हतं. “म्हणजे स्वतःच लिहिलेल्या गॉस्पेलमध्ये आपण नाझारेथच्या जीझसच्या बरोबरीचे किंवा त्याच्यापेक्षा वरच्या दर्जाचे आहोत असं सायमननं लिहिलं आहे की काय?”

“मी तेच तर सांगतोय,” शॉन म्हणाला, “सायमन जीझसला त्यानं मूळ पातक दूर करण्याचा प्रयत्न केल्याचं श्रेय जरूर देतो आणि जीझसबद्दल त्याला आदरही वाटतो; पण तो स्वतःचं वर्णन आपण नॉसिस म्हणजे ज्ञानी आहोत, असं करतो. सायमनच्या मते, ज्ञान ही सर्वांत महान ताकद असून, ती तर जीझसच्या आधीची आहे. जसं जीझसला आपण मोझेसच्या नियमांच्या अगोदरपासून अस्तित्वात आहोत असं वाटायचं, तसंच सायमनलाही वाटत होतं.”

“म्हणजे आपल्यात दैवी अंश आहे असं सायमननं लिहिलं आहे की काय?” जेम्स खोटं हसत कुत्सित स्वरात म्हणाला.

“जीझसला जसं वाटत होतं त्या अर्थानं नाही,” शॉन पुढे बोलू लागला, “मी सगळे स्क्रोल सपाट केले की, तू स्वतःच ते सगळं वाचावंस, असं मला वाटतं. इतर नॉस्टिक लोकांप्रमाणे सायमनचाही ठाम विश्वास होता की, आपल्यावर खास ज्ञान म्हणजेच नॉसिसची कृपा झाल्यानं आपल्यातही दैवी चमक आहे.”

“हा सगळा ख्रिश्चन धर्माच्या प्रारंभीच्या काळातल्या नॉस्टिसिझम या तत्त्वज्ञानाचा भाग आहे,” जेम्स जॅकला कळावं म्हणून त्याला उद्देशून म्हणाला.

“होय. ते बरोबरच आहे,” शॉन आता हसू लागला होता. “बहुधा सायमन हा नॉस्टिक ख्रिश्चन परंपरेतला पहिला माणूस होता. म्हणूनच बासिलिडेस त्याच्याबद्दल सॅटर्निअसकडून जाणून घेण्यास उत्सुक होता. सायमन त्याच्या गॉस्पेलमध्ये म्हणतो की, ज्यूंच्या ज्या देवानं विश्व निर्माण केलं असं मानलं जातं, त्या हिंसक देवापेक्षा नाझारेथच्या जीझसचा देव निराळा आहे. सायमनच्या मते, हा देवच सर्वथा योग्य अशा गुणांनी संपन्न असून, त्या देवाचा कमी दर्जाच्या, प्रामुख्यानं अत्यंत धोकादायक अशा भौतिक जगाशी काहीही संबंध नाही.”

“म्हणजे आपल्या ज्यू धर्माशी असणारं नातं तोडणाऱ्यांच्या मधला सायमन हादेखील प्लेटोच्या तत्त्वज्ञानाचा अनुयायी होता की काय?”

"अगदी बरोबर," शॉन अद्यापही हसत होता, "तो तर पीटरपेक्षा जास्त प्रमाणात पॉलसारखा होता. अनेकांना असं वाटतं की, सायमन आणि पीटर यांच्यात साम्य होतं. याचं कारण म्हणजे प्रारंभीच्या काळात जसा पीटर समारियात हलाखीचं जीवन जगत होता, तसंच काहीसं पॉलच्या बाबतीत होतं. पॉल शेजारच्या गॅलिलीमध्ये तसाच राहत असे, असं वाटल्यानं अशी समजूत झाली आहे. काहीही असो, मला हे सगळं आत्ताच विलक्षण वाटू लागलंय आणि आत्ताशी कुठे मी फक्त दोन पानं सरळ केली आहेत. सायमननं जीझसला मूळ पातक दूर केल्याचं श्रेय देणं आणि ज्ञानाबद्दल स्वतःवर जबाबदारी घेणं, हे मला फारच आश्चर्यकारक वाटतंय. सायमनचं हे गॉस्पेल वाचून पूर्ण झाल्यावर शतकानुशतकं त्याला सोयीस्करपणे बडवण्याच्या प्रकाराला आळा बसेल आणि तो या आरोपातून मुक्त होईल, असं मला खात्रीनं वाटू लागलंय."

"मला त्याबद्दल शंका वाटतेय," जेम्स म्हणाला, "त्याचा विश्वासघात ही जुनी आणि सिद्ध झालेली बाब आहे. ती बदलता येण्याजोगी नाही आणि केवळ तो सांगतो म्हणून तर नाहीच नाही."

"लोकहो, जेवण तयार आहे," किचनमधून बाहेर येत, वाइनचा एक घोट घेत सानानं घोषणा केली.

सगळे जण उठले. शेकोटीमधला विस्तव विझू नये म्हणून शॉननं त्यात लाकडाच्या काही ढलप्या टाकल्या. मग सगळे जण सानाच्या मागोमाग घराच्या मागच्या बाजूला जेवणाचं टेबल ठेवलं होतं तिथे गेले. जाता जाता जेम्स हळूच जॅकला म्हणाला, "हे ऑसुअरीचं प्रकरण मला वाटलं होतं त्यापेक्षा जास्त खराब होत चाललंय."

जॅकचं मत त्याच्या नेमकं उलट झालं होतं; पण जेम्स जास्तच चिंता करायला लागलेला असताना त्यानं ते बोलून दाखवणं टाळलं.

सर्व जण जेवणाच्या टेबलाभोवती बसले. ती जागा अशी होती की, वर्दळीच्या न्यू यॉर्क शहरात ती आहे असं कोणालाही वाटलं नसतं. तिथं कसलाही आवाज ऐकू येत नव्हता. लांबवर सिडारचं कुंपण दिसत होतं आणि शॉननं खास दिवे लावल्यानंतर त्यांनी अत्यंत निगराणी केलेली जपानी बाग उजळून निघाली होती.

बसल्यानंतर शॉननं जेम्सला आशीर्वाद द्यायला सांगितलं. त्यानं आनंदानं तशा वचनांचा उच्चार केला.

"आपलं आदरातिथ्य करणारीसाठी!" जॅकनं हातातला वाइनचा चषक उचलून सानाकडे बघितलं.

"आपण आज भारतीय मसाले वापरून बनवलेल्या कोवळ्या लुसलुशीत कोकराच्या मांसाचा आस्वाद घेतो आहोत," साना म्हणाली, "दुर्दैवानं मला मसाले

मुरवण्यासाठी दोन तासांपेक्षा कमी वेळ मिळाला. कारण मी माझे नमुने रात्री वाळवण्यासाठी ठेवल्यानंतरच येऊ शकले.''

''तू ऑसुअरीमधल्या हाडांमधून डीएनए मिळवण्याचा प्रयत्न करते आहेस, अशी माझी समजूत आहे,'' जेम्स म्हणाला. जरी ती हाडं पवित्र व्हर्जिन मेरीची नाहीत याबद्दल त्याला आशा असली तरी ती तिच्या असण्याच्या शक्यतेमुळे सानानं असं करणं योग्य नाही, असंही जेम्सला वाटत होतं.

''होय,'' साना म्हणाली, ''पण मी अगोदर हाडाचा नाही तर दाताचा वापर करते आहे.''

''ही प्रक्रिया वेळखाऊ आहे का?''

''जर आपण सुदैवी असू तर फार वेळ लागणार नाही. फार तर एखादा आठवडा लागेल; पण नमुन्यात दूषित व्हायची शक्यता खूप मोठी असल्यान, मी घाई न करता फार काळजीपूर्वक काम करते आहे.''

''आणि हाडांचं काय?'' जेम्सनं विचारलं, ''तिथल्या तज्ज्ञाकडून काय माहिती मिळाली? हाडं मानवी आहेत का? ती स्त्रीची आहेत की पुरुषाची आणि एकाच व्यक्तीची आहेत का?''

''होय. होय...'' शॉन म्हणाला, ''ती निश्चितच मानवी आहेत आणि एकाच स्त्रीची आहेत याबद्दल जराही शंका नाही.''

''इतकंच नाही, तर या स्त्रीला बरीच मुलं झाली असावीत असं दिसतंय,'' जॅकनं माहितीत भर घातली.

जेम्सला हे ऐकून कानशिलांमध्ये ठणका लागल्यासारखं वाटलं आणि त्याला गरमही भासू लागलं. त्यानं स्वेटर काढून टाकायचा विचार केला. त्यानं वाइनचा एक घोट घेतला, कारण त्याला घसा सुकल्यासारखं वाटलं. तो घोट घेऊन म्हणाला, ''त्या स्त्रीच्या वयाचं काय?''

''ते सांगणं कठीण आहे; पण तज्ज्ञांचा अंदाज या स्त्रीचं वय पन्नास ते ऐंशी असेल असा आहे.''

''होय का?'' जेम्स म्हणाला. त्याच्या डोक्यात भराभरा गणित सुरू झालं होतं. जीझसचा जन्म इसवी सनपूर्व चारमधला मानला, तर सन ६२ मध्ये मृत्यूच्या वेळचं पवित्र व्हर्जिन मदरचं वय आणि हे गणित व्यवस्थित जुळतंय हे त्याच्या लक्षात आलं. त्याची चिंता आणखी वाढली. असा भक्कम पुरावा असल्यानं शॉनचं मत बदलणं अवघड आहे, हे त्याच्या लक्षात आलं. जॅकलाही प्रयत्न करून ते जमणार नाही हे नक्की असल्यानं, पर्यायी बेताची अंमलबजावणी करावी लागणार, हे त्याला जाणवलं; पण मुख्य अडचण अशी होती की, पर्यायी बेत तयारच नव्हता.

आपला थरथरणारा हात इतरांना दिसू नये याची काळजी घेत जेम्सनं वाइनचा

मोठा घोट घेतला. चव खरोखरच स्वर्गीय होती. त्यानं हळूहळू वाइन संपवली आणि मग खुर्चीत सरळ बसत त्यानं जेवणाबद्दल सानाचे आभार मानायला सुरुवात केली, "माझ्या आठवणीत मी इतक्या सुंदर मेजवानीचा आनंद घेतलेला माझ्या लक्षात येत नाही. जेवण अत्यंत रुचकर आहे आणि खूपच छान बनवलेलं आहे. मी तुला सलाम करतो!" असं म्हणून जेम्सनं वाइनचा चषक उचलला. शॉन आणि जॅकनंही तसंच केलं. मग तो शॉनकडे वळला, "या उत्कृष्ट जेवणाची गंमत या वाइनमुळे फारच वाढली आहे. या वाइनसाठी घर गहाण टाकायला लागलं नसावं, अशी मी आशा करतो."

शॉन मागेपुढे झुलत जेम्सची भावना समजून घेत हसला, "तुझा वाढदिवस साजरा करण्यासाठी शेवटची पेनी खर्च करायला लागली तरी त्याची फिकीर नाही. आपण कॉलेजात असतानाही अभ्यास करताना कंटाळा येत असे तेव्हा नेमका तुझा वाढदिवस येत असल्यानं, आपण तो धमाल साजरा करायचो. शिवाय आज आपल्या लाडक्या ऑसुअरीचं महत्त्व आहेच. चिअर्स!"

सर्वांनी वाइनचा आस्वाद घ्यायला सुरुवात केली.

"पण आता मला आपलं संभाषण अधिक गंभीर विषयाकडे वळवावं असं वाटतं," जेम्स थेट शॉनकडे रोखून बघत म्हणाला, "तू ऑसुअरीबद्दल कल्पनेच्या बाहेर थरारून गेला आहेस. मी ते समजू शकतो; पण मला तुझा उत्साह थोडा कमी करणं भाग आहे. मी तुला मागे म्हणालो होतो त्याप्रमाणे त्या कोणा गूढ सॅटर्निअसनं जाणूनबुजून व्यवस्थित रचलेली ही बनावट कहाणी आहे, हे तुला लवकरच कळून येईल. मी या सगळ्या बाबतीत भरपूर विचार आणि प्रार्थना केल्यानंतर हा प्रकार म्हणजे धूळफेकच आहे, याची मला खात्री पटली आहे. त्या माणसानं असं करण्यामागे त्याचा काय उद्देश होता याची मला कल्पना नाही. मला तो जाणून घ्यायची इच्छादेखील नाही, कारण हे काम सैतानाचंच असू शकतं. कदाचित या सॅटर्निअसचा वैयक्तिक कारणांसाठी सतत वाढत जाणाऱ्या चर्चवर राग असेल. चर्चनं नॉस्टिक लोकांच्या वावदूकपणाला विरोध केला म्हणून असेल, आणि मला वाटतं या पत्रातही तसाच उल्लेख आहे. पुढील काळात चर्च आणि ख्रिश्चन धर्मात पवित्र मेरीला अनन्यसाधारण स्थान लाभणार आहे, याची त्याला पूर्वकल्पना आली असावी इतकंच. आता खरोखर कॅथॉलिक लोकांमधले खूप जण त्यांच्या वैयक्तिक, आत्मिक उन्नतीसाठी तिची मदत मिळावी म्हणून प्रार्थना करतात, हे लक्षणीय आहे. नाझारेथचा जीझस हा देवाचा पुत्र होता आणि व्हर्जिन मेरी ही देवपुत्राची माता होती, याबद्दल अढळ श्रद्धा ठेवण्यावर सर्व पोपनी सातत्यानं भर दिलेला आहे. चर्च हे देवाच्या लोकांचं बनलं आहे आणि तिनं देवपुत्राला शरीर दिलं आहे. ईव्हनं जे पातक केलं त्याची भरपाई करणारी स्त्री म्हणून जग तिच्याकडे बघतं. ईव्हनं देवाच्या

इच्छेचा अव्हेर केला तर मेरीनं देवाचा शब्द स्वीकारला. तिनं कसलीही शंका न घेता देवाचा शब्द मानून आपलं कौमार्य राखूनही देवाच्या पुत्राला जन्म दिला.''

''या ऑसुअरीला, त्या पत्राला, तू बनावट आहे हे कसं म्हणू शकतोस? अजून संशोधन पूर्ण झालेलं नाही, आत्ता कुठं सुरुवात झाली आहे,'' असं म्हणत शॉननं एवढ्या जोरात टेबलावर मूठ हाणली की, त्यामुळे प्लेट आणि ग्लास डचमळून त्यांचा मोठा आवाज झाला.

''श्रद्धा!'' जेम्स अधिकारवाणीनं म्हणाला. जसा एखादा रहदारी नियंत्रण करणारा पोलीस हात वर करतो तसा त्यानं हात उंचावला, ''मी हे म्हणतोय ते चर्चवर श्रद्धा असणाऱ्या सर्वांच्या एकत्रित श्रद्धेच्या आधारावर आणि देव-धर्म या बाबतींत कोणत्याही विषयावर पोप आणि धर्मगुरूंच्या समूहाला अंतिम निर्णय घेण्याच्या असलेल्या पवित्र आधारावर.''

शॉननं वैतागानं हात हवेत उडवले. मग जॅककडे बघत तो डोळे चेष्टेने गरागरा फिरवत म्हणाला, ''हा जे बोलतोय त्यावर तुझा विश्वास बसतोय का? हा मला कसले दाखले देतोय बघ. जुन्या लॅटिनमधल्या काहीतरी गोष्टी सांगून मला गोंधळून टाकायचा प्रयत्न करतो आहे.'' मग तो अद्यापही हात उंचावून बघणाऱ्या जेम्सकडे वळला, ''हे अगदी कॉलेजमधल्याप्रमाणे झालं नाही? तू आत्ताही आधार कशाचा घेतलास तर आपण कधीच चुकत नाही या चर्चनं स्वतःच केलेल्या घोषणेचा? काही गोष्टी बदलत नाहीत, हेच खरं. बरोबर आहे ना लार्डो?''

''आपण उगीचच भरकटण्याच्या अगोदर मला माझा मुख्य मुद्दा संपवू दे,'' जेम्स स्वतःवर ताबा मिळवण्याचा प्रयत्न करत म्हणाला, ''अलेक्झांड्रियाचा मुख्य धर्मगुरू असणाऱ्या सिरील यांनी पवित्र मदर मेरीचं चर्चची माता असं वर्णन केलं होतं. बर्नार्ड क्लेअरव्हॉ हे तर आपली पातकं धुऊन काढण्याच्या कामी मदर मेरी ही अलौकिक मध्यस्थ होती, असं मानत. सध्या मुलांना नासवण्याच्या प्रकरणानं चर्चला चांगले दिवस नसताना तू एवढ्या पवित्र मेरीबद्दल काही प्रसिद्ध केलंस तर त्यामुळे चर्चचं अपरिमित नुकसान होईल. धर्मगुरूंच्या ब्रह्मचर्याचा मुद्दा सध्या वादग्रस्त झालेला आहे. सध्या परिस्थिती अशी आहे की, चर्चकडे लोक आकर्षित होण्याचं प्रमाण कमी झालं आहे. न्यू यॉर्क आर्कडिओसेसेच्या माझ्या अखत्यारीत दहा ठिकाणी धर्मगुरू नेमता आलेला नाही. कारण माझ्याकडे पुरेसे धर्मगुरूच नाहीत!''

''ही माझी समस्या नाही. हा चर्चचा दोष आहे,'' शॉन फटकारत म्हणाला, ''चर्चनं अंधार युगातून बाहेर पडायला हवं. जेव्हा सत्याला सामोरं जायची वेळ येईल तेव्हा चर्च कधीच चुकत नाही, या तत्त्वाचा आधार घेण्याचा पळपुटेपणा करणं बंद व्हायला हवं. हे सगळं सध्या पुन्हा एकदा गॅलिलिओच्या वेळेसारखंच होतंय.''

“तो प्रकार निराळा होता.”

“हे असं म्हणून तू मला फसवू शकशील असं तुला वाटलं की काय? सूर्य विश्वाच्या मध्यभागी आहे, हा कोपर्निकसचा सिद्धान्त त्यानं आपली दुर्बीण वापरून सिद्ध केला म्हणून त्याच्यावर पाखंडीपणाचा आरोप ठेवून खटला झाला होता. कारण काय, तर चर्चचं म्हणणं पृथ्वीच विश्वाच्या केंद्रस्थानी आहे, असं होतं.”

“तो प्रश्न चर्चच्या सामूहिक श्रद्धेचा होता. त्याची आणि याची गल्लत करू नकोस,” जेम्स पुन्हा जोरकसपणे म्हणाला.

“ते काहीही असो. चर्चनं तथ्य आणि सत्य याची एवढी उपेक्षा करणं, हे माफ करण्याजोगं नाही.”

“हे तुझं वैयक्तिक मत झालं!”

“अर्थातच, हे माझं वैयक्तिक मत आहे.”

“गॅलिलिओसारखी प्रकरणं ही आपण ती ज्या काळात घडतात त्याच्या संदर्भात बघायला हवीत–”

“तथ्य आणि सत्य ही काळावर अवलंबून असतात, असं मला वाटत नाही,” शॉननं जेम्सचं म्हणणं तोडलं; पण आता त्याचे शब्द जडसर झाले होते. जॅक आणि नंतर जेम्स येण्याच्या अगोदरच त्यानं प्यायला सुरुवात केली होती. स्कॉच आणि वाइनचा एकत्रित परिणाम दिसू लागला होता, “इथे जेम्स सोडून आणखी कोणाचा त्याच्या या बोलण्यावर विश्वास बसतो आहे का?”

शॉननं आळीपाळीनं साना आणि जॅककडे बघितलं. तो किंचित झुलत होता. साना आणि जॅक दोघांनीही प्रतिसाद दिला नाही. त्यांना या वादात कोणाचीही बाजू घ्यायची नव्हती. अजून हा वाद संपलेला नाही हे दोघांनाही कळत होतं आणि यात कोणीतरी घायाळ होणार, याची चिंता वाटत होती.

“मला माझं बोलणं पुरं करू देशील का?” जेम्सनं जॅकला जोरात विचारलं.

शॉननं नाटकीपणानं हात पसरले आणि जेम्सला हवं ते बोलायला मुभा आहे, असं चेष्टा केल्याप्रमाणे दाखवलं.

“पोप पायस बारावे यांच्या १९५० मधील मुनिफिसेंटीसिमस डीयूस याला तू पवित्र मेरीबद्दल काही वेगळं प्रसिद्ध करणं हे छेद देणारं ठरेल. यानं पवित्र मदर मेरीचं नाव तर खराब होणार आहेच, त्याबरोबर चर्चचं नुकसान होईल ते वेगळंच; पण त्याचा माझ्याही कारकिर्दीवर परिणाम होईल. शॉन, तुला... तुला मी तिथे व्हॅटिकनमध्ये जायला परवानगी मिळवून दिली. माझ्यामुळे तू नेक्रोपोलीसमध्ये प्रवेश करून ऑसुअरी चोरू शकलास.”

“मी त्याचं वर्णन उसनवारी असं करेन,” शॉन कुत्सित हसत म्हणाला.

“पण ज्याला तथ्य आणि सत्य याची चाड आहे अशा माणसासाठी चोरी हा

शब्द जास्त योग्य आहे!'' जेम्स म्हणाला, ''या सगळ्यात लवकरच तथ्य आणि सत्य बाहेर येईल. ते असं असेल की, न्यू यॉर्कच्या आर्चबिशपनं व्हॅटिकनमधल्या पुरातत्त्वशास्त्रीय संस्थेला किंवा इतर कोणाही पुरातत्त्वशास्त्रज्ञाला काही कळू न देता एका चोराला तिथून ऑसुअरी चोरायला मदत केली. इतकंच नाही, तर एवढा महत्त्वाचा पुरातत्त्वीय अवशेष त्या अवशेषाच्या कायदेशीर हक्कदाराला अंधारात ठेवून देशाबाहेर काढण्यात आर्चबिशप सामील झाला. हे सगळं असं झालं की, मग माझी पेरूच्या दाट जंगलात किंवा मंगोलियाच्या वाळवंटात कुठंतरी बदली होईल.''

जेम्सचं हे बोलणं संपल्यावर पार्टीमध्ये अस्वस्थ शांतता पसरली. ही शांतता एवढी होती की, घरातलं मांजर नखं घासत असण्याचा आवाजही मोठा वाटू लागला. कोणीही काही बोललं नाही. इतकंच नाही, सगळेच एकमेकांची नजर चुकवत होते.

अचानक सानानं उठून उभी राहत खुर्ची मागे सरकवली, ''तुम्ही सगळे बाहेरच्या हॉलमध्ये गेलात तर बरं होईल. मी तिथे डेझर्ट आणते. शॉन, तू ब्रॅन्डीचं बघ.'' सानानं जेम्सची आणि तिची प्लेट उचलली आणि ती किचनकडे गेली. ते पाहून काहीही न बोलता इतरही प्लेट आणि इतर वस्तू घेऊन किचनमध्ये गेले आणि प्लेट डिशवॉशरमध्ये टाकण्याच्या धडपडीत एकमेकांवर आदळले.

''मी म्हटल्याप्रमाणे तुम्ही लोकांनी बाहेर जाऊन बसणं जास्त योग्य होईल,'' साना म्हणाली.

''ब्रॅन्डी कोण घेणार आणि वाइन कोण घेत राहणार?'' शॉन हसऱ्या स्वरात म्हणाला. त्यानं एक जवळ जवळ भरलेली पेट्रसची बाटली घेतली आणि तो बाहेरच्या हॉलकडे गेला. जाताना त्याचा तोल जात होता.

''वाइन हवी असेल तर आपापला चषक आणा,'' शॉन टेबलावरचा स्वतःचा चषक उचलत इतरांना म्हणाला.

बाहेर गेल्यावर तिघांनी पुन्हा आपल्या मूळ जागा घेतल्या. शॉननं बाटली टेबलावर ठेवली आणि शेकोटीत पुन्हा काही ढलप्या टाकल्या. मग त्यानं जेम्सला ब्रॅन्डी दिली आणि जॅकच्या चषकात वाइन ओतली. नंतर स्वतःच्या चषकात वाइन ओतली आणि बसत तो म्हणाला, ''छान, समाधान वाटतंय,'' शॉन हे म्हणाला. तेव्हा त्याच्या मनात आपण जेम्सच्या बोलण्यानं विरघळून जायचं नाही हे घोळत होतं. जॅकनं अगोदर थोडी कल्पना दिल्यानं त्यानं मनाची तशी तयारीही केली होती; पण अखेर आता आपल्यालाच काय ते ठरवावं लागणार आहे, हे त्याला स्पष्ट दिसत होतं.

''जेम्स...'' शॉन वाइनचा एक घुटका घेत म्हणाला, ''तुझी काहीही चूक नसताना पोप तुला शिक्षा करेल असं वाटतं का? म्हणजे जे काही घडलं त्याची सगळी जबाबदारी माझी आहे, माझीच राहील.''

"मला शिक्षा होण्याची शक्यता तशी कमी आहे."

"हं..." शॉनला जेम्सचं उत्तर ऐकून जरा हायसं वाटलं, "पण चर्च चमत्कारिक निर्णय घेण्याबद्दल प्रसिद्ध आहे. उदाहरणार्थ आफ्रिकेत केवळ कंडोम वापरून एड्सचा प्रसार रोखता येईल आणि त्यामुळे होणारे मृत्यू टाळता येतील हे माहीत असूनही त्याला बंदी घालणं; पण केवळ मी काहीतरी केलं म्हणून तुझी कारकीर्द संपवण्याइतके ते लोक मूर्ख आहेत, असं मला वाटत नाही."

"चर्चचं काम कसं चालतं याची तुझ्यापेक्षा मला जास्त माहिती आहे, असं मला वाटतं. नाही का?"

"तसं असेलही; पण तरीही मला तसं वाटतं. तू माझ्या दृष्टीनं फार महत्त्वाचं हे काम सोडून द्यावंस म्हणून कितीही सांगितलंस तरी मी त्यात अडकणार नाही. पोपच्या कधीही न चुकण्याच्या स्वयंघोषित अशा अधिकाराच्या तत्त्वाला आव्हान देणं मला महत्त्वाचं वाटतं. कारण हे तत्त्व सर्वच बाबतींत, अगदी लैंगिक सुखाच्या बाबतीतही वापरलं जातं. विशेष म्हणजे ब्रह्मचर्य पाळण्याची तथाकथित शपथ घेतलेले धर्मगुरू लोकांना लैंगिक सुख आणि लग्न याबाबतीत नैतिकता शिकवण्याचा आपणच ठेका घेतल्याप्रमाणे वागतात. हे मानवी व्यवहाराच्या दृष्टीनं अगदीच चमत्कारिक आहे आणि तू चर्चच्या सामूहिक निर्णयाबद्दल बोललास. कॅथॉलिक श्रद्धा असणाऱ्या लोकांच्या बाबतीत तर चर्च आणि पोप हे कायमच, कदाचित शेकडो पिढ्या अतिशय चमत्कारिक वागत आले आहेत."

"आता लैंगिक सुख व नैतिकता या विषयावर तू प्रवचन देणार की काय?" जेम्स खवचटपणानं म्हणाला. आपला जुना मित्र आपल्या तावडीत सापडला आहे, हे जेम्सच्या लक्षात आलं.

"या बाबतीत सध्या प्रवचन देणाऱ्या आणि मध्यस्थी करणाऱ्या तुमच्या लोकांपेक्षा मी हे काम नक्कीच जास्त चांगलं करीन," शॉन म्हणाला, "मला हे कळत नाही की, लैंगिक सुखाच्या विषयात कॅथॉलिक चर्च, विशेषतः अमेरिकन कॅथॉलिक चर्च एवढा आडमुठेपणा का करतं?"

"खूप आधीच्या काळापासून चर्चची अशी धारणा आहे की, लग्न आणि लैंगिक सुख याच्यामुळे जीझसशी खऱ्या अर्थानं एकरूप होण्यात अडथळा निर्माण होतो. म्हणून धर्मगुरूंनी ब्रह्मचारी जीवन जगावं, असं सांगण्यात येतं. म्हणूनच मीदेखील गेली इतकी वर्षं तसाच राहतो आहे. या त्यागामुळे मी खरंच देवाच्या जवळ जाण्यासाठी अधिक सक्षम झालो, यात मला तिळमात्रही शंका वाटत नाही."

"तुला तसं वाटत असणार याबद्दल माझ्या मनातही शंका नाही; कारण तू वेडा आहेस. व्हर्जिनिया सोरेन्सन तुझ्या मुठीत असतानादेखील तू तिला सोडून दिलं होतंस ते आठवतं ना? जॅक, काय वाईट होती का ती?"

"अजिबात नाही. ती नक्कीच सुंदर होती," जॅक म्हणाला आणि मग शॉनची त्या वेळची मानसिक अवस्था लक्षात घेऊन पुढे म्हणाला, "आणि ती स्वभावानंही चांगली होती."

"व्हर्जिनियाच्या बाबतीत तू काहीही म्हणालास तरी तू त्यातून सुटू शकणार नाहीस जेम्स," शॉनचं बरळल्याप्रमाणे बोलणं आता वाढलं होतं. "जेम्स, तू तिला घरी परत जायच्या वेळेच्या वीकएन्डला भोगलं होतंस की नाही सांग. आपल्या मित्रांना खरं काय ते सांगायची ही संधी आहे. अखेर आम्ही दोघांनी तुझ्यासाठी प्रयत्न केले होते आणि तुम्हाला एकांत मिळावा म्हणून मुद्दाम सगळी व्यवस्था करून बाजूला झालो होतो, हे विसरू नकोस."

"व्हर्जिनियाच्या बाबतीत अशा प्रकारचे मानहानीकारक बोलायला मी साफ नकार देतो," जेम्स ठामपणानं म्हणाला, "आपण मूळ मुद्द्याकडे यायला हवं. आपण पोपच्या अधिकाराबद्दल बोलत असताना हा लैंगिक सुखाचा विषय कुठून आला?"

"कारण दोन्हीचा संबंध आहे," असं म्हणून शॉननं जॅककडे बघितलं. जॅक गप्प होता हे पाहून त्याला जरा चमत्कारिक वाटलं.

"ते कसं काय? पोप कधीच चुकत नाही आणि झालेला निर्णय बदलण्याजोगा नाही, या तत्त्वाचा वापर अलीकडच्या काळात फक्त दोन वेळा करण्यात आला आहे. एकदा १८५४ मध्ये मेरीच्या बाबतीत तिला मूळ पातकाच्या दोषातून तिच्या पुत्राप्रमाणेच मुक्त करण्यासाठी तिनं गर्भ धारण करणं हा दैवी प्रकार असल्याचं ठरवण्यात आलं. त्यासाठी नवव्या पोप पायसनी तशी घोषणा केली होती. नंतर १९५० मध्ये मी मघाशी सांगितल्याप्रमाणे बाराव्या पोप पायस यांनी मदर मेरीला तिच्या देहासह स्वर्गात स्वीकारण्यात आल्याचं ठरवलं, तेव्हा दुसऱ्यांदा या खास अधिकाराचा वापर करण्यात आला. यात तुला लैंगिक सुखाचा विषय कुठे दिसला?"

"प्रश्न केवळ या दोन प्रसंगांचा नाही. गेली कित्येक शतकं सर्व पोप लैंगिक सुख हे महान पातक आहे असं सांगत आले आहेत. या बाबतीत पोप ग्रेगरी द ग्रेट याचा क्रमांक वरचा असेल. लैंगिक सुखाची कोणतीही इच्छादेखील पातकासमान असल्याचं त्यांचं म्हणणं होतं. आता पोप कधीच चुकत नाहीत हे तत्त्व निश्चित झाल्याचा परिणाम काय होतो बघ, मागच्या सगळ्या पोपचं म्हणणं वैध ठरतं. आज कोणताही पोप याच्याविरुद्ध काही बोलण्याचं धाडस करूच शकत नाही. खरी समस्या हीच आहे. उलट आज ख्रिश्चन धर्माचं पालन करणाऱ्या सामान्य जनांपैकी बऱ्याच जणांना लैंगिक सुख हे पातक न वाटता ती एक देवाची देणगी वाटते. लग्नानंतर आपल्याला लैंगिक सुख घेता येतं, हे लोकांना जास्त पवित्र वाटतं. देवानंच त्यांना तसं करण्याची मुभा दिल्यानं ते त्यांना दैवी देणगीचा स्वीकार करणं

वाटतं. मला वाटतं, आता चर्चनं आपला जुना हेकटपणा सोडायची वेळ आली आहे. मला एक सांग, महान शक्तिमान देव, आपल्या मुलांमध्ये लैंगिक सुख घेण्याची क्षमता निर्माण केल्यावर त्यांना ती वापरू नका, असं कसं काय सांगेल?''

''म्हणजे आता तू तुझ्या स्वयंघोषित धर्मज्ञानावर प्रवचन करू लागलेला दिसतोस.''

''तसंही असेल,'' शॉन म्हणाला, ''मला वाटतं, चर्चला काय वाटतं यापेक्षा लोकांना काय वाटतं, ते त्यांच्यावर सोपवावं. लोकांनाच स्वतः काय तो निर्णय घेण्याचं स्वातंत्र्य असायला हवं. तसं करणं हे चर्चच्या दृष्टीनंही बरं होईल. मुलांना नासवण्याचं हे जे प्रकरण चालू आहे त्याबाबतीतही चर्चनं हे धर्मगुरूंनी वैयक्तिक पातळीवर केलेलं गैरकृत्य आहे, असं जाहीर करावं, त्याचा संस्था म्हणून चर्चशी काही संबंध जोडू नये असं ठरवावं. अखेर धर्मगुरूंमध्येही तुझ्यासारखे वेडपट आणि तसे नसलेले शहाणे लोक असणारच ना?''

''शॉन!'' जेम्स जोरात म्हणाला, ''तू झिंगलेला आहेस त्यामुळे तू मला काहीही म्हणालास तरी मी त्याबद्दल राग मानणार नाही; पण मला एक गोष्ट स्पष्ट सांगायची आहे. तू ऑसुअरी आणि मदर मेरीबद्दल काही प्रसिद्ध केलंस तर मित्रा, तू तुझ्या या मित्राचं तर अपरिमित नुकसान तर करशीलच; पण शिवाय लक्षावधी लोकांच्या श्रद्धेवर आघात करशील. विशेषतः दक्षिण अमेरिकेसारख्या देशातल्या गरिबीत दिवस काढणाऱ्या लोकांच्या जीवनात मदर मेरीवरच्या श्रद्धेशिवाय काहीच नाही. ते तिच्याच आधारावर जगतात. त्यांचं जीवन उद्ध्वस्त होईल. शॉन, कृपा करून असं करू नकोस.''

''इथं तू एकटाच काहीतरी ध्येय घेऊन उभा आहेस, असं तुला वाटतं की काय?'' शॉन ओरडला, ''तसं असेल तर तुझी ×××× ही ऑसुअरी अचानक माझ्या हाती आली, यामागे देवाचीच काही इच्छा नसेल हे कशावरून? कदाचित, मला सत्य ताबडतोब लक्षात येतं म्हणून मी त्याचा योग्य उपयोग करून घेईन अशीच त्याची इच्छा असेल तर?''

''पण तुला सत्य काय तेच तर माहीत नाही,'' जेम्स मुद्दा धरून ठेवत म्हणाला.

''म्हणून तर मी संशोधन करतोय. ते सगळे स्क्रोल एकदा का वाचून झाले की –''

''स्क्रोल कोणत्या भाषेत आहेत?''

''अरेमिक.''

जेम्सची निराशा झाली. जर ते निराळ्या भाषेत असते तर हा सायमन बनावट आहे असं म्हणता आलं असतं; पण अरेमिक ही त्याची मातृभाषा असण्याची दाट शक्यता होती.

"मी माझं काम पूर्ण केलं आणि सानाचंही काम झालं की–"

"सानाच्या कामामुळे ही हाडं कोणाची आहेत की नाहीत हे कसं काय सिद्ध होणार आहे?" जेम्सनं त्रासिकपणानं शॉनचं बोलणं मध्येच तोडलं.

"मला ते माहीत नाही. साना नेमकं काय करते ते मला नीट समजतही नाही; पण आम्हाला शोध घेण्यासाठी जे जे काही करणं शक्य आहे त्याचा हा भाग आहे एवढं मला कळतं."

"हे आपण असं करताना कोणाला घायाळ करणार आहोत हे माहीत असूनही?"

"उलट मी याचा कोणाला उपयोग होईल हे बघतोय. माझ्या मते, ज्यांचा फायदा होईल त्यात चर्चचाही समावेश आहे."

"जीझसनं तुझी चर्चला मदत करण्यासाठी निवड केली असं तुला खरोखरच वाटतंय?"

"शक्य आहे," शॉननं पुन्हा नाटकीपणानं हात पसरले; पण त्याच्या बोलण्यातली काही अक्षरं ऐकूच आली नाहीत.

जेम्सची मान निराशेनं खाली झुकली, "हे सगळं इतकं भयंकर असेल याची मी कल्पनादेखील केली नव्हती."

"ते कसं काय बरं?" शॉननं विचारलं. आपल्या मित्राच्या वागण्यात झालेला बदल न कळण्याइतका शॉन झिंगलेला नव्हता.

"मला तुझ्या आत्म्याबद्दल चिंता वाटू लागली आहे. एकतर ते किंवा तुझं मानसिक आरोग्य–"

"हे जरा जास्तच होतंय," शॉन म्हणाला, "मी उत्तम आहे. उलट मला सध्याच्या इतकं छान आजवर कधीच वाटलं नव्हतं."

साना अचानक किचनमधून बाहेर येत 'हॅपी बर्थ डे' असं म्हणाली. तिच्या हातात चॉकलेट केक होता. सानानं केक टेबलावर ठेवला आणि मग जॅक व शॉन गाण्यात सामील झाले. जेम्सनं केक कापल्यावर सगळ्यांनी टाळ्या वाजवल्या. जेम्स खुर्चीतून पुढे झाला. त्याच्या चेहऱ्याचा रंग उडून गेलेला असला तरी त्यानं फुंकर मारून मेणबत्त्या विझवल्या. पुन्हा एकदा सर्वांनी टाळ्या वाजवल्या.

चोवीस

रात्री ९.२३, शनिवार, ६ डिसेंबर, २००८
न्यू यॉर्क शहर

"याला तू गाडी नीट पार्क केलेली आहे असं म्हणतोस?" जॅकनं कमरेवर हात ठेवत जेम्सची गाडी आणि बाजूची जागा यांच्याकडे नजर टाकत विचारलं.

"मला हे एवढंच जमलं. आता तू याबद्दल माझं डोकं खाऊ नको! आत बस. मी तुला घरी सुरक्षित सोडेन याची खात्री बाळग."

दोघंही गाडीत बसले. जॅकनं विचारपूर्वक सीटबेल्ट लावून घेतला. जेम्स गाडी लावण्याबद्दल काहीही म्हणाला असला तरी त्याला थोडी काळजी वाटू लागली होती, "तू जास्त वाइन घेतलेली नाहीस ना?"

"माझी आत्ताची मनःस्थिती बघता मला जास्त झालीय, असं अजिबात वाटत नाही."

"मी चालवू का? मी फारच थोडी घेतलीय."

"मी ठीक आहे." चिंचोळ्या जागेतून गाडी सफाईनं बाहेर काढत जेम्स म्हणाला.

बेस्ट व्हिलेजमधून बाहेर पडताना दोघंही गप्प होते. त्यांच्या मनात पार्टीच्या वेळी झालेल्या काहीशा कडवट संभाषणाचे विचार घोळत होते.

"शॉन म्हणजे अशक्य आहे," ते एका सिग्नलपाशी थांबलेले असताना जेम्स अचानक म्हणाला, "अर्थात, हे काही आजचं नाही म्हणा."

"तो नेहमीच स्वतःच्या मर्जीनं वागणारा आहे."

जेम्सनं जॅककडे कटाक्ष टाकला, "हा मला फारच हलका पाठिंबा आहे."

जॅकनं जेम्सकडे बघितलं. सिग्नल मिळाल्यानं जेम्सला पुढे बघून गाडी चालवणं

भाग होतं; त्यामुळे त्यांची क्षणभरच नजरानजर झाली, "जेम्स मला माफ कर; पण तुलाच आणखी त्रास होऊ नये म्हणून गप्प होतो. तुला या सगळ्याबाबत काय वाटतंय हे मी समजू शकतो; पण त्याच्या मुद्द्यातही थोडंफार तथ्य आहे, हे मी नम्रपणानं सुचवू इच्छितो."

"म्हणजे तू त्याच्या बाजूनं आहेस की काय?" जेम्स किंचित चकित होत आणि काहीशा नाराजीनं म्हणाला.

"नाही, मी कोणाच्याही बाजूनं नाही," जॅक म्हणाला, "मी तुला म्हणालो होतो ना की त्यानं मला जेवायला बोलावलं होतं, तेव्हा जेवणानंतर आम्ही दोघं प्लेट साफ करत असताना तुझा विषय निघाला होता. आम्ही तुझ्या चर्चमधील यशस्वी कामगिरीबद्दलही बोललो. त्या वेळी चर्चचा विषय निघाल्यानं त्यानं ओघात ज्या काही गोष्टी सांगितल्या त्या मला नवीन होत्या. आपण कॉलेजात एकमेकांना भेटलो त्या अगोदरच शॉन कॅथॉलिक धर्मापासून दूर गेला होता; पण तसं का झालं हे मला माहीत नव्हतं."

जेम्सनं पुन्हा एकदा जॅककडे बघितलं, "आणि हे सांगू नकोस... तो दूर जाण्याचं कारण म्हणजे तो स्वतःच नासवला तर गेला नव्हता?"

"नाही, अगदी तसं घडलं नाही; पण जवळपास तीच वेळ आली होती."

"जवळपास वेळ आली होती म्हणजे?"

"माझी स्वतःची जडणघडण एका अधार्मिक कुटुंबात झालेली आहे; त्यामुळे त्याचे अनुभव मला नीट समजू शकले असतीलच असं नाही; पण त्यानं जे काही सांगितलं ते सांगतो. तो लहान असल्यापासून त्याच्या आई-वडिलांप्रमाणेच त्यालाही चर्च आवडत असे."

"हे मला माहीत आहे."

"तर मग त्याचे आई-वडील चर्चमध्ये सक्रिय सहभाग घेत असत, हे तुला माहीत असेल."

"हेदेखील मला माहीत आहे."

"तर असं झालं की, वयात येणं म्हणजे काय हे जवळ जवळ माहीत नसताना तो वयात आला. त्यानं जे सांगितलं ते विनोदी वाटावं असंच आहे. एकदा अंघोळ करताना आपण आपलं गुप्तांग जितकं घासू तितकं ते जास्त स्वच्छ होईल, अशी काहीतरी कल्पना केल्यानं त्याच्या हातून चुकून हस्तमैथुन झालं. त्याला तो सुखाचा अनुभव स्वर्गीय वाटला. अर्थातच त्या प्रसंगानंतर तो दिवसामधून दोन-तीन वेळा अंघोळ करायला लागला, याचं काही नवल वाटणार नाही. त्याला प्रत्येक वेळी स्वर्गीय आनंद मिळताना आपण देवाच्या जवळ जात आहोत, असं काहीतरी वाटू लागलं होतं."

जेम्स हे ऐकताना अस्वस्थ झाला. जणू शॉनच सांगतोय असं त्याला वाटलं. आता हे आणखी कुठवर जाणार या विचारानं तो मनोमन दचकला.

"त्यानंतर काही आठवड्यांनी त्याला पोपच्या शिकवणीबद्दल कळलं. तो मघाशी त्याबद्दल बोलला होता."

"म्हणजे पोप ग्रेगरी द ग्रेट की काय?"

"बहुधा तोच असावा. शॉन सांगत होता त्याप्रमाणे लैंगिक सुखाबद्दल या पोपचे विचार नकारात्मक होते का?"

"होय."

"ते काहीही असो. चर्चमधली हस्तमैथुनाचा तिरस्कार करण्याची शिकवण आणि त्याला मिळणारा आनंद याच्यात काय योग्य याबद्दल त्याच्या मनात झगडा सुरू झाला. हा झगडा अनेक महिने चालू होता. शॉन जे काही घडत होतं ते सगळं लक्षात ठेवून दर शुक्रवारी कन्फेशनच्या वेळी सगळं तपशीलवार सांगू लागला."

"गुड लॉर्ड!"

"अस्वस्थ होऊ नकोस. फार काही झालं नाही."

"म्हणजे?"

"त्याचं कन्फेशन ऐकणाऱ्या दोघा धर्मगुरूंना त्याच्या कबुलीत अधिकाधिक रस वाटू लागला."

"ओह!"

"शॉन जरी तपशिलात जाऊन वर्णन करत असला तरी त्याचं कन्फेशन ऐकणाऱ्यांना ते कमीच वाटत राहिलं. ते त्याला वारंवार अनेक प्रश्न विचारू लागले. शॉनला यात काहीतरी चमत्कारिक आहे हे जाणवलं. मग एका धर्मगुरूनं त्याचं कन्फेशन ऐकताना त्याला सुचवलं की, तो शॉनला खासगीत भेटून त्याच्या आत्म्याला धोकादायक ठरू शकणाऱ्या सवयीपासून मुक्तता मिळवण्यासाठी मदत करायला तयार आहे."

"तसं खरंच झालं की काय?"

"शॉनच्या म्हणण्यानुसार नाही. उलट यानंतर त्याच्या आई-वडिलांनी कितीही थयथयाट केला तरी शॉननं चर्चशी संबंध तोडण्याचा निश्चय केला. तेव्हा जो संबंध संपला तो संपलाच."

"हे फार दुर्दैवी आहे," जेम्स म्हणाला, "त्याला त्या अत्यंत महत्त्वाच्या क्षणी योग्य मार्गदर्शन करणारा धर्मगुरू मिळू शकला नाही, ही खेदाची बाब आहे."

"पण शॉनचं म्हणणं हेच तर नाही का?" जॅकनं विचारलं, "असे ब्रह्मचारी धर्मगुरू वयात येणाऱ्या मुलांना मार्गदर्शन करण्यासाठी अयोग्य असतात. त्याचप्रमाणे

संसारात पडणाऱ्या आणि मुलं-बाळं होण्याची इच्छा बाळगणाऱ्या तरुण-तरुणींनाही ते मार्गदर्शन करू शकत नाहीत.''

''मी त्याबद्दल आता बोलू इच्छित नाही. कारण मला आता माझ्या समोर असणाऱ्या समस्येकडे लक्ष द्यायला हवं.''

''म्हणजे त्यानं आपलं संशोधन प्रसिद्ध न करण्यासाठी त्याचं मन वळवणं?''

''होय.''

''माझं मत ऐक. तू त्याचं मन वळवण्याचा प्रयत्न कर; पण तो विफल ठरण्याची शक्यता आहे. त्यानं तसं केलं तर त्यामुळे तुझं वैयक्तिक नुकसान होईल या मार्गानं तू केलेला प्रयत्न चांगला होता; पण त्याचाही उपयोग झाला नाही.''

''तुझं म्हणणं बरोबर आहे असं मला खेदानं मान्य करावं लागेल. मी त्याचं मन वळवू शकणार नाही, हेदेखील मला आता समजून चुकलं आहे. विशेषतः तो जे काही करतोय ते देवाची इच्छा म्हणून, असं त्याला वाटणं मला जास्तच कठीण वाटू लागलंय.''

''पण तू त्याचं मन वळवू शकणार नाहीस, असं तुला का वाटतं? उलट मला वाटतं की, तुम्ही एकमेकांना फार चांगले ओळखता. त्याचा तुझ्यावर विश्वास आहे. शिवाय या देशातल्या इतर कोणाहीपेक्षा धर्माचं ज्ञान आणि त्या क्षेत्रातली तुझी जागा सर्वोच्च आहे.''

''पण आम्ही फार जवळचे मित्र आहोत, हीच समस्या आहे. तू ऐकलंस ना की, त्यानं लार्डो म्हणून माझ्या लठ्ठपणाची चेष्टा केली. अशी चेष्टा करण्याएवढी आमची जवळीक असल्यानंच माझं काम जास्त अवघड आहे.''

''तू नाही तर मग कोण त्याचं मन वळवू शकेल? तू माझा तर विचार करत नाहीस ना? पण मी तर या कामासाठी सर्वस्वी अयोग्य आहे. तुम्हा दोघांच्या तुलनेत मला धर्माबद्दल जराही काही कळत नाही.''

''बरं... तू कुठं राहतो म्हणालास,'' जेम्सनं विषय किंचितसा बदलत आपण जॅकवर काही लादणार नाही हे सुचवत विचारलं. जॅकनं त्याला रस्त्याचं नाव आणि क्रमांक सांगितला.

''जर मी नाही तर मग कोण?'' जॅकनं पुन्हा विषय काढला.

''मला माहीत नाही. खरंच माहीत नाही; पण असं करू शकणारी व्यक्ती कशी असावी हे मात्र मला लक्षात येऊ लागलं आहे.''

''म्हणजे कशी व्यक्ती?''

''चिकाटी असणारी; पण महत्त्वाचं म्हणजे अशा व्यक्तीनं स्वतःला व्हर्जिन मेरीच्या चरणी सर्वस्व अर्पण केलेलं असायला हवं. अशा माणसानं मेरीबद्दल भरपूर अभ्यास केलेला असला तर उत्तम.''

"ही कल्पना चांगली आहे," जॅक एकदम ताठ बसत म्हणाला, "एखादी तरुण सुंदर पोरगी! किंवा अजून जर तिनं तिची फिगर राखली असेल, तर वयात येताना त्याच्या सतत स्वप्नात येणारी एलेन स्मिथ?"

"तू गंमतशीर बोलून माझा उत्साह टिकवण्याचा प्रयत्न करतो आहेस, हे माझ्या लक्षात येतंय; पण मित्रा, मला ताबडतोब चिकाटीनं काम करणारा आणि ध्येयानं प्रेरित झालेला माणूस शोधायला हवा."

जेम्सनं गाडी जॅकच्या घराच्या अगदी समोर उभी केली.

"जॅक, तू आलास म्हणून मला खरंच बरं वाटलं. धन्यवाद जॅक. आणि तुला येऊ दिलं म्हणून मी तिचेही आभार मानतो. मला तिला भेटायची उत्सुकता आहे, हे तिला सांग."

जॅकनं दार उघडण्यासाठी हात पुढे केला, "तू तुला हवा असणारा माणूस ताबडतोब कसा काय शोधणार आहेस? मला ते अवघड वाटतंय."

"मला ते अजिबात अवघड वाटत नाही. ख्रिश्चन धर्मात त्यासाठी जीव टाकणाऱ्या माणसांची कधीच कमतरता नव्हती. सुरुवातीच्या काळात बिशपांच्या हे लक्षात आलं होतं. त्यामधूनच ख्रिश्चन धर्मात मठ आणि संप्रदायांचा उदय झाला. माझ्या आर्कडिओसेसेमध्येही असे अनेक संप्रदाय आणि गट आहेत. मला त्यांच्यामधल्या काहींचा शोध घ्यावा लागेल, इतकंच."

"तुला या कामी शुभेच्छा," जॅक गाडीतून उतरत म्हणाला. मग जेम्सच्या गाडीचे दिवे दिसेनासे होईपर्यंत तिथंच उभा राहिला. आता यातून काय काय घडणार हा विचार त्याच्या मनात येत होता. काहीही झालं तरी शॉन सहजासहजी माघार घेणार नाही, हे त्याला समजत होतं.

जेम्सला अचानक बरं वाटू लागलं. बोलत बोलता त्याच्या डोक्यात पर्यायी योजना तयार झाली होती. हे आपल्याला आधी का सुचू नये म्हणून तो मनोमन स्वतःवर चरफडला.

जेम्सनं गाडी गॅरेजमध्ये ठेवली आणि चालत निवासस्थानी आला. आत शिरताना त्यानं फादर मॅलोने किंवा फादर केर्लिन यांना कळू नये म्हणून आवाज न करण्याची खबरदारी घेतली होती. ती उपयोगी पडल्याचं दिसलं. जेम्स लिफ्टनं हे दोघं झोपतात त्या चौथ्या मजल्यावर आला. त्यानं दोघांच्या दारांवर धपके मारले आणि दोघांनी ताबडतोब खाली ऑफिसमध्ये यावं असं ओरडून सांगितलं.

हे केल्यानंतर त्या दोघांच्या प्रतिसादाची वाट न बघता तो लिफ्टनं उतरून पुन्हा खाली त्याच्या ऑफिसात आला. त्यानं दिवे लावले आणि टेबलापाशी बसून तो आश्चर्यचकित झालेल्या त्याच्या दोन्ही कर्मचाऱ्यांची वाट बघू लागला.

फादर मॅलोने प्रथम आला. त्यानं घाईघाईनं झोपण्याच्या पोशाखावर जरतारीचा डगला अडकवलेला दिसला. फादर मॅलोनेची उंची आणि किडकिडीतपणामुळे जेम्सला तो एखाद्या बुजगावण्यासारखा भासत होता.

''फादर केर्लिन कुठे आहे?'' आपण अशा अवेळी का बोलावलं याबद्दल जरादेखील स्पष्टीकरण न देता जेम्सनं किंचित रोषानं विचारलं.

''त्यानं मला आपण लगेचच येतो आहे, असं बंद दारामागून ओरडून सांगितलं. तो लवकरच...'' फादर मॅलोने जेम्स काहीतरी सांगेल या अपेक्षेनं बघत होता.

जेम्स टेबलावर अस्वस्थपणानं बोटं नाचवत वाट बघत होता. तो फोन उचलून फादर केर्लिनला खडसावणार होता, इतक्यात तोच दार उघडून आत आला. त्याला उशीर झाला यात काही नवल नव्हतं, कारण त्यानं त्याचा सगळा अधिकृत जामानिमा केला होता.

''तुमच्या प्रार्थनेत व्यत्यय आणला म्हणून खेद वाटतो,'' जेम्स आपल्या दोन्ही सेक्रेटरींना बसण्याची खूण करत म्हणाला.

''मी ज्याचं वर्णन आणीबाणी करीन अशी परिस्थिती उद्‌भवली आहे. मी कशासाठी हे सांगणार नाही; पण तुम्ही ताबडतोब व्यवहारात उत्तम असणारा, दिसायला चांगला आणि अंगात चिकाटी असणारा माणूस शोधून काढायचा आहे. सर्वांत महत्त्वाचं म्हणजे त्याची किंवा तिची पवित्र व्हर्जिन मेरीवर जिवापाड श्रद्धा असणं गरजेचं आहे. अशी व्यक्ती पूर्णपणे चर्चशी एकनिष्ठ असायला हवी.''

फादर मॅलोने आणि केर्लिननं एकमेकांकडे प्रश्नार्थक नजर टाकली. आपल्या बॉसनं सांगितलेल्या कामाचा अर्थ लावायचा ते प्रयत्न करत होते. दोघांमध्ये वरिष्ठ असणाऱ्या फादर मॅलोनेनं तोंड उघडलं, ''अशी व्यक्ती आम्हाला कुठे मिळणार?''

''प्रश्न मी तुम्हाला विचारला आहे. पवित्र मदर मेरीवर विलक्षण श्रद्धा असणारी व्यक्ती कुठे सापडेल हे तुम्ही सांगायचं आहे.''

''रोमन कॅथॉलिक चर्चमधले मदर मेरीचं पूजन करणारे समाज किंवा संस्था,'' फादर मॅलोने म्हणाला.

''उत्तम!'' जेम्स किंचित उपहासानं म्हणाला. जणू तो रविवारी सकाळी लहान मुलांना काही शिकवत असावा असा त्याचा स्वर होता. ''हं... सकाळी पहाट होताक्षणी तुम्ही अशा संस्थांना फोन करायचा आहे. तिथे ॲबट, मदर सुपिरिअर किंवा बिशप, जे कोणी असेल त्याला मी फोन केला आहे हे सांगायचं. मला हवा असा माणूस मिळायला हवा. ही आणीबाणीच्या परिस्थितीची गरज आहे हे त्यांना स्पष्टपणानं सांगायचं. हे गंभीर स्वरूपाचं असून, असा जो कोणी असेल तो एखादा आठवडा थेट माझ्या हाताखाली काम करणार आहे. हे काम पवित्र मदर मेरी आणि एकूणच चर्चच्या भल्याच्या दृष्टीनं सर्वोच्च प्राधान्य असणारं आहे आणि अगोदर

ज्या कोणी भरपूर काम केलं आहे त्याचं बक्षीस म्हणून याकडे पाहिलं जाऊ नये हेदेखील स्पष्ट सांगा. मला एखादा वयोवृद्ध असा मेरीओलॉजीचा विद्वान नको आहे. मला मदरच्या प्रेमात बुडालेली आणि मदरबद्दल आपले आदरस्थान दुसऱ्याला पटवून देऊ शकणारी तरुण व्यक्ती हवी आहे. माझं सांगणं संपूर्णपणानं कळलं आहे ना?''

फादर मॅलोने आणि फादर केर्लिननी भराभरा माना डोलवल्या. त्यांनी कधीही आपला बॉस रागावल्यानं किंवा प्रक्षुब्ध झाल्यानं स्वतःला सावरू न शकणाऱ्या स्थितीत असल्याचं पाहिलं नव्हतं.

''खरंतर हे काम मी स्वतःच केलं असतं; पण मला सकाळी मासमध्ये प्रवचन द्यायचं आहे. काय बोलायचं हे मी अजून ठरवलेलं नाही. तुम्ही दोघं मी सांगितलेलं काम चोख पार पाडाल, अशी आशा आहे. मी इथं मास संपवून दुपारी परत येईन तेव्हा माझ्यासमोर अशी व्यक्ती किंवा अशा अनेक व्यक्ती हजर असायला हव्यात. हे कसं करायचं ते तुम्ही बघा. मला त्याची फिकीर नाही. इथं खर्चाचीही काळजी करायची नाही. गरज पडली तर तुम्ही हेलिकॉप्टरही वापरा; पण काम व्हायला हवं. मी सांगितलं ते तुम्हा दोघांना समजलं आहे ना?''

''ही व्यक्ती नेमकं काय काम करणार हे तुम्ही आम्हाला सांगितलेलं नाही,'' फादर मॅलोने म्हणाला, ''हे तुम्ही सांगणार नाही असं स्पष्टपणानं म्हणालात; पण हा प्रश्न ॲबट, मदर सुपिरिअर किंवा बिशप हे विचारण्याची शक्यता आहे. त्यांना काय सांगायचं?''

''आर्कडिओसेसेपुढे नेमकी काय समस्या आहे हे फक्त त्या निवड झालेल्या व्यक्तीलाच सांगायचं आहे, असा माझा निर्णय आहे, हे त्यांना सांगा.''

''ठीक आहे,'' फादर मॅलोने उठला. त्यानं आपला डगला लपेटून घेतला. फादर केर्लिनही उठून उभा राहिला.

''आत्तापुरतं हे एवढंच... आणि तुम्ही तुमच्या कामात यशस्वी व्हाल अशी मी आशा करतो,'' जेम्स दोघांना निरोप देत म्हणाला.

''थँक्यू यू युवर इमिनन्स,'' असं म्हणून कमरेत किंचित वाकून अभिवादन करत फादर मॅलोने म्हणाला आणि मग फादर केर्लिनच्या पाठोपाठ दरवाज्याबाहेर पडला.

दोघं जिना चढून वर जाऊ लागले. फादर केर्लिन त्याच्या पाठोपाठ येणाऱ्या फादर मॅलोनेला म्हणाला, ''मला इथं येऊन पाच वर्षं झाली. या अवधीत मी इतकं चमत्कारिक काम कधीही ऐकलं नव्हतं.''

''मला हे मान्य करायला हवं,'' फादर मॅलोने म्हणाला.

''पवित्र मदरवर श्रद्धा असणाऱ्या संस्थांचे फोन नंबर कसे मिळणार?''

''अनेक मार्ग आहेत. विशेषतः इंटरनेट असताना हे सोपं झालं आहे. शिवाय

कार्डिनलची इच्छा एखादा कडवा माणूस मिळावा अशी आहे हे स्पष्ट दिसतंय, तेव्हा आपण या कामासाठी सर्वांत जास्त कर्मठ संस्थेकडे जाऊ शकतो.''

''अशा कर्मठ संस्था माहीत आहेत का?''

''मला वाटतं, याचं उत्तर होय असं आहे,'' फादर मॅलोने म्हणाला, ''काही वर्षांपूर्वी आमच्या कुटुंबाच्या परिचितांपैकी एकानं माझ्याशी संपर्क साधला होता. त्यांना त्यांच्या मुलाला ब्रदरहूड ऑफ द स्लेव्ह्ज ऑफ मेरी नावाच्या एका संस्थेमधून सोडवायचं होतं. मी कधी याबद्दल ऐकलं नव्हतं; पण ही संस्था इथून जवळच कॅट्सकिल माऊंटनमध्ये आहे. ही संस्था भौतिकदृष्टीनं जवळ असली तरी खऱ्या अर्थानं दुसऱ्या ग्रहावर असावी अशीच आहे. सतराव्या शतकातल्या अत्यंत कडव्या आणि अतिरेकी विचारांच्या मदर मेरीवर श्रद्धा असणाऱ्या एका युरोपीय संस्थेची ही आधुनिक आवृत्ती आहे. तेव्हा पोप क्लेमंट द टेन्थ यांनी या संस्थेमधल्या काही पद्धतींबद्दल तिटकारा येऊन संस्थेवर बंदी घातली होती.''

''गुड ग्रीफ! काही पद्धती म्हणजे कसल्या पद्धती?''

''मानवजातीच्या पातकापासून मुक्ती मिळवण्यासाठी साखळदंड आणि शारीरिक वेदना देणाऱ्या अनेक गोष्टींचा वापर करणं.''

''डिअर गॉड!... बरं, त्या मुलाला तिथून सोडवलं का?''

''नाही. मी अनेकदा फोन केले आणि एकदा प्रत्यक्ष तिथं गेलोदेखील; पण कशाचाही उपयोग झाला नाही. त्या मुलाला ती जागा आवडत होती असं दिसलं. त्यानंच तसं सांगितलं. तो अद्याप तिथं आहे की नाही याची मला कल्पना नाही. कारण मी त्याच्या बाबतीत काही करू शकलो नाही म्हणून माझ्यावर नाराज झालेल्या त्याच्या घरच्यांनी माझ्याशी संबंध ठेवले नाहीत.''

''तिथला फोन नंबर अजून जवळ आहे का?''

''आहे. मी सकाळी पहिला फोन तिथंच करणार आहे; पण जर कार्डिनलला या संस्थेबद्दल कळलं तर ही संस्था ताबडतोब बंद होईल.''

''जर तिथलीच व्यक्ती कार्डिनलच्या कामासाठी उपयुक्त वाटली तर हा फारच मोठा दैवदुर्विलास ठरेल.''

पंचवीस

दुपारी १२.०४, रविवार, ७ डिसेंबर, २००८
न्यू यॉर्क शहर

जेम्सला मास संपवून परत जात असताना कॅथीड्रलमध्ये लावलेल्या धूपामुळे डोकं जड झाल्यासारखं वाटत होतं. त्या दिवशी कॅथीड्रल खचाखच भरलं होतं. लोक मधल्या मोकळ्या जागांमध्ये दाटीवाटीनं उभे होते. त्या दिवशीचं प्रवचनही उत्तम झालं होतं. 'आधुनिक काळात चर्चमध्ये मदर मेरीची भूमिका' हा विषय त्यानं निवडला होता. हा विषय अलीकडच्या काळात सतत त्याच्या डोक्यात असल्यानं त्याला त्यावर बोलणं सोपं गेलं होतं.

आता मास आणि प्रवचनाचा ताण कमी झाल्यामुळे जेम्सनं पुन्हा एकदा शॉन, साना आणि ऑसुअरी या प्रकरणाकडे लक्ष द्यायचं ठरवलं. पुढचा आठवडा फार महत्त्वाचा असणार आहे, हे त्याच्या लक्षात येत होतं. तो पायऱ्या चढून आला, तर ऑफिससमोरच्या बाकावर एक पंधरा-सोळा वर्षांचा वाटणारा पोरगा वाट बघत बसलेला त्याला दिसला. त्याचे चमकदार सोनेरी केस खांद्यापर्यंत रुळत होते. त्याचा उत्फुल्ल चेहरा आणि विलक्षण सौंदर्य पाहून जेम्सनं पुन्हा एकदा त्याच्याकडे नजर टाकली. जणू आपण साक्षात देवदूत ग्रॅब्रिएललाच तर पाहत नाही ना, असं त्याला वाटलं.

जेम्सनं त्याच्यावरची आपली नजर हटवली आणि तो टेबलापाशी जाऊन बसला. आता जेम्स फादर मॅलोने येण्याची वाट बघू लागला. जर हा पोरगा त्यानं निवडला असेल तर जेम्सला अगदी हवा तसाच तो होता. फक्त हा फार लहान वयाचा तर ठरणार नाही ना, असं जेम्सला वाटलं.

जेम्सच्या अपेक्षेप्रमाणे दरवाज्यावर टकटक आवाज करत फादर मॅलोने आत

आला. त्याच्या हातातलं फोल्डर त्यानं जेम्सकडे दिलं, ''मुलाचं नाव ल्यूक हेस्टर आणि त्याचं हे नाव इव्हान्जेलिस्ट ल्यूकवरूनच ठेवलेलं आहे.''

''तो नजरेत भरावा असाच आहे. मी त्याबद्दल शाबसकी देतो; पण धर्मापुढील पेचप्रसंगात उपयोगी पडण्याच्या दृष्टीनं तो फार लहान आहे असं वाटत नाही का? या प्रसंगी अधिक परिपक्व मनाच्या व्यक्तीची आवश्यकता आहे.''

''मी त्याच्याबद्दलची जी माहिती जमा करू शकलो ती वाचली तर हे लक्षात येईल की, तो दिसतो त्यापेक्षा मोठा आहे. म्हणजेच त्याच्या वयानुसार योग्य मानसिक स्थितीचा असणार. तो पंचवीस वर्षांचा आहे आणि लवकरच तो सव्वीस वर्षांचा होईल.''

''माय वर्ड!'' जेम्सनं असं म्हणत फोल्डर उघडून त्याच्या जन्मतारखेवर नजर फिरवली, ''मी यावर विश्वास ठेवूच शकलो नसतो.''

''त्याच्या बाबतीत हॉर्मोनची काहीतरी किरकोळ समस्या होती. त्यावर फारसे उपचार झाले नाहीत; पण जे काही झाले त्याचा उपयोग झाला होता आणि आता सर्वकाही व्यवस्थित आहे.''

जेम्स फोल्डरमधली इतर माहिती वाचू लागला. त्याचा बाप एके काळी कॅथॉलिक होता; पण आई मात्र पूर्णपणे धार्मिक होती. हा त्या दोघांचा एकुलता एक मुलगा असून, तो घरातून पळून गेला होता. अठरा वर्षांचा झाल्यानंतर तो 'ब्रदरहूड ऑफ द स्लेव्ह्ज ऑफ मेरी' या कट्टर मेरीवादी संस्थेत जाण्यासाठीच घरातून बाहेर पडला होता.

''त्याच्याशी बोलणं झालं का?''

''होय. काल रात्री तुम्ही जी अपेक्षा केली होती त्यानुसार हा आहे. ती व्यक्ती भुरळ घालणारी हवी, असं तुम्ही म्हणाला होतात. याच्या बाबतीत ते तर आहेच; पण शिवाय तो अत्यंत कुशाग्र बुद्धीचा आहे.''

''आणि त्याची मदर मेरीवर श्रद्धा आहे?''

''संपूर्णपणे. मनानं आणि शरीरानं तो मदर मेरीला समर्पित आहे. मदर मेरीवर श्रद्धा म्हणजे काय असावं, याचं तो चालतं-बोलतं उदाहरण आहे.''

''थँक यू फादर मॅलोने. त्याला आत पाठवायला हरकत नाही.''

अर्ध्या तासानंतर फादर मॅलोनेनं योग्य व्यक्ती शोधली असल्याची जेम्सची खात्री पटली होती. ल्यूकचं आत्तापर्यंतच छोटं आयुष्य सोपं गेलं नव्हतं. दारूडा आणि सतत शिवीगाळ करणारा बाप; बापामुळे त्रस्त असणारी चैनी आई आणि गावठी धर्मगुरू यांच्यामुळे त्याचं कोवळं आयुष्य करपून गेलं होतं. जेम्सला तर अशा गावाकडच्या धर्मगुरूंबद्दल आणखी ऐकायची इच्छा नव्हती. काल रात्री ऐकलेलंच जास्त झालं होतं; पण ल्यूकनं व्हर्जिन मदरबद्दल जे काही सांगितलं ते त्याला

आवडलं होतं. तिच्या भक्तीमुळेच आपण वाचलो आणि आपली पुन्हा धर्मावर श्रद्धा बसल्याचं तो म्हणाला होता.

ल्यूक हा आपल्याला हवा तसाच आपला तारणहार ठरू शकतो हे लक्षात आल्यानंतर जेम्सनं संभाषणाचा रोख ऑसुअरीमुळे उद्भवलेल्या समस्येकडे वळवला. अर्थात, त्यानं त्या अगोदर ल्यूककडून व्हर्जिन मेरीची शपथ घेतली होती. ल्यूकनं तशी शपथ घेताच जेम्सनं त्याला या सगळ्याची पार्श्वभूमी समजावून सांगितली. मग शॉन काय करणार आहे हे त्यानं सांगितलं, ''मदर मेरीची या सगळ्यामुळे फार वाईट निंदा होईल आणि चर्चवरही आघात होईल आणि तू मदर मेरीचा अवमान आणि डॉ. डॉट्री यांच्यामध्ये उभा ठाकणार आहेस.''

''मी यासाठी लायक आहे का?'' ल्यूकनं विचारलं. त्याचं वय वरकरणी वाटत होतं त्यापेक्षा त्याचा आवाज अधिक वजनदार होता.

''आर्चबिशप या नात्यानं मी सांगतो की, तू तुझ्या मदर मेरीला पूजनीय मानण्यामुळे आणि तिच्यावरील असीम श्रद्धेमुळे या कामासाठी सर्वथा योग्य आहेस. तुझ्या विरोधात असणाऱ्याला सैतानाची मदत आहे, अशी माझी खात्री असल्यानं तुझं काम अवघड आहे; पण तू या कामात यशस्वी होणं हे अतिशय नितांत गरजेचं आहे.''

''हे काम मी कसं साध्य करायचं आहे?''

जेम्स मागे रेलून बसला. खरं म्हणजे त्यानं असा माणूस शोधल्यावर पुढे काय करायचं यावर विचारच केला नव्हता; पण आता त्यानं काय करता येईल यावर मनोमन पर्याय शोधायला सुरुवात केली. सगळ्यात महत्त्वाचं म्हणजे शॉन आणि ल्यूक यांना एकमेकांचा सहवास पुरेसा काळ मिळाला तरच पुढे काही प्रगती व्हायचा संभव होता.

''मी असं करेन की, तुला डॉ. डॉट्रीच्या घरी बोलावलं जाण्याची व्यवस्था केली जाईल. तू इथं शहरात एका आठवड्यासाठी आला आहेस, होय ना?''

''होय युवर इमिनन्स; पण मला एवढा वेळ इथं शहरात राहण्याबद्दल काळजी वाटते. कारण मी तिथं ब्रदर्सबरोबर राहायला लागल्यापासून मी मला पातक घडण्याची संधी असेल, अशा सर्व ठिकाणांपासून दूर ठेवलं आहे.''

''ते योग्यच आहे; पण तू या कामात गुंतलास की, तुला पातक करण्याच्या प्रसंगाची आठवणही येण्याची शक्यता नाही,'' जेम्स म्हणाला, ''मी म्हणालो त्याप्रमाणे हे काम खरोखरच सोपं नाही. कदाचित तुला यश मिळणार नाही; पण तू सर्वतोपरी प्रयत्न करणं आवश्यक आहे. परंतु डॉ. डॉट्री हे मनोमन अत्यंत सश्रद्ध असे कॅथॉलिक आहेत याबद्दल माझ्या मनात जराही शंका नाही. फक्त त्याला पुन्हा एकदा त्यांच्या या पैलूची आठवण करून देणं गरजेचं आहे.''

“पण डॉ. डॉट्री आणि त्यांच्या बायकोनं माझा स्वीकार करायला नकार दिला तर?”

“तशी शक्यता आहे; पण ही जोखीम आपल्याला पत्करायलाच हवी. माझं अद्याप माझ्या मित्रावर थोडंफार वजन आहे. तो तुला घराबाहेर फेकणार नाही, हे मी पाहीन.”

“मी हे काम कधी सुरू करायचं आहे?”

“तू आजच संध्याकाळी उशिरा सुरू करू शकतोस,” जेम्स म्हणाला, “मी तुला आता माझी योजना सांगतो. माझ्या एका सेक्रेटरीला बरोबर देऊन मी तुला कॅथीड्रलमध्ये पाठवतो. तू मदर मेरीची प्रतिष्ठा वाचवण्यासाठी आणि चर्च उद्ध्वस्त होऊ नये म्हणून जी कामगिरी करायला जाणार आहेस, त्याबद्दल देवानं मार्गदर्शन करावं म्हणून तू तिथं प्रार्थना कर. दरम्यान मी डॉट्रींच्या घरात तुला आमंत्रण मिळवण्याची व्यवस्था करतो. जर मी आज रात्रीसाठी किंवा या आठवड्यात कोणत्याही दिवशी तुला निमंत्रण मिळवण्यात अयशस्वी ठरलो, तर तू इथं आमच्याबरोबर गेस्टरूममध्ये राहशील. हे ठीक आहे ना? ”

“मला ही संधी मिळवून दिल्याबद्दल युवर इमिनन्स मी आभारी आहे.”

“खरंतर आभार मी मानायला हवेत,” जेम्सनं फोन उचलून फादर मॅलोनेला आत यायला सांगितलं.

सगळी व्यवस्था करून जेम्स त्याच्या खासगी कक्षात आला. आधी काहीही ठरवलेलं नसताना ही पर्यायी योजना तयार झाली म्हणून तो समाधानी होता. जेम्सनं काल रात्री शॉनकडे जाताना जे साधे कपडे घातले होते तेच घातले. स्वेटरला अजूनही शेकोटीमधल्या धुराचा हलकासा वास येत होता.

कपडे करून बाहेर आल्यावर बाहेर बसलेल्या फादर केर्लिनला काहीही न सांगता तो खाली उतरून कॅथीड्रलकडे निघाला. फार थंडी असताना त्याचं निवासस्थान आणि कॅथीड्रलला जोडणाऱ्या भागाचा वापर करणं सोईचं ठरत असे. जाताना त्याला फादर मॅलोने भेटला. तो ल्यूकला कॅथीड्रलमध्ये सोडून परत येत होता.

“फादर मॅलोने, ल्यूकला शोधण्याचं काम अतिशय उत्तम झालं. जर मी माझ्या प्रयत्नात यशस्वी झालो तर आम्ही सर्व जण कायमचे तुझे ऋणी राहू.”

“मला सेवेची संधी मिळाली म्हणून मी आनंदात आहे युवर इमिनन्स,” असं म्हणून फादर मॅलोने लांब लांब ढांगा टाकत जेम्सच्या निवासस्थानाकडे गेला.

जेम्स कॅथीड्रलमधून जाताना त्याला त्यानं नव्यानं निवडलेला योद्धा दिसला. आपले सुंदर निळे डोळे बंद करून तो त्याला जसं सांगितलं होतं तसं गुडघ्यावर बसून प्रार्थना करत होता.

कॅथीड्रलमधून फिफ्थ अॅव्हेन्यूवर जेम्स कोणाच्याही लक्षात न येता बाहेर पडला.

त्यानं टॅक्सीला हात केला. आत बसताच त्यानं पत्ता सांगितला. त्या वेळी रहदारी कमी असल्यानं जायला वेळ कमी लागत होता. टॅक्सीत बसल्यावर जेम्सनं जॅकला फोन लावला. पहिली रिंग वाजताच जॅकनं फोन घेतला.

"तू फारच वेगानं फोन घेतलास. तू माझ्या फोनचीच वाट बघत होतास की काय?"

"मला वाटलं की, माझ्या बायकोचा, लॉरीचा आहे."

"तुझी निराशा केल्याबद्दल माफ कर."

"ते जाऊ दे. बरं, काय झालं?"

"तू कुठे आहेस?"

"शॉन आणि सानाबरोबर डीएनए इमारतीत."

"मलाही तीच अपेक्षा होती."

"का बरं?"

"कारण आपण हे बोलत असताना मी तिथंच यायला निघालोय. शॉनला विचार की, त्याची काही हरकत नाही ना?"

जॅकनं फोन बाजूला धरून शॉनला विचारल्याचं जेम्सला ऐकू आलं. शॉननं उत्साहानं दिलेला होकारही त्याला ऐकू आला.

"तू ऐकलंस ना?"

"ऐकलं."

"तू केव्हा येऊन पोहोचशील? तुला आत आणण्यासाठी मला खाली यावं लागेल."

"जवळ जवळ लगेचच. टॅक्सी आत्ताच पार्क ॲव्हेन्यूवर आहे."

"तर मग मी लगेच खाली यायला निघतो."

पाच मिनिटांच्या आतच जेम्स टॅक्सीमधून डीएनए इमारतीच्या समोर उतरला. जॅक काचेच्या दाराच्या आत वाट बघतच होता. जेम्सला सुरक्षा व्यवस्थेतून सहज आत नेल्यावर दोघं लिफ्टनं निघाले.

"मला माझ्या मनासारखा समर्पित माणूस मिळाला आहे."

"होय का?" जॅक म्हणाला. त्याला आश्चर्य वाटलं होतं, "इतक्या लवकर! काल रात्री तू मला त्याबद्दल म्हणाला होतास तेव्हा तुला यासाठी काही महिने लागतील, असं मला वाटलं होतं."

"माझे सेक्रेटरी अत्यंत कार्यक्षम आहेत."

"ते तसे असणार, हे दिसतंय."

साना आणि शॉन काम करत होते त्या प्रयोगशाळेच्या दारावर जॅकनं टकटक केलं. शॉननं उठून दार उघडलं. आपल्याला आता काय बघावं लागणार याबद्दल

किंचित चिंता वाटत होती. ती खरीच ठरल्याचं जेम्सला जाणवलं. त्याच्या समोरच्या टेबलावर ऑसुअरीत मिळालेली हाडं मूळ शरीरात असतात तशा प्रकारे मांडून ठेवलेली दिसली. ही हाडं जरी पवित्र मदर मेरीची नाहीत याची त्याला मनोमन खात्री असली, तरी त्याला ते दृश्य विचित्र वाटलं. त्याच्या शरीराला किंचित कंप सुटला.

"काय झालं?" जेम्सची अवस्था लक्षात येऊन शॉननं विचारलं.

"ही हाडं... ही अशी मांडणं म्हणजे मला उद्धटपणा वाटतो. आपण कोणाला तरी विवस्त्र, अनावृत पाहतोय, असं काहीतरी वाटतंय."

"तर मग तू इथं असेपर्यंत मी एखाद्या गाऊननं ती झाकू का?"

"नको. मला सुरुवातीला हे बघून धक्का बसला इतकंच," असं म्हटल्यावर जेम्सचं लक्ष शॉन स्क्रोल उलगडण्याचं जे काम करत होता त्याकडे गेलं. त्याचं काम कूर्मगतीनं चाललंय, हे त्याच्या लक्षात आलं.

"तुला हे करायला अडचण येते आहे का?" शॉननं स्क्रोलचा जो भाग सरळ केला होता त्यावर वाकून त्यावरच्या अक्षरांकडे बघत जेम्सनं विचारलं.

"हे काम फारच किचकट आहे."

"हे अरेमिक लिपीतलं लेखन खूपच सुंदर आहे," जेम्स म्हणाला, "तुला वाचून आणखी काही कळलं का?"

"पहिल्या दोन पानांमध्ये आश्चर्यकारक माहिती मिळाल्यानंतर पुढच्या पानांमध्ये सायमनच्या लहानपणाबद्दल माहिती आहे. तो जादूगार कसा बनला हे त्यानं लिहिलं आहे. हे त्याचं जणू एक आत्मचरित्रच आहे."

"सानाचं डीएनएचं काम कसं चाललंय?" जेम्सनं आतल्या बाजूला डोकावत विचारलं.

"तुला आत जायचं असेल तर गाऊन घालून, हातमोजे वगैरे सगळं वापरून आत जावं लागेल. तिथं काम कितपत झालंय हे विचारशील तर मला खरोखरच जराही कल्पना नाही. आम्ही सकाळी आल्यावर ती सरळ आत गेली. तिचं काम उत्तमच चालू असणार. नाहीतर ती खात्रीनं तक्रार करत बाहेर आली असती. तिला कामासाठी उत्कृष्ट प्रयोगशाळा आणि अद्ययावत उपकरणं जॅकमुळे मिळाली आहेत."

जेम्सनं काचेच्या दारावर धपके मारले. सानानं कानोसा घेत जरासं काम थांबवलं. मग जेम्सनं पुन्हा धपके मारल्यावर तिचं लक्ष वेधलं गेलं. जेम्सनं तिला बाहेर येण्यासाठी केलेली खूण तिला कळली. त्याप्रमाणे तिनं लगेचच डोकं बाहेर काढलं, "गुड मॉर्निंग जेम्स... की अगोदरच दुपार झाली आहे?"

"होय... दुपारच झाली आहे... बरं, तू जरा वेळ बाहेर येऊ शकतेस का? मला तुम्हा लोकांशी बोलायचं आहे."

सानां किंचित घुटमळली. आपण बाहेर आलो तर पुन्हा सगळा संरक्षक पोशाख चढवावा लागेल हे तिच्या लक्षात आलं; पण मग तिनं तसं करायला हरकत नाही असं ठरवलं.

"काय बोलायचं आहे, बोल," शॉन म्हणाला.

"हं... सांग, काय म्हणणं आहे?" सानाही डोक्यावरचं संरक्षक हूड काढत म्हणाली.

"अगोदर मला तुझं काम कसं चाललंय ते सांग. कारण शॉनचं काम वाटलं होतं त्यापेक्षा फार सावकाश चालू आहे."

"माझं काम उत्तम चालू आहे," साना म्हणाली, "ही प्रयोगशाळा खरोखरच एकविसाव्या शतकाला साजेशीच आहे. मी आज संध्याकाळी डीएनए मिळवण्याच्या तयारीत आहे. पेशी फोडण्यासाठी मी अगोदरच–"

"मला तपशील सांगून उपयोग नाही," जेम्स म्हणाला, "माझ्या दृष्टीनं ते सगळं ग्रीक आहे."

जेम्सबरोबर सगळे जण हसले. मग जेम्स पुढे म्हणाला, "दुसरी गोष्ट म्हणजे काल रात्रीच्या जेवणाबद्दल तुझे आभार मानायचे होते. कालचं जेवण या जगातलं वाटतच नव्हतं."

"थँक यू," साना किंचित लाजत म्हणाली.

"मी तेव्हा इतर काही गोष्टींबद्दल तसंच म्हणू शकलो असतो तर मला बरं वाटलं असतं," जेम्स म्हणाला आणि मग गालात च्यॅक असा आवाज करत पुढे म्हणाला, "हे मी गमतीनं म्हणालो; पण या सगळ्यातून पवित्र व्हर्जिन मेरीला दूर ठेवावं, ही माझी इच्छा अव्हेरण्यात आली आहे. होय ना शॉन?"

"होय. ते तसंच आहे; पण काल रात्रीबद्दल मी हे कबूल करतो की, मी जे काही बोललो ते मला सगळं आठवत नाही. मी त्याबद्दल क्षमा मागतो; पण ऑसुअरीच्या बाबतीत काय करणार आहे हे मी स्पष्टपणानं सांगितलं आहे. होय ना?"

"अगदी स्पष्ट. इतकं स्पष्ट की तुझ्या घरून परत गेल्यावर तुझं मन वळवण्यासाठी मला मार्ग दाखवावा म्हणून रात्रभर देवाची करुणा भाकत होतो. मी आता स्वतः तुझं मन वळवू शकणार नाही, हे मला जाणवलं आहे. आपण फार जवळचे मित्र आहोत त्यामुळे मला ते शक्य होणार नाही. आपण जवळचे मित्र नसतो, तर तू काल मला लार्डो म्हणाला नसतास."

"गुड गॉड!" शॉन कपाळावर हात मारत म्हणाला, "मी तुला लार्डो म्हणालो? काय केलं मी हे! मित्रा मला त्याबद्दल माफ कर."

"तू तसंच म्हणालास; पण मी तुला माफ केलंय. अर्थात तू जे काही वर्णन केलंस ते चूक आहे हे तरी मी कसं म्हणू? आता हे सगळं राहू दे. मी तुम्हा दोघांना

एका अटीवर ऑसुअरीच्या बाबतीत काम चालू ठेवायची परवानगी द्यायची असं ठरवलं आहे.''

"तू आम्हाला परवानगी देणार आहेस, असं तुला कसं वाटलं,'' शॉन किंचित कुत्सित हसत म्हणाला, "माझ्या दृष्टीनं तुला या बाबतीत काय वाटतं किंवा काय नाही हे सर्वस्वी निरर्थक आहे; पण होय, मला वस्तुस्थितीदेखील समजते.''

"होय का?''

"जॅकच्या बॉसला तू एक फोन केलास की आम्हाला इथून रस्त्यावर फेकून दिलं जाईल; पण तसं झालं तर आम्ही दुसरीकडे कुठंतरी जाऊ.''

"कधी कधी मला तुझं पोरकट वागणं पाहून आश्चर्य वाटतं,'' जेम्स म्हणाला, "या सगळ्यात तू सायमन खरं सांगतोय असं मानतो आहेस; पण सायमनला जर केवळ पीटरची शक्ती पदरात पाडून घ्यायची असती तर त्याला प्रत्यक्ष मेरीच्या अस्थी मिळवून त्याबद्दल काही करण्याची गरजच नव्हती. कोणत्याही बाईची हाडं मिळवून काम भागणार होतंच की. तेव्हा ही हाडं पहिल्या शतकातल्या कोणातरी बाईची आहेत. पवित्र मेरीची नव्हेत.''

"मला तसं वाटत नाही. कारण जर हाडं मेरीची नव्हती तर मग त्यांच्यामधून आपल्याला व्याधी बऱ्या करण्याची शक्ती मिळाली नाही म्हणून आपली निराशा झाली, असं सायमनचं मत सॅटर्निअस का लिहील?''

"मी मघाशी म्हणालो त्याप्रमाणे मी या विषयावर वादविवाद करणं थांबवायचं ठरवलं आहे. मी तुझं मन वळवण्याचा प्रयत्न सोडून दिला आहे; पण तुझं काम थांबवण्याची ताकद माझ्याकडे आहे. तू जर माझी अट मान्य केली नाहीस तर मला ती वापरावी लागेल. अर्थात मला केवळ नाइलाजानंच तसं करावं लागेल; पण चर्चसाठी आणि माझ्या स्वतःसाठी मला तसं करणं भाग पडेल. ही ऑसुअरी बनावट आहे आणि तू चोर आहेस, असं मी जाहीर करेन. धर्मविरोधी अश्रद्ध लोकांचा चर्चवरील हल्ल्याचा कट असफल केला, म्हणून मी उलट नायकच ठरेन.''

"तू असं करू शकत नाहीस,'' शॉन म्हणाला; पण त्याच्या स्वरात जरादेखील ठामपणा नव्हता. आपणही जेम्सप्रमाणे एका जाळ्यात सापडलो आहोत, याची त्याला जाणीव झाली.

"करू शकतो. मी व्हॅटिकनमधल्या पुरातत्त्वशास्त्रीय अधिकाऱ्यांना आजच फोन करेन. तू त्यांनी अगोदर तिथे प्रवेश करण्यासाठी दिलेल्या परवानगीचा दुरुपयोग करून काय केलंस हे मी त्यांना सांगितलं की, ते इटली आणि इजिप्तच्या सरकारी यंत्रणेशी संपर्क साधतील. ते अर्थातच या सगळ्याकडे सहानुभूतीनं बघणार नाहीत. तुझ्या अटकेची मागणी केली जाईल आणि साना तुझ्याही. त्यानंतर गुन्हेगार हस्तांतरण करारानुसार तुम्हाला तिकडे पाठवलं जाईल की नाही हे मला माहीत

नाही; पण ऑसुअरी, कोडेक्स आणि हे सॅटर्निअसचं पत्र हे सगळं ताबडतोब परत करण्यात येईल.''

"तू मला ओलीस धरल्याप्रमाणे करतो आहेस!'' शॉन चीत्कारला.

"आणि तू जे काही करतो आहेस त्याचं वर्णन कसं करशील?''

"हे कल्पनेच्या बाहेरचं आहे,'' शॉन क्षुब्ध होत म्हणाला.

"तू कोणत्या अटीबद्दल बोलत होतास?'' सानानं विचारलं.

"निदान या कटकारस्थानात सहभागी असणारी एक तरी शहाणी व्यक्ती आहे, हे चांगलंच झालं,'' जेम्स म्हणाला, "अट अगदी साधी आहे. मला एक अत्यंत देखणा असा तरुण मिळाला आहे. त्यानं त्याचं सगळं आयुष्य पवित्र मेरीसाठी वाहून घेतलं असून, तो गेली बरीच वर्षं एका मठात राहतो. तुम्ही त्याला काय वाटतं हे त्याच्या तोंडून ऐकावं अशी माझी इच्छा आहे. तुम्ही त्याच्याबरोबर राहून त्याची श्रद्धा किती बळकट आहे, हे समजून घ्यावं. बरं, या ऑसुअरीच्या आतल्या गोष्टींचा अभ्यास पूर्ण करण्यासाठी खरोखरच किती वेळ लागेल?''

शॉननं सानाकडे नजर टाकली. तिनं उत्तर दिलं, "माझं काम अगदी अपेक्षेप्रमाणे चालू आहे. तेव्हा मला फार तर एखादा आठवडा लागेल.''

"मला ते सांगणं अवघड आहे,'' शॉन म्हणाला, "स्क्रोल सरळ करायला किती वेळ लागेल सांगता येणार नाही. कदाचित स्क्रोलच्या आतला भाग उलगडायला कमी वेळ लागेल; पण नक्की नाही. कदाचित एक आठवडा किंवा कदाचित दोन महिनेदेखील.''

"ठीक आहे. तर मग तुम्ही तुमच्या घरी ल्यूक हेस्टरला पाहुणा म्हणून राहण्यासाठी निमंत्रण द्यावं, अशी माझी सूचना आहे; पण तुम्ही त्याच्याबरोबर पुरेसा वेळ राहणं आवश्यक आहे. तेदेखील मनापासून. तुम्ही त्याच्या अत्यंत कठीण पूर्वायुष्याची कहाणी नीट समजून घ्यायला हवी. त्यानं खूप काही भोगलं आहे; पण केवळ मदर मेरीमुळे तो त्यातून बाहेर पडू शकला आहे. तुम्ही त्याला तो जणू तुमच्या एखाद्या मित्राचा मुलगा आहे, अशा प्रकारे मानानं वागवलं पाहिजे.''

"मानानं वागवायचं म्हणजे?'' शॉननं विचारलं. त्याला ही अट साधी वाटत होती; पण त्याचबरोबर ती दिसते तशी सरळधोप नाही, असं त्याला जाणवत होतं; पण काय ते समजत नव्हतं.

"म्हणजे काय ते तुमचं तुम्हालाच कळायला हवं,'' जेम्स म्हणाला, "तो दिसतो त्या आणि त्याच्या खऱ्या वयात फरक आहे. त्याच्याशी बोलणं सोपं आहे. मी मघाशी म्हणालो त्याप्रमाणे तो अत्यंत मोहक आणि तेवढाच हुशार आहे. अर्थात त्याच्या कठीण बालपणातल्या घावांचे काही मानसिक व्रण त्याच्यावर असतील; पण मला ते जाणवले नाहीत.''

“तू आमच्यावर एखादा प्रचारकी किंवा नाटकी भाषणबाजी करणारा तरुण तर लादत नाहीस ना? मी आठवडाभर ते सहन करू शकणार नाही,” शॉन म्हणाला.

“तो अत्यंत आकर्षक आहे हे मी जेव्हा म्हणतो तेव्हा ते तसंच आहे, याची खात्री बाळगा. मी त्याला ऑसुअरीबद्दल सगळं सांगितलेलं आहे, तेव्हा तुम्हाला चर्चा करायला भरपूर जागा आहे; पण आता मी काय सांगतोय ते तुम्हाला नीट समजलं आहे ना हे मला कळायला हवं. मी त्याला एक मोबाइल फोन देणार आहे. त्यानं मला जर फोन करून तुम्ही त्याला नीट वागवत नाही असं सांगितलं, तर सगळं त्याच क्षणी संपलं म्हणून समजा. कळलं ना?”

“हा पाहुणा आमच्याकडे कधी येणार आहे?” सानानं विचारलं.

“आज तुम्ही घरी कधी जाणार आहात?”

“साधारण पाच वाजता.”

“तो तुमच्या घरी दारात वाट बघत थांबलेला असेल.”

“थांब... एक सेकंद,” शॉन सानाकडे बघत म्हणाला, “काल रात्री घरात बराच स्वयंपाक करावा लागल्यानं सानाला विसावा मिळावा म्हणून आम्ही बाहेर जेवायला जायचं ठरवलं आहे.”

“त्यात काही अडचण नाही. तो कुठंही व्यवस्थित वागू शकतो.”

“आम्ही या अनोळखी माणसाला जेवायला बाहेर घेऊन जायचं?” शॉन तक्रारीच्या स्वरात म्हणाला.

“काय हरकत आहे? नवीन मैत्री सुरू करण्यासाठी हे उत्तमच ठरेल. तोदेखील दीर्घ काळामध्ये बाहेर असा जेवायला गेलेला नसेल. कदाचित आयुष्यात कधीच नाही. तुम्ही त्या माणसाच्या आयुष्यात किती आनंद निर्माण करू शकाल याचा विचार करा.”

“खर्च कोण करणार?” शॉननं विचारलं.

“माझा यावर विश्वास बसत नाही; पण तू कॉलेजात होतास तसाच अगदी हलक्या मनोवृत्तीचाच आहेस.”

“हे मात्र अगदी खरं आहे,” जॅक बऱ्याच वेळानं म्हणाला.

“पण मला नाइलाजानं हे सहन करावं लागणार आहे, तरी मी खर्च का सोसावा?”

“आज रात्रीचा मिस्टर हेस्टरच्या जेवणाचा खर्च आर्कडिओसेसेकडून दिला जाईल; पण उदार माणसा, तुमचा नाही! तुला जर हा खर्च मिळावा अशी इच्छा असेल तर नेमक्या खर्चाच्या पावत्या ठेव.”

“हं... आणि आता तुझी हरकत नसेल तर मला माझं काम करू दे!”

सव्वीस

संध्याकाळी ५.०५, रविवार, ७ डिसेंबर, २००८
न्यू यॉर्क शहर

डॉट्री दाम्पत्याच्या लाकडी घराच्या दरवाज्यासमोर उभा असणारा ल्यूक कमालीचा गोंधळून गेलेल्या अवस्थेत होता. त्यानं दरवाज्याला असणारा पितळी ठोका वाजवताच झालेल्या आवाजानं तो एकदम दचकला. त्यानं वळून आधारासाठी आर्चबिशप बसला होता त्या गाडीकडे नजर टाकली. जरी आर्चबिशपला तो त्याच्या कामात यशस्वी होणार असं वाटत असलं तरी त्याला स्वतःला त्याबद्दल फारसा विश्वास वाटत नव्हता. डॉ. डॉट्रीला सैतान मदत करतो आहे हे सांगितलं गेल्यामुळे त्याच्या मनात धाकधूक होती. याच कारणासाठी एकदा मठात गेल्यानंतर ल्यूक एकटा कधीच मठाबाहेर पडला नव्हता. आपल्याला सैतानाचा सामना करावा लागेल, अशी भीती त्याला सतत वाटायची. बालपणी बापाच्या रूपानं त्यानं सैतानाला पाहिलं होतंच. अंधाराचा सम्राट असणाऱ्या सैतानाचा कोणत्याही पातळीवर मुकाबला करायला आपण सक्षम नाही, असं त्याला वाटायचं.

त्यातच त्याला अंगावरच्या कपड्यांमुळे जास्तच अवघडल्याप्रमाणे वाटत होतं. ल्यूक मठात जे कपडे वापरायचा ते वापरले तर शॉन कदाचित बिथरेल, म्हणून ते नकोत असं जेम्सनं सुचवलं होतं. मग फादर मॅलोने आणि फादर केर्लिन यांनी मिळून त्याला काही शर्ट आणि जीन्स दिल्या होत्या. त्या त्याच्याजवळ पायापाशी असणाऱ्या सूटकेसमध्ये होत्या. शिवाय इतर जरुरीच्या वस्तूंबरोबर एक मोबाइल फोनही होता. तसंच थोडी रोख रक्कमही होती. ल्यूक मठामधून येताना बरोबर काहीही न घेता आला असल्याने फादर मॅलोने आणि फादर केर्लिन

यांनी जाऊन आवश्यक ती खरेदी केली होती. या सगळ्या वस्तूंबरोबर सूटकेसमध्ये स्वतः कार्डिनलनं दिलेली खास भेटवस्तू म्हणजे एक जपमाळही होती.

अचानक दरवाजा उघडला आणि साना व ल्यूक समोरासमोर आले. दोघंही जागीच खिळून बसले, कारण दोघांच्याही अपेक्षेपेक्षा वेगळं घडलं होतं. पहिल्यांदा जेम्सनं ल्यूकला बघितलं तेव्हा त्याची जी अवस्था झाली तशीच सानाची झाली होती. ल्यूकचा एखाद्या देवदूतासारखा दिसणारा चेहरा आणि त्याचे अथांग वाटणारे गडद निळे डोळे याकडे ती थक्क होऊन बघतच राहिली होती. ल्यूकलाही मध्ययुगीन चित्रांमधला सैतान रंगवला जातो तसा राकट आणि क्रूर वाटणारा माणूस आपल्यासमोर येणार असं वाटलं होतं.

"ल्यूक?" जणू काहीतरी चमत्कार बघतो आहोत अशा प्रकारे तिनं विचारलं.

"मिसेस डॉट्री?" आपण चुकीच्या घरी तर आलो नाही ना याची खात्री करून घेण्याच्या स्वरात ल्यूकनं विचारलं.

साना ल्यूककडे बघत असताना तिची नजर लांबवर उभ्या असणाऱ्या गाडीकडे गेली. जेम्सनं मुद्दाम गाडीच्या आतले दिवे चालू ठेवले असल्यानं तो तिला दिसला. ल्यूक व्यवस्थित पोहोचला आहे हे त्याला कळण्यासाठी सानानं हात हलवून इशारा दिला. जेम्सनंही हात हलवून आपल्याला समजल्याची खूण केली. मग त्याने गाडीमधले दिवे बंद करून जायची तयारी केली.

"प्लीज, आत ये," साना म्हणाली; पण ल्यूककडे बघून तिला बसलेला धक्का अजून कमी झालेला नव्हता, "शॉन!... आपला पाहुणा आला आहे."

शॉन किचनमधून बाहेर आला. त्याच्या हातात त्या संध्याकाळची पहिली स्कॉच होती. ल्यूकला पाहून सानाप्रमाणेच त्यालाही आश्चर्याचा धक्का बसला होता. तो तोंड उघडं टाकून ल्यूकच्या तेजस्वी सौंदर्याकडे बघतच राहिला, "गुड लॉर्ड! पोरा तू किती वर्षांचा आहेस?"

"पंचवीस सर, लवकरच सव्वीस पूर्ण होतील," ल्यूक म्हणाला. काही प्रमाणात त्याच्या मनावरचा ताण कमी झाला होता. त्याला वाटलं होतं तसा शॉन राक्षसासारखा अजिबात वाटत नव्हता.

"तू लहान वाटतोस," शॉन म्हणाला. तो त्याची नितळ त्वचा, जणू बर्फाच्या रंगासारखे स्वच्छ पांढरे दात आणि खांद्यापर्यंत रुळणारे चमकदार केस बघत होता.

"अनेक जणांनी मला हे सांगितलेलं आहे."

"तू आमच्या घरी पाहुणा म्हणून आठवडाभर राहणार आहेस. तुझं स्वागत आहे."

"थँक यू सर," ल्यूक म्हणाला, "मी इथं कशासाठी आलो आहे, हे तुम्हाला स्पष्टपणानं सांगण्यात आलं आहे ना?"

"होय. मी माझं संशोधन प्रसिद्ध करू नये म्हणून तू माझ्याशी बोलणार आहेस."

"जर ते संशोधन माझी तारणहार पवित्र मदर मेरी, देवाची माता मेरी, स्वर्गाची राणी मदर मेरी, शांततेची सम्राज्ञी मेरी आणि सर्व थकल्याभागल्यांची माता व्हर्जिन मेरीच्या बाबतीत असेल तरच. मी तिचा निस्सीम भक्त आहे. ती देवाबरोबर, होली स्पिरिटबरोबर, देवाचा पुत्र आणि पित्याबरोबर राहण्यासाठी सदेह स्वर्गाला गेली या श्रद्धेचा भंग तुम्ही करू नये, म्हणून मी अगोदरच प्रार्थना सुरू केली आहे. तुम्ही तिचा अवमान करणार नाही, अशी मला आशा आहे."

"माय वर्ड!" शॉन चकित होत म्हणाला. त्याला काही क्षणांतच हा पोरगा आपल्या समजण्याच्या पलीकडचा आहे, असं वाटू लागलं होतं.

"ओहो... काय ही भाषा आहे! तू मठात राहतोस ना?"

"होय. ब्रदरहूड ऑफ द स्लेव्ह्ज ऑफ मेरी या मठाचा मी एक साधा रहिवासी आहे, सेवक आहे."

"तू आठ वर्षं तिथून बाहेर पडला नाहीस, हे खरं आहे?"

"जवळ जवळ आठ वर्षं म्हणजे एकटा तर नाहीच. काही ब्रदर मला कसल्या तरी वैद्यकीय तपासण्यांसाठी एकदा शहरात घेऊन आले होते; पण ते तितकंच. मी एकटा असा पहिल्यांदाच आलो आहे."

"तुझ्यासारख्या तरुणानं आपलं स्वातंत्र्य सोडून देऊन मठात राहावं, हे मला कळायला अवघड जातंय," शॉन डोकं हलवत म्हणाला.

"मी माझं स्वातंत्र्य आनंदानं मदर मेरीला अर्पण केलं आहे. मठाच्या भिंतींच्या आत राहिल्यानं मला तिनं हस्तक्षेप करावा यासाठी तिची जास्त प्रार्थना करता येते."

"हस्तक्षेप? कशासाठी?"

"मला पातकांपासून दूर ठेवण्यासाठी. मला ख्राईस्टच्या जवळ ठेवण्यासाठी; त्यामुळे ब्रदर्सना त्यांचे ध्येय गाठण्यात मदत होते म्हणून."

"बरं... चल!" साना ल्यूकला म्हणाली, "मी तुला तुझी गेस्टरूम दाखवते."

ल्यूकनं क्षणभर शॉनच्या चेहऱ्याकडे बघितलं मग सानाच्या पाठोपाठ तो जिन्यानं वर निघाला. ते दुसऱ्या मजल्यावर आले तेव्हा इथं शॉन झोपतो असं सानानं सांगितलं. तिसऱ्या मजल्यावर ती झोपत असे. चौथ्या मजल्यावर आल्यानंतर सानानं त्याला त्याची खोली दाखवली. तिच्या खिडक्या इमारतीच्या दर्शनी भागाकडे उघडत होत्या.

"तू इथं झोपणार आहेस," साना ल्यूकला आत शिरण्यासाठी जराशी जागा करून देत म्हणाली. ल्यूकनं आत शिरून नजर टाकली. आत एक भव्य पलंग होता.

"ही खोली तुझ्या मठातल्या खोलीसारखी आहे का?"

"मला तसं वाटत नाही," ल्यूक बाथरूममध्ये डोकावत म्हणाला. या मजल्यावरच्या दुसऱ्या गेस्टरूमसाठीही हेच बाथरूम होतं. मग त्यानं सूटकेस उघडून व्हर्जिन मेरीची एक छोटी प्लॅस्टिकची मूर्ती बाहेर काढली आणि पलंगाच्या बाजूच्या टेबलावर ठेवली. नंतर त्यानं एक छोट्या जीझसची बाहुली बाहेर काढली. जीझसच्या अंगावर पूर्ण भरजरी पोशाख होता आणि डोक्यावर मुकुट होता. त्यानं ही बाहुली व्हर्जिन मेरीच्या मूर्तीशेजारी अतिशय हळुवारपणे ठेवली.

"हे काय आहे?"

"इन्फंट ऑफ प्राग," ल्यूकनं उत्तर दिलं, "माझ्या आईचा मृत्यू होण्यापूर्वी ही तिची अत्यंत प्रिय वस्तू होती."

त्यानंतर ल्यूकनं सूटकेसमधून तो मठात नेहमी वापरायचा तसा डगला बाहेर काढला आणि कपाटात टांगला.

"हा तुझा रोजचा पोशाख आहे?"

"होय," ल्यूकनं उत्तर दिलं, "पण हिज इमिनन्सनी सुचवलं की, मी त्यांच्या सेक्रेटरीचे कपडे घातले तर बरं, सुदैवानं त्या मधल्या एकाचे कपडे मला बसू शकले."

"तुला काय हवं ते तू वापर," साना म्हणाली, "आपण साधारण अर्ध्या तासानं डिनरसाठी बाहेर जाणार आहोत. तुला हवं असेल तर तुला अंघोळ करायला वेळ आहे. मी तेच करणार आहे. आपण नंतर खाली भेटू."

साधारण रात्री साडेनऊ वाजण्याच्या सुमारास शॉन, साना आणि ल्यूक घरी परत आले. सिप्रियानी डाऊनटाऊन इथलं जेवण व्यवस्थित झालं होतं; पण ल्यूकनं संभाषणाचा रोख त्याच्या कामाकडे वळवताच सगळं बिनसलं. आदल्या रात्रीप्रमाणे भरपूर पिऊन झिंगलेल्या शॉननं ल्यूकला तो त्याच्या कामात यशस्वी होणार नाही हे त्यानं लवकरच समजून घेतलेलं बरं, असं बजावलं. तरीही ल्यूकनं चिकाटी सोडली नव्हती. ते बघून शॉन रागावला आणि अखेर वातावरण एवढं बिघडलं की, शॉननं ल्यूकशी बोलणंच नाकारलं. तो सतत त्याचा उल्लेख 'बॉय' असा करून त्याचा पाणउतारा करत होता.

"तू झोपायला जात आहेस का?" ल्यूककडे दुर्लक्ष करत शॉननं विचारलं.

"मी थोडा वेळ ल्यूकबरोबर थांबते," साना हलक्या आवाजात म्हणाली, "आपण त्याला नीट वागवत नाही, असं त्यानं जेम्सला सांगून चालणार नाही."

"ही कल्पना चांगली आहे," शॉन जिन्याच्या कठड्याला धरून तोल सांभाळण्याचा प्रयत्न करत म्हणाला, "उद्या सकाळी किती वाजता जायचं आहे?"

"नऊनंतर ठीक होईल. म्हणजे मग मला आपल्या पाहुण्यासाठी ब्रेकफास्ट बनवता येईल."

"ही कल्पनाही चांगली आहे," शॉन अडखळत म्हणाला, "उद्या सकाळी भेटू."

शॉन हळूहळू वर चढून गेल्यानंतर साना ल्यूककडे वळली, "शेकोटीत विस्तव पेटवायचा का?"

ल्यूकनं फक्त खांदे उडवले. आपण शेकोटीच्या उबेचा आनंद कधी घेतला होता हे त्याला आठवेना. जेवणाच्या वेळच्या प्रसंगामुळे त्याला प्रसन्न वाटत नव्हतं. आपण सैतानावर मात करू शकणार नाही, असं काहीतरी त्याला वाटू लागलं होतं.

"हं... चल! आपण दोघं मिळून विस्तव पेटवू."

पंधरा मिनिटांनंतर दोघं जण विस्तवाच्या वर जाणाऱ्या ज्वाळांकडे मोहित झाल्याप्रमाणे बघत बसले होते. सानानं एक ग्लास वाइन घेतली होती, तर ल्यूकच्या हातात कोकचा ग्लास होता.

"मला आर्चबिशपकडून कळलं की, तुझं आयुष्य फार चांगलं गेलेलं नाही. मला त्याबद्दल सांगायला तुझी काही हरकत नाही ना?"

"अजिबात नाही. त्यात गुप्त असं काहीच नाही. जे माझी कहाणी ऐकून घ्यायची तयारी दाखवतात, त्यांना मी ती सांगतो. मला त्यामधून पवित्र मदर मेरीचा गौरवच होतो असं वाटतं."

"तू मठात जाण्यासाठी म्हणून अठराव्या वर्षी घरातून पळून गेलास असं मी ऐकलं होतं, त्याचं कारण काय?"

"माझ्या आईचा मृत्यू हे तात्कालिक कारण होतं; पण दीर्घ काळ देवाधर्माचा तिरस्कार करणाऱ्या माझ्या वडिलांमुळे माझं वाईट बालपण, हेच खरं कारण होतं. माझे वडील दारूडे आणि मारझोड करणारे होते. ते माझ्या आईला मारहाण करत. माझी आई अत्यंत धार्मिक प्रवृत्तीची होती. माझ्या वडिलांच्या वागण्याला तीच जबाबदार आहे, असं तिला वाटायचं. ईव्हप्रमाणेच आपणही पातक करून माझ्या वडिलांशी लग्न केलं म्हणून ती स्वतःलाच दोषी मानायची. इतकंच नाही, तर माझा जन्मही अशाच पातकाचा भाग आहे, याबद्दल तिनं माझी खात्री पटवली होती. हे तिनं मनाशी इतकं पक्कं केलं होतं की, ती मला सांगायची, माझ्या आत्म्याला सर्वनाशापासून वाचवायचं असेल तर मी माझं आयुष्य मदर मेरीला अर्पण करून तिची भक्ती करायला हवी आणि चर्चला वाहून घ्यायला हवं."

"माय गुडनेस," साना म्हणाली. आपलं बालपण असं नाही तरी फार चांगलं नव्हतं, हे तिला आठवलं. तिच्या वडिलांचं निधन झालं तेव्हा ती अवघी आठ वर्षांची होती. म्हणूनच आपण शॉनशी लग्न का केलं याचा विचार करताना तिला

असं वाटे की, आपण शॉनमध्ये वडिलांची जागा भरून काढणारी व्यक्ती बघत होतो की काय.

"चर्चवर लक्ष केंद्रित करण्याचा फायदा झाला का?" सानानं मनातले विचार बाजूला सारत विचारलं.

ल्यूक कडवटपणानं हसला, "जवळपास नाहीच. तिथं एका धर्मगुरूला माझी अवस्था लक्षात आली. त्यानं जवळ जवळ माझा गैरफायदा घेतला."

"ओह! गुड लॉर्ड!" सानाला ल्यूकबद्दल वाटणारी सहानुभूती वाढली. तिनं त्याला जवळ घेण्याची तीव्र इच्छा दाबून टाकली, कारण तो एक मूल नसून मोठा माणूस होता. शिवाय त्याच्या कहाणीत काहीतरी घोकंपट्टी करून बोलल्यासारखं असल्याचं तिला जाणवत होतं.

"सुरुवातीला मला त्याचं वागणं हे सर्वसाधारण आहे असंच वाटलं. मला ते वाईट आहे हे कळण्याएवढा मी मोठा नव्हतो; पण मग मला ते वाईट आहे हे समजू लागलं. हा धर्मगुरू लोकांना प्रिय असणारा होता म्हणून मला काय करावं ते कळेना; अखेर मी धीर करून माझ्या आईला त्याबद्दल सांगितलं."

"ती तुझ्या पाठीशी उभी राहिली ना?" ल्यूकनं आईबद्दल जे सांगितलं होतं त्यावरून सानाच्या मनात शंका होती.

"अगदी उलट घडलं. जशी ती वडिलांच्या वागण्याचा रोष स्वतःकडे घ्यायची, तसंच तिनं केलं. मीच त्या धर्मगुरूला भुलवलं असणार, असं तिचं ठाम मत झालं. माझे ते गैरसंबंध एवढ्या दीर्घ काळ का चालू राहिले, असं तिनं विचारलं. मला निदान प्रारंभी तरी ते आवडत होतं, असं मी सरळ कबूल करून टाकलं. अखेर मी मठात आल्यानंतर इथल्या ब्रदर्सनी मला पटवून दिलं की, जे घडलं त्यात माझा काही दोष नव्हता. इतकंच नाही, तर माझ्या आईच्या आत्महत्येला मी जबाबदार नव्हतो."

"ओह गॉड!"

सानाची ल्यूकला जवळ घ्यायची इच्छा एकदम उफाळून आली. तिनं पुढे होऊन ल्यूकला जवळ घेतलं; पण त्याच्या शरीरामधला प्रतिकार लक्षात येताच ती त्याच्यापासून बाजूला झाली.

"ही कहाणी खरोखर दुर्दैवी आहे," साना म्हणाली. अचानक तिला शॉनला चर्चबद्दल वाटणाऱ्या घृणेची आठवण आली. त्याच्या कठोर वागण्याचा अर्थ तिला जाणवू लागला.

सत्तावीस

संध्याकाळी ५:१५, मंगळवार, ९ डिसेंबर, २००८
न्यू यॉर्क शहर

एकटा जेम्स वगळता सोमवार आणि मंगळवार सर्वांच्या दृष्टीनं चांगले गेले होते. जेम्सला दोन्ही दिवस सकाळी ल्यूककडून फोन आला होता. साना आणि शॉन कामासाठी निघून गेल्यानंतर ल्यूकनं फोन करून जेम्सला शॉनचं मन वळवण्याच्या कामी सैतान पूर्ण शक्तीनं प्रतिकार करत असल्याचं ल्यूक म्हणाला होता. शॉन तर आता या विषयावर बोलायला साफ नकार देतो, हे त्यानं जेम्सच्या कानावर घातलं होतं. चर्च ल्यूकनं यशस्वी होण्याकडे डोळे लावून बसलं आहे असं सांगून, जेम्सनं ल्यूकला जास्त जोमानं प्रार्थना करायची सूचना केली होती.

जेम्सला दोन वेळा फोन करणं याखेरीज ल्यूक तिथं आरामात राहत होता. असं करताना आपण या जगातल्या पातकांना सामोरं जातो आहोत की काय, अशी शंका त्याला भेडसावू लागली होती. दोन्ही दिवशी साना सकाळी लवकर उठली होती आणि ल्यूकसाठी भरगच्च असा ब्रेकफास्ट बनवला होता. आपल्याला स्वयंपाक करायला आवडतो; पण शॉनला आपण काय खातो याची फिकीर नसल्यानं आपली निराशा होते, हे तिनं ल्यूकला सांगितलं होतं. आपल्यालाही चांगलंचुंगलं खायला आवडतं याची ल्यूकनं कबुली दिली होती. त्याचं बक्षीस म्हणून की काय, त्याला रात्री अत्यंत रुचकर जेवणाची संधी मिळाली होती. आज रात्रीही तसंच छान जेवण मिळणार म्हणून ल्यूक आनंदात होता.

साना सोमवारी लवकर घरी आली म्हणून त्याला बरं वाटलं होतं. आपल्या डीएनए मिळवण्याच्या कामात उत्तम प्रगती झाली आहे आणि आता लवकरच आपण पीसीआरच्या टप्प्यावर पोहोचणार आहोत, असं तिनं त्याला सांगितलं.

अर्थातच त्याला त्यातलं काहीच कळलं नव्हतं. नंतर हाताशी मोकळा वेळ असल्यानं फादर केर्लिनचे कपडे वापरण्याऐवजी सानानं त्याला नवीन कपडे घेऊन द्यायचं ठरवलं.

कपडे खरेदी हा ल्यूकसाठी निराळाच अनुभव होता. कारण याआधी कधी कपडे खरेदी केले होते ते त्याला आठवतही नव्हतं. त्याला काय खरेदी करावं हे कळत नसल्यानं सानानं त्याला मदत केली होती. हे त्याला आवडलं. ख्रिसमस जवळ आल्यानं खरेदीसाठी उसळलेली गर्दी आणि एकूण उत्साही वातावरण त्याला फारच आवडलं.

रात्री जेवणानंतर पुन्हा शेकोटीची ऊब घेत साना आणि ल्यूक गप्पा मारत बसले. त्या रात्री सानानं आपल्या आयुष्याबद्दल आणि सध्याच्या तिच्या समस्यांबद्दल सांगितलं. शॉन सानाला नीट वागवत नाही, हे ल्यूकला जाणवलं होतंच. साना तिसऱ्या मजल्यावर तर शॉन दुसऱ्या मजल्यावरच्या एका गेस्टरूममध्ये असे वेगवेगळे झोपतात, हे त्याच्या लक्षात आलं होतं. साना तिच्या आणि शॉनच्या विस्कटत चाललेल्या संबंधांबद्दल जे काही म्हणाली ते सगळं आपल्याला कळतंय असं ल्यूकनं भासवलं नाही; पण आपण तिच्यासाठी प्रार्थना करणार आहोत, असं तो म्हणाला. तसंच साना सुंदर असतानाही शॉन तिच्यापासून कसा काय दूर राहू शकतो, ही त्याच्या मनातली शंका ल्यूकनं बोलून दाखवली.

सानाप्रमाणेच शॉनच्या कामातही दोन दिवसांत चांगलीच प्रगती झाली होती. सोमवारी त्यानं फक्त एक पान सरळ केलं होतं; पण मंगळवारी मात्र त्याला दोन पानं सरळ करून आणखी पुढे जाता आलं होतं. त्यानं सरळ केलेला भाग वाचला होता. सायमन जेवढा कुटिल आणि बदमाश म्हणून कुप्रसिद्ध झाला होता, तेवढा तो नसल्याची शॉनला खात्री पटू लागली होती. सायमनचा स्वभाव जितका चांगला कळेल तितकी त्याची साक्ष खरी ठरेल, असं त्याला वाटत होतं.

जॅकच्या दृष्टीनंही दोन्ही दिवस चांगले गेले होते. कारण अर्थातच जेजे आणि लॉरी खूश होते, हे होतं. सोमवारी संध्याकाळी जॅक घरी आला तेव्हा जेजे आज अजिबात रडला नाही, हे लॉरीनं त्याला सांगितलं होतं. मंगळवारी संध्याकाळीही त्याला तशीच अपेक्षा होती, कारण तीन वाजता लॉरीनं फोन करून सर्व काही उत्तम असल्याचं सांगितलं होतं.

जॅकनं किचनमध्ये डोकावून पाहिलं तेव्हा लॉरी जेवणाची तयारी करत होती. जेजे पाळण्यात खेळत होता. जॅक लॉरीपाशी गेला आणि तिच्या गालावर ओठ टेकवून पाळण्यापाशी आला. जेजे त्याच्याकडे बघून हसलेला पाहून त्याला बरं वाटलं.

"आज आपल्याला साग्रसंगीत जेवण करता येईल असं दिसतंय."

"उत्तम," जॅक म्हणाला, "त्याचं पोट भरल्यानंतर तू त्याला झोपवणार आहेस का?"

"होय."

"तर मग मी जरा वेळ बास्केटबॉल खेळावा, असं म्हणतोय."

"चालेल." लॉरी म्हणाली आणि मग तिनं डोळा मारला, "फक्त तू नको तितका दमू नकोस म्हणजे झालं."

लॉरीला काय सुचवायचं आहे हे जॅकच्या लक्षात आलं. तो खेळण्याचे कपडे घालून बाहेर पडला.

रात्रीचं जेवण आदल्या रात्रीप्रमाणेच छान होतं, ल्यूकच्या नेहमीच्या जेवणापेक्षा वेगळं; त्यामुळेच त्याला ते स्वादिष्ट वाटलं. पण दुर्दैवानं शॉनच्या वागण्यात काही फरक पडला नव्हता. तो व्हर्जिन मेरी या विषयावर बोलायला जरादेखील तयार नव्हता. जेवणाआधी स्कॉच आणि नंतर वाइन यामुळे झिंगून जाऊन शॉन जेवण होताच वरच्या मजल्यावर निघून गेला होता. डिश वगैरे स्वच्छ करून झाल्यावर साना आणि ल्यूक पुन्हा शेकोटी पेटवून ऊब घेत बसले.

"मी त्याच्याकडे जरा नजर टाकून येते," हातातला वाइनचा ग्लास खाली ठेवत साना म्हणाली.

"त्याची काही आवश्यकता नाही," ल्यूक म्हणाला. त्याला पुन्हा एकदा शॉन समोर यायला नको होता.

"मी त्याच्याबद्दल नाही, आपल्याबद्दल विचार करत होते."

ल्यूक सानाच्या या बोलण्याचा अर्थ लावण्याचा प्रयत्न करत होता. साना वर जाऊन शॉनच्या खोलीत डोकावून परत आली.

"मी अशी निवांत बसण्याआधी एकदा वर जाऊन बघून आले," साना टेबलावर आरामात पाय पसरत म्हणाली.

"सर्व काही ठीक आहे ना?" ल्यूकनं विचारलं. दारू पिऊन झिंगल्यावर आपला बाप कसा हिंसक होऊन धिंगाणा घालायचा, ते त्याला आठवलं.

"तो बेडवर अस्ताव्यस्त पसरून गाढ झोपला आहे. याला ठीक आहे असं म्हणायचं असेल तर होय."

"पण तुम्ही दोघं एकत्र का झोपत नाही हे मला अजून कळलेलं नाही," ल्यूकनं विचारलं.

"सहा महिन्यांपूर्वीपेक्षा आत्ता जास्त चांगलं आहे. आम्ही एकत्र न झोपण्याची कल्पना त्याचीच होती. तू एक बघितलंस का? आम्ही एकमेकांना फार कमी स्पर्श

करतो... म्हणजे असा त्याच्या गळ्यात हात टाकणं वगैरे,'' असं म्हणून तिनं ल्यूकच्या गळ्यात हात टाकला. ''आम्ही सुरुवातीला जसं अशा प्रकारे एकमेकांना जवळ घेण्यात आनंद मानायचो, ते हळूहळू कमी होत गेलं. कदाचित आमच्या वयातला फरक हे त्याचं कारण असेल. कदाचित आणखीही काही.''

ल्यूकला अचानक सानाचा हात ज्या पायावर होता तिथून एक आगीचा लोळ वर चढतोय असं वाटलं. सानाला मात्र त्याच्या अवस्थेची जराही कल्पना नव्हती. त्याच्या हृदयाचे ठोके वाढू लागले होते. अचानक ल्यूकचं शरीर एका लयीत धडधडू लागलं. त्याचे पाय वेगानं पुढेमागे हलत होते. सानाला वाटलं की, त्याला हृदयविकाराचा झटका आला असावा. तिनं घाबरून जाऊन त्याला झोपवण्याचा प्रयत्न केला; पण ल्यूकनं जोर एकवटून तिला प्रतिकार केला. ल्यूकनं तिची मनगटं गच्च आवळून घेतली होती.

''तू मला इजा करतो आहेस!'' साना ओरडली.

सानाचं ओरडणं ऐकून एकदम ल्यूक भानावर आला. त्यानं तिचे हात सोडून दिले; पण तो काहीच बोलू शकला नाही. एखादा जोराचा धक्का बसल्याप्रमाणे त्याचा चेहरा पांढराफटक पडला होता. त्याच्या कपाळावर घाम साचला होता.

''ल्यूक... तू ठीक आहेस ना?''

ल्यूक काहीच बोलत नव्हता. त्याचं तोंड उघडं पडलं होतं. सानाची नजर हळूहळू खाली गेली आणि काय घडलंय ते तिच्या लक्षात आलं. तिच्या चेहऱ्यावर हसू उमटलं, ''ठीक आहे. माझ्या लक्षात आलंय; पण त्यामुळे शरमून जाण्याची गरज नाही. उलट मी अजूनही कोणालातरी आकर्षित करण्यासारखी आहे, हे मला बरंच वाटतंय.''

साना ल्यूकच्या मनातली शरमेची भावना कमी करण्यासाठी म्हणाली.

''वेश्या!'' ल्यूक अचानक ओरडला.

''काय? काय म्हणालास?'' सानानं त्याचं म्हणणं ऐकलं होतं; पण आपण काय ऐकतोय त्यावर तिचा विश्वास बसत नव्हता.

''सैतानाची रखेल!'' असं म्हणत ल्यूकनं जोरानं सानाचा हात झटकला. तो टेबलावर आपटल्यानं साना किंचाळली.

''बस्स! झालं ते पुरे झालं. मी झोपताना दार आतून बंद करणार आहे. तेव्हा तुला क्षमा मागायची असलीच तर उद्या सकाळी पाहू!'' असं म्हणून साना पाय आपटत वर गेली.

''सैतान, सर्व काळ नरकात जळत पडो!'' ल्यूक वर जाणाऱ्या सानाकडे बघत दबक्या आवाजात पुटपुटला.

अठ्ठावीस

सकाळी ९.४३, बुधवार, १० डिसेंबर, २००८
न्यू यॉर्क शहर

जेम्स साडेनऊ वाजायच्या अगोदरच त्याच्या ऑफिसमध्ये बसून ई-मेल बघत होता. आर्कडिओसेसेचं केवढं काम ई-मेलमुळे सोपं झालं होतं हे लक्षात येऊन त्याला नवीन तंत्रज्ञानामुळे वाढलेल्या कार्यक्षमतेचं कौतुक वाटल्यावाचून राहिलं नाही. ई-मेलमुळे लांबलचक फोन करणं कमी झालं आहे, हे जाणवून त्याला बरं वाटत होतं.

जेम्स सकाळी सहा वाजताच उठला होता. सकाळची नित्याची कामं आटोपून, ब्रेव्हिअरीचं वाचन पूर्ण करून त्यानं कर्मचाऱ्यांच्या बरोबरचा मास आटोपला होता. टाइम्स वाचत वाचत ब्रेकफास्ट करून झाल्यानंतर तो इथं त्याच्या अभ्यासिकेत आला होता. दहा वाजता त्याला भेटायला चॅन्सेलर आणि व्हिकार जनरल येणार होते. आपण त्यांच्यासमोर ऑसुअरीचा विषय काढावा की नाही याबद्दल जेम्सचं नक्की ठरत नव्हतं.

फोन वाजला. जेम्सनं त्याच्याकडे नजर टाकली. त्यावरं 'आर्कडिओसेसे' अशी अक्षरं झळकत होती. फोन ल्यूक हेस्टरचा आहे हे जेम्सच्या लक्षात आलं.

"गुड मॉर्निंग युवर इमिनन्स," ल्यूक म्हणाला, "माझ्याकडे बहुधा तुम्हाला आवडेल अशी बातमी आहे."

जेम्स एकदम खुर्चीत पुढे झुकून बसला. त्याच्या हृदयाचे ठोके वाढले. देवदूत ग्रॅबिएलच फोनवर बोलतोय हे चित्र त्याच्या नजरेसमोर आलं.

"त्याचं मत बदललं का?" जेम्सनं आशेनं विचारलं. दोन दिवस ल्यूकशी बोलल्यानंतर आपली ही योजना फिसकटते आहे असं त्याला वाटू लागलं होतं; पण

आणखी काही पर्यायही सुचत नव्हता.

"अजून नाही; पण तसं होईल अशी माझी खात्री आहे."

"माझ्या कानांना हे स्वर्गीय संगीत वाटतंय."

"तुम्ही याबद्दल माझ्याकडे कायमच आदरानं, कौतुकानं बघाल, अशी आशा आहे. हे काम सोपं नव्हतं."

"ते सोपं आहे असं मला कधीच वाटलं नव्हतं."

"खरंतर तो किती आडमुठेपणा करत होता हे माहीत असल्यानं मला त्याचं मत बदलल्याचं आश्चर्य वाटतंय; पण एकदा जो माणूस कॅथॉलिक बनला की, तो काहीही झालं तरी कॅथॉलिकच राहतो, असं मला नेहमीच वाटत आलं आहे. मी त्याला फोन करून त्याचं अभिनंदन करू का?"

"नको. नाहीतर सर्वकाही फिसकटून जाईल."

"तर मग मी उद्या सकाळपर्यंत थांबतो; पण तू नेमका काय युक्तिवाद केलास?"

"इथे युक्तिवादापेक्षा युक्ती उपयोगी पडली."

"मी प्रभावित झालो आहे. तू मला नेमकं काय ते सांगशील का?"

"तुम्हाला सर्व तपशील कळणारच आहेत."

जेम्स हसला. जणू आपला या जगाशी असणारा संबंध फक्त बायबलशीच आहे अशी ल्यूकची भाषा होती.

"मला एक गोष्ट कळली की, फक्त नवराच नव्हे; तर बायकोच्याही बाबतीत सैतानाचा संबंध आहे."

"हं... पण दोघं एकाच प्रकल्पावर काम करत आहेत म्हणा."

"तर मग माझीच चूक झाली," ल्यूक म्हणाला, "मला ते निराळे आहेत असं वाटत होतं; पण दोघंही पातकाचे निमित्त आहेत."

"मला ही माहिती दिल्याबद्दल आभार; पण माझा धीर सुटत चालला होता हे मला कबूल करायला हवं."

"मला चर्चची आणि मुख्यतः पवित्र मदरची सेवा करायची संधी मिळाली म्हणून मी अतिशय आनंदात आहे."

जेम्सशी बोलणं संपल्यावर ल्यूकनं खाण्यासाठी काहीतरी तयार करायचं ठरवलं. सानानं सकाळी लवकर उठून त्याच्यासाठी ब्रेकफास्ट बनवला नव्हता. ल्यूकलाही ते नकोच होतं. तिचं खरं स्वरूप कळल्यानंतर त्याला ती समोरही यायला नको होती.

टोस्ट खाऊन झाल्यावर दूध पिऊन ल्यूक आपल्या खोलीत आला. त्यानं सूटकेस उघडून त्याला दिलेल्या नोटा काढल्या. चारशे डॉलरची ती रोख रक्कम त्याला गरज होती त्यापेक्षा कितीतरी जास्त होती.

ल्यूक बाहेर पडला तेव्हा हवा चांगली होती. काही चौक ओलांडून गेल्यानंतर तो व्यावसायिक भागात आला. त्यानं हार्डवेअर स्टोअर कुठं आहे हे विचारल्यावर त्याला सिक्स्थ ॲव्हेन्यूवरचं दुकान दाखवण्यात आलं. त्यानंतर काही वेळातच त्याला हव्या त्या वस्तू घेऊन ल्यूक घरी परत आला.

साना खुशीत होती. आदल्या दोन दिवसांप्रमाणेच त्या दिवशीही तिचं काम छान चाललं होतं. तिच्या अपेक्षेपेक्षा कितीतरी लवकरच काम पूर्ण झाल्यानं ऑसुअरीमधल्या स्त्रीच्या मायटोकॉन्ड्रियांमधल्या डीएनएची संपूर्ण क्रमवारी दुपारपर्यंत तिच्या हातात येणार होती; पण या स्त्रीच्या नातेसंबंधांचा मागोवा घेण्यासाठी तिला आणखी काही चाचण्या कराव्या लागणार होत्या.

तिथलं काम सुरू करून दिल्यानंतर साना तिच्या कोलंबिया विद्यापीठातल्या प्रयोगशाळेत गेली होती. तिच्या चारही ग्रॅज्युएट विद्यार्थ्यांनी त्यांना नेमून दिलेली कामं व्यवस्थित पार पाडलेली आहेत हे बघून ती टॅक्सीनं परतली होती. टॅक्सीमधून उतरताना तिच्या मनात ल्यूकचा विचार डोकावला. सकाळी उठल्याबरोबर तिला आदल्या रात्रीचा प्रसंग आठवला होता. आपण शॉनला त्याबद्दल सांगावं असं तिला वाटलं होतं; पण तसं झालं तर शॉननं आर्चबिशपकडे तक्रार केल्यानंतर त्यानं हे सगळं काम बंदच करून टाकण्याची शक्यता होती. शिवाय आपणही किंचित घसरलो असल्यानं आपलाही त्यात थोडा दोष आहे, असं तिला वाटत होतं. जरी सकाळी ल्यूक दिसला नसला तरी तो झाल्या प्रकाराबद्दल क्षमा मागेल, असंही तिला खात्रीनं वाटत होतं.

साना प्रयोगशाळेत शिरली तेव्हा शॉन आणि जॅक पहिल्या स्क्रोलचं भाषांतराचं काम करत होते. स्क्रोल सरळ करायचं काम सकाळीच पूर्ण झालं होतं.

"मी इथं नसताना तुम्हाला महत्त्वाचं नवीन काही कळलं का?"

"आम्ही आत्ताच दुसऱ्या स्क्रोलवर काम करायला सुरुवात करणार आहोत," जॅक म्हणाला, "यात किंवा तिसऱ्या स्क्रोलमध्ये या ऑसुअरीमधल्या हाडांबद्दल काहीतरी उल्लेख मिळेल, असं आम्हाला वाटतंय."

"मी आत जाते आहे. मायटोकॉन्ड्रियल डीएनएमधून काय मिळतंय ते पाहते. काही मिनिटांतच आपल्याला काहीतरी कळेल."

"किती छान होईल, नाही?" शॉन कामात दंग असताना काहीतरी बोलायचं म्हणून बोलला.

साना प्रयोगशाळेत शिरली. अंगावर सगळा संरक्षक पोशाख चढवून सरळ सिक्वेन्सरकडे गेली. तिथे अनेक प्रिंटआउटची मोठी चळत पडली होती. सानानं तिला आवश्यक असणारे तीन कागद बाजूला काढले. तिनं त्या प्रिंटआउटवर नजर फिरवली. त्यांचा अर्थ तिच्या लक्षात आला. त्यावर असणारी डीएनएच्या सोळा

हजार चारशे चौऱ्यांशी बेस पेअर एवढी मोठी माहिती तिला तपासून बघणं शक्य नव्हतं. ते काम संगणक प्रणाली करणारच होती; पण सानाचा आपण काय बघतोय यावर विश्वास बसेना. ऑसुअरीमधल्या स्त्रीच्या मायटोकॉन्ड्रियांमधील डीएनएच्या सर्व बेस पेअर आजच्या काळातल्या स्त्रीच्या डीएनए क्रमवारीशी तंतोतंत जुळत होत्या. हे थक्क करणारं होतं, कारण ऑसुअरीमधील स्त्री दोन हजार वर्षांपूर्वीची होती. आणखी एका क्रमवारीशीही या स्त्रीची क्रमवारी जुळत होती. सानानं अविश्वासानं डोकं हलवलं.

"हे शक्य नाही!" साना स्वतःशीच जोरात ओरडली आणि मग झेप टाकून ती बाहेर धावली. ती बाहेर आली तेव्हा ती जराशी धापा टाकत होती. ते बघून शॉन आणि जॅक गोंधळून बघू लागले. "अशक्य गोष्ट घडली आहे!"

जॅक गोंधळून गेला असला तरी तो स्वतःला सावरत सानापाशी आला. त्यानं तिच्या हातातून प्रिंटआउट घेतले आणि तो तिच्याकडे प्रश्नार्थक चेहऱ्यानं बघू लागला.

"ही त्या ऑसुअरीमधल्या स्त्रीच्या मायटोकॉन्ड्रियल डीएनएची क्रमवारी आहे," साना जॅकच्या हातातल्या पानावर हात मारत म्हणाली, "ही क्रमवारी आजच्या काळातल्या पॅलेस्टाईनमधल्या स्त्रियांच्या क्रमवारीशी तंतोतंत जुळते आहे," सानानं मग दुसरं पान जॅकच्या हातात ठेवलं.

"आणि ही क्रमवारी या मायटोकॉन्ड्रियल ईव्हच्या क्रमवारीशीही अगदी तंतोतंत जुळणारी आहे!" अत्यंत उत्तेजित झाल्यामुळे सानाचा श्वासोच्छ्वास जोरात होत होता.

"ईव्हची क्रमवारी म्हणजे?" जॅकनं गोंधळून विचारलं.

"आपल्या सर्वांची सर्वांत अलीकडची पूर्वज माता ठरवण्यासाठी एका महासंगणकानं अनेक आठवडे गणितं करून जी क्रमवारी तयार केली आहे, ती ही ईव्हची क्रमवारी आहे. याचा अर्थ असा की, मानवातील सोळा हजार किंवा ज्या काही बेस पेअर आहेत, त्यांचा अभ्यास करून आपल्या सर्वांची पूर्वज ठरणाऱ्या स्त्रीच्या मायटोकॉन्ड्रियल डीएनएची ही क्रमवारी आहे."

"असं काही घडण्याची संख्याशास्त्रीय संभवनीयता जवळपास शून्य वगैरे असणार. होय ना?" जॅकनं विचारलं.

"अगदी बरोबर. म्हणून तर मला हे अशक्य वाटतं आहे."

"तुमची ही काय कुजबुज चालली आहे?" शॉननं विचारलं. तोदेखील दोघांच्या मागे उभा राहून प्रिंटआउटकडे बघू लागला.

सानानं जॅकला सांगितलं होतं तेच शॉनला सांगितलं. शॉननंही तिचं म्हणणं मान्य करायला खळखळ केली.

"काही गडबड तर झाली नाही ना?" शॉननं शंका काढली.

"मला तसं वाटत नाही," साना म्हणाली, "मी हजारो नाही तरी शेकडो वेळा डीएनएची क्रमवारी बघितली आहे. आजवर कधीच काही गडबड झालेली नाही. तर मग आज तरी कशी होईल?"

"तुझ्याकडे पीसीआरमध्ये अजून नमुने शिल्लक आहेत का?" जॅकनं विचारलं.

"आहेत."

"तर मग तू पुन्हा एकदा सगळं विश्लेषण करून का बघत नाहीस?"

"चांगली कल्पना आहे."

"एक सेकंद..." शॉन हात उंचावत म्हणाला, "मला तुम्हा दोघांना काहीतरी विचारायचं आहे. मी ते विचारल्यावर जर तुम्हाला ते वेडपटपणाचं वाटलं तर मला थोबाड बंद करायला सांगा. ठीक आहे?"

"ठीक आहे," साना आणि जॅक एकदमच म्हणाले.

"ठीक आहे ना... तुम्हाला संख्याशास्त्रीयदृष्ट्या अशक्य वाटणारी गोष्ट फक्त एकाच परिस्थितीत खरी ठरू शकते. ती परिस्थिती म्हणजे..." शॉननं वाक्य अर्धवटच सोडलं आणि तो साना आणि जॅककडे बघू लागला.

"हं... सांग," साना उतावीळपणे म्हणाली.

"मी कान देऊन ऐकतोय, बोल!" जॅक म्हणाला.

"तुमची खरोखरच ऐकायची तयारी आहे ना?"

"मी आत जाऊन पुन्हा एकदा विश्लेषण करायला लागणार आहे," साना खरोखरच तिथून निघाली.

"थांब!... सांगतो," शॉन सानाच्या दंडाला धरून थांबवत म्हणाला.

"फक्त पाच सेकंद! नाहीतर मी–"

"क्षणभर ती स्त्री पॅलेस्टाईनमधली होती हे विसरून जा. ऑसुअरीमधल्या स्त्रीच्या डीएनएची क्रमवारी ईव्हच्या डीएनए क्रमवारीशी जुळणारी आहे, याखेरीज दोघींत आणखी काय साम्य आहे?"

सानानं जॅककडे सूचक नजर टाकली, "पण या दोघी एकाच काळामधल्या नाहीत. ईव्हचा कालखंड कित्येक हजार वर्षे अगोदरचा आहे, असं मानलं जातं."

"मला तसं म्हणायचं नाही. ऑसुअरीतल्या या स्त्रीबद्दल सॅटर्निअसनं जे काही सांगितलं आहे ते खरं आहे असं मला वाटतं. ही हाडं प्रत्यक्ष मेरीची- म्हणजे जीझसच्या मातेची आहेत. हे जर खरं असेल तर ही हाडं लक्षावधी लोकांच्या दृष्टीनं अत्यंत पवित्र ठरतील."

"अर्थातच."

"मी काय म्हणतोय त्याकडे धर्माच्या दृष्टीनं बघा!"

जॅकनं मान हलवली. सानाही वैतागून डोकं हलवत म्हणाली, ''तुला जे काही सांगायचं आहे ते सांगून टाक.''

''धर्माच्या दृष्टीनं विचार केला तर या दोघींना एकानंच म्हणजे 'पित्यानं' बनवलं आहे. ख्रिश्चन धर्मपरंपरेनुसार मेरी ही जीझसची माता पातकापासून मुक्त होती. ईव्हदेखील अशीच पातकापासून पूर्णपणे मुक्त होती. जगातली पहिली स्त्री असल्यानं तिला फक्त निर्माता देवच माहीत होता. देवानंही मानव तयार करण्यासाठी जी काही कृती वापरली असेल ती एकच असणार. म्हणजे देवानं ईव्ह तयार केली तीच कृती वापरून मेरीची निर्मिती केली; त्यामुळे त्यांचे डीएनए जुळ्या बहिणींप्रमाणे जुळले, यात काहीच नवल नाही.''

काही सेकंद सगळे जण गप्प बसून आपापल्या विचारात गढून गेले. जरा वेळानं शॉन म्हणाला, ''जर हे खरं असेल तर तुम्ही अनवधानानं दिव्यत्वाच्या अस्तित्वाला सिद्ध केलं आहे.''

साना आणि शॉन मनापासून हसले. अंगावर प्रयोगशाळेतला संरक्षक पोशाख असूनही सानानं शॉनला मिठी मारली.

''आपण प्रसिद्ध करणार आहोत ते शोधनिबंध ऐतिहासिक ठरणार हे मला आत्ताच स्पष्ट दिसायला लागलं आहे; पण मला आता शक्य तेवढ्या लवकर हे सगळे स्क्रोल वाचून संपवायला हवेत.''

''माझे निष्कर्ष अगदी अचूक आहेत याची खात्री करण्यासाठी मी आणखी काही नमुन्यांचं विश्लेषण करायला जाणार आहे.''

''आणि तुम्ही दोघं हे करत असताना मी घरी जाणार आहे,'' जॅक उठून उभा राहत म्हणाला, ''मी घरी जरा लवकर जाऊन माझ्या बायकोला मोकळं करावं, असा म्हणतोय,'' जॅक जरी असं म्हणाला असला तरी त्याच्या मनात निराळेच विचार होते. जेजेवर उपचार करणाऱ्या डॉक्टरांना सकाळी त्यानं फोन केला होता, जेजेची सध्याची चांगली अवस्था बघता त्याच्या शरीरातील उंदरांच्या प्रतिद्रव्याचं प्रमाण कमी झालं आहे की नाही हे तपासण्यासाठी त्याला हॉस्पिटलमध्ये आणायचं का, असं त्यानं विचारलं होतं.

''तुमचं अभिनंदन!'' असं म्हणून जॅक बाहेर पडू लागला. साना आणि शॉननं हात हलवून प्रतिसाद दिला. दोघंही आपापल्या कामासाठी निघाले होते, ''उद्या सकाळी किती वाजता?'' जॅकनं ओरडून विचारलं.

''साधारण दहा वाजता...'' शॉननंही ओरडून उत्तर दिलं, ''कारण आज रात्री आनंद साजरा करण्याचं ठरलं आहे.''

''मी जेम्सला इतक्यात मायटोकॉन्ड्रियल डीएनएबद्दल काही सांगत नाही.''

''तसं केलंस तर फारच बरं होईल.''

जॅक आता बाहेर पडणारच होता इतक्यात त्याला काहीतरी आठवलं; पण दारातून ओरडून विचारणं योग्य होणार नाही हे लक्षात घेऊन जॅक पुन्हा आत आला.

''आजच्या काळातल्या पॅलेस्टाईनमधल्या स्त्रीच्या डीएनएशी क्रमवारी जुळली होती ना? त्याचा अर्थ काय?

''याचा अर्थ ही पॅलेस्टाईनमधील स्त्री ऑसुअरीमधल्या स्त्रीची मातृशाखेकडून थेट वंशज असणार,'' सानानं आतूनच उत्तर दिलं.

''जॅक, तू ऐकलंस का?'' शॉननं विचारलं.

''ऐकलं; पण माझ्या मनात एक विचार आला. म्हणजे ही स्त्री मुस्लिम आहे की ख्रिश्चन हे कळू शकतं का?''

''कदाचित आपल्यापैकी कोणीतरी त्याचा शोध घ्यायला हवा; पण तिला याबद्दल काही कळू दिलं जाऊ नये, असं मला मनापासून वाटतं,'' शॉन म्हणाला.

आता मात्र जॅक तिथून बाहेर पडला. लिफ्टमधून खाली जात असताना त्याच्या मनात आणखी एक विचार डोकावला. व्याधी बऱ्या करणाऱ्या मागील श्रद्धा हादेखील पर्यायी उपचारपद्धतींमधला एक भाग आहे; पण त्याकडे लक्ष दिलं नव्हतं; पण कधीतरी चॅनेल बदलताना टीव्हीवर पाहिलेली दृश्यं त्याला आठवली. व्याधी बऱ्या करणारे काही जण व्याधीग्रस्तांच्या कपाळावर हात ठेवायचे. हे तथाकथित रुग्ण लोळागोळा झाल्याप्रमाणे मागे पडायचे; पण ते बरे झाल्याचा दावा केला जायचा. हे सगळं आठवल्यावर जर कुणामध्ये जीझसचेच डीएनए असतील तर ती व्यक्तीदेखील अशा प्रकारे व्याधी बऱ्या करू शकेल का, असा विचार जॅकच्या मनात आला.

एकोणतीस

संध्याकाळी ४.४४, बुधवार, १० डिसेंबर, २००८
न्यू यॉर्क शहर

रात्री जेवणासाठी अन्न खरेदी करणं ही गोष्ट शॉनला अजिबातच पसंत नव्हती. कारण तसं केलं तर ल्यूकच्या जेवणाचा खर्च करावा लागणार होता. नेमकं हेच त्याच्या जिवावर आलं होतं; पण त्यानं नाइलाजानं जेवणासाठी काही गोष्टी खरेदी केल्या.

आज शॉन आनंदात होता. त्या दिवसात त्याचं आणि सानाचंही काम उत्तम झालं होतं. आता लवकरच प्रसिद्धी मिळणार हे त्याला जाणवू लागलं होतं.

"माझ्या डोक्यात एक कल्पना आली की–" साना आणि शॉन टॅक्सीत सामान भरत असताना साना म्हणाली.

"होय का? हे नवल कसं काय घडलं?" शॉन गमतीनं म्हणाला.

सानानं खोट्या रागानं कागदी रुमालांच्या पाकिटानं शॉनला फटका मारला.

अशा आनंदी मूडमध्ये असताना घरी आल्यावर शॉननं टॅक्सीचं भाडं दिलं तर सानानं टॅक्सीमधून सामान बाहेर काढलं. सामान खाली उतरवत असताना तिच्या मनात ल्यूकचा विचार आला. तिला त्याच्याबद्दल रागही येत होता आणि आदल्या रात्रीच्या प्रसंगाबद्दल जरा विनोदीही वाटत होतं. काल रात्री जे काही घडलं त्यामुळे ल्यूकला शरम वाटली असणार असा विचार तिच्या मनात आला. कदाचित तो आपण सुचवल्याप्रमाणे क्षमा मागायला येईल, अशी तिला आशा वाटत होती; पण त्याच वेळी त्याचे 'सैतानाची रखेल' हे शब्द आठवून तिला एखाद्या देवदूतानं असं वागावं याचा बसलेला धक्का पुनःपुन्हा जाणवत होता.

"तू सामान घेतलंस का सगळं?" शॉननं टॅक्सी ड्रायव्हरला भाडं चुकतं केल्यानंतर विचारलं.

"उचलायला मदत केलीस तर चालेल."

शॉननं टॅक्सीच्या मागे येऊन उरलेली पिशवी बाहेर काढली आणि डिकी घट्ट लावून घेतली.

साना पर्समधून किल्ल्यांचा जुडगा बाहेर काढत असताना शॉन म्हणाला, "आज इतका आनंदाचा दिवस आहे; पण कालच रात्री आपल्याकडची शेवटची बाटलीही संपली आहे."

"हवं तर तू नंतर जाऊन सिक्स्थ ॲव्हेन्यूवरून ती आण," सानानं सुचवलं, "तू जॅकला आज आपण आनंद साजरा करणार आहोत, असं म्हणत होतास. वाइन नसेल तर ती मजा अगदीच मिळमिळीत होईल."

"मी ल्यूकलाही बरोबर येतोस का असं विचारतो. त्यालाही जरा पाय मोकळे करायची संधी मिळेल."

"ते छानच होईल," साना म्हणाली; पण हे म्हणत असतानाच ल्यूक तिला रात्री काय म्हणाला होता हे शॉनला कळलं तर तो काय करेल, हा विचारही तिच्या मनात डोकावला. शॉन रागावला की, एखाद्या खलाशाला लाज वाटेल अशा इरसाल शिव्या देऊ शकतो, हे तिला माहीत होतं.

सानानं नेहमीची तिन्ही कुलपं उघडली; पण दरवाज्याला आणखी एक कुलूप असल्याचं तिच्या लक्षात आलं. ते नवीन होतं. ती शॉनला त्याबद्दल विचारणार होती; पण इतक्यात दरवाजा उघडाच आहे, हे तिच्या लक्षात आलं. तिनं दार ढकलताच ते उघडलेलं पाहून तिच्या मनातल्या नव्या कुलपाचा विचार मागे पडला. सानानं मागे सरकून शॉनला आत शिरायला जागा करून दिली.

"हॅलो ल्यूक," शॉन म्हणाला ते सानाला ऐकू आलं. तिनं दरवाजा मागे बंद करून घेतला आणि ती आत शिरली. त्या वेळी तिला शॉन आणि ल्यूक यांच्यामधलं संभाषण ऐकू आलं. संभाषणाचा स्वर नेहमीचा नव्हता. कोणत्याही परिस्थितीत घरात सिगोरट ओढलेली चालणार नाही, असं शॉन ल्यूकला बजावत होता.

"पण ही साधी सिगारेट आहे," ल्यूकनं उत्तर दिलं; त्यात खेद किंवा अपराधीपणाच्या भावनेचा लवलेशही नव्हता.

"मी तुला पुन्हा सांगतो, या घरात हे चालणार नाही," शॉन सावकाश; पण अतिशय ठामपणानं म्हणाला.

"ठीक आहे," ल्यूक आवाज जरादेखील मवाळ न करता म्हणाला. तो खुर्चीमधून उठला आणि पुढच्या दरवाज्यापाशी गेला. त्यानं तिथे लटकत असलेलं कुलूप लावलं आणि किल्ली खिशात टाकून तो वरच्या मजल्याकडे जाण्यासाठी पायऱ्यांपाशी आला.

"तू कुठं निघाला आहेस? मी मघाशी काय सांगितलं ते कळलं नाही का? मला

पुन्हा सांगायला लावू नकोस!''

ल्यूकनं शॉनकडे साफ दुर्लक्ष केलं. त्याच्या कानावर जणू काहीच पडलं नाही अशा आविर्भावात तो कठड्यावर बोटं नाचवत उभा होता.

शॉननं सानाकडे बघितलं. तिला तरी ल्यूकच्या अशा वागण्याचा अर्थ लागतो का हे तो जणू नजरेनंच विचारत होता. तीदेखील ल्यूककडे गोंधळून बघत होती. ल्यूकच्या हातात पेटवलेली सिगारेट होती; पण ती तो ओढत नव्हता. साना आणि शॉन बघत असताना ल्यूक तळघराकडे जाणाऱ्या दरवाज्यासमोर गेला. त्यानं कडीवर हात ठेवला आणि मग त्यानं मागे वळून साना व शॉनकडे थेट रोखून बघितलं. अचानक तो 'मेरीचा विजय असो!' असं मोठ्या आवाजात ओरडला. त्यानं झटक्यानं तळघराचं दार उघडलं आणि हातातली जळती सिगारेट तळघरात फेकून दार घट्ट बंद करून घेतलं.

''हा काय ×××× प्रकार आहे!'' शॉन किंचाळला. त्यानं हातातल्या पिशव्या टाकून दिल्या होत्या आणि झेप टाकून तळघराच्या दारातून आत जाण्यासाठी पाय टाकला. असं करताना त्यानं ल्यूकला मागे जोरात ढकललं होतं; पण शॉन तळघरात एक पायरीदेखील उतरू शकला नाही, कारण तळघरातून वर येणाऱ्या आगीच्या लोळानं त्याला, ल्यूकला आणि सानाला वेढून टाकलं होतं. साना आणि शॉन बाहेर पडण्यासाठी बाहेरच्या दरवाजाकडे धावले; पण अर्थातच त्याचा काही उपयोग नव्हता. काही सेकंदांच्या आतच ते जुनं लाकडी बांधणीचं सगळं घर एक मोठी अग्निज्वाळा झालं होतं.

पंधरा मिनिटांनंतर शेजाऱ्याला आगीचा लोळ जाणवल्यानंतर त्यानं पोलिसांना फोन केला. त्यानंतर अकरा मिनिटांनी अग्निशमन दलाचे बंब दाखल झाले; पण तोपर्यंत चिमणीचा टोकाचा भागच काय तो वाचवण्याजोग्या स्थितीत राहिला होता.

तीस

सकाळी ७.४९, गुरुवार, ११ डिसेंबर, २००८
न्यू यॉर्क शहर

त्या आठवड्यात शवविच्छेदन करणार नसल्यानं जॅक नेहमीसारखा खूप लवकर आला नव्हता. शॉन आणि साना दहानंतर येणं अपेक्षित असल्यानं जॅकनं अगोदरच्या केसचं उरलेलं काम पूर्ण करायचं ठरवलं होतं. तसं केल्यावर पुन्हा एकदा जॅक शवविच्छेदनाला सुरुवात करणार होता. त्या वेळी आपली पाटी कोरी असेल, हे जॅकच्या लक्षात आलं. गेल्या तेरा वर्षांमध्ये असं पहिल्यांदाच घडणार होतं.

कामाला सुरुवात करण्याआधी कॉफी घ्यावी असा विचार जॅकच्या मनात आला. तसंच एकूण आज शवविच्छेदनांची परिस्थिती काय आहे हे कळावं, असाही त्याचा उद्देश होता. तिथे डॉ. रिवा मेहता बसलेली पाहून जॅकला बरं वाटलं. रिवा लॉरीच्या ऑफिसात बरीच वर्षे बसत असे. ती अतिशय हुशार आणि मेहनत घेऊन मनापासून काम करत असे.

आयडी रूममध्ये प्रत्यक्ष जाण्याअगोदरच जॅकला कॉफीचा दरवळ जाणवला होता. कॉफी बनवण्याचं काम व्हिनी अमेंडोला करत असे. इतर कोणत्याही बाबतीत जॅक व्हिनीची हवी तेवढी चेष्टा करत असला तरी कॉफीची गोष्ट वेगळी होती. व्हिनीनं जणू कॉफी बनवण्याचं शास्त्रच तयार केलं असावं इतकी त्याची कॉफी झकास असायची. विशेषतः अर्धातास सायकल चालवून आल्यावर तर ती फारच मजा आणायची.

"काही खास?" जॅक रिवाच्या मागच्या बाजूनं जात तिच्या टेबलावर डोकावून बघू लागला.

“ए आळशी ओंडक्या! किती उशीर हा?” पाठीमागून खर्जातला आवाज आला.

जॅकनं वळून पाहिलं. त्याचा मित्र लेफ्टनंट डिटेक्टिव्ह लाऊ सोल्डानो दिसला. जॅकला बघताच त्यानं व्हिनीकडून घेतलेलं वर्तमानपत्र बाजूला टाकलं आणि तो उठून उभा राहिला. नेहमीप्रमाणे लाऊ सकाळी लवकर आला की, जशा अवतारात असायचा, तसाच तो त्या दिवशीही दिसत होता. त्याचं शर्टाचं वरचं बटण उघडं होतं आणि टाय सैल केलेला होता. डोळ्यांखालच्या काळ्या घड्या खाली लोंबत होत्या. तो केवळ सगळी रात्रच नाही, तर जवळ जवळ एक आठवडा तरी घरी गेलेला नसावा, असं दिसत होतं.

“लाऊ... मित्रा! किती बरं वाटलं तुला भेटून!” जॅक मनापासून म्हणाला.

“होय का? ते का बरं?” लाऊ जॅक उभा होता तिथं आला.

“मी तुझ्याशी एका हास्यास्पद विषयावर वाद घातला होता ते आठवतंय का? किरोप्रॅक्टिकबद्दल? मला त्याबद्दल माफी मागायची होती; पण ते राहूनच गेलं.”

“ते मला आठवतंय; पण माफी कशाबद्दल मागायची होती?”

“मी एक छोटी मोहीमच उघडली होती जणू. मी वाहवत जाऊन तुझ्यासारख्या अनेकांना उगीचच त्रास दिला.”

“हा काय मूर्खपणा! पण ठीक आहे. तू माफी मागतोच आहेस तर मी माफ केलं! पण महत्त्वाचं म्हणजे उशिरा आलास त्याचं काय? मी गेली पंचेचाळीस मिनिटं तू आत्ता येशील, मग येशील असं म्हणत दाराकडे डोळे लावून बसलो आहे.”

“या आठवड्यात मी शवविच्छेदन करणार नाही.”

“होय का? ते मला कसं कळणार? पुढच्या वेळी मला सांगायचे कष्ट घेशील का?”

“तुला कळायला हवं असं मला समजलं असतं, तर नक्कीच कळवलं असतं. बरं, काय काम काढलंस?”

“कालची रात्र नेहमीपेक्षा जास्तच गडबडीची ठरली. वेस्ट व्हिलेज भागात आग लावण्याचा गुन्हा घडला. त्यात तीन माणसं जळून खाक झाली. त्यामधल्या दोघांना तू ओळखतोस असं आर्चबिशपकडून कळलं.”

“कोण?” जॅकनं विचारलं; पण हे विचारत असतानाच वेस्ट व्हिलेज आणि आर्चबिशप हे शब्द ऐकताच आपल्याला कोण ते माहीत असल्याचं त्याला जाणवलं, “मार्टन स्ट्रीट तर नाही ना?”

“होय. मार्टन स्ट्रीटच. चाळीस मार्टन स्ट्रीट. तू त्यांना कितपत ओळखत होतास?”

"एकाला खूपच जवळून... गुड ग्रीफ!" जॅकला एकदम आपल्या पायातलं बळ गेल्यासारखं वाटलं, "काय झालं?"

"आम्ही अजून सगळे धागेदोरे जमवतोय; पण तुझी ओळख नेमकी कशी होती?"

जॅकनं हातातली कॉफी लाऊच्या हातात ठेवली आणि मग स्वतःसाठी एक ओतून घेत तो म्हणाला, "आपण बसून बोललेलं बरं."

बसल्यानंतर जॅकनं लाऊला शॉन आणि सानाबद्दल सांगितलं. शॉन, तो आणि आर्चबिशप यांच्या कॉलेजपासूनच्या मैत्रीबद्दल सांगितलं; पण लाऊकडून घटनेबद्दल आणखी काही कळेपर्यंत त्यानं ऑसुअरीचा विषय टाळला.

"मी गेल्या शनिवारी रात्री डिनरसाठी चाळीस मार्टन स्ट्रीटवरच्या शॉनच्या घरी गेलो होतो."

"तू काल रात्री तिथं नव्हतास हे सुदैवच म्हणायचं," लाऊ म्हणाला, "आग लावण्यासाठी पेट्रोलचा वापर केला होता आणि तेवढंच पुरेसं असणार. अठराव्या शतकातल्या त्या जुन्या लाकडी घराचा जळता पिंजरा व्हायला वेळ लागला नाही."

"तिघांचीही ओळख पटली का?"

"प्राथमिक दृष्टीनं पटली आहे; पण मला तुमच्या इथून खात्री पटवून हवी आहे. दोघं त्या घरातलेच होते, हे स्पष्ट झालं आहे; पण एकूणच सगळं काही जळून खाक झालं आहे. मेलेल्या तिसऱ्या व्यक्तीची ओळख पटणं अवघड ठरलं. आम्हाला त्याच्या काही वस्तू मिळाल्या आहेत आणि याच माणसानं घातपात केला असावा, असा आम्हाला संशय आहे. त्याचं नाव ल्यूक हेस्टर आहे. अनेक मठांमध्ये राहणाऱ्या चक्रम धार्मिक माणसांमधला तो एक आहे. ज्याबद्दल अनेक संशयास्पद बाबी आहेत, अशा व्हर्जिन मेरीच्या भक्तीला वाहून घेतलेल्या एका मठाचा तो रहिवासी असल्याचं उघड झालं आहे.

तिथं संपर्क साधल्यावर आम्हाला कळलं की, तो कसल्यातरी कामासाठी आर्चबिशपकडे आला होता. आम्हाला मग आर्चबिशपची झोपमोड करावी लागली. नंतर आम्हाला त्यांच्याकडून सगळी कहाणी समजली. हा तिसरा माणूस तात्पुरता डॉट्री दाम्पत्याच्या घरी राहत होता. या कडव्या धार्मिक अतिरेक्यानं डॉट्रींनी व्हर्जिन मेरीबद्दल काहीतरी प्रसिद्ध करू नये म्हणून हा घातपात घडवून आणला आणि एकप्रकारे हौतात्म्य पत्करलं, असं काहीसं दिसतं आहे. तुझा यावर विश्वास बसतो का? हे सगळं इथं न्यू यॉर्क शहरात घडू शकतं?"

"तू फोन केलास तेव्हा आर्चबिशपची अवस्था कशी होती?" जॅकनं विचारलं. जेम्सला काय वाटत असावं याची त्याला कल्पना करता येत होती.

"तो अजिबात ठीक नव्हता," लाऊ म्हणाला, "खरं सांगायचं, तर तो उद्ध्वस्त

झाल्यासारखा भासला.'' जणू जॅकच्या मनातले विचार लाऊला कळले असावेत. ''मी त्याच्याशी बोलत असलो तरी त्याला फार बोलणं अशक्य झालं होतं.''

जॅकनं यावर काहीही न बोलता फक्त मान डोलवली.

''बरं, मी इथं आलो होतो ते शवविच्छेदन बघण्यासाठी. तुझी नवीन माहिती मिळवण्याची ख्याती बघत, या तिघांच्या शवविच्छेदनातून तुला नवीन काही मिळतं का ते मला बघायचं आहे.''

''या जळालेल्या तिघांच्या केस कोणाकडे आहेत?'' जॅकनं रिवाला उद्देशून मोठ्या आवाजात विचारलं.

''माझ्याकडे आहेत,'' रिवा म्हणाली, ''पण तुला एखादी, दुसरी किंवा सगळ्याच तीन केस हव्या असतील तरी माझी हरकत नाही.''

''धन्यवाद! नको.'' जॅक म्हणाला. ऑसुअरीच्या बाबतीत लाऊला काही कळू नये म्हणून त्यानं जेम्सच्या बाजूनं उभं राहण्याचं मनाशी पक्कं केलं होतं. ''हं... लाऊ. तर आता डॉ. मेहता या तीन केस बघतील. त्या इथल्या अनेकांमधल्या एक सर्वोत्कृष्ट आहेत. तुला त्यांचं काम माझ्यापेक्षा जास्त वेगाचं वाटेल आणि त्यादेखील आवडतील.''

''बरं... हनी, हे काम केव्हा सुरू होणार आहे?'' लाऊनं विचारलं. त्यावर रिवाची प्रतिक्रिया जॅकच्या लक्षात आली. तिला एखाद्या पोलिसानं पुरुषी रुबाब गाजवण्याच्या पद्धतीनं बोललेलं अजिबात आवडलेलं नव्हतं. जॅक रिवा आणि लाऊ यांच्यामध्ये उभा राहिला. त्यानं गळ्यापाशी कापल्यासारखी खूण केली आणि तो हलक्या आवाजात लाऊला म्हणाला, ''हनी, डार्लिंग हे असलं काही चालणार नाही. कळलं?''

लाऊनं त्यावर कळलं अशा अर्थाची मान डोलवली आणि तोच प्रश्न निराळ्या प्रकारे रिवाला विचारला. तिनं आपण लगेचच पंधरा मिनिटांत काम सुरू करणार आहोत, असं उत्तर दिलं.

''जाता जाता तुला एक सल्ला देतो,'' जॅक म्हणाला, ''या केसच्या बाबतीत फार वेळ वाया घालवू नकोस. या दुर्दैवी घटनेत भाग घेणारे सर्व जण त्यांच्या परीनं त्यांच्या भूमिका चोख बजावत होते इतकंच.''

''आर्चबिशपशी बोलल्यानंतर माझंही तेच मत झालं आहे,'' लाऊ म्हणाला, ''त्या मठात राहणाऱ्या माणसाची गुन्हेगारी पार्श्वभूमी नाही. आम्हाला चक्रावून टाकणारी बाब अशी आहे की, शेवटचा स्वतःच जाळून घेण्याचा भाग वगळला तर या माणसानं आग लावण्याची योजना अत्यंत सफाईनं एखाद्या व्यावसायिक अतिरेक्याप्रमाणे पार पाडली. त्याचं या बाबतीतलं कौशल्य पाहून आमचे घातपात या विषयातले तज्ज्ञही थक्क झाले आहेत.''

"माझा फोन माझ्याकडेच आहे. तेव्हा कधीही बोलता येईल," जॅक लाऊशी हस्तांदोलन करून निरोप घेत म्हणाला, "मी आत्ता लगेच सांत्वन करण्यासाठी आर्चबिशपकडे जातो आहे. बहुधा आपणच या घटनेत मृत पावलेल्या लोकांची भेट घालून दिली म्हणून तो स्वतःला दोष देत बसला असणार; पण त्यानं मला फोन का केला नाही ते कळत नाही."

रिवा लाऊला हवी ती मदत करण्यास सक्षम आहे हे माहिती असल्यानं लाऊला तिथंच सोडून जॅक लिफ्टनं तळघरात आला. आपण ऑफिसची पांढरी व्हॅन अर्धा-पाऊण तास वापरली म्हणून केल्व्हिन नंतर उचकणार हे जॅकला माहीत होतं. जॅक तळघरात आला तेव्हा सगळे पाच ड्रायव्हर कॉफी पीत बसलेले दिसले.

पाच मिनिटांनंतर जॅक पीटे मोलीना नावाच्या ड्रायव्हरला घेऊन डीएनए इमारतीपाशी आला. त्याला एका जागी व्हॅन उभी करायला सांगून जॅक वेगानं वरच्या मजल्यावर शॉन आणि साना वापरत होते त्या प्रयोगशाळेपाशी आला. त्यानं एका सुरक्षा रक्षकाकडून प्रयोगशाळा उघडून घेतली. मग जरादेखील वेळ न दवडता त्यानं स्क्रोल, हाडं आणि साना ज्या नमुन्यांवर काम करत होती ते सगळं काही ऑसुअरीत भरलं. दोन दिवसांपूर्वी शॉननं आणलेल्या कोडेक्स आणि सॅटर्निअसचं पत्र या वस्तूही त्यानं ऑसुअरीत भरल्या. लाऊच्या तपास पथकाला या प्रयोगशाळेचा पत्ता लागायच्या आत ऑसुअरी आणि हे सगळं खऱ्या मालकाच्या म्हणजे जेम्सच्या हातात पडावं, म्हणून तो घाई करत होता.

जॅक ऑसुअरी घेऊन खाली आला. सुदैवानं व्हॅन अजून मूळ जागीच उभी होती. ऑसुअरी व्हॅनमध्ये भरल्यावर पीटेने जॅकला विचारलं, "कुठं जायचं आहे?"

"न्यू यॉर्कच्या आर्चबिशपच्या निवासस्थानी."

"आणि हे निवासस्थान कुठे आहे ते मला माहिती असण्याची अपेक्षा आहे का?"

"मॅडिसन आणि एकावन्नावा रस्ता. तिथं वळल्यानंतर बाजूला गाडी उभी कर. मी उतरून जाईन. तुला थांबायची आवश्यकता नाही." जॅक आणखी काही सांगण्याचं टाळत म्हणाला.

साधारण तीस मिनिटांनंतर पीटेनं व्हॅन सेंट पॅट्रिक्स कॅथीड्रल जवळच्या रस्त्यावर उभी केली. जॅक जवळजवळ उडी मारूनच उतरला आणि त्यानं ऑसुअरी बाहेर काढली.

"मदतीबद्दल आभार पीटे."

"ठीक आहे डॉक्टर," पीटे म्हणाला आणि जेम्सच्या घराच्या करड्या रंगाच्या दगडी इमारतीकडे एकवार नजर टाकून निघून गेला.

जॅकनं ऑसुअरी दरवाजापाशी आणली. ती गुडघ्यावर ठेवून तोल सांभाळत त्यानं घंटेची दोरी जोरात खेचली. आपल्याला ऑसुअरी पेलता आली नाही आणि ती खाली पडून फुटली तर काय होईल असे विचार मनात येत असतानाच दरवाजा उघडला गेला. लंचसाठी आला होता त्या वेळी जॅकचं स्वागत करणारा धर्मगुरूच दारात उभा होता.

"डॉ. स्टेपलटन," फादर मॅलोने म्हणाला, "मी तुमच्यासाठी काय करू शकतो?"

"मला आत येण्याचं निमंत्रण दिलं तर बरं होईल!" जॅक काहीशा उपरोधिक स्वरात म्हणाला.

"हो... अर्थातच... कृपया आत या," फादर मॅलोने असं म्हणत जरा बाजूला सरकला, "कार्डिनलना तुम्ही येणार हे माहीत आहे का?"

"कदाचित माहीत असेल; पण मला त्याबद्दल खात्री नाही. मी मागच्या भेटीच्या वेळी जिथं थांबलो होतो, तिथेच थांबलो तर कसं होईल?"

"ही कल्पना छान आहे," फादर मॅलोने म्हणाला, "आर्चबिशप आत्ता व्हिकार जनरलशी बोलत आहेत. तुम्ही आल्याचं मी त्यांना सांगतो."

"उत्तम," जॅक म्हणाला. त्याला जेम्सची खासगी अभ्यासिका कुठं आहे हे लक्षात होतं. तो त्या दिशेनं स्वतःच निघालाही होता. ते पाहून फादर मॅलोने पुढे धावला आणि जॅक तिथं पोहोचेपर्यंत त्यानं दार किलकिलं करून ठेवलं. आत शिरताच सगळ्यात आधी जॅकनं ऑसुअरी काळजीपूर्वक जमिनीवर ठेवली.

"तुम्ही वाट बघत थांबला आहात, तेव्हा मी तुमच्यासाठी काही आणू का?"

"जर जास्त वेळ लागण्याची शक्यता असेल, तर वर्तमानपत्र दिलं तर बरं."

"टाइम्स चालेल का?"

"उत्तम."

फादर मॅलोने बाहेर गेल्यानंतर जॅकनं इकडेतिकडे नजर टाकली. जरा गरम व्हायला लागल्यामुळे त्यानं त्याचं जाकीट काढून खुर्चीवर टाकलं. मग लंचसाठी आला होता त्या वेळेप्रमाणेच तो कोचावर बसला; पण त्याला फार काळ वाट बघत बसावं लागलं नाही. फादर मॅलोने निघून गेल्यानंतर काही सेकंदांतच दरवाजा पुन्हा उघडला. एखाद्या साध्या धर्मगुरूप्रमाणे पोशाख केलेला जेम्स आत आला. त्यानं आपल्या पाठीमागे दरवाजा बंद करून घेतला आणि तो जॅकजवळ आला. "येण्याबद्दल आभार... लगेच आलास म्हणून मी आभारी आहे," जेम्स जॅकला क्षणभर मिठीत घेत म्हणाला; पण लगेच त्याची नजर बाजूला ठेवलेल्या ऑसुअरीकडे गेली. त्यानं जॅकला सोडलं आणि एखाद्या शाळकरी पोराप्रमाणे टाळ्या वाजवत म्हणाला, "तू ऑसुअरी घेऊन आला आहेस! ओहो... धन्यवाद जॅक... ऑसुअरी

चर्चकडे परत यावी यासाठी मी केलेली प्रार्थना तू ऐकलीस. त्यात सर्वकाही आहे ना?'' जेम्सनं जणू प्रार्थना करत असल्याप्रमाणे हात जोडले होते.

''सगळं काही आहे. हाडं, नमुने, स्क्रोल आणि सॅटर्निअसचं पत्र. सर्व गोष्टी आहेत. जे काही घडलं ते पाहता हे सगळं शक्य तितक्या लवकर तुझ्या ताब्यात द्यावं, असं मला वाटलं.''

''घडलेल्या दुर्दैवी घटनेबद्दल तुला काय वाटतं?''

''मी तर खलासच झालो. मला एका तासापूर्वी सगळं कळलं. माझा मित्र लेफ्टनंट डिटेक्टिव्ह लाऊ सोल्डानो यानं सांगितलं.''

''मी काल रात्री त्याला भेटलो होतो. तो इथं आला होता.''

''मला त्यानं त्याबद्दलही सांगितलं. तो चांगला आहे.''

''मलाही ते जाणवलं.''

''पण हे सगळं तुला कळल्याबरोबर तू मला फोन का केला नाहीस?'' जॅकनं विचारलं.

''मला सांगता येणार नाही. मी एकदा तसा विचार केला होता; पण खरं सांगायचं तर मी गोंधळून गेलो आहे. मी यात दोषी आहे की नाही हे मला कळत नाही.''

जॅकनं जेम्सकडे रोखून बघितलं, ''हे तू काय बोलतो आहेस? तू दोषी असलास तर ते कशाबद्दल?''

''खून,'' जेम्स जॅकची नजर टाळत म्हणाला, ''असं काही होऊ शकेल याची जराशीही जाणीव मला कशी झाली नाही? अखेर आगीशी खेळलं की हात पोळणारच हे मला कळायला हवं होतं. मी ज्या माणसाची मदत घेतली त्याची मानसिक स्थिती अस्थिर असल्यानं त्याच्या दृष्टीनं महान पातकाशी मुकाबला करण्यासाठी तो स्वतःच पातक करून बसू शकेल, हे मला समजलं नाही. ल्यूकनं मला काल सकाळी फोन केला होता. शॉनचं मत बदललं आहे असं त्यानं सांगितलं. त्यासाठी युक्तिवादापेक्षा युक्ती उपयोगी पडली, असंही तो म्हणाला. मी त्याच्या या बोलण्यावर आणखी विचार करायला हवा होता; पण आपला हेतू साध्य होणार या आनंदात मी तसं केलं नाही. आता लक्षात येतं आहे की, ल्यूकच्या मनात हा असला भयानक हौतात्म्य पत्करण्याचा विचार होता.''

''जेम्स! माझ्याकडे बघ,'' जॅक जेम्सच्या खांद्यांना धरून त्याला किंचित हलवत म्हणाला, ''माझ्याकडे बघ!''

जेम्सच्या गालावरून अश्रू ओघळत होते. त्याचा चेहरा वेदनेनं पिळवटल्यासारखा झाला होता.

''जेम्स, मी या सगळ्यात अगदी पहिल्यापासून आहे. तुझ्या मनात कोणाला

काही इजा व्हावी असा विचार कधीच नव्हता. मग साना आणि शॉनला ठार करणं तर बाजूलाच राहिलं. कधीच नाही! तू फक्त व्हर्जिन मेरीच्या एखाद्या निस्सीम भक्तानं शॉनचं मतपरिवर्तन करावं म्हणून प्रयत्न करत होतास. त्यामधून हे असं काही होईल याची तुला कल्पना नव्हती. जेम्स, आता स्वतःला दोषी मानून तू या दुर्दैवी घटनेची व्याप्ती आणखी वाढवू नकोस. ज्यानं हे कृत्य केलं त्यामागे आणखी काहीतरी कारण असणार; पण काय ते आपल्याला कधीच कळणार नाही.''

"तू हे खरं बोलतो आहेस ना? की केवळ माझी समजूत काढायची म्हणून—"

"अगदी मनापासून बोलतोय. शंभर टक्के.''

"माझ्या बाजूनं असा उभा राहिल्याबद्दल धन्यवाद जॅक. आता तुझ्या या आधारामुळे मी विचार करू शकतो आणि मला आता या सगळ्याबद्दल प्रार्थना करावीशी वाटते. अशी प्रार्थना करण्यासाठी एखाद्या योग्य मठात एखादा महिना राहण्यासाठी मी होली फादरना विनंती करेन.''

"हे मला योग्य वाटतं.''

"पण अगोदर हे सगळं नीट निस्तरायला हवं,'' जेम्स जॅककडे रोखून बघत म्हणाला, "मित्रा, मला तुझ्याकडून आणखी एका मोठ्या मदतीची अपेक्षा आहे.''

"ती कोणती?''

"ही ऑसुअरी! ती पुन्हा जागच्या जागी ठेवण्यासाठी मला तुझी मदत लागेल.''

"जागच्या जागी म्हणजे?'' जॅकनं विचारलं; पण त्यालाही नेमकी ती कुठे परत जायला हवी ते कळत होतं. तसं करणंच योग्य ठरेल असं त्याला वाटत होतं. "...म्हणजे परत रोममध्ये...''

"तुला काय ते समजेल याची मला खात्री होती,'' जेम्स म्हणाला, "या सगळ्याबद्दल फक्त आपल्या दोघांनाच माहिती आहे. मी स्वतः हे काम करू शकणार नाही. तेव्हा जॅक, मला तूच मदत करायला हवीस. तीदेखील लवकरात लवकर.''

जॅकच्या मनात ताबडतोब जेजेवरील उपचार आणि लॉरीचा विचार आला, "पण पुढच्या काही दिवसांत माझा कार्यक्रम अगदी भरगच्च आहे. लवकरात लवकर करायचं म्हणजे कधी?''

"आज रात्री,'' जेम्स जणू सर्वकाही निश्चित असल्याप्रमाणे म्हणाला, "मी आपल्यासाठी अगोदरच व्यवस्था करून ठेवली आहे. तुला असं गृहीत धरल्याबद्दल तू राग मानणार नाहीस अशी आशा आहे. आपण आपल्याबरोबर ऑसुअरी घेऊन उद्या सकाळी रोमला पोहोचू. उद्या रात्री ऑसुअरी होती त्या जागी पुन्हा ठेवण्यासाठीची

व्यवस्था मी करेन. तुला हवं असेल तर तू शनिवारी परत ये. जॅक हा अवघ्या दोन रात्रींचा प्रश्न आहे. तेव्हा मला आणखी विनवणी करायला लावू नकोस.''

जॅकच्या मनात भराभर विचारांची गर्दी झाली. आपण युरोपला ऑसुअरी परत ठेवण्यासाठी जाणारच आहोत तर आणखीही काही करावं, असा विचार त्याच्या मनात आला. सानानं जे तीन प्रिंटआउट काढले होते, ते त्यानं ऑसुअरीत न ठेवता खिशात ठेवले होते. त्यावर हादसाह मेडिकल सेंटरच्या ऑईन केरेम कॅम्पसमधल्या एका व्यक्तीचं नाव वाचल्याचं त्याला आठवलं.

''जेम्स, आता मी काय सांगतो ते ऐक. ऑसुअरी परत मूळ जागी ठेवण्याच्या कामात मी तुला दोन अटींवर मदत करायला तयार आहे. पहिली अट म्हणजे माझी बायको लॉरी आणि माझा चार महिन्यांचा मुलगा माझ्याबरोबर रोमला येतील. अर्थात, मला तिच्याशी बोलावं लागेल आणि दुसरी अट म्हणजे मला ऑसुअरीबद्दल सर्व काही तिला सांगावं लागेल.''

''ओह जॅक!'' जेम्स तक्रारीच्या स्वरात म्हणाला, ''आणखी कोणाला याबद्दल कळू नये म्हणून तर मला तुझी मदत हवी आहे.''

''माफ कर जेम्स; पण माझी ऑफर ही अशी आहे. मी तुला एका गोष्टीची खात्री देतो. गुपितं सांभाळण्याच्या बाबतीत ती माझ्यापेक्षा अधिक विश्वासार्ह आहे. तिला काहीही न सांगता मी रोमला येऊ शकणार नाही.''

''ठीक आहे,'' जेम्स किंचित विचार करत काहीशा नाराजीनं म्हणाला. इतर कोणापेक्षाही जॅकच्या बायकोवर विश्वास टाकण्यात कमी जोखीम आहे हे त्याच्या लक्षात आलं होतं, ''बरं, जॅक, तू मला नक्की कधी सांगशील?''

''सर्व काही सुरळीत झालं, तर एक तास. आपण इथे भेटायचं की विमानतळावर?''

''इथंच ये. फादर मॅलोने आपल्याला विमानतळावर सोडेल.''

जेम्सच्या घरातून बाहेर पडून जॅक टॅक्सीनं आपल्या ऑफिसवर आला. तिथं येताच तो सरळ बिंगहॅमला भेटायला गेला; पण बिंगहॅम त्या वेळी मेयरला भेटण्यासाठी बाहेर गेला होता. जॅक मग धावत तिसऱ्या मजल्यावर गेला. सुदैवानं केल्व्हिन वॉशिंग्टन जागेवर होता. जॅकनं त्याला आपण दोन दिवस बाहेर जात असल्याचं सांगितलं. त्या आठवड्यात जॅकवर शवविच्छेदन करण्याची जबाबदारी नसल्यानं केल्व्हिननं काहीही हरकत घेतली नाही. जॅक मग घाईनं खाली आला. आपली सायकल सोडवून घेऊन तो घरी निघाला. आपल्याला सगळं ठरवून जेम्सच्या घरी तीन वाजता पोहोचायचं आहे हे लक्षात आल्यानं जॅकला आपलं काम किती अवघड आहे, हे जाणवलं.

''लॉरी!'' सायकल कपाटात नीट लावल्यावर जॅकनं आवाज दिला; पण लॉरी किचनमध्ये दिसली नाही. म्हणून मग जॅक आतल्या खोलीकडे जाताना पुन्हा हाक

मारणार होता इतक्यात लॉरीची आणि त्याची जवळजवळ धडकच झाली. तिच्या हातात बालसंगोपनाचं एक पुस्तक होतं. तिनं ओठांवर बोट ठेवलं होतं, ''तो झोपलाय,'' लॉरी हलक्या आवाजात म्हणाली. आपण जेजे कुठे आहे हे न बघता असं ओरडलो, म्हणून जॅकला खंत वाटली.

''तू आज एवढ्या लवकर घरी कसा काय आलास? सर्व काही ठीक आहे ना?''

''उत्तम!'' जॅक म्हणाला, ''खरंतर मला तुझ्यापुढे एक प्रस्ताव ठेवायचा आहे.''

''प्रस्ताव?'' लॉरी स्मितहास्य करत म्हणाली आणि मग बाहेरच्या खोलीत आली. तिनं पूर्वीप्रमाणेच खुर्चीत बसून टेबलावर पाय पसरले. तिच्या बाजूला मध घातलेला चहाचा कप होता, ''हे चांगलंच आहे, नाही? मी आराम करते आहे. आजचा दिवसही जेजेच्या दृष्टीनं चांगला आहे. तो शांत झोपला आहे.''

''झकास,'' जॅक म्हणाला आणि लॉरीच्या शक्य तितक्या जवळ जाण्यासाठी टेबलावर बसला. ''सर्वांत अगोदर मला कबुली द्यायची आहे की, मी तुला माझा पुरातत्त्वशास्त्रज्ञ मित्र आणि त्याची बायको ज्या ऑसुअरीसंबंधात काम करत होते त्याबद्दल सांगितलं नव्हतं. ही कहाणी विलक्षण आहे. मी तुला त्याबद्दल काही सांगितलं नव्हतं, कारण माझ्या आर्चबिशप मित्रानं मला तसं करायला सांगितलं होतं; पण आता तसं करण्याची गरज उरलेली नाही, तेव्हा मी तुला सगळी कहाणी सांगणार आहे.''

''हा बदल कसा काय झाला?''

''त्याचं कारणही या कहाणीतच आहे. माझा तो मित्र आणि त्याची बायको काल रात्री घराला लागलेल्या आगीत मरण पावले आणि अशा प्रकारे ऑसुअरीबद्दलचं संशोधन तिथंच संपलं.''

''ओह!... अरेरे...'' लॉरी मनापासून म्हणाली, ''त्यांच्या घरी म्हणजे आपण ज्या घरी गेलो होतो तेच का?''

''होय. तेच. एकदा का तशा लाकडी चौकटीच्या घराला आग लागली, की सगळं बघताबघता जळून खाक होतं.''

''अरेरे! किती दुर्दैवी प्रकार आहे हा. तुमचे पुन्हा अलीकडेच संबंध जुळू लागले होते ना? बरं, तू या मृत्यूमुळे ऑसुअरीबद्दलचं संशोधन थांबलं, असं म्हणालास.''

''होय; पण ती ऑसुअरी पुन्हा तिच्या मूळ जागी जायला हवी. खरं सांगायचं तर माझा मित्र आणि त्याच्या बायकोनं ती ऑसुअरी सेंट पीटर्स बॅसिलिकाच्या खालून अक्षरशः चोरून आणली होती. ती पुन्हा जागच्या जागी

ठेवण्यासाठी मी मदत करावी असं माझ्या आर्चबिशप मित्राचं म्हणणं आहे. म्हणजे मग आता आपण तिघं वगळता इतर कोणालाही ऑसुअरीबद्दल कळणार नाही. बरं, माझा प्रस्ताव असा आहे की, आज रात्री तू, मी आणि जेजे, आपण जेम्सबरोबर रोमला जाऊ. उद्या रात्री मी ऑसुअरी मूळ जागी ठेवायला मदत करेन. मग शनिवारी आपण तिथून जेरुसलेमला जाऊ आणि तिथं आपण एका व्यक्तीला भेटणार आहोत. मग रविवारी आपण परत येऊ. तुला हा बेत कसा वाटतो?''

"मला तुझं डोकं फिरल्यासारखं वाटतं. मी सगळी रात्र आपल्या चार महिन्यांच्या आजारी मुलाला घेऊन प्रवास करावा अशी तुझी अपेक्षा आहे. मग एका परक्या शहरात जेमतेम एक दिवस राहून आणखी दुसरीकडे जायचं आणि पुन्हा लगेच विमानप्रवास करून परत यायचं? बरं, जेरुसलेमहून न्यू यॉर्कला परत यायला किती वेळ लागतो, ते तरी सांग.''

"मला नक्की माहीत नाही; पण बराच वेळ लागत असणार. मुद्दा तो नाही. लॉरी मी म्हणतोय ते तुला चक्रमपणाचं वाटणं साहजिकच आहे; पण तू माझ्यासाठी हे करायला हवंस. मी जेजेला सांभाळायला मदत करेन. हवं तर आपण रोम आणि जेरुसलेममध्ये एखादी नर्स ठेवू, म्हणजे मग तुला जरा मोकळा वेळ मिळेल. शिवाय गेले तीन-चार दिवस जेजेही छान आहे. तीन की चार ते मला लक्षात येत नाही.''

"तीन.''

"तीन तर तीन; पण आपण चार दिवसांत परत येऊ. मी खरंच जेजेला सांभाळेन. मला शक्य असतं, तर मी अंगावरही पाजलं असतं त्याला.''

"होय की!'' लॉरी टोमणा मारण्याच्या स्वरात म्हणाली, "असं म्हटलं की झालं. बरं, विमानात तो जास्त त्रास द्यायला लागला, तर तू त्याला नक्की सांभाळणार आहेस का?''

"होय. हवं तर पूर्णपणे मी त्याच्याकडे लक्ष देईन; पण तू फक्त होकार दे. मी तुला ऑसुअरीबद्दल सगळं काही सांगेन. मग तुझ्या सर्वकाही लक्षात येईल. हो म्हण!''

"रोम आणि जेरुसलेमला आपल्या तान्ह्या बाळाला नेण्याची वेडपटपणाची कल्पना मी विचारात घ्यायला हवी असेल, तर तुला या क्षणी ऑसुअरीबद्दल सगळं सांगायला हवं.''

"त्याला खूप वेळ लागेल.''

"माझा इलाज नाही. माझा प्रस्ताव हा असा आहे. निदान मला सारांश तरी कळायला हवा.''

जॅकनं मग जेम्सनं लंचसाठी बोलावल्यापासून शक्य तेवढ्या कमी शब्दांत लॉरीला शॉन, साना आणि ऑसुअरीबद्दल सांगितलं. सुरुवातीला जरी लॉरीचा या सगळ्यावर विश्वास बसत नसला तरी नंतर तिला ही कहाणी विलक्षण वाटू लागली. ती ऐकता ऐकता मध्येच म्हणाली, ''ठीक आहे... डॅम यू जॅक! पण तू जेजेला विमानात सांभाळणार असशील तरच मला हे मान्य आहे. कळलं?''

''होय.'' जॅकचा चेहरा उजळला. तो एकदम उठून उभा राहिला.

''मला तयारी करायला हवी. काही फोनही करायचे आहेत. आपण तीन वाजता आर्चबिशपच्या घरी असायला हवं.''

''तू याला तयारी करणं म्हणतोस?'' लॉरी हातातलं पुस्तक बाजूला ठेवत म्हणाली, ''आपल्याला याचा नंतर पश्चात्ताप झाला नाही म्हणजे मिळवलं.''

रोममध्ये जॅकला अपेक्षाभंगाचा अनुभव आला. मागच्या भेटीच्या वेळी उन्हाळा किंवा उन्हाळ्याचा प्रारंभ असल्यानं हवा उबदार आणि आल्हाददायक होती; पण या वेळी डिसेंबर महिना असल्यानं हवा कुंद आणि पावसाळी होती. शिवाय ऑसुअरी व्हॅटिकनमध्ये आणताना अंगावर रोमांच आणणारे प्रसंग घडतात की काय असं जॅकला वाटलं होतं; पण काहीच घडलं नव्हतं. जेम्सनं ऑसुअरी मूळ खोक्यातच भरून आणली असल्यानं विमानात ती चढवताना किंवा उतरवताना त्यात जेम्सच्या खासगी वस्तू आहेत अशा समजुतीनं कोणी काही विचारलंही नव्हतं. रोमला उतरल्यानंतर ऑसुअरी जेम्सनं मागवलेल्या व्हॅटिकनच्या व्हॅनमधून तिकडे रवाना करण्यात आली होती. जेम्स आणि इतर सर्व जण वेगळ्या गाडीतून व्हॅटिकनकडे आले होते.

जेम्सनं राहण्याची व्यवस्था व्हॅटिकनमध्येच कासा दि सांता मार्ता या ठिकाणी केली होती. या ठिकाणी नव्या पोपची निवड करण्यासाठी जमायच्या वेळी कार्डिनल राहत असत; त्यामुळे तिथली सगळी सजावट अत्यंत साधी होती. या बाबतीतही जॅकचा जरासा अपेक्षाभंग झाला होता. आपण व्हॅटिकनच्या आत राहणार आहोत असं जेम्सनं सांगितलं तेव्हा आपण जुन्या काळातल्या एखाद्या अतिशय दिमाखदार वास्तूत राहणार, असं जॅकला वाटलं होतं.

विमानप्रवास अतिशय व्यवस्थित पार पडला होता. जेजे जवळ जवळ सर्व वेळ डुलक्या काढत होता. काही वेळ जॅकच्या तर काही वेळ तो लॉरीच्या मांडीवर निवांत झोपला होता; त्यामुळे लॉरीला ऑसुअरीबद्दल सविस्तर सांगायची संधी जॅकला मिळाली होती. ''मला ती बघायला मिळेल का?'' असं लॉरीनं विचारलं होतं. त्यावर जॅकनं तसं सहज करता येईल, असं तिला सांगितलं होतं.

कसलीही अडचण येऊ नये म्हणून जेम्सनं दुपारी एका स्थानिक पुरातत्त्वशास्त्रज्ञाच्या मदतीनं नेक्रोपोलीसमध्ये फेरफटका मारायचा असं ठरवलं होतं. त्यानुसार तो फेरफटका व्यवस्थित पार पडला होता. त्या वेळी जेजे शांतपणानं झोपलेला पाहून जेम्सनं तिला नेक्रोपोलीस बघायला येण्याची सूचना केली. सुरुवातीला लॉरी तयार नव्हती; पण काही नन तिथे होत्या. त्यांनी आपण जेजेकडे बघू असं सांगितलं. नंतर ती तयार झाली होती.

त्या रात्री ऑसुअरी तिच्या मूळ जागी ठेवायला जाताना जॅक अस्वस्थ झाला होता. आपल्याला तिथे चोरटेपणानं प्रवेश करावा लागणार की काय असं त्याला वाटत होतं; पण जेम्स सरळ बॅसिलिकावर देखरेख करणाऱ्या अधिकाऱ्याकडे गेला होता. हा अधिकारीही एक कार्डिनलच होता. आज रात्री आपल्याला पीटरचं थडगं आणि क्लेमंटाईन चॅपेलला भेट द्यायची आहे, असं जेम्सनं सांगितल्यावर त्यानं चाव्यांचा मोठा जुडगा जेम्सच्या हातात दिला होता. त्यानं रात्री सगळे दिवे सुरू असतील याची ग्वाही दिली आणि तो तिथून निघून गेला होता.

कासा दि सांता मार्तापासून सेंट पीटर्सपर्यंतचं अंतर फार नव्हतं हे बघून जॅकला बरं वाटलं. जेम्सनं दरवाजा उघडल्यानंतर जॅकनं बॅसिलिकात प्रवेश केला. हा क्षण आपण कधीच विसरणार नाही, असं त्याला वाटलं. जेम्सनं पुढे जात प्रचंड आकाराच्या घुमटाला आधार देणाऱ्या चार स्तंभांमधल्या सेंट ॲन्ड्रूच्या स्तंभाजवळ जाऊन आणखी एक दरवाजा उघडला. त्यानंतर प्रत्यक्ष उत्खनन झालं होतं तिथं सर्वांत खालच्या पातळीपर्यंत पोहोचायला त्यांना आणखी वीस मिनिटं लागली. ऑसुअरी ज्या जागेतून काढली होती त्या जागी ते आले. भिंतीत असणाऱ्या चौकोनी मोकळ्या जागेमुळे ऑसुअरीची जागा स्पष्टपणानं कळून येत होती. तिथली माती भुसभुशीत असल्यानं जॅकला तिथं उकरणं सोपं गेलं. लवकरच शॉन आणि सानानं तिथं पुरून ठेवलेल्या सगळ्या वस्तू सापडल्या.

''आपण हे सगळं बाहेर काढायला हवं; आपण बादल्या वापरू शकतो,'' जॅक म्हणाला, ''पण तू असं का करत नाहीस? मला थोडं पाणी आणून दे. म्हणजे मी माती थोडी पातळ करतो. मग त्या मातीनं जागा व्यवस्थित लिंपून घेता येईल.''

''ही कल्पना चांगली आहे,'' जेम्स म्हणाला, ''मला पाणी कुठे आहे ते लक्षात येतंय.''

जेम्स पाणी आणण्यासाठी गेला असताना जॅकनं ऑसुअरी भिंतीमधल्या खळग्यात बसवली आणि आजूबाजूला खडे, माती वगैरे भरू लागला. जेम्स परत आल्यानंतर जॅकनं माती कालवून तिचा वापर करून बाहेरून लिंपून ती जागा पक्की बंद करून घेतली. मातीचा अखेरचा लेप लावताना आपण काय करतो आहोत हा

विचार जॅकच्या मनात आला. ऑसुअरी पुन्हा भिंतीत गाडल्यामुळे संपूर्ण मानवजातीला सायमनचं गॉस्पेल कायमचं विसरावं लागणार याबद्दल जॅकला वाईट वाटलं. जॅकला हे सगळं सुरू व्हायच्या अगोदर ख्रिश्चन धर्माच्या इतिहासात जरादेखील रस नव्हता; पण आता मात्र तो निर्माण झाला होता. हा सायमन खरोखरच लोक मानतात तसा वाईट होता की तसा तो नव्हता, हे विचार त्याच्या मनात घोळत होते.

रोममधली हवा कुंद, दमट आणि पावसाळी होती. तर त्याच्या नेमकी उलटी परिस्थिती इस्त्राईलमध्ये होती. आकाश स्वच्छ, गडद निळ्या रंगाचं होतं. जॅक, लॉरी आणि जेजे रोम-तेल अवीव फ्लाइटनं दुपारी तेल अवीवला पोहोचले. विमान उतरताना जॅक काचेला नाक लावून खालचं दृश्य बघत बसला होता. या खेपेलाही जेजेनं जरादेखील त्रास दिला नव्हता. विमान वर गेल्यानंतर तो छान झोपी गेला होता. अगदी विमान तेल अवीवला उतरलं तरी त्याची झोप मोडली नव्हती.

माबत नावाच्या एका पर्यटन कंपनीचा प्रतिनिधी त्यांची वाट बघत थांबला होता. त्यानं सामान बाहेर आणायला मदत केली आणि मग त्यानं त्यांना गाडीपाशी आणलं. गाडीपाशी ड्रायव्हर तयारच होता. त्यानं जॅक, लॉरी आणि जेजेला जेरुसलेममध्ये किंग डेव्हिड हॉटेलवर पोहोचवलं. तिथं त्यानं हिलेल केसलर नावाच्या गाइडशी ओळख करून दिली.

"तुम्हाला पॅलेस्टाईनमधल्या त्सुर बहेर या गावाला प्रथम जायचं आहे ना?" हिलेल स्मितहास्य करत म्हणाला, "मला या अगोदर वैयक्तिक कामांसाठी निरनिराळ्या ठिकाणी घेऊन जाण्यासाठी अनेकांनी सांगितलं आहे; पण पहिल्यांदाच कोणी त्सुर बहेरला न्यावं असं सांगत आहे. मी कशासाठी असं विचारलं तर चालेल का? तिथं बघण्याजोगं काहीही नाही हे तुम्हाला सांगणं माझं कर्तव्य आहे."

"मला या स्त्रीची भेट घ्यायची आहे," जॅक त्याच्या हातात पत्ता असणारा एक कागद देत म्हणाला. सानानं डीएनए विश्लेषण करून जे प्रिंटआउट काढले होते, त्यावर हा पत्ता होता.

"जमीला मोहम्मद," हिलेल पत्ता वाचत म्हणाला, "तुम्ही या स्त्रीला ओळखता का?"

"नाही. अजून तरी नाही; पण माझं तिच्याकडे एक काम आहे आणि मी त्यासाठी पैसे द्यायलाही तयार आहे. तू मला याबाबतीत मदत करशील का? तुला अरेबिक बोलता येतं का?"

"फार उत्तम नाही; पण पुरेसं येतं... बरं, तुम्हाला तिकडे कधी जायचं आहे?"

"आम्ही मुक्काम वाढवला नाही तर आमच्याकडे फक्त आजचा आणि उद्याचा दिवस आहे. तेव्हा तुझी तयारी असेल तर आपण लगेचच जाऊ या. तुझ्याजवळ गाडी असेलच ना?"

"होय. फोक्सवॅगन व्हॅन आहे."

"उत्तम. चला तर मग. लॉरी चल."

"तुला आपण जे करतोय त्याबद्दल खात्री आहे ना?" लॉरीनं ऑसुअरीबद्दल सगळं ऐकलं असलं तरी तिच्या मनात अजून काही शंका होत्या.

"आपण एवढ्या दूरवरून आलो आहोत तेव्हा... बरं, हिलेल ते गाव इथून किती दूर आहे?"

"तिथं जायला साधारण वीस मिनिटं लागतील."

"फक्त वीस मिनिटं?" जॅक जेजेला लॉरीकडून घेत म्हणाला, "चला, जाऊन तर पाहू. त्यात नुकसान काहीच नाही."

"ठीक आहे," लॉरीनं अखेर होकार दिला.

अठरा मिनिटांनी मुख्य रस्त्यावरून वळून हिलेलनं कच्च्या रस्त्यानं गावाच्या दिशेनं जायला सुरुवात केली. गाव म्हणजे काँक्रीटची चौकोनी घरं आणि काही दुकानं एवढंच होतं. घरं आणखी वाढवता यावीत म्हणून मोकळ्या सोडलेल्या सळ्या दिसत होत्या. गावात एक शाळाही होती आणि गणवेश घातलेली अनेक लहान मुलं दिसत होती.

"हे करण्याचा सर्वांत सोपा मार्ग म्हणजे मुख्तारला भेटणं."

"मुख्तार म्हणजे?"

"मुख्तार याचा अरेबिकमधील अर्थ 'निवडलेला' असा आहे. मुख्तार हा गावाचा प्रमुख असतो. म्हणूनच त्याच्याकडे जाणं योग्य होईल. त्याला जमीला मोहम्मद माहीत असणार."

"तुझी या गावच्या मुख्तारशी ओळख आहे का?"

"नाही; पण त्यानं काही फरक पडत नाही."

हिलेलनं गाडी बाजूला लावली आणि तो बाजूच्या एका दुकानात शिरला. तो तिकडे गेला असताना काही शाळकरी पोरं गाडीभोवती जमा झाली. जॅकनं हसत हसत पोरांकडे बघून हात हलवला. त्यामधल्या काही पोरांनी हात हलवून प्रतिसाद दिला. काही वेळानं दुकानातून एक माणूस बाहेर आला. त्यानं हातानं इशारा करून पोरांना गाडीजवळून हुसकावून दिलं.

काही क्षणांनंतर हिलेल बाहेर आला आणि जॅक बसला होता त्या बाजूला आला. जॅकनं काच खाली घेतली.

"दुकानात बसण्यासाठी जागा आहे. तिथे स्थानिक लोक जमतात. मुख्य

म्हणजे योगायोगानं मुख्तार इथंच आहे. त्यानं कोणाला तरी पाठवून जमिलाला बोलावलं आहे. जर तिला भेटायचं असेल तर तुम्ही आत यावं, असं त्याचं म्हणणं आहे.''

''झकास,'' जॅक म्हणाला. त्यानं उतरून लॉरीला बाहेर येण्यासाठी दार उघडलं.

दुकानाच्या आतल्या भागात सर्व प्रकारचा माल अगदी छतापर्यंत गच्च भरलेला होता. दैनंदिन गरजेच्या वस्तू, खेळणी, लोखंडी सामान, कॉम्प्युटरचे कागद वगैरे सर्व तऱ्हेच्या वस्तू तिथं होत्या. हिलेलनं ज्या बसण्याच्या जागेबद्दल सांगितलं ती मागच्या बाजूला होती. तिथं एकच खिडकी होती. त्यातून बाहेर कलकलाट करत फिरणाऱ्या कोंबड्या दिसत होत्या.

मुख्तार हा उन्हानं त्वचा रापलेला वृद्ध माणूस होता. त्यानं अरबी पद्धतीचा पोशाख केलेला होता. तो निवांतपणे हुक्का पीत बसला होता. आपल्याला कोणीतरी भेटायला आलं म्हणून त्याला झालेला आनंद त्याच्या चेहऱ्यावर स्पष्ट दिसत होता. त्यानं सर्वांसाठी चहा मागवला. स्टेपलटन कुटुंबीय न्यू यॉर्कहून आले आहेत म्हटल्यावर त्याला विशेष आनंद झाला होता. कारण त्याचे नातेवाईक तिथं होते आणि मुख्तार दोन वेळा न्यू यॉर्कला जाऊन आला होता. आपण ब्रुकलीनच्या कुठल्या भागात गेलो होतो हे तो सांगत असताना जमिला मोहम्मद आत आली.

जमिलाचा पोशाखही मुख्तारसारखाच अरबी पद्धतीचा होता. तिनं काळे कपडे घातले होते आणि तिचा विणलेला स्कार्फ काळ्या रंगाचा होता. तिच्या चेहऱ्याची आणि हातांची त्वचा मुख्तारप्रमाणेच रापलेली आणि सुरकुतलेली होती. तिथं जगण्यासाठी चांगलाच संघर्ष करावा लागत असावा, हे उघड दिसत होतं.

जमिलाला इंग्लिश बोलता येत नव्हतं; पण मुख्तारला मोडकंतोडकं येत असल्यानं जॅकनं मुख्तारच्या मदतीनं तिच्याशी संवाद साधला. जॅकनं प्रथम तिला विचारलं की, तिला व्याधी बऱ्या करण्याचा काही अनुभव आहे का? तिनं थोडाफार आहे आणि मुख्यतः आपले पाच मुलगे आणि तीन मुलींच्या बाबतीत तो असल्याचं उत्तर दिलं. जॅकनं मग तिला ती कधी आजारी होती का, असा प्रश्न विचारला. आदल्या वर्षी जेरुसलेममध्ये गाडीनं धडक दिल्यानं आपण एक आठवडा हादसाह हॉस्पिटलमध्ये होतो याखेरीज इतर काही नाही, असं उत्तर तिनं दिलं. जॅकनं मग तिला आपल्या आजारी मुलाच्या डोक्यावर हात ठेवण्याची विनंती केली आणि तिथल्या कमी उंचीच्या मेजावर शंभर डॉलरच्या बऱ्याच नोटा ठेवल्या. मग त्यानं लॉरीच्या हातून जेजेला घेतलं आणि तो जमिलाकडे गेला.

सगळ्यांचं लक्ष आपल्याकडे आहे, हे बहुधा जेजेला कळलं असावं. जॅकनं जे करायला सांगितलं ते जमिला करत असताना तो मजेत आवाज करत होता. जमिलानं जेजेच्या डोक्यावर हात ठेवून काय म्हटलं ते मुख्तारनं भाषांतर करून सांगितलं. या क्षणापासून बाळाचा सगळा आजार दूर पळून जावा, असं ती

म्हणाली. तिला हे असं काही करायची माहिती नव्हती, हे तिच्याकडे बघून कळत होतं.

लॉरी हे सगळं विस्मयानं बघत उभी होती. जॅकनं आपला काय विचार आहे हे तिला सांगितल्यावर ती चकित झाली होती; पण हे करून बघितल्यानं काही नुकसान होणार नाही, हे जॅकचं म्हणणं तिला पटलं होतं. आता तसं प्रत्यक्षात होत असताना तिला काहीच सुचत नव्हतं. जॅकची मनःस्थिती वेगळी होती. आपण जेजेच्या बाबतीत काहीही करायचं शिल्लक ठेवायचं नाही, असंच त्यानं ठरवलं होतं. ऑसुअरीच्या बाबतीत काहीतरी गूढ आहे आणि त्याचा आपल्याला फायदा होतो का ते आपण बघावं, असा विचार त्यानं केला होता. आपण काडीच्या आधारानं तरून जायचा प्रयत्न करतोय, हे त्याला कळत होतं; पण काडीचा आधार तर काडीचा आधार, असा विचार त्याच्या मनात येत होता.

''ठीक आहे!'' जमिलाच्या हातातून जेजेला घेत जॅक म्हणाला, ''हे फार छान झालं. धन्यवाद!'' त्यानं नोटा उचलून जमिलाला दिल्या आणि तो जेजेला घेऊन दाराकडे निघाला. त्याला त्याच क्षणी तिथून बाहेर पडावं असं वाटलं. आपण आणखी तिथं थांबलो तर आपल्याला रडू येईल, असं वाटून तो वेगानं बाहेर पडला.

''ठीक आहे,'' डॉ. युरीत एफ्रन म्हणाले. ते आईन केरेम कॅम्पसमधल्या हादसाह हॉस्पिटलमध्ये काम करत होते, ''या प्रतिमा आता मिळू लागल्या आहेत. काल तुमच्या मुलाच्या लघवीत कॅटेकोलामाईन द्रव्यं का नव्हती याचं स्पष्टीकरण आता आपल्याला मिळू शकेल.''

जॅक आणि लॉरी डोळे ताणून प्रतिमांकडे बघत होते. आदल्या दिवशी त्सुर बहेर गावामधून बाहेर पडल्यावर ते जेरुसलेमला आले होते. त्यानंतर त्यांनी हादसाह हॉस्पिटलमध्ये जाऊन जेजेच्या शरीरातील उंदरांची प्रतिद्रव्यं पुरेशी कमी झाली आहेत का ते बघायचं ठरवलं होतं. तसं झालं असलं तर ते न्यू यॉर्कला परत गेल्यावर जेजेचे उपचार ताबडतोब सुरू करू शकणार होते. म्हणूनच त्यांनी हादसाह हॉस्पिटलमध्ये जाऊन जेजेवर चाचण्या सुरू केल्या होत्या. त्या चाचण्यांच्या पहिल्या प्रतिमा आत्ता त्यांच्यासमोर येत होत्या.

''हे बघा...'' डॉ. एफ्रन जॅक आणि लॉरीचं लक्ष वेधत म्हणाले, ''होमोव्हॅनिलिक ॲसिड आणि व्हॅनिलमानडेलिक ॲसिड नॉर्मलच आहेत, कारण आता ट्यूमर अजिबात नाहीत.''

जॅक आणि लॉरीनं एकमेकांकडे बघितलं. त्यांच्या तोंडातून शब्द फुटत नव्हते.

''ही खरोखरच एक चांगली गोष्ट आहे,'' डॉ. एफ्रन जॅक आणि लॉरीकडे बघू

लागले. आपण सांगितलं ते त्या दोघांना कळलं की नाही असं वाटून ते पुढे म्हणाले, ''तुमचा मुलगा खरोखरच सुदैवी आहे.''

''तुम्हाला नेमकं काय म्हणायचं आहे?'' लॉरीनं हे कसंबसं विचारलं.

''तुमच्या मुलासारख्या अगदी कमी वयाच्या रुग्णांच्या बाबतीत न्यूरोब्लास्टोमांचा अंदाज बांधणं फार कठीण असतं. ते कधी कधी आपोआप विरून जाऊ शकतात किंवा ते उपचारांमुळे बरेदेखील होतात. तुमच्या मुलाच्या बाबतीत विकाराची व्याप्ती मोठी होती का?''

''होय. बरीच मोठी होती,'' लॉरी म्हणाली. आपला मुलगा बरा झाला आहे हे तिला जाणवलं. डॉ. एफ्रनंनी सांगितल्याप्रमाणे तो आपोआप बरा झाला की मेमोरिअल हॉस्पिटलमधल्या उपचारांमुळे बरा झाला किंवा याला जमिला कारणीभूत होती, हे तिला कळलं नाही आणि तो नेमका कशामुळे बरा झाला हे कळलं नाही, तरी तिला त्याची पर्वा नव्हती.

◆